हरवलेले बालपण

लक्ष्मीकांत देशमुख

मेहता पब्लिशिंग हाऊस

Please contact us at **Mehta Publishing House,** Pune 411030.
✆ +91 020-24476924 / 24460313 / Mob. No. 9545000513
Email : production@mehtapublishinghouse.com
Website : www.mehtapublishinghouse.com

- *या पुस्तकातील लेखकाची मते, घटना, वर्णने ही त्या लेखकाची असून त्याच्याशी प्रकाशक सहमत असतीलच असे नाही.*

HARAVLELE BALPAN by LAXMIKANT DESHMUKH

हरवलेले बालपण : लक्ष्मीकांत देशमुख / कादंबरी

Email : author@mehtapublishinghouse.com

प्रकाशक : सुनील अनिल मेहता, मेहता पब्लिशिंग हाऊस, १९४१, सदाशिव पेठ, माडीवाले कॉलनी, पुणे - ४११०३०.
अक्षरजुळणी : स्वाती एंटरप्रायझेस, पुणे -९.
मुद्रक : ट्रिनिटी ॲकॅडमी फॉर कॉर्पोरेट ट्रेनिंग लिमिटेड
मुखपृष्ठ : फाल्गुन ग्राफिक्स
प्रकाशनकाल : २४ ऑक्टोबर, २०१४ / पुनर्मुद्रण : सप्टेंबर, २०२१
किंमत : ₹ ३२०

P Book ISBN 9788184985689
E Book ISBN 9788184985726
E Books available on : amazonkindle Apple Books Google Play Books

बालकामगारांच्या पुनर्वसनासाठी अखंड संघर्ष करणारे
कै. श्रीनिवास कुलकर्णी
आणि
‘स्वप्नभूमी’सारखा आदर्श पथदर्शी प्रकल्प राबवून
बालकामगारांच्या पुनर्वसनाला नवी दिशा देणारे
श्री. सूर्यकांत कुलकर्णी
या माझ्या हृदयस्थ मित्रांना
सादर अर्पण!

प्रस्तावना

'हरवलेले बालपण' *ही माझी नवी कादंबरी रसिक वाचकांपुढे सादर करताना एक मनस्वी समाधान आहे; पण त्यापेक्षा अधिक खंत आहे. समाधान आहे एक लेखन प्रकल्प पूर्ण झाल्याचे, एका वेगळ्या विषयावरील कादंबरी तिच्या समग्रतेसह मराठी वाचकांना दिल्याचे. पण खंत आहे ती ही की, ज्या विषयावरची ही कादंबरी आहे, त्या बालकामगारांच्या संख्येत भारतामध्ये घट न होता वाढच होत आहे.*

खरंतर कायद्याने शिक्षणाचा अधिकार मिळाल्यानंतर ६ ते १४ वयोगटातील प्रत्येक बालक-बालिकेने कामावर न जाता प्राथमिक शिक्षण घेणे अनिवार्य आहे. आणि तसं झालं तर बालकामगार प्रथा बंद झाली असती. कारण जे मूल शाळेत जात नाही, ते बहुतेक बालकामगार होतं, हे या क्षेत्रातील काम करणाऱ्या सर्व कार्यकर्त्यांचं अनुभवसिद्ध मत आहे. भारतात कायदे होतात, पण त्याचे पालन होत नाही, कायदेभंग करणाऱ्यांकडे पैसा व सत्ता असेल, तर काही वाकडं होत नाही. शिक्षणाचा अधिकार केंद्र सरकारनं दिल्यावर अनेक भाबड्या माणसांना वाटलं होतं की, येत्या तीन-चार वर्षांत ६ ते १४ वयोगटातील एकही मूल शाळाबाह्य राहणार नाही. ते शाळेत जाईल, तिथे शिक्षण घेईल आणि खेळ-अभ्यासाद्वारे त्याचं व्यक्तिमत्त्व घडत जाईल... आणि मुख्य म्हणजे ज्यामुळे या मुलांचे बालपण करपून जाते, अशी उरस्फोडी कामं ती करणार नाहीत. आपलं बालपण हरवून बसणार नाहीत. पण त्याच्या अगदी विपरीत घडताना दिसत आहे, म्हणून मनात समाधानापेक्षा खंत जास्त आहे.

समाजपरिवर्तनाची लढाई ही कामाद्वारे लढायची असते आणि त्यासाठी विचारांची तलवार लागते. त्यासाठी उपयुक्त अशी मनोभूमिका तयार करण्याचं काम काही प्रमाणात का होईना साहित्य व कला करत असतात. माझी ही कादंबरी त्या व्यापक समाजपरिवर्तनाच्या लढ्यातल्या बालमजुरी निर्मूलनासाठी काम करणाऱ्यांच्या संघर्षाचा

विचार वाचकांना करायला लावेल, असा विश्वास वाटतो.

माझे दिवंगत मित्र श्रीनिवास कुलकर्णी यांच्यामुळे परभणीला असताना बालकामगार चळवळीकडे ओढला गेलो. त्या वेळी त्याच भागातल्या पालमजवळच्या केरवाडीमध्ये श्री. सूर्यकांत कुलकर्णी 'स्वप्नभूमी' हा बालकामगारांना शिक्षण देण्याचा पथदर्शी प्रकल्प राबवत होते. या प्रकल्पामुळे आणि माझ्या संवेदनशीलतेमुळे बालमजुरी निर्मूलनाच्या कामात प्रशासकीय बाजूने काम करू लागलो. अकोला शहरात महानगरपालिका आयुक्त म्हणून माझी नियुक्ती झाली, तेव्हा खऱ्या अर्थानं मला भरीव असं काम करता आलं. शहरात बालमजुरांना शिक्षण, खेळ व मनोरंजन उपलब्ध करून देण्यासाठी मी चार 'नवजीवन शाळा' ज्याला आज शासन 'सेतू शाळा' म्हणतात, तशा शाळा सुरू केल्या. सुमारे हजार मुलांना 'सेतू अभ्यासक्रम' (Bridge Course) देऊन त्यांच्या वयानुसार त्यांना शाळेत ५वी ते ७वी इयत्तेमध्ये दाखल केलं. बालहक्क आयोगाच्या माजी अध्यक्षा श्रीमती शांता सिन्हा, ज्यांनी आंध्र प्रदेशामध्ये पाचशे गावे बालकामगार मुक्त केली होती, त्या उद्घाटनाला आल्या होत्या. त्यांनी राज्य शासनाला माझा 'नवजीवन शाळेचा' प्रकल्प सर्व नगरपालिका व महानगरपालिका हद्दीत राबवावा, असं सुचवलं होतं. मी तो प्रस्ताव प्रारूपासह शासनाला सादर केला, पण पुढे काहीच झालं नाही.

पुढे आयआयएम बेंगलोरला शासन सेवेत असताना एका वर्षाचा 'सार्वजनिक नीती अभ्यासक्रम' करताना लघुनिबंधासाठी 'बालमजुरी' हा विषय घेतला. प्रामुख्याने बालकामगार मुलींना भेडसवणाऱ्या समस्यांचा अभ्यास केला. तेव्हाच या कादंबरीचं बीज माझ्या मनात रुजलं. आज ते आपणापुढे कादंबरीच्या रूपात सादर होत आहे. त्यामुळे एका तळमळीची सांगता झाली, हे समाधान नक्कीच आहे.

'हरवलेले बालपण' ही एक ललित कलाकृती आहे. विषय सामाजिक आहे. त्यासाठी अभ्यासपण केला आहे; तरीही मला मानवी संवेदनाच्या पातळीवर या विषयाची मांडणी करायची होती. त्यामुळे लिहिताना शेवटपर्यंत मला हे भान होतं की, मला प्रबंध नाहीतर कादंबरी लिहायची आहे. कारण जोवर मनाला एखादी गोष्ट भिडत नाही, तोवर माणूस विचार करीत नाही आणि कृतीही. कादंबरी वाचल्यानंतर एखाद्या वाचकानं हॉटेल-ढाब्यामध्ये बालकामगार आढळला, तर त्याची माहिती

शासनाला देऊन त्याची बालश्रमातून मुक्तता करण्यासाठी थोडी जरी जागरूकता दाखवली, तरी माझ्या लेखनाचं सार्थक झालं, असं मी मानेन!

'मुले ही देवाघरची फुले असतात' असं सानेगुरुजी म्हणायचे. मुलांना सुरक्षित व उबदार बालपण देणं, हे आई-वडील व पर्यायानं समाजाचं उत्तरदायित्व आहे. पण गरिबी, अजाण व भ्रामक रूढी-परंपरामुळे अनेक बालकांना कोवळ्या वयात बारा-बारा तास काम करावं लागतं. त्याचा त्यांच्या एकूण वाढीवर विपरीत परिणाम होतो. त्यामुळे प्रत्येक बालकामगार म्हणजे त्याची वैयक्तिक हानी तर असतेच, पण ती त्याच्या कुटुंबाची व अंतिमत: देशाची हानी असते. बालवयात प्रत्येकाला शाळेत जाऊन शिक्षण घेण्याचा अधिकार आता घटनेनं बहाल केला आहे, तसाच प्रत्येक बालकाला काम न करण्याचा (Right not to work) निसर्गदत्त अधिकार आहे आणि तो जास्त मौलिक व नैतिक आहे. पण तो सर्रास पायदळी तुडविला जात आहे, याची मला अपार खंत व चीड आहे. प्रस्तुतची कादंबरी म्हणजे त्या विरुद्धचा एक प्रकारचा वैचारिक व भावनिक एल्गार आहे.

मला शेवटी एवढंच सांगायचं आहे की, माणसानं बुद्धीपेक्षा मनानं विचार करावा. कारण मनाचा कौल हा नैसर्गिक म्हणून खरा असतो. पण बुद्धीचा विचार हा 'कंडिशन्ड' असतो, एका अर्थानं कृत्रिम रीतीने अभ्यास-पुस्तकांद्वारे मनावर लादला गेलेला असतो; त्यामुळे प्रत्येक वेळी तो खरा व नैतिक असतोच असे नाही. बालकामगारांकडे आपण सारे संवेदनशीलतेने पाहायला शिकलोत. आज जसं युरोप व जगातील अनेक देशातून बालमजुरीचं समूळ उच्चाटन झालं आहे, तसं भविष्यात एक दिवस भारतातून ही होईल, असा आशावाद मी बाळगतो. तो सुदिन लवकर यावा आणि भारतावरचा हा कलंक पुसला जावा, अशी सदिच्छा व्यक्त करतो.

– लक्ष्मीकांत देशमुख

प्रकरण एक

'रसूलभाई, स्पीड... आणखी वेग वाढव.' दर दोन मिनिटाला अरुण रसूलला टाटा सुमोचा वेग वाढविण्याची सूचना देत होता. खरंतर रसूल शहराच्या मुख्य रस्त्यावरून शक्य तितक्या वेगानं गाडी चालवत होता. या वेगानं अवघ्या पंचवीस मिनिटांत अपघातस्थळाजवळ असलेल्या चुंगी नाक्यावर ते पोचू शकत होते. नेहमी 'सुरक्षित ड्रायव्हिंग'वर विश्वास ठेवणारा अरुण आज मात्र रसूलला गाडी वेगाने हाकायला सांगत होता.

'ह्या पुढल्या चौकातल्या सिग्नलचा मला खोळंबा नकोय रसूलभाई, इथं चांगले दीड मिनिट लागेल.' अरुण बोटानं समोरच्या चौकाकडे निर्देश करीत म्हणाला, 'सिग्नलला लाल दिवा लागला तरी तू थांबू नकोस.'

'पण – पण अरुणभैय्या....'

'मी आज पोलिसांकडे त्याबद्दल दंड भरेन. पण प्लीज, आपल्याला लवकरात लवकर घटनास्थळी पोचले पाहिजे.' अरुणचा आवाज पाहता-पाहता सद्‌गदित झाला.

'तिथं आगीत माझा सुबऱ्या सापडलाय. तडफडतोय तो. तो वाचला पाहिजे. मी त्याला वाचवणारेय. फक्त तू लवकरात लवकर तिथं मला पोचव. प्लीज, दुसरं काही विचारू नकोस!'

रसूलनं ॲक्सीलेटरवर पायाचा दाब वाढवला. टाटा सुमोला अधिक गती मिळाली. स्पीडोमीटरचा आकडा शंभरला पोचला आणि तेवढ्याच वेगानं कर्कश्श आवाज करीत रस्त्यावरील लोकांना इशारा देण्यासाठी आणि इतर वाहनांचा अडथळा ओलांडण्यासाठी हॉर्नही वाजू लागला.

अरुण डोळे मिटून सुन्न बसला होता. एक-एक क्षण त्याला दीर्घ जीवघेणा वाटत होता. 'स्वप्नभूमी'च्या कार्यालयात दिनू, सावू आणि इतर कार्यकर्त्यांसोबत

तो चर्चा करीत असताना त्याचा मोबाईल वाजला. त्यानं तो कानाला लावताच एक कोवळा वेदनेनं भिजलेला स्वर त्याच्या कानी पडला.

'अ – अरुणभैय्या, तुम्ही लवकर या – चुंगी नाक्याजवळच्या फटाक्याच्या कारखान्यात स्फोट झालाय. मी – मी फार भाजलोय. मला – मला वाचवा.'

'कोण बोलतोयस बेटा? तुझं नाव –'

'मी – मी सुबन्या. द – द – दुर्गाभाईचा ड्रायवर. तुम्ही लवकर या, नाहीतर मी – मी मरून जाईन!'

अरुणच्या नजरेसमोर सुबन्याची काटकुळी आणि चेहऱ्यावर सदैव उदासीनतेची काजळी असलेली आकृती आली.

चुंगी नाका-फटाक्याच्या कारखान्यात झालेला स्फोट आणि स्फोटात सापडलेला दुर्गाभाईचा हरकाम्या आणि गरज पडेल तेव्हा ड्रायव्हिंगचे काम करणारा बारा वर्षांचा सुबन्या.

अरुणला साऱ्या प्रश्नांचा उलगडा क्षणार्धात झाला होता.

'मी – मी येतोय सुबन्या. घाबरू नकोस. मी तुला वाचवेन. मरू नाही देणार!'

'थँक यू, अरुणभैय्या! मी वाट पाहतो.'

अरुण ताडकन उठला. त्यानं हाक दिली – 'रसूल –' क्षणार्धात 'स्वप्नभूमी'चा कार्यकर्ता कम ड्रायव्हर 'जी अरुणभैया –' म्हणत समोर आला. 'गाडी काढ. हायवेवरच्या चुंगी नाक्याजवळील फटाक्यांच्या कारखान्यात स्फोट झालाय. अनेक माणसं भाजलीत, त्यात सुबन्या हा बालमजूर पण आहे. चल, आपल्याला तिथं लवकरात लवकर गेलं पाहिजे. क्विक्!'

दिनेश आपली कृत्रिम कुबडी घेऊन उभा राहिला. अरुणचा हात हाती घेत म्हणाला,'अरुणभैय्या, काळजी करू नका. तुमच्या सुब्यन्याला काही होणार नाही.'

स्फोट होऊन आगीत सापडलेला तो फटाक्याचा कारखाना शहराच्या सीमारेषेबाहेर होता. जेमतेम वीस किलोमीटरचं अंतर. पण शहरातील वाढत्या गर्दीमुळे तिथं जायला चाळीस-एक मिनिटं लागायची.

पण रसूल कौशल्यानं आणि वेगानं गाडी चालवत होता. दहाच मिनिटं झाली होती. मघाच्या चौकात लाल दिवा लागला असतानाही सिग्नल तोडून त्यानं गाडी पुढं काढली होती. पोलिसांनी शिट्टी मारून जीप थांबवायचा इशाराही केला होता. पण रसूलनं जराही वेग कमी न करता डाव्या बाजूनं येणारी वाहनं चुकवून सफाईनं गाडी पुढे काढली. एक मोटारबाइक त्याच्यावर आदळता-आदळता वाचली. रसूलनं सुटकेचा नि:श्वास टाकला.

आता समोर दोन-अडीच किलोमीटर अंतरावरूनही आकाशात उठलेले आगीचे केशरी लोळ दिसत होते.

सुन्न नजर व सुन्न मनानं अरुण ते पाहत होता. त्याला एक प्रकारची बधिरता जाणवत होती.

समोरून एक कुत्रं वेगानं पळत आलं म्हणून रसूलला करकचून ब्रेक लावावा लागला. एकदम गाडी थांबल्यामुळे बेसावध अरुणचं डोकं समोरच्या काचेला धडकलं गेलं.

'क-क – काय झालं रसूलभाई?' कपाळ चोळीत मस्तकात उठलेल्या झिणझिण्या कमी करीत अरुणनं विचारलं.

'काही नाही.' त्यानं पुन्हा गाडी सुरू केली आणि दोनच मिनिटांत कारखान्यासमोर जमलेल्या गर्दीसमोर उभी केली.

अरुण घाईघाईनं उतरला आणि गर्दीतून वाट काढीत पुढे जाऊ लागला. पोलिसांनी काठ्यांच्या साहाय्यानं गर्दीला एका विशिष्ट अंतरावर रोखलं होतं, पण अरुणला पाहताच त्यांनी एकमेकांना 'जाऊ द्या. स्वप्नभूमीचे अरुणभैय्या आहेत', असं सांगत त्याला पुढे जाऊ दिलं. समोर पोलीस-जीप उभी होती. तिच्या बाजूला पोलीस-इन्स्पेक्टर चव्हाण उभे होते. त्यांच्यासोबत फायर ब्रिगेडचा अधिकारी सावंतही होता.

'नमस्कार, चव्हाणसाहेब. काय परिस्थिती आहे?'

'लई बेकार. अर्धा तास झाला, पण आग कमी होत नाहीये!' चव्हाणांनी माहिती दिली.

'म्युन्सिपालिटीच्या अग्निशमनचे चार बंब गेली वीस मिनिटं सतत पाण्याचा मारा करीत आहेत.' सावंत म्हणाले, 'पण आत कारखान्यात भरपूर दारूगोळा असावा, म्हणूनच कदाचित एकामागून एक स्फोट होत आहेत. आग शमायला किती वेळ लागेल, हे आत्ता या क्षणी सांगणं जरा कठीण आहे.'

'पण – पण सावंतसाहेब – आत अनेक माणसं सापडली आहेत. त्यांत बरेच बालमजूरही आहेत आणि माझा सुबन्याही –' अरुणच्या स्वरामध्ये तीव्र वेदना आणि तडफड होती. 'काहीतरी करा, पण आतली भाजलेली माणसं काढा लवकर साहेब. प्लीज – प्लीज!'

'अरुणभैय्या, शांत व्हा!' सावंत म्हणाला, 'आम्ही प्रयत्नांची शिकस्त करीत आहोत. थोडा धीर धरा!'

नगरपालिकेच्या अग्निशमनाचे चार बंब आणि दोन-अडीच डझन जवान पाण्याचा सातत्याने मारा करीत आग विझवायचा प्रयत्न करीत होते. पण आग भडकतच होती.

अरुण हताशपणे समोरचं दृश्य पाहत होता. अवघा कारखाना पेटून उठला होता. वीस-तीस फूट उंचीपर्यंत आगीच्या ज्वाळा फडफडत होत्या. त्या केशरी

ज्वाळांमध्ये धुराचे लोळ उठत होते. थंडीचा महिना असूनही सकाळच्या वेळी धगीची प्रखरता जाणवत होती!

कारखान्याला लागून डाव्या बाजूला मोकळी जागा होती, तिथं माणसांची ही गर्दी झाली होती. त्यांचा गलकाही आगीबरोबर वाढत होता. अरुणने बघितले.

कारखान्याच्या पश्चिमेकडच्या प्रवेशद्वाराचा दरवाजा आवाज करीत कोसळला होता. तिथं त्यामुळे थोडी आग कमी झाली होती!

ते बघताना त्याच्या मनात विचार आला, आग व स्फोट होऊन चाळीस मिनिटे होऊन गेली. अग्निशमन दलाचे कर्मचारी अद्यापही आत शिरू शकत नव्हते. आत आगीत सापडलेल्या माणसांचे काय हाल झाले असतील, याची कल्पनाही करणे शक्य नव्हते. सुबन्याचा भेदरलेला व्याकूळ स्वर कानात पुन्हा पुन्हा उमटत होता.

आपणच आता काहीतरी केलं पाहिजे. येस... आपण या पश्चिम दारानं आग कमी झालेल्या मार्गानं आत शिरलो तर?

त्यानं मागचा-पुढचा विचार न करता सरळ त्या दिशेनं झेप घेतली, पण सावध असलेल्या चव्हाणांनी एका झेपेतच त्याला गाठत आपल्या मजबूत पंजानं त्याचा हात धरून मागे खेचत म्हटलं, 'अरुणभैय्या, प्लीज असा वेडेपणा करू नका. हे काम फायर ब्रिगेडचं आहे. त्यांना ते करू द्या.'

'पण चव्हाणसाहेब, आत – आत माझा सुबन्या....'

'कोण तो दुर्गाभाईचा ड्रायव्हर पोरगा? तो आत आहे?'

'होय साहेब. त्यानंच तर मला फोन केला होता.'

बरं, बरं असं म्हणत त्यांनी अरुणच्या खांद्यावर आपले मजबूत पंजे ठेवले. 'तुम्ही पुढे जायचं नाही', हा त्या बळकट हातांचा इशारा होता. अरुणच्या पायांतले बळ ओसरले!

अरुणची आगीत स्वतःहून शिरायची कृती काहीशी अविचारी असली, तरी बेडर कृती सावंतांना काहीशी अंतर्मुख करून गेली. हा खरा हाडाचा समाजसेवक व कार्यकर्ता! आपण मागील दोन कारखान्यांच्या स्फोटांच्या वेळी काय केले, हा विवेकी मनानं उपस्थित केलेला प्रश्न सावंतांना अस्वस्थ करत होता. मनाला टोचणी लावत होता.

पण ही विचारानं संत्रस्त व्हायची वेळ नव्हती. त्यामुळे ते विचार झटकून टाकीत जवानांना उद्देशून ते म्हणाले, 'जरा स्ट्रॅटेजी बदलून पश्चिमेकडे अधिक लक्ष केंद्रित करा आणि आग आटोक्यात आणा. त्वरा करा. एक-एक क्षण महत्त्वाचा आहे.'

अग्निशमन दलाच्या कर्मचाऱ्यांनी कारखान्याच्या पश्चिमद्वाराकडे जादा पाइप नेत दुप्पट वेगानं पाण्याचा मारा सुरू केला. त्याचा परिणामही काही वेळात दिसू लागला. तेथील आगीची तीव्रता काही प्रमाणात कमी होताना दिसू लागली.

‘फटाक्याच्या कारखान्याची आग विझवणं हे सर्वांत कठीण काम आहे, इन्स्पेक्टरसाहेब!’ सावंत चव्हाणांना म्हणाले, ‘ही अलीकडच्या काळातली तिसरी दुर्घटना आहे बघा. कारखान्याच्या आत किती स्फोटकं आणि रसायनं असतात, हे माहीत नसतं. पाण्यानं ती विझवायचा प्रयत्न करणं आणि फटाक्यांचा होत असलेला स्फोट थांबावा म्हणून ती ओली करून निकामी करणं, हाच एकमेव मार्ग असतो आमच्यापुढे. पण त्यासाठी वेळ द्यावाच लागतो.’

‘पण तो किती साहेब? तोपर्यंत आत आगीत सापडलेल्या निष्पाप कामगारांचं – खास करून कोवळ्या बालमजुरांचं काय?’ अरुण न राहवून त्याला म्हणाला, ‘प्लीज, काही करा ना! भाजलेली माणसं आधी बाहेर काढली पाहिजेत सहीसलामत.’

‘होय, मला त्याची जाणीव आहे अरुणभैय्या!’ प्रमुख अग्निशमन अधिकारी सावंत म्हणाले, ‘हा पश्चिमेचा कोपरा शांत होतोय. माझ्या अंदाजानुसार पाचेक मिनिटांत तिथून आमच्या जवानांना आत प्रवेश करता येईल.’

‘आणखी पाच मिनिटे... आणखी पाच मिनिटे –’ अरुण त्यांच्यापासून थोडासा अलग होत स्वत:शीच पुटपुटला. ‘आग लागून चाळीस मिनिटे झाली आहेत. काय अवस्था झाली असेल आतल्या माणसांची? कोळशासारखी काळी ठिक्कर पडत असतील....’

अरुणच्या नजरेसमोर वीस वर्षांपूर्वीचा तो शिवकाशीच्या कारखान्यामध्ये स्फोटात भाजला गेलेला आणि जिवाच्या करारानं आक्रंदन करीत ‘वाचवा-वाचवा, मुझे बचाव’ म्हणणारा बारा-तेरा वर्षांचा एक लुकडा मुलगा येत होता.

‘तेव्हा मी सुदैवानं वाचलो. आज माझा सुबन्या वाचला पाहिजे.’ अरुणच्या ओठावर प्रार्थना आली, ‘आई तुळजाभवानी, यापूर्वी मी तुला फक्त एकदा प्रार्थना केली होती – माझ्या बच्चूसाठी. तेव्हा तू निष्ठुरपणे वागलीस, माझं ऐकलं नाहीस. आज पुन्हा विनवतोय. माझ्या सुबन्याला वाचव. नाहीतर – नाहीतर....’

त्याला वाटलं, आपला तोल जातोय. आपणास चक्कर येतेय. समोरचा आगीत जळणारा फटाक्यांचा कारखाना चहूबाजूंनी आपल्याभोवती फिरतोय. शिवकाशीला त्या वेळी आगीच्या वणव्यात जळताना आणि कातडी भेदून मांस भाजलं जात असताना जशी घेरी आली होती, तसंच वाटतंय....

त्याचे डोळे मिटले गेले. त्याचा तोल जात होता.

अचानक त्याला कुणीतरी सावरलं. त्याच्या कमरेला मिठी मारून गच्च धरलं. दुसऱ्या बाजूने कुणीतरी त्याचे खांदे पकडले होते!

त्यानं प्रयासानं डोळे उघडले. दिनूनं उजव्या खांद्याखाली कुबडी घेऊन स्वत:ला सांभाळत डाव्या हातानं अरुणला कवेत धरलं होतं, तर दुसऱ्या बाजूला त्याची

बहीण सावू त्याचा खांदा दाबीत त्याचा हात घट्ट धरून होती!

'थँक्यू दिनू, सावू. तुम्ही दोघे आलात, बरं झालं!' अरुण किंचित समाधानानं म्हणाला, 'मी फार त्रस्त आहे सुब्यन्यासाठी. तुला माहीतच आहे, मघाशी ऑफिसमध्ये त्याचा मोबाईल आला त्याला पाऊण तास झाला. कसा असेल तो? कल्पना करवत नाही.'

दिनू शांतपणे त्याचा हात दाबत होता. काय बोलायचं आणि दिलासा तरी कसा व कोणत्या शब्दांत द्यायचा, हा त्याच्यापुढे सवाल होता!

कारखान्याच्या पश्चिम बाजूची आग आता जवळपास विझली होती. सावंतानं आपल्या जवानांना आत शिरण्याचे आदेश दिले. एकामागून एक जवान आत शिरू लागले.

अरुणला थोडं हायसं वाटलं. त्याची दृष्टी पश्चिम दिशेच्या दरवाजावर खिळून राहिली.

ॲम्ब्युलन्स तयार होती. स्ट्रेचर धरून चार आरोग्य कर्मचारीही दक्ष स्थितीत उभे होते! आतून जखमी-जळालेली माणसं आणली की, त्यांना ॲम्ब्युलन्समध्ये घेऊन वेगानं सिव्हिल हॉस्पिटलमध्ये नेण्यासाठी दवाखान्याची सारी यंत्रणा सज्ज झाली होती.

पोलीस तिथं जमा झालेल्या गर्दीला मागे हटण्याची आणि शांतता राखण्याची सूचना पुन्हा-पुन्हा देत होते. विविध वाहिन्यांचे प्रतिनिधी कॅमेऱ्यांसह अधिकाधिक जवळ जात ते आगीचं भीषण दृश्य परिणामकारकतेने टिपण्याची धडपड करीत होते. काही क्षणांतच भाजलेले कामगार अग्निशमन दलाचे जवान आतून बाहेर खांद्यावरून घेऊन येतील. तो क्षण त्यांना टिपायचा होता. त्यासाठी ते पुढे-पुढे जाण्याची धडपड करीत होते. त्यांना आवर घालणं, एका मर्यादेपलीकडे पोलिसांनाही कठीण जात होतं!

त्याच वेळी सायरनचा आवाज आला. अरुणनं वळून पाहिलं. कलेक्टर मनीष दवेची कार येत होती.

अरुण सुबन्याचा फोन येताच निघाला होता. जीपमधूनच त्यानं मोबाईल करून मनीषला खबर देऊन घटनास्थळी येण्याची विनंती केली होती. त्या वेळी मनीष तीस किलोमीटर अंतरावरील एका खेडेगावात महसुली कामानिमित्त गेला होता. 'अरुण, डोंट वरी. मी इथून तातडीनं निघतो.'

म्हटल्याप्रमाणे मनीष तातडीनं घटनास्थळी आला होता.

त्याची कार थांबली. पोलीस निरीक्षक चव्हाणनं पुढे होत कारमधून बाहेर आलेल्या मनीषला सलाम ठोकला.

'काय परिस्थिती आहे इन्स्पेक्टर?'

'गेला पाऊण तास फायरब्रिगेडचे चार बंब पाण्याचा मारा करीत आहेत. आता कुठे आग आटोक्यात येतेय.'

'आमचे चार जवान दक्षिण बाजूनं आत शिरले आहेत. आता कोणत्याही क्षणी आतली माणसं बाहेर आणतील.'

'आमची ॲम्ब्युलन्स तयार आहे. आणखी दोन गाड्या केव्हाही इथं पोचतील.'

मेडिकल ऑफिसरनं माहिती दिली, 'सिव्हिल हॉस्पिटलमध्ये बर्न वॉर्ड सज्ज ठेवला आहे.'

'गुड!' मनीष म्हणाला. त्यानं तेथे उभ्या असलेल्या अरुणकडे एक कटाक्ष टाकला. जणू नजरेनं धीर देत तो म्हणाला, 'डोंट वरी. सारं काही ठीक होईल!'

'इन्स्पेक्टर, काही माहिती मिळाली का अपघाताच्या संदर्भात?'

'फारशी नाही सर. कारण आगीवर नियंत्रण ठेवण्यात आणि इतर व्यवस्था करण्यातच सारा वेळ गेला.' चव्हाण म्हणाले, 'पण अंदाज करणं सोपं आहे सर. दिवाळी महिन्यावर आली असल्यामुळे कारखान्यात फटाक्यांचा भरपूर स्टॉक असणार. तसंच रासायनिक कच्चा मालही. त्यावर सिग्रेट, विडी वा अन्य कारणांमुळे ठिणगी पडली असणार.'

'सर, गेल्या दोन वर्षांतला हा फटाक्याच्या कारखान्यातला तिसरा स्फोट.' प्रमुख अग्निशमन अधिकारी सावंतांनी माहिती दिली, 'मागील दोन्ही वेळेस पाहणी आणि चौकशी करून कामगार अधिकाऱ्यास सुरक्षेबाबतचा अहवाल आणि सूचना दिल्या आहेत. पण –' आणि त्यांनी खांदे उडवले.

'ते आपण नंतर पाहू या.' मनीष म्हणाला, 'मला सांगा, हा कारखाना कुणाचा आहे?'

'दुर्गाभाईचा सर.' चव्हाण अभावितपणे बोलून गेले, 'म्हणजे मला म्हणायचंय असं लोक म्हणतात सर. पण चौकशी केली पाहिजे.'

'चौकशीची काय गरज? हा कारखाना दुर्गाभाईचाच आहे सर.' गर्दीतला एक माणूस पुढं येत म्हणाला,

'मी या कारखान्यात मागील वर्षी कामाला होतो सर. मला नक्की माहीत आहे की, दुर्गाभाईच मालक आहे.' त्यानं अधिक माहिती पुरवली, 'ती चंदेरी रासायनिक धूळ नाका-तोंडात जाऊन मला टी.बी. झाला. मग मला काम सोडावं लागलं!'

अरुणला आपला अस्थमा आठवला. त्या कोवळ्या वयात शिवकाशीला काम करताना त्यालाही हा त्रास झाला होता. फटाक्याचा कच्चा माल हाताळताना कारखान्यात सर्वत्र धूळ असायची. त्यात रासायनिक पदार्थाचे चंदेरी कण बरेच असायचे. ते श्वासाद्वारे शरीरात खोलवर जायचे. त्यामुळे बालवयातच त्याला अस्थमा जडला होता. आजही तो अधूनमधून बळावत असतो. अशा वेळी तो दिनूला आणि इतर कार्यकर्त्यांना म्हणतो, 'हा अस्थमा माझ्या कामाचं टॉनिक आहे. बालमजुरी किती धोकादायक आहे, याची तो मला नेहमी आठवण करून देतो. त्यानं

अवघं बालपण करपून जातं. पण समाजमनाला या कोवळ्या जीवांच्या हालपेष्टांची कशाला पर्वा असेल? बालमजुरीच्या क्षेत्रात कितीतरी प्रचंड काम अथकपणे आपल्याला करावे लागेल. हीतर केवळ सुरुवात आहे. या कामात माझी भावनिक गुंतवणूक आहे. हा अस्थमा मला मी करत असलेल्या कामाची सदैव जाणीव करून देत असतो!'

दिनू किंवा 'स्वप्नभूमी'च्या कामाशी जोडले गेलेले इतर कार्यकर्ते अरुणचं बोलणं ऐकून भारावून जात. जीवघेण्या अस्थम्यामुळे त्याला होणारा त्रास ज्यांनी जवळून बघितला होता; त्यांना त्यातलं कारुण्य आणि त्यावर मात करीत कामासाठी प्रेरक म्हणून उपयोग करून घेण्याची त्याची विजिगिषु वृत्ती मनाला स्पर्शून जायची. ते त्याच्या कामात मग अधिकच समरस व्हायचे.

'कुठे आहे दुर्गाभाई?' मनीषनं विचारणा केली, तेव्हा गर्दीतून एक आवाज आला, 'आगीच्या पूर्वी काही काळ तो इथंच तर होता सर! आता तो त्याच्या चुंगी नाक्यासमोरील ऑफिसमध्ये असणार बघा.'

'इन्स्पेक्टर, लगेच त्याला इथं घेऊन या!' मनीषनं चव्हाणांना हुकूम दिला. पण चव्हाण जागीच चुळबुळ करीत तेथे उभे राहिले, मनीषची नजर टाळत.

मनीषच्या ते लक्षात आलं. 'एनी प्रॉब्लेम?'

चव्हाण त्याच्या अधिक जवळ जात हलक्या स्वरात म्हणाले, 'सर, मोठा मॉब आहे इथं. दुर्गाभाईला इथं आणलं तर तो खवळेल. पुन्हा तो – तो पालकमंत्र्यांच्या जवळचा. आय मीन –'

'मला ते सांगायची गरज नाही इन्स्पेक्टर चव्हाण.' आपला आदेश पाळण्यात चव्हाण टाळाटाळ करतायत आणि पालकमंत्र्यांशी दुर्गाभाईच्या असलेल्या जवळिकीचा संदर्भ देत आपली काहीशी अवहेलना करतायत, असं त्याला वाटलं. पण त्यानं सर्व गर्दीसमोर दुर्गाभाईला पकडून आणण्याचे आदेश दिले होते. त्यामुळे जिल्हा दंडाधिकारी तथा जिल्हाधिकारी म्हणून तो आता त्याच्या प्रतिष्ठेचा प्रश्न होता. अर्थात हे खरं होतं की, पालकमंत्री स्थानिक आमदार होते व त्यांना निवडून आणण्यात दुर्गाभाईकडील झोपडपट्टी व चार-सहा वॉर्डांची एकगठ्ठा मते महत्त्वाचा वाटा उचलत होती. त्यामुळे त्यांचं दुर्गाभाईला अभय होतं! पण आगीचे स्वरूप भीषण होते व त्यात काही बालमजूर सापडले होते. त्यामुळे मनीष हेलावून गेला होता व काहीसा संतप्तही झाला होता. त्यातच जाहीर आदेशाची तामील करण्यास चव्हाण कुचराई करत होते. अखेर मनीषने आवाज चढवत सवाल केला, 'इन्स्पेक्टर चव्हाण, मी डी.एम. म्हणून तुम्हाला आदेश दिला आहे. इथं ताबडतोब दुर्गाभाईला हजर करा. मला जातीनं त्याला या लागलेल्या आगीसंदर्भात विचारणा करायची आहे. समजले?'

'येस सर! दहा मिनिटांत त्यांना पकडून आणतो.' चव्हाणचा आता नाइलाज होता.

त्यानं जवळच उभ्या असलेल्या अरुणकडे एक संतप्त कटाक्ष टाकला. त्यानंच मनीषला फोन केल्यामुळे सगळी कामं टाकून मनीष घटनास्थळी आला होता. तहसिलदार व प्रांत ऑफिसरच्याही आधी. आपले पोलीस अधीक्षक पालकमंत्री व गृहमंत्र्याचा कल पाहून काम करतात. आज ते नक्की घटनास्थळी येणार नाहीत. नंतर सावकाशीनं सारवासारव करायला भेट देतील. पण हा कलेक्टरचा बच्चा सामाजिक कार्यकर्त्याच्या भूमिकेत थेट आय.ए.एस. असूनही वावरतो. तो या प्रकरणी नक्कीच गोत्यात येणार. त्याला पालकमंत्री काही सोडणार नाहीत. त्यात हा अरुण आता या कलेक्टराचा दोस्त झाला आहे. दोघांनी मिळून वर्षापूर्वी दिवाळीच्या वेळी शाळकरी मुलांसाठी फटाकेविरहित दिवाळी अभियान राबवलं होतं. तेव्हापासून अरुणचं प्रस्थ वाढलंय. बालमजुरीसंदर्भात मालकांविरुद्ध केसेस करून त्यानं बालकामगारप्रश्नी पोलिसांच्या नाकात अक्षरशः दम आणला आहे. या प्रश्नी मग तपास करणं आलं आणि तपासात एकीकडे दुर्गाभाई व पालकमंत्री, तर दुसरीकडे जनता व मीडिया. कित्येकदा आपण त्यामुळे कात्रीत सापडलो. हे सारे अरुणचे प्रताप! मनीषनं तर अनेक वेळा जाहीरपणे म्हटलंय, 'मी इथं या जिल्ह्यात कलेक्टराएवढंच बालमजुरी-निर्मूलनाचं काम एक कार्यकर्ता म्हणून करणार आहे.' त्यामुळे पोलिसांना कार्यवाही करणं टाळता येत नव्हतं! चव्हाण धुमसत होते....

तरीही आजवर चव्हाणांनी दुर्गाभाईला हात लावला नव्हता, कारण पाण्यात राहून माशाशी वैर करण्याइतपत ते वेडे नव्हते. पण आज ते टाळणं शक्य नव्हतं. दुर्गाभाई खवळला म्हणजे ठार पागल होऊन गुरगुरतो व अविचारीपणे वागतो. त्यामुळे त्यानं त्याच्याविरुद्ध कृती टाळण्याचा प्रयत्न करून पाहिला. पण –

चव्हाण आपल्या जीपजवळ आले. सबइन्स्पेक्टरला सूचना देऊन जीपसह दुर्गाभाईला आणायला पाठवलं. 'हे पाहा, मी मोबाईलवर बोलतो, दुर्गाभाईशी. तू त्यांना जीपमध्ये समोर बसव. मागे बसवलेले त्यांना आवडत नाही!'

धुराळा उडवीत जीप निघाली. चव्हाणनं एक सुस्कारा टाकीत मोबाईल खिशातून काढला व तोंडावर हात धरून हलकेच दुर्गाभाईला फोन लावला.

'मी जीप पाठवलीय. तुम्हाला इथं यावं लागेल. कलेक्टरांचा हुकूम आहे. मला तो पाळणं भाग आहे. तुम्ही प्लीज माझ्याबद्दल काही गैरसमज करून घेऊ नका.

'धनाजीं – थूत तुझ्या मायला' पलीकडून दुर्गाभाईचं संतप्त स्वरातलं बोलणं कानी पडलं. खाजगीत वा फोनवर बोलताना विविध प्रकारे उपकृत केलेल्या अधिकाऱ्यांना एकेरी नावानं संबोधणं, ही त्याची खासियत होती. त्यामुळे आपली ताकद, आपला रुबाब दाखवता येतो आणि समाजात आपली इज्जत वाढते, असं

दुर्गाभाईला वाटायचं.

आताही चव्हाणच्या पहिल्या नावाचा उद्धार करीत दुर्गाभाई गरजला, 'आता तुझ्या मायला, मह्यास्नी तू पकडूनशानी जेलमंदी पाठवणार?'

'हे काय दुर्गाभाई, काहीतरीच काय बोलता?' चव्हाणांना त्याचं एकेरी संबोधणं आवडायचं नाही. पण ते ऐकून घेणं भाग होतं. याचं कारण त्याचं पालकमंत्र्याशी असलेलं सख्यच. चव्हाणांना खातेनिहाय चौकशीची आपली एक फाइल गृहमंत्रालयाकडून पालकमंत्र्यामार्फत बंद करून घ्यायची होती. त्यासाठी दुर्गाभाईनं मदत करण्याचं आश्वासन दिलं होतं. म्हणून त्याच्या बोलण्याकडे कानाडोळा करणं भाग होतं. तरीही एक पोलीस अधिकारी म्हणून दुर्गाभाईनं आपला मान राखावा व योग्य तो आदर द्यावा, असं चव्हाणांना मनोमन वाटत असे. त्यामुळे एकवार संधी साधून त्याची जागा दाखवून द्यायची, हे त्यांनी यापूर्वी कैकवेळा ठरवलं होतं.

आजचा प्रसंग बाका होता. दुर्गाभाईला त्याची जरापण जाणीव नव्हती. मनीषनं चांगलंच ताणून धरलं होतं. त्याचा फायदा घेत, प्रसंग आला तर दुर्गाभाईला हात दाखवायचा, असं चव्हाणांनी मनोमन ठरवलं. या क्षणी मात्र त्याला चुचकारणं भाग होतं.

'दुर्गाभाई, मी आहे ना! मी असं काही कसं करेन? पण तुम्हाला इथे यावंच लागेल. डी.एम.चा हुकूम आहे. लक्षात घ्या, आपणहून आला नाहीत, तर तुम्हांला पकडून आणण्याचा मी सबइन्स्पेक्टरला हुकूम दिला आहे.' शांत आवाजात चव्हाण म्हणाले, 'तुम्ही तुमच्या वकिलाला फोन करून घटनास्थळी बोलवून घेतलेलं बरं!'

पलीकडचा गडगडाटी आवाज थांबला. चव्हाणचा स्वर शांत असला, तरी त्यात कमावलेली जरब होती. त्यामुळे त्यातलं गांभीर्य दुर्गाभाईच्या लक्षात आलं होतं!

'आणखी एक, हा कारखाना माझा नाही. माझ्या मित्राचा आहे, असं तुम्ही सांगायचं. बाकी तुमचे वकील ॲड. जाधव तुम्हाला सांगतीलच.' चव्हाणांनी सल्ला देत म्हटलं आणि बजावलं, 'आता तुम्ही गुमान दहा मिनिटांत इथं या!' आणि मोबाईल बंद केला!

अरुण मनीषच्या शेजारी उभा होता. तो म्हणाला, 'सर, ही वेळ नाही हे सांगायची, पण कामगार विभाग बालमजुरांच्या संदर्भात मालकवर्गाची बटीक म्हणून वागतो. प्रशासन त्यांच्यापुढे सदैव झुकतं, ही प्रशासनाची फार मोठी शोकांतिका आहे.'

'मला माहीत आहे अरुण.' मनीष म्हणाला, 'यापूर्वी फटाक्याच्या कारखान्यात असेच अपघाती स्फोट झाले, त्यांची चौकशी झाली आणि कारखान्यांनी सुरक्षा निकषाबाबत काय काळजी घ्यायची, याविषयी शासननिर्णय झाला होता. पण मला खात्री आहे, या कारखान्यात त्याचं पालन झालं नसणार!'

'अगदी बरोबर साहेब.' मघाचा तो माणूस म्हणाला, 'मी इथं दोन वर्षे काम

करीत होतो. यापूर्वी एक छोटा स्फोट झाला होता. पण आग विझवण्याची कोणतीही यंत्रणा कारखान्यात नव्हती.'

'माहितीबद्दल धन्यवाद! उद्या चौकशीच्या वेळी साक्ष द्या.' मनीष त्याला म्हणाला, तसा कोपरापासून हात जोडीत अजीजीच्या स्वरात तो म्हणाला,

'तेवढं मात्र सांगू नका साहेब. मला माझा जीव प्यारा आहे.' आणि त्यानं तिथून पाय काढता घेतला. पाहता-पाहता गर्दीत तो नाहीसा झाला.

तो गेलेल्या दिशेनं मनीष चकित होऊन काही क्षण पाहत राहिला.

अरुणला वाटलं, आपण दुर्गाभाईबद्दल आपल्याला माहीत असलेली माहिती सांगावी; पण तो गप्प बसला. कारण त्याचा कदाचित विपरीत परिणाम झाला असता. मनीष आज या प्रसंगात किती ठामपणे निर्णय घेईल, याचा त्याला नेमका अंदाज येत नव्हता. मनीषची संवेदनशीलता व कामगारांच्या प्रश्नांविषयीची बांधिलकी तो जाणून होता. त्या प्रश्नामुळेच अरुण त्याच्या जवळ आला होता. पण दुर्गाभाईची ताकद व पालकमंत्र्याशी असलेली त्याची जवळीक पाहता मनीष कसा वागेल, हा सवाल होता. त्याचं उत्तर अरुणला आजच, इथंच आणि काही वेळातच मिळणार होतं!

पुन्हा त्याला सुबन्याची आठवण झाली आणि मनात काळजीने डोके वर काढले.

'अरे देवा!' 'आई गं...' असे शब्द गर्दीतून उमटले. त्या आवाजानं अरुण तंद्रीतून बाहेर आला . अग्निशमन दलाचे चार जवान खांद्यावर चार माणसे घेऊन येत होती. जमावातून हळहळ उमटली होती – 'अरे देवा! आई गं....'

त्या चार कामगारांना स्ट्रेचरवर ठेवून वॉर्डबॉइज ॲम्ब्युलन्सकडे नेऊ लागले.

अरुण व मनीष पुढे झाले.

चारही माणसं काळीठिक्कर पडली होती. शरीराच्या मांसाची भाजल्यामुळे काहीशी दुर्गंधी सुटली होती.

'सर –' मेडिकल ऑफिसर मनीषला म्हणाले, 'भयानक! सर, हे सारे ऐंशी-नव्वद टक्के तरी भाजले आहेत, असं आतातरी दिसतंय,'

'ओ माय गॉड!' पुटपुटत मनीषने कपाळाला हात लावला. आपण कलेक्टर आहोत व इथं आपल्यालाच परिस्थिती नियंत्रणात ठेवायची असल्यामुळे आपण धीर सोडून चालणार नाही, याचं भान येऊन तो स्वतःला सावरत म्हणाला,

'डॉक्टर कुर्डूकर, तुम्ही स्वतः जा, त्यांच्या सोबत ॲम्ब्युलन्समधून.'

'ठीक आहे सर,' डॉक्टर म्हणाले, 'आणखी दोन ॲम्ब्युलन्स आलेल्या आहेत.'

पुन्हा चार जणांना अग्निशमन दलाच्या जवानांनी कारखान्यातून बाहेर आणलं. त्यात दोन मुलं होती.

यांत आपला सुबन्या तर नसेल?

अरुण स्ट्रेचरजवळ गेला. त्याचा अंदाज खरा होता.

तो सुबन्या होता. त्याला अरुण एवढ्या जवळून प्रथमच पाहत होता. कारण आजवर दुरून दुर्गाभाईच्या टाटा सुमोवरच त्याला पाहिलं होतं! त्यांचं कधी संभाषण पण झालं नव्हतं. त्याचं नाव 'सुभान' आहे व दुर्गाभाई 'सुबन्या' असा ओरडत बोलवत असताना अरुणनं ऐकलं होतं एवढंच.

पण त्याचा चेहरा अरुणच्या मनात पहिल्या भेटीपासून ठसला होता. तो आपल्याला ओळखतो व त्याला आपल्या मदतीने दुर्गाभाईच्या कचाट्यातून सुटायचं आहे असं पहिल्या, दूरवरच्या नजरेनं झालेल्या भेटीपासून अरुणला जाणवलं होतं.

'अ – अ – अरुणभैय्या...' सुबन्यानंही अरुणला ओळखलं होतं. 'फ-फार तरास होतोय. मला वाचवा – मला – मला मरायचं नाहीये हो.'

त्याचं शरीर खूप मोठ्या प्रमाणात भाजलं होतं. चेहरा काळाठिक्कर पडला होता. फक्त कपाळपट्टी व डोळे शाबूत होते. आगीपासून बचाव करण्यासाठी चेहरा त्यानं हातानं झाकून घेतला असावा. पण गालावर, मानेवर भाजल्याच्या व जळाल्याच्या खुणा होत्या.

सुबन्याचे मोठाले काळेशार डोळे मात्र पाझरत होते. भाजल्याच्या वेदना त्याला सहन होत नव्हत्या. पण आक्रंदनाची ताकदही संपली होती. थरथरणारे ओठ त्याची असीम वेदना व्यक्त करत होते!

'घाबरू नकोस. तू नक्की बरा होशील. मी – मी तुला बरं करीन.'

'तू याला ओळखतोस अरुण?' मनीषनं त्याला विचारलं. तोही त्याची अवस्था पाहून सुन्न झाला होता.

'होय सर. यानंच तर मला फोन केला होता.' अरुण विषण्ण स्वरात म्हणाला, 'हा-हा दुर्गाभाईचा क्लीनर कम ड्रायव्हर आहे. याची अवस्था पाहा सर. तो– तो वाचला पाहिजे. बच्चू गेला तेव्हा मी समोर नव्हतो. आज मात्र असं होता कामा नये. याला वाचवा सर.'

'शांत हो अरुण.' मनीष त्याची पाठ थोपटीत म्हणाला, 'त्याला दवाखान्यात जाऊ दे. डॉक्टरांना उपचार करू दे. सुबन्या नक्की बरा होईल.'

स्ट्रेचरवरून ॲम्ब्युलन्समध्ये जाताना सुबन्याची नजर अरुणला पुन्हा-पुन्हा विनवत होती.

'मला वाचवा अरुणभैय्या, मला वाचवा.'

अर्ध्या तासात बावीस कामगार आणि सतरा बालमजुरांना अग्निशमन दलाच्या जवानांनी कारखान्यातून बाहेर काढलं आणि सिव्हिल हॉस्पिटलमध्ये दाखल केलं.

काही वेळापूर्वी पोलिसांनी दुर्गाभाईला आणलं होतं. चव्हाणांनी पुढे होत

मनीषला त्याची खबर दिली. 'आधी सर्व आगीत सापडलेल्या कामगारांना दवाखान्यात पाठवण्याचं काम पुरे होऊ दे. मग मी बघेन त्याच्याकडे.' मनीष म्हणाला.

मनीषनं हेही मनाशी नोंदलं होतं की, दुर्गाभाई आपल्या भरघोस मिशांना पीळ देत व वाढलेल्या दाढीवरून हात फिरवीत पोलीस जीपमध्ये पुढील जागी बसून होता. चेहऱ्यावर ना खेद ना खंत!

मोबाईल वाजला. मनीषनं तो कानाला लावला.

'सर, मी डॉक्टर कुर्डूकर. मी पहिल्या चार कामगारांना घेऊन इथं सिव्हिल हॉस्पिटलला पोचलो आहे. पण बॅड न्यूज सर. दोघे वाटेतच गतप्राण झाले.'

'ओ माय गॉड!' मनीषचा शोकसंतप्त उद्‌गार.

'बाकीच्यांची पण अवस्था वाईट आहे. 'डॉक्टर कुर्डूकर बोलत होते, 'पण आम्ही प्रयत्नांची शिकस्त करू. आमचं सारं वैद्यकीय कौशल्य पणास लावून सर्वतोपरी उपचार करू.'

'ओ.के. डॉक्टर, कीप मी इनफॉर्म्ड!'

थोडक्यात, मृतांची संख्या वाढणार हे डॉक्टरांच्या म्हणण्यावरून स्पष्ट जाणवत होतं. मनीष हेलावला आणि हादरलाही. त्याच्या आत खोलवर एक कडवट संताप उतरत होता.

त्याचं लक्ष पुन्हा जीपमध्ये बसलेल्या दुर्गाभाईकडे गेलं आणि तो कडवट खोल संताप आणखी धगधगू लागला.

दुर्गाभाई – अनेक अवैध धंदे करून गबर झालेला आणि आता प्रतिष्ठित होण्यासाठी धडपडणारा. रॉकेलचा काळाबाजार करणारा. संघटित भिकारी व्यवसाय चालवणारा. फटाकेविषयक सुरक्षा कायदे मोडून कारखाने चालवणारा. झोपडपट्टीचा दादा. वृत्तपत्रात त्याच्याविषयी छापून आलेल्या गोष्टी मनीषला आठवत होत्या. पण कायद्याच्या पळवाटा शोधून काढीत कोर्टात प्रकरण दीर्घकाळ लांबवण्यासाठी आपलं कौशल्य वापरणारी असंख्य वकीलमंडळी त्याच्या दिमतीला होती. त्यामुळे आजवर त्याच्याविरुद्धच्या बहुसंख्य पोलीस केसेस एकतर निकालापर्यंत पोचल्या नव्हत्या आणि ज्या पोचल्या तेथे सबळ पुराव्याअभावी दुर्गाभाई सुटला होता.

मनीष कलेक्टर आणि जिल्हा दंडाधिकारी पण होता. त्याला जिल्ह्याच्या पोलीस अधीक्षकामार्फत वेळोवेळी जे साप्ताहिक अहवाल यायचे, त्यांत अनेकदा दुर्गाभाईचे आलेले संदर्भ त्याला आठवले. पण खालची पोलिसयंत्रणा किडलेली असल्यानं तपासात व चार्जशीटमध्ये, आरोपपत्रात पळवाटा ठेवल्या जात असणार, हे उघड होतं. शिवाय त्याच्या डोक्यावर उदंड राजकीय वरदहस्त होता. त्यामुळे आजवर एकाही प्रकरणात त्याला शिक्षा झाली नव्हती.

या तपशिलात भर पडली ती बालमजुरांच्या शोषणाची. दुर्गाभाईचे अवैध धंदे

बालमजुरांच्या शोषणावर मोठ्या प्रमाणात अवलंबून होते. गल्लोगल्ली फिरणाऱ्या रॉकेलविक्रीच्या शहरातील हातगाड्यांपैकी एकट्या दुर्गाभाईच्या मालकीच्या वीस टक्के हातगाड्या आहेत, असं अरुणनं मनीषला कधीतरी मागे सांगितलं होतं. पण कागदोपत्री त्यावर इतर गरिबांची नावं असल्यामुळे धाडी टाकूनही त्याचं काही व्हायचं नाही. या गाड्या ती मुलंच चालवायची व रॉकेलचा काळाबाजार करायची.

मघाशी सुबन्या अरुणला पाहताच कसा टाहो फोडत, 'मला वाचवा, मला मरायचं नाही.' असं विनवत होता! खूप भाजल्यामुळे तडफडत होता. अशा कोवळ्या वयात एवढी असीम वेदना त्याला सहन होत नव्हती. तोच काय, इतर अनेक बालमजुरांचे घुसमटणारे व शक्तिपात झाल्यामुळे खर्जातल्या बसक्या फाटक्या आवाजातले मूक रुदन-आक्रंदन मनीषनं ऐकले व पाहिले होते.

मनीषला आपला पाच वर्षांचा अप्पर केजीत शिकणारा मुलगा अविचल आठवत होता. येत्या जूनमध्ये पहिलीत जाईल. त्याच्यापेक्षा जेमतेम चार-सहा वर्षांनी मोठी असणारी दहा-बारा वर्षांची मुलं कारखान्यात कामाला होती आणि स्फोटात भाजली गेली होती. त्यांतली किती वाचतील व किती गतप्राण होतील, हे या क्षणी माहीत नव्हतं. पण डॉक्टर कुर्डूकरांच्या स्वरातली भीती वास्तव होती. सत्तर-ऐंशी टक्के भाजलेले जीव वाचण्याची शक्यता कमीच होती. आणि वाचले तरी आयुष्यभर विविध आरोग्यसमस्या घेऊन ती कशी जगणार होती? त्यांच्या औषधपाण्याच्या खर्चाचं काय? आणि तसं पाहिलं तर, या बालमजुरांचं स्फोटापूर्वीच्या क्षणापर्यंतचं आयुष्य तरी काय होतं? कशीबशी पोटाची खळगी भरणं. पण कामगारांचं एकमेव भांडवल असतं, ते शारीरिक आरोग्य. ते आता वाचले तर, त्यांना त्या भांडवलाविना कसं आयुष्य काढता येईल?

प्रश्न. नुसते प्रश्न. प्रत्येक प्रश्न मन शिणवणारा. भले कलेक्टर लोकांच्या नजरेत शक्तिमान असेल; पण या क्षणी मनीषला त्याची हतबलता जाणवत होती. नोकरशाहीच्या पोलादी चौकटीचे आपण भाग आहोत. पण ही चौकट किती गंजलेली व शक्तिविहीन आहे, हे आम माणसाला किती माहीत आहे? प्रशासकीय कारभारात ढवळाढवळ करणाऱ्या लोकप्रतिनिधींनी ती खिळखिळी केलीय. तंबूत शिरलेल्या उंटाप्रमाणे त्यांनी आता तंबू पूर्णपणे बळकावलाय. पण खरंच असं झालंय का? आपलं दुय्यमत्व हे आपणच निर्माण केलं आहे. आपल्या स्वार्थासाठी. कायद्यानं दिलेले अधिकार एवढे आहेत की, ते योग्य रीतीनं वापरले, तर परिस्थिती सहज बदलता येईल...! मनीष विचारात गढला होता.

चव्हाण अवघडून आदेशाची वाट पाहत होते. पण मनीष स्तब्ध उभा होता. इकडे जीपमध्ये बसलेला दुर्गाभाई चव्हाणकडे अस्वस्थपणे व रागानं पाहत इशारे करीत होता. या स्फोटक परिस्थितीतही त्याची गुर्मी जराही उतरलेली नव्हती.

चव्हाणांच्या मनात विचार आला, आपल्या खाकी वर्दीचा रुबाबही काही कमी नसतो. काळ्या कृत्यांमध्ये सामील झालो की, ताठ वागता येत नाही.

पण या दुर्गाभाईचं पाणी काही वेगळंच आहे. त्याला परिस्थितीचं भान नाही म्हणावं की निव्वळ मुजोरपणा?

आज मात्र हा सरळमार्गी मनीष त्याला चांगलाच धडा शिकवेल, असं दिसतंय. त्याच्या सोबत अरुण पालिमकर आहे. बालमजुरांसाठी धडपडणारा. त्यांच्या शिक्षण व पुनर्वसनासाठी 'स्वप्नभूमी' उभारून काम करणारा.

या स्फोटात अनेक बालकामगार भाजले गेले आहेत. आपल्यासारखा कठोर व निर्दयी पोलीस इन्स्पेक्टरही त्यांची अवस्था पाहून हेलावून गेला क्षणभर. सगळे जखमी दवाखान्यात पाठवले गेले, आता आगही विझत आली आहे. मूळची एक पोल्ट्री फार्म असलेली ही इमारत. फार्म बंद पडल्यावर तीन वर्षांपूर्वी हा फटाक्यांचा कारखाना सुरू झाला. पण आता आगीनं तो पूर्णत: भस्मसात झाला होता!

'चव्हाण!' मनीषच्या आवाजानं तो भानावर आला.

'सर –'

मनीषनं खुणेनंच दुर्गाभाईला समोर आणण्याचा इशारा दिला. चव्हाणांनी सबइन्स्पेक्टरला खूण करून सूचना दिली.

आपल्या अगडबंब देहासह त्याला जीपमधून उतरताना झालेला त्रास मनीषनं टिपला होता. दुर्गाभाई टाटा सुमोखेरीज अन्य गाडीत बसत नसे. कारण त्याच्या केवळ प्रचंड म्हणता येईल, अशा देहाला फक्त त्यामध्येच बसता येई.

आज त्याला छोट्या पोलीस जीपमधून आणून सुमारे अर्धा तास गाडीत बसवून ठेवल्यामुळे पायाला रग लागली होती.

सबइन्स्पेक्टरनं त्याला हात देत जीपमधून उतरायला मदत केली.

हत्तीसारखा मंदपणे डुलत दुर्गाभाई मनीषपुढे येऊन उभा ठाकला आणि आपल्या गडगडाटी स्वरात म्हणाला,

'माह्यास्नी इथं का आणलं सायेब?'

'तुझ्या अवैध कारखान्यात स्फोट होऊन अनेक जण भाजले आहेत. आताच त्यांच्यापैकी दोघांचा मृत्यू झाल्याची बातमी आली आहे. त्याचा जाब विचारण्यासाठी.' मनीषनं तीव्र स्वरात म्हटलं.

'माजा काय संबंद याच्याशी? हा – हा माजा कारखाना नाही.' दुर्गाभाईनं मघाशी मोबाईलवर चव्हाणनं सूचना दिल्याप्रमाणे साळसूदपणे उत्तर दिलं.

'मग कुणाचा आहे?'

'मह्यास्नी काय माहीत?' दुर्गाभाईचा उलट प्रश्न.

'हा कारखाना तुमचाच आहे – तुमच्या मालकीचा आहे. मघाशी तुम्ही इथं

आला होता.’

‘हां – ते व्हंय? आवो सायेब, तितला म्यानेजर माजा दोस्त हाय. त्यामुळे चा-पान्याला आलो व्हतो.’ दुर्गाभाई म्हणाला.

मनीष बुचकळ्यात पडला. मग मनीषला मघाशी गर्दीत मिसळून गेलेला माणूस आठवला. तो कारखान्यात वर्षापूर्वी कामाला होता. टी.बी. झाल्यामुळं त्यानं काम सोडलं होतं. त्यानंच तर सांगितलं होतं – दुर्गाभाईच मालक आहे म्हणून. आणि मुख्य म्हणजे यापूर्वी स्फोट झालेल्या दोन्ही कारखान्यांचा मालक तोच असल्याचे तपासणीअहवालात लिहिल्याचे त्याला आठवले.

‘खोटं बोलू नका. मला माहीत आहे, तुम्हीच या कारखान्याचे मालक आहात. या स्फोटाला, झालेल्या दोन मृत्यूंना आणि माणसं जखमी होण्यास जबाबदार आहात. कारखान्यावर नियमाप्रमाणे अग्निशमन यंत्रणा नव्हती – नाहीये!’

‘म्या योक डाव तुमास्नी सांगीतलं सायेब की, या कारखान्याचा माजा काई संबंद नाय. मंग पुन्हा तेच कसं वो?’ दुर्गाभाई आपल्या खास शैलीत बोलत म्हणाला.

त्याच्या अहंकाराला व तथाकथित प्रतिष्ठेला कुठेतरी ठेच लागली होती. एवढ्या जमावासमोर मनीष त्याची हजेरी घेत होता. त्यामुळे दुर्गाभाईला राग येत होता. पुन्हा त्याच्या अवजड देहामुळे त्याला फार काळ उभं राहवत नसे. माध्यानीचं कडक ऊन, आगीच्या धगीमुळे अधिकच तप्त वाटत होतं. तो चांगलाच घामाघूम झाला होता. हा कलेक्टर असंच उन्हात उभं करीत, आणखी किती वेळ चौकशी करणार? त्याचा पारा चढत चालला होता.

‘असं? ठीक आहे. चौकशीत काय ते निष्पन्न होईलच!’ मनीष शांतपणे म्हणाला. आणि इन्स्पेक्टर चव्हाणांना त्याने आदेश दिला –

‘याला पोलीस ठाण्यात घेऊन जा आणि चौकशी करा तुमच्या पद्धतीनं. म्हणजे सत्य काय ते वदवून घेता येईल!’

‘तुमी आसं काई करू शकत नाय कलेक्टरसाहेब. माजीबी काई इज्जत हाय.’ दुर्गाभाईचा आता तोल सुटत होता, ‘तुमी माझी बेइज्जती करीत आहात. तुमाला ठाव नाही का, आपले पालकमंत्री माज्या किती जवळ हायेत ते? तुमास्नी असं करनं भारी महाग पडेल.’

‘चूप! एक शब्द बोलायचं काम नाही.’ मनीष गरजला. दुर्गाभाईनं पालकमंत्र्याचा उल्लेख करीत त्याच्या अधिकाराला सरळ-सरळ आव्हान दिलं होतं. मनीषला ते मनस्वी खटकलं. तो उसळला व संतप्त होत पुढे म्हणाला, ‘चव्हाण, मी जिल्हा दंडाधिकारी तुम्हाला हुकूम देतो की, याला बेड्या घाला व पायी मिरवणुकीनं पोलीस स्टेशनला न्या. मग कळेल, दंडाधिकारी काय करू शकतो ते! म्हणे, मला महाग

पडेल. पडलं तर पडू दे. मी पाहून घेईन!'

चव्हाण अचंबित झाले. मनीष असा तडकाफडकी मागचा-पुढचा विचार न करता बेड्या ठोकण्याचा आदेश देईल, असं वाटलं नव्हतं. पण हा सारा त्या करुण वातावरणाचा व दुर्गाभाईनं दाखवलेल्या गुर्मीचा परिणाम होता.

पण दुर्गाभाईचं उपद्रवमूल्य, पैशाची आणि मनगटातील ताकद चव्हाण जाणून होते. त्याला हात लावणं म्हणजे आगीत हात घातल्यासारखं होतं.

'सर, पण –'

'तुम्हालाही कायद्याची जाणीव करून देऊ?' मनीषचा सूर अजूनही तप्त व चढा होता, 'चाइल्ड प्रोटेक्शन ॲक्टचे कलम सांगू?'

'नो सर!' चव्हाण वरमून म्हणाले, 'दंडाधिकारी म्हणून तुमचा हुकूम पाळणं माझं कर्तव्य आहे. मी त्याला अटक करतो सर; पण बेड्या घालून मिरवत न्यायचं म्हणजे –'

'माझं पण तेच म्हणणं आहे.' मनीष व चव्हाणनं आवाजाच्या दिशेनं पाहिलं. समोरून दुर्गाभाईचे वकील ॲड. जाधव येत होते. ते एक निष्णात गुन्हेगारी वकील होते. 'खून करावा आणि जाधवांना वकीलपत्र द्यावं. आरोपी हमखास सुटेल!' अशी त्यांची ख्याती होती. ते दुर्गाभाईचे गेल्या अनेक वर्षांपासूनचे वकील आणि कायदेविषयक सल्लागार होते.

'प्लीज लिसन मी सर!' जाधव म्हणाले, 'सामाजिक कार्यकर्ते व राजकीय नेते माननीय दुर्गाप्रसाद उर्फ दुर्गाभाई खेडकरांचा मी वकील आहे. त्या नात्यानं मी तुमच्याशी बोलतो आहे. त्यांना जरूर अटक करा. पण त्यापूर्वी योग्य ती कायदेशीर कार्यवाही पूर्ण करा आणि मुख्य म्हणजे बेड्या घालून मिरवत नेणं, कुठल्या कायद्यात बसतं ते तरी सांगा!'

जाधव छद्मीपणानं हसत मनीषला मुद्दामहून डिवचण्यासाठी आव्हानाची भाषा वापरत होते.

आता मनीषच्या संतापाचा कडेलोट झाला होता. 'वा वकिलसाहेब! या स्फोटामुळे दवाखान्यात पोचवण्यापूर्वीच दोन कामगार मरण पावले व आता आणखी एक जण गतप्राण झाल्याचा निरोप आलाय.'

'फार वाईट झालं सर. पण त्याचा, दुर्गाभाईच्या अटकेचा आणि बेड्या घालून नेण्याचा काय संबंध?'

'बालमजुरी व तीही धोकादायक उद्योगातील; बेकायदेशीर आहे, हे कदाचित तुम्हाला ठाऊक असेल ॲड. जाधव.' मनीष म्हणाला, 'हा गुन्हा दुर्गाभाईनं केला आहे, म्हणून मी हा हुकूम दिला आहे.'

'पण सर –'

'इनफ!' मनीष ताडकन त्याचं वाक्य तोडीत त्याला थांबवत म्हणाला, 'चव्हाण, पुढे व्हा आणि दिलेल्या हुकमाची तामील करा!'

चव्हाणांनी मनीष व जाधववकिलांचे संभाषण चालू असताना मनाशी पुरता विचार केला होता. मनीषचा हुकूम पाळणं त्यांना भाग होतं; पण आपण हे नाइलाजानं करतोय, हेही एकीकडे दुर्गाभाईला दाखवून देणे गरजेचे होते आणि त्याच वेळी आजची संधी साधून दुर्गाभाईला त्याची जागा दाखवून द्यायची होती. म्हणजेतरी पुढे तो आपला मान व आब ठेवेल.

चव्हाणांना त्याच्याशी कडक वागून संबंध तोडायचे नव्हते. पोलिसखात्यासाठी दुर्गाभाई म्हणजे वेळोवेळी अंडी देणारी मालदार कोंबडी होती! म्हणूनच चव्हाणांनी दुर्गाभाईला आधीच सावध केलं होतं. आता पुढलं सारं पाहून घ्यायला ॲड. जाधव समर्थ होते. आज स्थानिक जत्रेनिमित्त कसलीतरी सुट्टी असल्याने फक्त रात्रभर दुर्गाभाईला जेलमध्ये राहावं लागणार होतं. त्यामुळे एक होईल, दुर्गाभाईला पोलीस काय चीज आहे, हे थोडंफार तरी कळेल आणि आपल्याबाबत थोडीफार भीती व दरारा वाटू लागेल. परिणामी कमाई व हप्ता वाढू शकेल!

दुसरा फायदा म्हणजे इतरांवर रोब दाखवता येणं, यामुळे शक्य होणार होतं. हुकूम जरी कलेक्टर म्हणून मनीषचा असला, तरी प्रत्यक्ष कृती चव्हाणांना करावी लागणार होती! त्यामुळे इतर गुंड आणि काळाबाजार करणाऱ्या आणि कायदे, नियम न पाळणाऱ्या व्यापाऱ्यांवर धाक बसणार होता.

मनीषनं हुकूम देताच 'येस सर!' म्हणत चव्हाण पुढे सरसावले. मीडियाची एकच गर्दी झाली होती. कॅमेऱ्यांच्या फ्लॅशचा लखलखाट भर दुपारीही चमकत होता. प्रेक्षकांना रोचक वाटेल, असा प्रसंग त्यांना टिपायचा होता!

चव्हाणांनी खिशातून बेडी काढली व आपला उजवा हात उंचावला आणि सावकाशपणे पुढे जात दुर्गाभाईला रुबाबात म्हटलं,

'यु आर अंडर अरेस्ट!'

त्याचा डावा हात पकडून त्याला बेडी ठोकून त्याची दुसरी कडी आपल्या हातात घालीत चावीनं ती बंद केली. हे सारं ते मीडियासाठी शांतपणे करीत होते.

चव्हाणची प्रत्येक कृती इलेक्ट्रॉनिक मीडियाचे कॅमेरे टिपत होते, वृत्तपत्रांचे छायाचित्रकारही भराभर फोटो काढीत होते. दुर्गाभाईच्या अंगांगाची होणारी लाही-लाही, संताप त्याच्या भरघोस दाढीमिशांच्या काळ्याभोर जंगलात झाकलेल्या चेहऱ्यावरूनसुद्धा जाणवत होता!

'हे – हे ठीक नाही सायेब. म्या पाहून घीन. ध्यानात ठेवा.' दुर्गाभाई बोलता-बोलता एकदम थांबला. त्याला ॲड. जाधवनं चूप राहण्याचा इशारा केला होता.

'माजा न्यायदेवतेवर पुरता भरवसा आहे. तेथे म्या शाप निर्दोस साबीत व्हईन,'

असं म्हणून तो चूप झाला!

'चला. त्याला मिरवत घेऊन जा पोलीस स्टेशनपर्यंत आणि पुढील कार्यवाही करा!' मनीषनं आदेश दिला.

आता साऱ्या वार्ताहर व चॅनेल व्हिडीओग्राफरचा गराडा मनीषभोवती पडला होता.

'सर, कोणत्या कायद्याखाली व अधिकारात आपण प्रतिष्ठित व्यापारी व उद्योजक दुर्गाप्रसाद ऊर्फ दुर्गाभाईंना बेड्या ठोकल्यात?'

'नॅशनल चाइल्ड लेबर प्रोहिबिशन अॅन्ड प्रिव्हेन्शन अॅक्टअंतर्गत धोकादायक उद्योगात बालमजूर ठेवणे, हा गंभीर गुन्हा आहे. फटाक्याचा कारखाना धोकादायक उद्योगात मोडतो. इथं तुम्हीही पाहिलं आहे. स्फोटामध्ये अनेक बालकामगार जखमी होऊन भाजले आहेत. म्हणून कारखान्याचे मालक या नात्याने त्यांना मी अटक करण्याचा हुकूम सोडला आहे.'

'पण त्यांना असं रस्त्यानं चालत नेण्याचं काय कारण? शेवटी ते शहरातले एक प्रतिष्ठित उद्योजक आहेत.'

या खोचक व उघडपणे दुर्गाभाईची बाजू घेणाऱ्या प्रश्नानं मनीष उसळला. 'तुम्ही बालकामगार ठेवणाऱ्या व कायदा मोडणाऱ्या गृहस्थाला प्रतिष्ठित म्हणता? ज्या वयात मुलांनी खेळावं, शाळेत जावं, त्या वयात रासायनिक धुळीत ही मुलं काम करतात – मजबुरी म्हणून. पोटाची खळगी भरण्यासाठी. त्यांचं शोषण करणं आणि त्यांच्या जिवाशी खेळणं याविषयी मीडियाला काहीच वाटत नाही? तुम्हाला त्याच्या तथाकथित प्रतिष्ठेचं महत्त्व वाटतं?'

'सर, आम्हाला आमची जबाबदारी कळते की!'

'मग, मी एवढंच सांगेन की, बेड्या ठोकून रस्त्यानं चालवत नेल्यामुळे तथाकथित लब्धप्रतिष्ठित माणसांचे होणारे हाल पाहून कायदा हा सर्वांसाठी समान आहे व त्याच्याशी जे खेळतील त्यांना त्याचा फटका बसेल, हे इतरांना कळावं, हा यामागचा हेतू आहे. त्यांनी कायदा मोडू नये आणि मुख्य म्हणजे बालकामगारांचं शोषण करू नये एवढा जरी इतर मालक धडा शिकले, तरी खूप आहे. त्यासाठी हा आदेश व ही कृती आहे.'

'पण तरीही बेड्या घालून रस्त्यानं चालत नेण्याची अॅक्शन हाय-हेडेडनेस वाटत नाही.'

'अजिबात नाही! ही विचारपूर्वक केलेली कृती आहे, आततायीपणाने नाही. त्यामुळे इतरांना धाक बसावा, समाजाची सामूहिक विवेकबुद्धी जागृत व्हावी, या व्यापक हितासाठी माझा हा आदेश आहे.'

गेला अर्धा तास अरुण सगळे काही शांतपणे पाहत होता व मनाशी निरीक्षणं

नोंदवत होता. मनीष बालमजुरांच्या प्रश्नांच्या संदर्भात एवढा कठोर व धाडसी निर्णय घेईल, असं वाटलं नव्हतं. पण एक समाधान होतं की, भारतात प्रथमच बालकांचं शोषण करणाऱ्या मालकांविरुद्ध अशी कठोर कार्यवाही होत होती. ती अरुणला प्रत्यक्ष पाहायचं भाग्य लाभत होतं!

विषाद एकच होता, त्यासाठी एवढा भयानक स्फोट, काही मृत्यू अशी न भरून येणारी किंमत मोजावी लागली होती.

पण आजच्या प्रसंगी मनीषची कृती व मीडियाच्या प्रश्नांना उत्तर देताना घेतलेली पब्लिक कस्टोडियनची भूमिका अरुणला मनस्वी भावली होती.

इकडे चव्हाणांनी बेडी अडकवलेला हात वर केला. त्याबरोबर दुर्गाभाईलाही आपला बेडीबद्ध हात वर करावा लागला होता. चव्हाण रुबाब दाखवत म्हणाले, 'चल पटापटा. गुमान.'

चव्हाण दुर्गाभाईला जवळपास फरफटत वेगानं नेत होता. त्यामुळे दुर्गाभाईची अवस्था बिकट झाली होती. तो कधीच पायी चालत नसे आणि जेव्हा चालायचा तेव्हा मंदगतीनं हत्तीसारखं झुलत. पण आज चव्हाणला त्याची गंमत करीत काहीसा सूड उगवायचा मूड होता. त्यामुळे तो खाडखाड बुटांचे आवाज करीत वेगानं चालत होता. दुर्गाभाईला पण त्याच्या गतीशी मिळवून घ्यावं लागत होतं. त्यामुळे त्याचा श्वास फुलून आला होता.

काही मिनिटांनी चव्हाणांनी आपली गती कमी केली. कारण साऱ्या हालचाली टीव्हीचे कॅमेरे टिपत होते. दुर्गाभाईला डिवचायचा त्यांचा हेतू काही प्रमाणात तरी साध्य झाला होता.

आता दुर्गाभाईच्या डाव्या बाजूला ॲड. जाधव होते व उजव्या बाजूला चव्हाण. कॅमेऱ्यात टिपला जाणार नाही इतक्या हळू आवाजात जाधव दुर्गाभाईला कायदेशीर बाबी, खरंतर कायद्याच्या कचाट्यातून सुटता कसं येईल, हे समजावत होते.

चव्हाण काळजीपूर्वक ऐकत होते व जेव्हा त्यांची व जाधवची नजरानजर व्हायची, तेव्हा ते त्याला 'ओ.के. गो अहेड', असा हिरवा कंदील देत होतो. जाधव घटनास्थळी येण्यापूर्वीच त्या दोघांचं मोबाईलवर बोलणं झालं होते! जाधव निष्णात वकील होते. 'ता' वरून ताकभात ओळखणारे. त्यांना चव्हाणांचा केवळ इशारा पुरेसा होता. त्यांनी घटनास्थळी येताना कारमध्ये दहा मिनिटांत सारं नियोजन केलं, योग्य ठिकाणी सूचना आणि त्याबरोबर दुर्गाभाईच्या वतीनं संबंधितांना यथायोग्य उपकृत करण्याचं आश्वासनही देऊन अंमलबजावणीची खात्री करून घेतली होती. आजचा कार्यालयीन सुट्टीचा दिवस त्यासाठी पथ्यावर पडणार होता.

एकच किरकोळ अडचण होती. दुर्गाभाईला उद्या मॅजिस्ट्रेटपुढे उभं करण्याच्या वेळेपर्यंत म्हणजे आजची रात्र व उद्याची सकाळ पोलीस कोठडीत राहावं लागणार

होतं. पण चव्हाण त्याची होईल तेवढी काळजी घेणार होते.

दुर्गाभाईची शहराच्या मुख्य रस्त्यावरून चाललेली पंधरा मिनिटांची वरात साऱ्या नागरिकांच्या चर्चेचा विषय बनली होती. रस्त्याच्या दुतर्फा जमलेल्या गर्दीतून येणाऱ्या प्रतिक्रिया व कॉमेंट्स चव्हाण टिपत होते.

जनमत पूर्णत: दुर्गाभाईला प्रतिकूल होतं. अनेकांना त्याचा पूर्वी कधी ना कधी त्रास झाला होता. त्यामुळे 'बरं झालं, असा धडा मिळायलाच हवा होता,' ही आम प्रतिक्रिया होती.

एक निरागस कोवळ्या स्वरातला प्रश्न चव्हाणांच्या कानावर पडला.

'पपा, हा गोष्टीतला राक्षस आहे का? अगदी तसाच दिसतो. त्यानं काय केलं हो?'

चव्हाणांनी पाहिलं. एका पालकाच्या खांद्यावर एक चार वर्षांची गोड मुलगी होती.

'तो ना, तुझ्यासारख्या लहान मुलांना बळजबरीनं कामाला लावतो.' तो पालक उत्तरला.

'मग छानच झालं त्याला पकडलं ते!' ती गोड मुलगी जोरात म्हणाली.

चव्हाणांचं लक्ष तिच्याकडे गेले. त्यांनी आपला बेडीचा हात वर केला, तसा दुर्गाभाईलाही आपला बेडीबद्ध हात वर करावा लागला. त्या मुलीचं चव्हाणांकडे लक्ष गेलं होतं. ती आपला हात हलवत म्हणाली, 'थँक्यू पोलीस-मामा!'

चव्हाणांनी आपला मोकळा डावा हात हलवीत तिला प्रतिसाद दिला. पण मनोमन ते काहीसे खजिल झाले होते. कारण शहरात होणाऱ्या बालमजुरांच्या शोषणात त्यांचाही अप्रत्यक्ष सहभाग होता. त्याकडे कानाडोळा करणे, केस होऊनही कार्यवाही न करणे, यामुळे बालमजूर ठेवणाऱ्या मालकवर्गावर वचक उरला नव्हता. उलट, मदतच होत होती. आज ती निरागस पोर मात्र 'थँक्यू पोलीस-मामा' म्हणत होती. आपण तिच्या नजरेतील आदराला पात्र आहोत?

दुर्गाभाईच्या जाडजूड मांसल मनगटावर बेडी करकचून बसली होती. त्यामुळे त्याच्या हाताला काचत होतं. पायपण चालण्यानं दुखू लागले होते. घामानं पठाणी कमीज ओली झाली होती. आयुष्यात प्रथमच त्याला अशा त्रासाशी सामना करावा लागत असल्याने तो मनोमन भडकलेला होता. चव्हाणाच्या या कृतीनं त्याचा पुन्हा एकवार स्फोट झाला.

'धनाजी, म्या तुला बघून घीन. इसरू नकोस.'

'नाही विसरणार दुर्गाभाई.'

चव्हाण कडक स्वरात म्हणाले, 'तू पण हे विसरू नकोस की, आजची रात्र तुला माझ्या कस्टडीत काढावी लागणार आहे आणि मला थर्ड डिग्री मेथड

वापरायचा पूर्ण अधिकार आहे. त्याचा विचार कर.'

'पण धनाजी –'

'पुरे! यानंतर मला एकेरी नावानं हाक मारलेली चालणार नाही,' चव्हाण म्हणाले. 'आजवर फार सहन केलं. आज तूही आमचा पोलिसी खाक्या पाहाच.'

दुर्गाभाई थर्ड डिग्रीच्या नुसत्या धमकावणीने भयभीत झाला. त्यानं काहीशा दीन नजरेनं जाधवांकडे पाहिलं. जाधव चव्हाणांना म्हणाले, 'जाऊ द्या साहेब. दुर्गाभाई पुन्हा तुम्हाला नावानं पुकारणार नाही आणि सदैव तुमची इज्जत ठेवेल. काय भैय्या?'

'हो – हो!' दुर्गाभाई म्हणाला, 'इन्स्पेक्टरसायेब, मह्यास्नी हे दुपारचं ऊन नाय सोसत. आनी चालल्यामुळे तरास होतंय. मनुनशान टकुरं फिरलं खिनभर. पण पुना आसं नाय होणार. म्या सबुद देतो सायेब. तुमची इज्जत ठेवीन. आनी म्हणाल ते करीन, देत जाईन.'

चव्हाणांच्या तोंडातून हलकेच खुशीची शीळ उमटली. नुसत्या थर्ड डिग्रीच्या धमकीनं दुर्गाभाईची बोबडी वळली होती. पण रात्री थोडातरी हात साफ करून घ्यायचा, असं चव्हाणनं मनोमन ठरवलं होतं. दुर्गाभाई बापालाही बाप न म्हणणाऱ्या जातीचा होता. त्याच्या ढुंगणावर बुटाच्या दोन सणसणीत लाथा घालायच्याच. बुक्क्यानं शरमिंदा झालेल्या दुर्गाभाईपुढे मग दोस्तीचा हात करून त्याला रात्री झोपताना ए.सी. द्यायचा व प्रकरण मिटवायचं. यापुढे सदैव त्यानं मला मी म्हणेन ते आणि तेवढं दिलं पाहिजे. बस, आजची कलेक्टर मनीषमुळे मिळालेली संधी सोडायची नाही.

पोलीस स्टेशन आल्यावर आत जाण्यापूर्वी तेथे जमलेल्या लोकांना उद्देशून दुर्गाभाई म्हणाला,

'मी निर्दोस हाय. हा मह्यास्नी बदनाम करण्याचा डाव हाय. कोर्टावर माझा पुरता भरवसा हाय. तिथं मी निर्दोस साबीत हुईन. तुम्ही बगालच.'

मनीषचा चेहरा गंभीर झाला होता; कारण मुंबईहून मोबाईलवर पालकमंत्र्यांचा दोनदा फोन आला होता. मनीषनं नंबर पाहून तो घ्यायचा टाळला. आज आपण त्यांच्याशी संपर्क साधायचाच नाही, असं त्यानं ठरवलं होतं; कारण त्यांना काय व कसं सांगावं, याविषयी नीट विचार करावा लागणार होता.

'सर –' अरुण त्याच्या चेहऱ्यावरची चलबिचल व विस्तीर्ण भालप्रदेशावरील आठ्यांच्या जाळ्यातून उमटणारी चिंता टिपत होता. मनीषनं डोळ्यांवर काळा गॉगल घातल्यामुळे त्याचे डोळे दिसत नव्हते. पण त्याचे पाणीदार, काळेशार डोळे गाईच्या जातकुळीचे होते, असं अरुणला नेहमी वाटायचं. ते या वेळी भयव्याकूळ तर झाले नाहीत?

'कसला विचार करता आहात सर?'

'हाऊ कॅन आय टेल यु अरुण?' मनीष पुटपुटला, 'मी नेहमीच हृदयानं विचार करतो, डोक्यानं नाही. दुर्गाभाईला बेडी घालून मिरवत नेण्याचा माझा हुकूम फार आततायी तर नव्हता?'

'नाही सर! यापूर्वी पण अनेक वेळा पोलिसांनी असं बेड्या घालून आरोपींना मिरवत नेलं आहे, ते कायद्याचा धाक प्रस्थापित व्हावा म्हणून.' अरुण म्हणाला.

'तुम्ही आज जे केलं ते बालमजुरीच्या प्रश्नाच्या संदर्भात फार महत्त्वाचं आहे. मी नेहमीच म्हणत आलो की, बालकामगारांचा प्रश्न सोडवण्यासाठी त्रिसूत्री आहे – बालककेंद्रित शिक्षण, पालककेंद्रित आर्थिक पुनर्वसन आणि मालक केंद्रित दंडशासन, आजवर मालकांना कुणी हात लावला नाही. तुम्ही ते धाडस आज केलं आहे. त्याबद्दल हॅट्स ऑफ टू यू! उद्याच्या वृत्तपत्रामध्ये माझा आजच्या प्रसंगावर भाष्य करणारा लेख असेल व त्याचे हीरो तुम्ही असाल सर!'

मनीष किंचित हसला. अरुण खराखुरा मिशनरी वृत्तीचा कार्यकर्ता होता. निस्संग! त्याला आपल्या नोकरशाहीच्या ताणतणावाची काय कल्पना असणार?

आपला नेहमी उत्स्फूर्ततेवर भर असतो. आणि मनाचा कौल आजवर नेहमीच आपल्याला प्रशासनात यश देऊन गेला आहे. पण विकासकामात 'आउट ऑफ बॉक्स' विचार व कृती करणं वेगळं आणि समाजकंटकाशी असं बेडर वागणं वेगळं! – मला याची किंमत तर चुकवावी लागणार नाही ना? घरी गेल्यावर मीना मला नक्की हे आणि असंच काहीतरी हमखास सुनावेल. मी तिचा कसा सामना करू शकेन?

दिल्लीत शिकताना आपण तिच्या वडिलांचे विद्यार्थी होतो. बिहारमधील आपल्या जिल्ह्यातील मुलगा म्हणून त्यांना मिळालेल्या प्रचंड बंगल्याच्या आउट-हाउसमध्ये त्यांनी राहायला, अभ्यासाला जागा दिली. तेव्हा एक प्रकारे आपण त्यांचे आश्रित होतो. तेव्हाची ती भावना आज त्यांचा जावई होऊनही व आय.ए.एस.मध्ये दहा वर्षे काम करूनही जात नाही. मीनाच्या मनातही कदाचित तशीच भावना काही प्रमाणात का होईना, सुप्तपणे असावी. पार्टी, क्लब आणि नोकरशाहीच्या वर्तुळात कसे वागावे, याबाबतचे तिचे आदेशवजा सल्ले आणि अधूनमधून आपले कनिष्ठ मध्यमवर्गीय संस्कार व सवयींबाबत मारलेले टोमणे मनीषला मनस्वी दुखावून जात. पण अशा वेळी तो चुपचाप असतो. जिच्यावर आपण जिवापाड व झोकून देऊन प्रेम केलं त्या आपल्या सहचरीला, तिचे असे बोलणे आपल्याला किती दुखावून जात असते, हे कसे कळत नाही? आता काही मिनिटांत घरी गेल्यावर ती काय बोलेल?

मनीष काहीसा विषण्णपणे हसला. मघाशी आपण पालकमंत्र्यांचा फोन टाळला, घरी पत्नीला कसं टाळणार? ती पिच्छा पुरवल्याप्रमाणे सगळी माहिती काढून घेतेच

आणि खरं म्हणजे आपल्यालाही बोलल्याखेरीज राहवत नाही. मौनाचं शस्त्र आपल्या भात्यात नाही हेच खरं!

'ओ.के. अरुण! जे झालं ते झालं. लेट अस होप फॉर द बेस्ट. आपण उचललेले पाऊल योग्य होते. लोकांचाही पाठिंबा दिसून आला. पाहू या काय होतं ते!' मनीष त्याचा निरोप घेत म्हणाला, 'आता मी चलतो. पुन्हा भेटू या,' असे म्हणत मनीष गाडीमध्ये बसला. कारची काच खाली करीत जाताना तो अरुणला म्हणाला, 'तुझ्या सुबन्याची काळजी घे. दवाखान्यात काही लागलं, तर मला कळव. मी सिव्हिल सर्जनला परत सांगेन!'

'थँक यू सर!' सुबन्याच्या आठवणीनं व्याकूळ होत अरुण म्हणाला, 'तो वाचला पाहिजे सर. मला बच्चूनंतर त्याला गमावून चालणार नाही.'

'रिलॅक्स अरुण. तो नक्की वाचेल.' मनीष म्हणाला. अरुणनं आपले पाणावलेले डोळे पुसले आणि तो आपल्या काही अंतरावर पार्क केलेल्या टाटा सुमोकडे वळला.

'प्लीज – अरुणजी.'

अरुणनं आवाजाच्या दिशेनं पाहिलं. त्याच्याकडे 'इंडियन एक्सप्रेस'ची वार्ताहर व जोडीला एनडीटीव्हीची प्रतिनिधी स्नेहल शिंदे आणि आयबीएन लोकमतचा प्रतिनिधी शंतनू देव येत होते.

'आपल्या डोळ्यांत पाणी?'

'मी साऱ्या भाजलेल्या मुलांच्या वेदनेनं त्रस्त आहे. खास करून बालकामगारांसाठी. त्याहीपेक्षा सुबन्यासाठी – आय मीन, सुभानसाठी मी व्याकूळ आहे.' अरुण अभावितपणे बोलून गेला. 'बरं ते जाऊ दे. तुम्हाला काही विचारायचं आहे?'

'नाही. पण तुमच्याकडून सुभानबद्दल ऐकायचं आहे.' स्नेहल म्हणाली, 'तसंच तुमच्या भूतकाळाबद्दल. तुम्ही काही वर्षांपूर्वी शिवकाशीला बालकामगार होतात, त्या वेळी–'

'त्या वेळी असाच फटाक्याच्या कारखान्यात स्फोट झाला होता. त्यातून मी मरता-मरता वाचलो होतो.'

आणि तो भान हरपून तो प्रसंग सांगू लागला.

स्नेहल त्याच्या संवेदनेत पाहता-पाहता समरस झाली. तिला आपल्या वृत्तपत्राच्या तिच्या पहिल्या पानावरील या स्तंभासाठी एक अत्यंत हृदयस्पर्शी 'ह्युमन इंटरेस्ट स्टोरी' मिळाली होती. त्याचं शीर्षकही तिला सुचलं होतं. 'काल अरुण, आज सुभान. बालकामगारांच्या शोषणाचा खेळ मागील अंकावरून पुढे चालू!'

शंतनू देव कॅमेऱ्यानं अरुणचं बोलणं व त्याच्या चेहऱ्याचे क्लोजअप टिपत होता. त्यालाही एक खास बातमी मिळाली होती.

किती वेळतरी अरुण बोलत होता. अचानक पाहता-पाहता त्याला सारं काही निरर्थक वाटू लागलं. एक सिनिक भावना तवंग धरावा, तशी त्याच्या मनोभूमीवर पसरत गेली.

'आपला समाज, आपण सारे एवढे निबर, बधिर आणि संवेदनहीन झालो आहोत की, बालमजुरांच्या शोषणाचं आपल्याला काही वाटत नाही. आपलं मन अस्वस्थ होत नाही, व्याकूळ होत नाही की, संतापानं पेटून उठत नाही. आपल्या मुलांच्या सुखदु:खांबाबत आपण विलक्षण सावध असतो. पण त्यांच्याच वयाच्या दोन कोटी बालकामगारांबाबत आपल्याला साधी सहानुभूतीपण नसावी? माझ्यासारखे दहा वेडे आहेत, यासाठी काम करणारे. आपले कलेक्टर मनीष एक त्यांतलेच. पण असे शेकडो, लाखो जोवर होणार नाहीत, तोवर काही खरं नाही.'

थोडं थांबून अरुण पुढे उद्वेगानं म्हणाला, 'माफ करा. पण तुमच्याशी मी हे का बोलतो आहे? तुम्हाला चांगली स्टोरी मिळाली ना? त्याचा तुम्ही छानपैकी वापर करणार. आपले प्रेक्षक चहाचा घोट घेत ती पाहणार आणि चर्चा करीत, खोटी, क्षणिक हळहळ दाखवीत चघळणार आणि चॅनल बदलून फॅशन शो, सिनेमा किंवा गाणी पाहत, हे विसरून जाणार. तुम्हीही उद्या नव्या स्टोरीसाठी धडपड करणार. काय उपयोग मीडियाचा बालकामगारांना? शून्य. बिग झिरो!'

स्नेहलला त्याचं बोलणं चांगलंच झोंबत होतं. पण मनोमन हे मान्य होतं की, तो खरं तेच बोलत होता. आपण साऱ्यांनी बातम्यांच्या वाहिन्यांनाही मनोरंजनाचं साधन बनवलं आहे. बातमीला आपण बातमीचं स्थान ठेवलंच नाही. त्याद्वारे प्रेक्षकांच्या भावनांना उद्दीपित करणं, टी.आर.पी. वाढवून अधिक जाहिराती मिळवणं, हेच तर सारे करीत आहेत. आपणतरी वेगळं काय करतो? ती हलकेच म्हणाली, 'अरुणजी, आपण जे म्हणता ते मला मान्य आहे, पण –'

'पण काय?'

'तुमचा काहीतरी गैरसमज होतोय.' शंतनू देव म्हणाला, 'आम्ही काही प्रमाणात असे सामाजिक प्रश्न हाताळतो – पूर्ण गांभीर्याने.'

'ओ. के.' आता अरुणही भानावर आला होता. 'मला माफ करा. मी जरा अधिकच स्पष्ट बोललो, पण –'

'लेट इट बी अरुणजी,' स्नेहल म्हणाली, 'आम्हाला पण खऱ्याखोट्याची पारख असते. तुम्ही एक सच्चे कार्यकर्ते आहात, हे मला जाणवलं. यापुढे मी तुमच्या कार्यासाठी माझी लेखणी व कॅमेरा जरूर वापरेन. आजच्या स्टोरीचा पाठपुरावा करीत ती शेवटपर्यंत नेण्याचा जरूर प्रयत्न करीन.'

'थँक्यू! एवढं तुम्ही केलं तरी खरंच खूप काम होईल.' अरुण म्हणाला. आणि त्यांचा निरोप घेऊन आपल्या जीपकडे वळला.

जीपमध्ये तो शांतपणे डोळे मिटून बसला होता. मधूनच डोकं दाबत होता.

दिनू व सावूसोबत आरीज व महादू पण आले होते. महादूनं विचारलं, 'फार दुखतंय डोकं का अरुणभैय्या? मी चेपून देऊ? मालीश करू?'

'नको बेटा. मी ठीक आहे ऊन व आगीची धग यामुळे त्रास होतोय. पण आता बरं वाटतंय.'

'नहीं अरुणभैय्या. हम समझते हैं आपबीती आपकी. त्यामुळे नाही म्हणू नका. मी पण मालीश जाणतो.' आरीजनं म्हटलं.

तो जीपमध्ये अरुणच्या मागे बसला होता. त्यानं आपले दोन्ही हात अरुणच्या केसांतून फिरवले व मालीश सुरू केली.

अरुणनं पुन्हा डोळे मिटले. आरीजचा कसबी हात व त्याची मालीश त्याच्या तप्त मस्तकाला विसावा देत होती. हलकेच त्याला गुंगी चढली.

पण मन मात्र जागं होतं. त्याला आरीज व महादूची पहिली भेट आठवत होती. ते दोघे 'स्वप्नभूमी'चे पहिले विद्यार्थी होते. आणि त्यांच्या त्या भेटीचा मनीषच्या पहिल्या भेटीशी व त्याद्वारे मैत्रीत रूपांतर झालेल्या आठवणीशी संबंध होता.

इकडे आरीजचा कसबी हात फिरत अरुणच्या ठणकणाऱ्या डोक्याची मालीश करीत होता व त्या सुखद स्पर्शात अरुण सैलावत होता.

त्याला दोन वर्षांपूर्वीचा तो प्रसंग आठवत होता, जेव्हा त्याच्या जीपखाली ते दोघे आले होते!

प्रकरण दोन

रात्रीचा साडेअकराचा सुमार.

मघाशीच जगननं 'द ग्रेट मराठा ढाबा ॲन्ड रेस्टॉरंट वुइथ परमिट रूम'ची विद्युत् माळांनी केलेली रोषणाई विझवली होती. ती ढाबा बंद होण्याची खूण होती.

पण आज सायंकाळपासून ढाब्याचा मालक साहेबराव आला होता. तो समोरच्या प्रांगणात खाटेवर बसून चौघांशी किती वेळापासून तरी बोलत होता. त्यांच्या गप्पा काही संपत नव्हत्या.

ते चौघे साहेबाच्या गावचे. फार दिवसांनी भेट झाली होती. शिवाय गावात ग्रामपंचायतीची निवडणूक लागली होती, त्यामुळे गप्पांना रंग चढला होता. त्यांच्यासोबतच साहेबानं पण जेवण घेतलं होतं. त्यालाही तास झाला होता.

महत्प्रयासानं अनावर झालेली झोप आवरत, पण सतत जांभया देत महादू जागा होता. केव्हा एकदा साहेब गप्पा संपवून उठतो, याची वाट बघत होता. आज जर साहेबाचा ढाब्यावरच मुक्काम असेल, तर आणखी किमान एक तासाची कंबख्ती. कारण महादूला त्याला मालीश करावी लागणार होती! म्हणजे झोपायला रात्रीचा एक वाजणार.

महादूचा आजचा दिवस नेहमीपेक्षा लवकर म्हणजे पहाटे पाचला सुरू झाला होता, तो त्याच्या पेकाटात जगननं घतलेल्या लाथेनं. नेहमीप्रमाणे कालही त्याची झोप अपुरी झाली होती. जगन जागा होण्यापूर्वी सारे उठले पाहिजेत, अशी त्याची सक्त आज्ञा होती. नेहमी सात-आठला उठणाऱ्या जगनला आज भल्या पहाटेच जाग आली होती आणि उठल्या-उठल्या चहाची तलफ आली होती. पण नेहमीची कामाची माणसे आठला येणार होती. त्यामुळे ढाब्यात बाकावर मुटकळं करून घोरत पडलेला महादू दिसताच जगननं संतापून त्याच्या पेकाटात लाथ घालीत म्हटलं, 'ऊठ भडव्या. मुडद्याप्रमाणे काय झोपलास?'

त्या सणसणीत लाथेनं महादूच्या मस्तकापर्यंत वेदनेची वीज चमकून गेली.

अवघ्या दहा-अकरा वर्षांच्या त्या कुपोषित बालकुडीला ती सहन झाली नाही. अभावितपणे महादू किंचाळून उठला. 'ओऽऽ येऽ ये ऽ... मेलो-मेलो!'

'चूप. पुन्हा ओरडलास तर आणखी एक लाथ बसेल!' जगन आपले लालबुंद डोळे गरागरा फिरवत ओरडला. रात्री थोडी जास्तच झाली होती. हँग ओव्हरचा परिणाम म्हणून डोकं दुखत होतं! त्यामुळे तो भडकला होता आणि राग काढायला हक्काचा वेठबिगार बालमजूर समोर होता.

'दादा, माफ करा.' महादू मान खाली घालून हलकेच म्हणाला.

'चल जा, कडक-मीठा चहा करून आण!' जगननं ऑर्डर सोडली. 'लक्षात ठेव, चहा जमला नाहीतर टकुरं फोडीन,' आणि गच्च झालेलं आपलं डोकं धरीत तो विव्हळला. 'आई ऽ गं! काय डोकं दुखतंय मायला. जगन्या बेट्या, एवढी पिऊ नको बाबा यापुढे.'

स्वत:चं डोकं दुखतं म्हणून आपलं टकुरं फोडण्याची भाषा जगन वापरत होता. त्याचं त्याही स्थितीत महादूला हसू आलं, पण त्यानं ते दाबून धरलं.

त्याचं नशीब बलवत्तर. त्यानं बनवलेला 'कडक-मीठा चाय' जगनला आवडला होता. बशीनं फुरके मारीत चहा पिऊन झाल्यावर महादूचे गालगुच्चे घेत तो म्हणाला, 'वा, भले पठ्ठे! लई झकास चहा केलास बेटा. यापुढे मी तुझ्या हातचाच चहा पीत जाईन!'

महादूच्या पोटात गोळा आला, एक नवं काम रोजचं गळी पडलं म्हणून. आधीच दररोज सोळा-सतरा तास त्याला चहाचे कप, जेवणाची भांडी विसळणे, धुणे, अशी कामे करावी लागायची. शिवाय गिऱ्हाइकांना 'सर्व्ह' करताना भरपूर तंगडतोड व्हायची. सुरवातीला तर अक्षरश: पाय कोकलायला लागायचे. आताशी सवय झाली होती, पण दमायला व्हायचं. भरीस भर पुरेशी झोप क्वचितच व्हायची. मोठ्या काम करणाऱ्या कामगाराप्रमाणे आपलेही कामाचे तास आठच झाले आहेत, सुटलेली शाळा पुन्हा सुरू करता आली आहे, मस्तपैकी भरपूर झोपायला मिळतेय अशा स्वप्नरंजनात अनेकदा तो हरवून जायचा. घरी असताना कसं जाग आल्यावरही तो लोळायचा, तसं लोळत असल्याची त्याला स्वप्नं पडायची. पण गेली दोन वर्षे सहा-सात तासांपेक्षा जास्त झोप त्याला कधी मिळालीच नाही.

ही मोठी कामगारमाणसे आठ तासांवर काम करीत नाहीत. पंजाबी भोजन करणाऱ्यांचे नखरे जगन काय, पण साहेबही झेलतो. केवळ माझ्या वाट्याला जीवघेणं काम आणि सतत मारहाण का? हा प्रश्न त्याला पडायचा. कितीही विचार केला, तरी त्याचं उत्तर त्याला मिळायचं नाही.

ढाब्यावर सध्या तो एकटाच वेठबिगारीवर असणारा बालकामगार होता. दुसरा

होता तो काही महिन्यांपूर्वी कामाचा धबडगा सहन न झाल्यामुळे पळून गेला होता.

त्यामुळे ढाब्याचा मालक आणि दररोजचं काम व गल्ला सांभाळणारा त्याचा धाकटा भाऊ जगन यांचा सारा राग-संताप त्याच्यावर निघायचा. महिन्याकाठी चार-दोनदा महादूला जगनच्या पेकाटात बसणाऱ्या लाथेमुळे जाग यायची. साहेब जेव्हा ढाब्यावर असायचा, तेव्हा सगळेच कामगार तणावात असायचे. कारण क्षणोक्षणी संतापणाऱ्या साहेबाच्या तोंडातून मुक्त शिव्या वाहत असायच्या. मोठे कामगार नशीबवान. कारण फक्त शाब्दिक प्रहारच त्यांच्या वाट्याला यायचे. महादूला मात्र क्षुल्लक चुकीसाठी थोबाडीत मारणं, कान पिरगाळणं अशी शिक्षा साहेब करायचा. एकदा गिऱ्हाइकाला व्हिस्की सर्व्ह करताना ट्रेमधली बाटली दुसऱ्या कामगाराचा धक्का लागून फुटली होती, तेव्हा महादूच्या दुर्दैवानं साहेब ढाब्यावर होता. ते पाहून साहेबाची तळपायाची आग मस्तकाला गेली. तो दुसरा कामगार पंजाबी खानसाम्याचा मेहुणा असल्यामुळे त्याला त्याने फक्त शिवी हासडली. पण महादूला अक्षरशः पट्ट्यानं फोडून काढलं. किती दिवसतरी पाठीवर त्याचे काळेनिळे वळ कायम होते. मनावरची जखम कधीच भरून आली नाही. प्रत्येक वेळी महादू जेव्हा साहेबाला पाहतो, त्या जखमेची खपली निघून एक लाचार हताशता भळभळू लागते!

महादूला त्या दोघांच्या शारीरिक अत्याचाराची आताशा सवय झाली होती. ढाब्यातील उरल्या-सुरल्या आहारानं त्याच्या सापळ्यागत दिसणाऱ्या कुडीत मार सहन करण्याची प्रचंड ताकद आली होती.

त्या दोघांचं लाडात येणं महादूला कसंसंच वाटायचं. ती घाणेरडी सलगी त्याला किळस आणायची. पुरुषमाणसं बायकाच्या जसं अंगचटीस जाऊन चाळे करतात, तसे चाळे जगन व साहेब आपल्याबरोबर आपणही पुरुषमाणूस असताना का करतात, हे त्याला कळायचं नाही. अजूनतरी त्यांची शारीरिक सलगी गालगुच्चे घेणे, आपल्या मांडीवर बसवून घेणे इतपतच होती.

पण महादूला भीती वाटायची. याचा पुढचा टप्पा त्यांनी गाठला तर? ढाब्यावर रात्री तो झोपत असल्यामुळे त्याला स्त्री-पुरुष संबंधाची जाणीव फार लवकर आली होती. जगनचे रात्रीचे जगणे त्याने जवळून पाहिले होते. ढाब्यात एका कोपऱ्यात पडद्याच्या आडोशानं अधूनमधून धंदेवाल्या बायकांसोबत जगन झोपायचा. अनेकदा दारूच्या नशेत त्याला पुरता पडदा ओढायचं भान राहायचं नाही. त्यामुळे अवघ्या अकराव्या वर्षीच महादूला सेक्सचं ज्ञान झालं होतं. आधी त्याला ते दृश्य आणि जगननं केलेला उघडा सेक्स पाहून शरम वाटायची. पण अलीकडे ओठावर बारीकशी लव फुटली होती, तेव्हापासून ती दृश्यं त्याला आसुसल्याप्रमाणे पाहाविशी वाटू लागली होती. उघडा जगन ओंगळ वाटायचा. पण बाईचा उघडा देह पाहावासा वाटायचा. एखादी छटेल बाई जाताना रंगेलपणे महादूला पाहत त्याची पापी घेऊन

जायची. ते त्याला आवडायचं. दुसऱ्या एकीनं तर महादूनं आपली जगनसोबतची शय्यासोबत पाहिली आहे, हे लक्षात आल्यामुळे जाताना त्याचा हात आपल्या भरघोस छातीवर दाबून धरत एकदा म्हटलं होतं, 'आवडलं? जरा मोठा हो, मग मजा करू!' तेव्हा तो क्षणभर मोहरला होता!

आज सकाळी चहा आवडल्यामुळे जगन केवळ त्याचा केवळ गालगुच्चाच घेऊन थांबला नाही, तर त्यानं त्याला मांडीवर बसवून घेतलं व विचित्र चाळे करायला सुरुवात केली. महादूनं कशीबशी आपली सुटका करून घेतली, तेव्हा खदखदा हसत जगन म्हणाला, 'जा बेटा. सकाळ झालीय, म्हणून सोडतो. नाहीतर....'

त्या अर्धवट सोडलेल्या वाक्यानं महादूच्या अंगावर काटा आला. जगनला काय म्हणयचं होतं, ते त्याला थोडंथोडं समजत होतं आणि ते समजणं त्याला भयानक किळसवाणं वाटत होतं.

ढाब्याच्या जवळच खाटीकवस्ती होती. तिथं राहणारा त्याचा समवयस्क असलेला आरीज रात्री ढाब्यावरचं काम संपलं की, त्याच्याशी गप्पा मारायला यायचा. दोघे मग मध्यरात्रीपर्यंत दुनियादारीच्या गप्पा मारीत बसायचे. त्या आरीजनंच त्याला पुरुष पुरुषाशी बायकांप्रमाणे कसे संग करतात, हे एकदा सांगितलं होतं.

महादू भांडी विसळून कोरडी लख्ख करताना आजची जगनची विचित्र शारीरिक लगट आणि त्याच्या त्या अर्धवट सोडलेल्या वाक्याचा विचार करीत होता. त्याला आरिजनं काही दिवसांपूर्वी सांगितलेलं आठवलं. आणि त्याच्या बाल-मेंदूमध्ये अकस्मात स्फोट व्हावा, असं काहीतरी झालं. तो हादरून गेला.

त्याला जगन व साहेबाच्या शारीरिक मारहाणीची सवय झाली होती. पण आता असे विचित्र चाळे त्यांनी केले तर?

हा आपल्या मर्दपणाचा अपमान आहे. तो आपण सहन नाही करायचा. तशी वेळ आली, तर त्यांचा मुडदा पाडून पळून जायचं.

आपण चाकू-सुरीनं जगनला भोसकलं आहे, तो रक्ताच्या थारोळ्यात तडफडत आचके देतोय, आपण कुत्सित हसत त्याच्या अंगावर थुंकत म्हणतोय, 'मर भडव्या. तुला हीच मौत मिळायला हवी होती आणि मी ती दिलीय. हां... हां... हां!' अशी पडणारी स्वप्नं महादूला जागेपणी दिलासा द्यायची. मनाचा कणखरपणा वाढवायची.

गेले कैक दिवस महादू मनाशी ठरवत होता की, लवकरात लवकर आपण ढाबा सोडायचा. साहेब किंवा जगन आपणास सुखासुखी सोडणार नाहीत, याची पण त्याला जाणीव होती. त्यामुळे तो टीप्समधून मिळणारे पैसे जमवत होता. आरीजकडे तो ते जमा करीत होता. जवळपास आठ हजार रुपये जमा झाले होते. दहा हजार जमले की, संधी साधून पळून जायचं व आईला घेऊन आजोळी मामाच्या

गावी जायचं व तिथं छोटी चहाची टपरी टाकून धंदा करायचा.

आणि जमलंच तर सुटलेली शाळा पुन्हा सुरू करायची.

...आताही शाळेच्या आठवणीनं त्याचे डोळे लकाकले.

त्याच्या नजरेसमोर गावची जिल्हा परिषदेची शाळा उभी राहिली आणि साळवेमास्तर आठवले. त्यांनी शाळेत लोकवर्गणीतून तीन संगणक खरेदी करून बसवले होते व त्यांच्या मदतीने मास्तर शिकवायचे. मराठी व इंग्रजीच्या पाठ्यपुस्तकातील कविता व कार्टुन फिल्म स्क्रीन-मॉनिटरवर दाखवायचे.

महादूला मराठी व इंग्रजीच्या साऱ्या कविता त्या वेळी चालींसह पाठ झाल्या होत्या. शाळा दोन वर्षांपूर्वी सुटली, पण रोज रात्री झोपताना सहज चाळा म्हणून तो त्या स्वत:शीच हलक्या आवाजात म्हणायचा आणि ढाब्यावर जे सामान आणलं जायचं, त्याच्या रद्दी पेपरचे तुकडे जमा करून त्यातील शब्द ओळखायचा प्रयत्न करायचा. त्याला या सरावामुळे थोडं-थोडं मराठी वाचता यायचं, तर काही सोपे इंग्रजी शब्द समजायचे. शाळेत असताना फाडफाड इंग्रजी बोलायचं त्याचं स्वप्न होतं.

त्यांचा ढाबा हायवेवर असल्यामुळे अनेक उच्चभ्रू कुटुंबे तेथे पंजाबी व महाराष्ट्रीयन भोजनासाठी यायची. त्यांच्या उंची पोषाखातल्या गोऱ्यागोमट्या बाळसेदार व त्याच्याच वयाच्या असलेल्या मुला-मुलींचं संभाषण त्यांना सर्व्ह करताना तो काळजीपूर्वक ऐकायचा. त्यांची सहजसंवादी इंग्रजी भाषा त्याला कळायची नाही. पण ऐकताना मनात विचार यायचा, आपली जर शाळा सुटली नसती, तर आपल्यालाही बऱ्यापैकी इंग्रजी बोलता आलं असतं.

पण यापुढे संधी मिळाली तर जरूर पुन्हा शाळा शिकायची हे नक्की!

तो त्या विचारांच्या नादात ढाबा झाडत स्वच्छ करीत होता. आणि ओठावर पाठ असलेली एक इंग्रजी कविता आली.

Who has seen the wind?
Neither you nor I :
But when the trees bow down their heads,
The wind is passing by.

आजही साळवेमास्तरांनी शिकवलेल्या अनेक कविता त्याला आठवू लागल्या. हौशी संगीतकार असलेले मास्तर इंग्रजी कवितांना चाली लावून त्या आपल्या नाजूक आवाजात गाऊन दाखवायचे. महादूलाही गाण्याची आवड होती. तोही चालीवर कविता म्हणायचा. ही कविता त्याला विशेष आवडायची. आताही ती कविता कितीवेळ तरी तो मनाशी गुणगुणत राहिला.

पण क्षणात त्याचं मन उदासून गेलं. हे आपलं स्वप्न स्वप्नच तर राहणार नाही? कसं सुटता येईल साहेबाच्या तावडीतून?

साहेब आपलाच गाववाला. आपण पळून गेलो, तर तो मायेला त्रास देईल. किंवा पोलीस पाठवून हुडकून काढेल आपल्याला व पुन्हा कामाला जुंपेल.

मुख्य म्हणजे आपण त्याचे कर्जदार आहोत. बापानं काढलेलं कर्ज मुलानं फेडायचं असतं. ते आपलं कर्तव्यच आहे.

साहेबाकडेच आपला बाप हनुमंता कामाला होता. तो त्याच्या तरुणपणीचा पंचक्रोशीतला नामांकित पैलवान होता. साहेबाच्या आजोबापासून त्यांचा एक कुस्तीचा हौद व तालीमसंघ होता. तेथे हनुमंता कुस्ती खेळायचा. त्याच्यावर साहेब प्रशिक्षण, सराव व खुराकासाठी खर्च करायचा. जिल्ह्यात जेथे कोठे कुस्त्याचे जंगी सामने वा दंगली व्हायच्या, तेथे साहेबाच्या तालीमसंघाच्या वतीनं हनुमंता उतरायचा व फड गाजवीत कुस्ती जिंकायचा. त्यामुळे साहेबाची प्रतिष्ठा वाढायची.

पण नंतर वय वाढलं तशी हनुमंताची कुस्ती सुटली. प्रपंचही वाढला होता. शेतीवाडीवर तो कसाबसा प्रपंचाचा गाडा रेटायचा. पण त्याला प्रथम बहिणीच्या व महादूच्या मोठ्या बहिणीच्या लग्नासाठी कर्ज काढावं लागलं होतं. त्यासाठी साहेबानं त्याच्या जमिनीचं गहाणखत करून घेतलं व कर्ज आणि हप्ते वेळेवर दिले नाहीत म्हणून ती जमीन कालांतराने आपल्या नावे चढवून घेतली. हनुमंता आपल्याच शेतावर साहेबाचा सालगडी होऊन राबू लागला. पुन्हा महादूच्या दुसऱ्या बहिणीचं लग्न आलं त्यासाठी व महादूच्या आईच्या दुखण्याचा इलाज करण्यासाठी हनुमंताला पुन्हा साहेबाचं कर्ज काढावं लागलं होतं.

एकेकाळी पैलवान म्हणून हनुमंताची असलेली उपयुक्तता संपून इतिहासजमा झाली होती. त्यामुळे आता त्याला साहेब गुलामासारखं राबवायचा. म्हणायचा. 'लई कर्ज आहे तुझ्या डोक्यावर हनुमंता. आख्खा जन्म खर्चला तरी फिटणार नाही.' हनुमंता लाचार मुद्रेनं हात जोडून म्हणायचा, 'सायेबजी, माझा हा देह तुमच्या मालकीचा आहे. मी गुलाम आहे तुमचा. मी कष्टाला कुठे नाही म्हंतो?'

'मध्येच गचकलास तर पोराला पण काम करावं लागेल.'

'तेवढी दया करा सायेबजी. माझा जल्म तर असाच खर्च होतोय. पण माजा पोरगा महादूबाळ – लई तेज डोकं आहे त्याचं. त्याला शिकवून मोठ्ठं-मोठ्ठं करायचं आहे मला!'

पण साहेबाची बत्तिशी खरी निघाली. एक दिवस तडकाफडकी हनुमंता शेतात राबताना घेरी येऊन जो पडला, तो उठलाच नाही.

आणि तेव्हापासून त्याच्या बदली कर्जफेडीसाठी महादू साहेबासाठी राबू लागला. त्याचं तेव्हा वय अवघं आठ-साडेआठ वर्षांचं होतं!

साहेबानं त्याच काळात शहराजवळ हायवेवर ढाबा सुरू केला. तिथं त्यानं जगनच्या हाताखाली महादूला पाठवून दिलं.

त्यालाही आता दोन वर्षांपेक्षा जास्त कालावधी उलटला.

आपली इथून सुटका होण्यापेक्षा मायची महिने-महिने भेट होत नाही, याचं महादूला तीव्रतेनं वाईट वाटत होतं. जगन त्याला सहा महिन्यांतून एकदाच दोन दिवसांची सुट्टी द्यायचा. प्रत्येक वेळी त्याची माय रडत म्हणत असे,

'कसलं दलिंदर नशिब घेऊन आलास बेटा – असं तुला राब-राब राबावं लागतं! म्या तरी काय करू? सायेबाचं कर्ज कसं फेडायचं? धनी गेला तवा मलाच कामावर ठिवून घेवा म्हणाले होतो. पण तो म्हणाला... तुजा काय उपयोग? तू अशी दुखणेकरी. पोरा, मी तरी काय करू रे?'

अशा वेळी महादू तिचा मुलगा न राहता बाप होऊन समजूत काढायचा, 'माये, मी आहे ना? काम केलं तर काही होत नाही मला! मी लवकरच सारं कर्ज फेडेन आणि स्वत:ची चहाची टपरी टाकेन. तुजी सेवा करेन. तुला दवापाणी करेन. तू चिंता नको करू माये!'

महादूचा आख्खा दिवस कामकाजात संपला होता. आता रात्रीचे साडे-अकरा वाजून गेले, तरी साहेबाचं गाववाल्यांशी बोलणं संपत नव्हतं. गाववालेच शेवटी संभाषण आटोपतं घेत म्हणाले,

'आता आम्ही चलतो साहेबराव. खूप वेळ झाला. पण ग्रामपंचायत विलेक्शनला सवड काडा आमच्यासाठी.'

'हे काय बोलणं झालं? आम्ही तुमच्या गटाचे अन् पक्षाचे.' साहेब म्हणाला, 'पण निवडून आल्यावर नका विसरू आम्हाला. आमची सरकारदरबारची कामं व्हायला हवीत. तुम्ही आमदाराचे खास म्हणून म्हटलं!'

'जरूर साहेबराव. अहो, आपण एक जातवाल्यांनी एकमेकाला घट्ट धरून राहिलं पाहिजे व मदत केली पाहिजे.' तो हसत पुढे म्हणाला,

'हा सहकाराचा जमाना आहे. म्हटलंच आहे ना, 'एकमेका साहाय्य करू अन् अवघे धरू सुपंथ।' काय?'

असे म्हणून त्याने टाळीसाठी हात पुढे केला. त्याला टाळी देत साहेब म्हणाला, 'अक्षी खरं! बरं, एक कप चहा घेऊन जा. थंडी आहे, बरं वाटेल.'

'असे म्हणता? होऊन जाऊ दे.' असे म्हणून पाहुण्यानं पुन्हा बाजेवर बसकण मारली. त्याचे साथीदारही बसले.

'जगन, चहा पाठव बाबा. कुणी आहे की नाही चहा करायला?'

'कामवाले मघाशीच गेले.' जगन गल्ल्यावरून उत्तरला, 'पण काळजी नको. आपला महादू झकास चहा करतो – कडक-मीठा. तो पाच मिनिटांत चहा करेल!'

महादूनं आज्ञेप्रमाणे चहा बनवून ट्रेमधून साहेब व त्यांच्या पाहुण्यापुढे केला. चहाचे फुरके घेत मिशी पुसत पाहुणा म्हणाला,

'खरंच, एकदम कडक-मीठा चहा होता. पण साहेब, हा पोरगा कुठला रे? ओळखीचा वाटतो.'

'आपल्या पैलवान हनुमंताचा पोरगा आहे हा.' साहेब म्हणाला, 'त्याला दिलेलं कर्ज त्यानं पुरतं फेडलं नाही म्हणून याला कामावर ठेवलंय.'

कपबशा घेऊन गेल्यावर स्कॉर्पिओत बसताना पाहुणा साहेबाला हलकेच कानाशी लागत म्हणाला,

'साहेब, जपून वाग. बालकामगार कायदा आहे. पुन्हा वेठबिगारीची पण मोठी किटकिट आहे. त्याला नीट सांभाळून घे. उगीच मारहाण वगैरे नको – लक्षात ठेव. पेपरात आलं, तर विपरीत परिणाम होईल!'

पाहुण्याचा हा उपदेश साहेबाला काही रुचला नाही. पण त्यानं प्रतिवाद न करता नुसतीच मान हलवली.

त्यांची स्कॉर्पिओ निघून गेल्यावर साहेब बाजेवर आडवा झाला. दोन्ही हात लांबवून आळस दिला.

आणि मोठ्यानं म्हणाला, 'महादू, मालीश.'

महादूला आता झोप आवरत नव्हती. पण नाइलाज होता. बापाकडून हौसेनं मालिशची विद्या आपण शिकायला नको होती. साहेब व जगन चांगली रगडून मालिश करून घेत त्याचा पिट्टा पाडायचे.

तेलाच्या बाटल्या घेऊन महादू निमूटपणे साहेबाजवळ आला. स्टुलावर त्या ठेवून उघडल्या. हातावर तेल घेतलं आणि पाठीवर झोपलेल्या साहेबाच्या उघड्या काळ्या मांसल पाठीवर ते थापलं. आणि वडिलांच्या पद्धतीनं व सवयीनं तो म्हणाला, 'बजरंग बली की जय! बोला, हनुमान की जय!!'

'लई बेस. तुझा बाप हनुमंता पण असचं म्हणायचा मालिश करताना.' पाठीवरून महादूचा कसबी हात पुरेशी ताकद लावून फिरू लागला, तशा त्याच्या ताठरलेल्या नसा मोकळ्या होऊ लागल्या. सुखावून तो म्हणाला.

'महादू, तू लई झ्याक मालिश करतोस! बरं वाटतं बघ!'

तसा महादू स्वतःच्या मनाशी पुटपुटला, 'पण इकडं माझा घामटा निघतो त्याचं काय? खाय-प्यायला पोटभर द्यायचं नाही, मर-मर राबवायचं. पूर्ण झोप पण घेऊ द्यायची नाही. तरीही जोर आणून मालिश करायची. नुसतं 'लई झ्याक' म्हणायला त्याच्या बापाचं काय जातं?'

आज साहेब खुशीत होता, म्हणून महादूनं धीर धरून विचारलं, 'मालक मला मोकळं करा ना. शाळा शिकायची आहे मला.'

'क... काय म्हणालास?' मालिशमुळे साहेबाला छानशी तंद्री लागत होती, ती महादूची विनवणी आरपार घुसल्यामुळे एकदम उडाली. हक्काचा बिनपैशाचा वेठबिगार... असा सोडला तर दुसरं कोण मिळेल? मोठ्या माणसाला निम्मं काम व भरपूर पगार द्यावा लागतो. याच्या बापानं काढलेल्या कर्जाच्या दुप्पट पैसा तो हयात असतानाच वसूल झाला होता, पण हनुमंता गडी लिखाई-पढाईत कच्चा होता. त्यामुळे खातेवहीवर त्याच्या नावे आजही साहेब कर्ज दाखवत होता. त्यामुळे त्या धाकात होता होईल, तोवर महादूला राबवून घेणे फायद्याचे होते.

राक्षसाप्रमाणे मोठ्यानं गर्जत तो म्हणाला, 'काय म्हणालास भांचोद, मला मोकळं कर? मग माझं कर्ज काय तुझा मेलेला बाप देणार आहे की, तुझी मांस झडलेली दुखणेकरी खप्पड आई?'

महादूला साहेबानं केलेला त्याच्या दुखणाईत आईचा 'मांस झडलेली दुखणेकरी खप्पड' असा उल्लेख सहन झाला नाही. तो थोडीशी हिंमत धरत विव्हळ स्वरात म्हणाला, 'मालक, मला काय बी म्हणा. मी सहन करीन. पन माज्या मायला असं बोलू नगा. कसंतरीच वाटतंया!'

साहेब जमीनदार वंशाचा होता. त्याच्यावर परंपरेनं सरंजामी संस्कार झालेले. त्यात नोकरमाणसांनी व बायकांनी उलट बोलणं आणि प्रतिवाद करणं बसत नसे. त्यामुळे महादूचं आईवरील प्रेमापोटीचं नम्र बोलणंही त्याला संतप्त करून गेलं.

तो गरजला, 'साल्या, एवढासा दहा-बारा वर्षांचा पोर. लईच चुरचुर चालतीय जीभ तुझी लेका.' आणि जगनला हाक देत म्हणाला,'माझा मघाशी लुंगी लावताना काढून ठेवलेला पँटचा पट्टा आण. याची आज बोलतीच बंद करतो. म्हणजे पुन्हा माझ्यासमोर बोलायची हिंमत करणार नाही.'

जगनही क्षणभर हादरला. मोठ्या भावाचा – साहेबरावचा – संताप त्याला माहीत होता. त्यानं हात चालवायला सुरुवात केली की, त्याला भान राहत नाही. महादू तर असा हाडाचा सापळा झालेला. पटदिशी मारानं मरून जायचा. त्यामुळे क्षणभर विचार करून तो म्हणाला

'दादा, जाऊ द्या बेअकली हाय बेणं. मी बघतो ना. लई मायवेडा आहे. सारखी तिची याद काढत असतं, म्हणून म्हटलं असेल त्यानं. मी त्याला ढोस देतो. पुना तुमच्या म्होरं तोंडातून सबुद काढणार नाही.'

कसा कोण जाणे, साहेबाचा पारा आज झर्रकन् खाली आला. जगनलाही खात्री नव्हती, त्यामुळे नवल वाटलं. पण पुन्हा तो चढू नये म्हणून महादू त्याच्या नजरेआड होणं आवश्यक होतं. 'महादू, तू जा. उरलेली भांडी घास आणि झोप!'

साहेबाच्या मनात पाहुण्याने जाताना सावध करताना आठवण दिलेले, 'बालमजुरी-कायदा', 'वेठबिगारी कानून' आठवत होते. त्यामुळे शिवशिवणारे हात त्यानं मनावर

संयम ठेवून आवरले. 'जगन, तू म्हणतोस म्हणून त्याला सोडतो. पण तू पण लक्षात ठेव – नोकर-चाकर म्हणजे पायातली व्हाण समजून ती पायातच ठेवायची. त्यांचे लाड व कोडकौतुक शहरात ठीक हायती. आपण जमीनदार – आपले कायदेकानून वेगळे. ते आपण इमानेइतबारे सांभाळायचे. समजलं? कामगार सदैव धाकात असला पाहिजे. त्याचं पोट पुरतं भरलेलं असतं कामा नये आणि त्यानं पैसाही साठवू नये. नाहीतर....'

'नाहीतर काय दादा?'

'त्यांना पंख फुटतात. ते इतर ठिकाणी जायचं सपान बघतात व मग काम सोडून जातात. आपल्याला ते परवडणारं नाही. कामकाज करणारे नोकर मिळतात कुठं?'

'हे शंभर टक्के खरंय दादा. शेतावर तरी रोजगार हमीमुळे कुठे मजूर मिळतात कामाला?'

'छान-छान! असंच शिकत राहा – मग आपुन एक मोठ्ठं हॉटेल काढू. त्याचा मालक तू!'

जगन एका मोठा हॉटेलवाला होण्याच्या गोड स्वप्नानं मोहरून गेला. इकडं साहेबाला झोप लागली. जगनही मग झोपायला गेला.

महादूनं शेवटी आलेल्या चार-सहा गिऱ्हाइकांच्या जेवणाची भांडी घासून साफ करायला सुरुवात केली. अंग चुरून आलं होतं, हात काम करेनासे झाले होते. पण जगनची आज्ञा होती, त्यामुळे रात्रीतूनच सफाई होणं आवश्यक होतं. पुन्हा उद्या सकाळी ते दोन राक्षस भाऊ उठण्यापूर्वी उठायला हवं. पण महादूची झोप उडाली होती. साहेबाच्या लागट बोलण्यानं आलेली संतापाची तिडिक अजूनही मस्तकात नसली, तरी मनात कायम होती.

'महादू, मेरे भाई... अब्बी काम खतम नहीं हुआ?'

महादूनं आवाजाच्या दिशेनं वळून पाहिलं. आरीज समोर उभा होता. ढाब्याच्या मागे हाकेच्या अंतरावर खाटीकवस्ती होती, तिथं तो राहायचा. ढाब्याला लागणारं मटण त्याचा बाप पुरवायचा. ते घेऊन आरीज यायचा. त्यामुळे त्यांचा दोस्ताना झाला होता. रोज नाही, पण अधून-मधून रात्री ते दोघे गप्पा मारीत बसायचे.

आज आरीज या वेळी आला म्हणजे त्याला गप्पा मारायचा मूड असणार. महादूला बरं वाटलं. त्यालाही मन मोकळं करायची आज गरज वाटत होती.

'ये – ये आरीज. काम झालंच बघ!'

मग दोघे बाहेर आले. आज रात्री मुक्कामाला फक्त दोन ट्रक होते. त्यामुळं अंगणातील आठ-दहा बाजा रिकाम्या होत्या. त्यांतील एकीवर आरीज दोन्ही हातांची उशी डोईखाली घेऊन वर आकाशात पाहत पडला होता. त्याच्यासमोर दुसऱ्या

बाजेवर महादूही तसाच पडला होता.

रात्रीची नीरव शांतता अधून-मधून हायवे वरून जाणाऱ्या वाहनांच्या आवाजांनी भंग पावायची. मध्यरात्रीनंतर वर्दळ मंदावली. ढाब्यावर एक ट्यूब व झाडावरील एक माळ फक्त पेटलेली होती. बाकी अंधार दाटलेला. अमावास्येनंतरची तीन-चार दिवसांची चंद्रकोर वातावरणात एक कोवळा मंद प्रकाश पेरीत होती. हवेतही सुखावणारा गारवा होता.

महादूचं दिवसभराच्या कष्टानं शिणलेलं शरीर सैलावलं होतं व थकवा कमी होत होता. जोडीला हलक्या आवाजात मनसोक्त गप्पा.

त्यानं मघाशी साहेबानं आईवरून बोललेलं सांगितलं, तेव्हा आरीज त्याचा हात हाती घेत म्हणाला,'सच्ची! तेरा मालिक शैतान का बेटा है। मां के बारे में ऐसे कहना? उसे भी तो मां होगी।'

'आरीज, माझी माय लई चांगली आहे रे! ती नेहमी मला साळंत जा म्हणायची. पण इथं कामावर आलो व शाळा सुटली बघ.' महादू शाळेच्या आठवणीनं पुन्हा उदास होत म्हणाला, 'मला पाटी-पेन्सिल लई आवडते बघ.'

'माझी तर पक्की दुश्मनी.' आरीज हसून म्हणाला,'त्यापेक्षा बकरी कापणं, रक्त-मांस साफ करणं, ठीक वाटतं!'

'पण तू शाळा सोडलीस हे ठीक नाही केलंस भैय्या.'

'क्या करू? यहा उर्दू स्कूल नहीं। मदरसे में दिल नहीं रमता और मराठी स्कूल में अब्बू नको जा बोलले। क्या करे?'

आरीजला गंभीर होणं कधीच आवडत नसे. आताही बातचितीला शाळेच्या विषयावरून लागलेलं गंभीर वळण त्याला रुचलं नाही. तो मान हलवत म्हणाला,

'जाने दो महादू भाय, ये अपनी-अपनी किस्मत है। हमारे किस्मत में इल्म नहीं है, तो चीन जाकर भी वो हासील नहीं होगी। छोडो भी यार. कुछ गानाबजाना हो जाय?'

'न – नको. मालक जागे होतील.'

'नहीं होगे। दोनो शराब पीके पडे है। सुबहतक उनपरसे हाथी गया तो भी उनकी नींद नहीं खुलेगी। समझे? जा, अंदरसे जर्मन की थाली ला। तू अच्छा बजाता है।'

'और तुम अच्छा गाते हो।' महादूही खुलून बोलला.

त्यानं ढाब्याच्या किचनमधून दोन जर्मनच्या थाळ्या, दोन चमचे व काटे आणले. त्याला ठेका व नादाचं जन्मजात ज्ञान होतं. आणि आरीजचा आवाज सुरेल होता.

'आरीज, जरा हळू गायचं हं... नाहीतर....'

'डर मत साले। बहुत कुछ किया तो इस कांटेसे उनके फैले हुए मोटे पेट में भोकस देंगें... समझे?'

महादूला हसू आवरलं नाही. साली काय पण जिंदगी आहे आपली... काम झाल्यावरही मनासारखं वागायला मोकळीक नाही. आज झोप उडाली आहे व साथीला सूर द्यायला आरीज आहे. जरा मजा केली तर काय हरकत आहे? फारच झालं तर तो म्हणतो तसं काट्यानं साहेबाला भोसकू या... काट्या-चमच्यासोबत भांडी उचलताना भाजी काटायचा सुराही महादूनं आणला होता. त्याकडे पाहून धीर आला होता व हसूही.

'कलही नयी पिक्चर देखी महादू – फस्ट डे फस्ट शो। शाहरूख खानकी। क्या पिक्चर थी साला...।'

आणि त्यानं गुणगुणायला सुरुवात केली,'ओम शांती ओम....'

महादू चालीच्या आधारे सहजतेनं थाळी डफासारखी धरून वाजवू लागला आणि मधून-मधून दुसऱ्या थाळीवर चमचा-काटा आपटीत नाद निर्माण करू लागला.

आरीज चांगलाच रंगात आला होता. आणि भान हरपून त्याचा आवाज चढत होता. महादूचा ठेकाही वेगवान होत चालला होता. तोही आपल्या कापऱ्या आवाजात साथ देऊ लागला, 'ओम शांती ओम!'

मध्येच थांबून आरीज म्हणाला, 'काय चिकणी हिरोईन आहे! सॉलिड!' पुन्हा सूर लावीत गाऊ लागला.

'भडव्या महाद्या – काही काळवेळ आहे की नाही? साल्या, झोप नासवलीस की!' असा गडगडाटी आवाज आला आणि आरीजचा आवाज बंद पडला. महादूची ठेका धरलेली बोटं निर्जीव पडली. 'आरीजभाई, घात झाला. आता काही खरं नाही.'

'डर मत साले। हमने क्या गुनाह किया है?'

'त्याची झोपमोड केली.'

'वो क्या बादशहा है? खुदा है?' आरीज बेफिकिरीनं म्हणाला,'तुमने दिनभर सारा काम किया ना? फिर थोडी दिलकी तसल्ली करना गुनाह तो नहीं?'

'आरीज ना रे तू?' साहेब उठून त्यांच्याकडे येत दात-ओठ खात करवादला,'तुझ्या बापाला सांगतो आणि तुमची मटणमच्छी घेणंच बंद करतो – मग कळेल.'

'जाऊ द्या मालक. गलती झाली. पुन्हा असं व्हणार नाय. माय शपथ!' अजिजीनं महादू म्हणाला.

'मघाशी पट्ट्यानं फोडणार होतो, तेव्हा जगन्यामुळे सोडलं. पण आता माझी नींद खराब केली. आता नाय सोडणार.'

'मालक, पुना इनवणी करतो. एकवार माफ करा. नाहीतर...' महादू शांतपणे ठाम स्वरात म्हणाला.

'नाहीतर काय बे? बोल... बोल....'

'मालक, दिसरात राबतो. धड झोपही तुमी किंवा जगन सरकार घेऊ देत

नाहीत. तीन साल झाले, अजूनबी कसं कर्ज फिटत नाही? मला मोकळं करा. तुमी बी सुटाल, मी बी सुटेन.'

महादूला स्वत:लाच नवल वाटत होतं, आपण एवढे कसे निर्भीड झालो? खूप दिवसांपासून मनात होतंच. शाळा सुटली तरी त्याचं गणित पक्कं होतं. कारण साळवे मास्तरांनी त्याच्याकडून पावकी-निमकीपर्यंतचे पाढे पाठ करून घेतले होते. त्यामुळे अजून कसं कर्ज फिटत नाही, हा प्रश्न त्याला सतवायचा. साहेब व जगन दोघेही आपल्या व मायच्या मजबुरीचा फायदा घेत आहेत, अशी त्याची पक्की समजूत झाली होती!

मनातलंच हे आज या क्षणी आठवलं असणार. कदाचित हातात काटा व सुरी होती, त्यामुळे हिंमत गोळा झाली होती. मुख्य म्हणजे मनात दाटलेली साहेब व जगन बद्दलची चीड अचानक उफाळून आली होती. कारण त्यानं मायला 'मांस झडलेली खप्पड म्हातारी' म्हटलं होतं. 'खरंय मालक, आमचं झडलेलं मांस तुमच्या अंगावर चढलंय.'

'भडव्या महाद्या, थांब तुला दावतो माझा इंगा,' असं म्हणत संतापानं वेडापिसा होत साहेब धावत पुढे आला, तेव्हा त्याच्या पायांत पाय घालून आरीजनं सफाईनं त्याला खाली पाडलं. जाडजूड भक्कम देहाचा साहेब पत्त्याप्रमाणे कोसळला. 'अयाई... मेलो... मेलो! जगन्या, ये की माज्या भावा!'

आरीज व महादू साहेबाची ती शोचनीय अवस्था पाहून खदाखदा हसू लागले.

'या मालक, या – दावा की इंगा मला!'

'मी अजून जिता हाय मादरचोद,' मागून आवाज आला. तसं दोघांनी वळून पाहिलं. समोर साहेबापेक्षा उंच व पैलवानी शरीराचा जगन उभा होता.

क्षणभर आरीज लटपटला. पण महादूच्या अंगात वीरश्री संचारली होती. गेल्या तीन वर्षांत जी मारहाण व छळ महादूच्या वाट्यास आला होता, त्याची सारी खदखद जागी झाली होती. साहेबाला झटक्यात खाली पाडल्यामुळे अधिकच स्फुरण चढलं होतं!

'आता नाही जिते राहणार तुम्ही धाकले मालक. आता म्या बी तयार हाय मरायला व मारायलाबी!' असं म्हणून एका हातात सुरी व दुसऱ्या हातात काटा घेऊन महादू बेफाम होत जगनच्या दिशेनं वेगानं चाल करून गेला आणि दोन्ही हातांचं बळ एकवटून एकाच वेळी काटा व सुरी त्यानं जगनच्या पोटात खुपसली. जगनही जीवघेणं ओरडत खाली कोसळला.

'चल आरीज. इथून पळालं पाहिजे.' महादू म्हणाला. स्वत:ला सावरत साहेब उभा राहिला होता. तसा आक्रमण हाच उत्तम बचाव समजत महादू व आरीज दोघेही पळत जाऊन त्याच्या देहावर आदळले. पुन्हा साहेब खाली कोसळला. आरीजनं

आता त्याच्या पोटात काटा खुपसला.

'चलो महादू। हमे भागना पडेगा। दोनो कभी भी संवरकर हम पे हमला कर सकते हैं।' तो म्हणाला.

ते दोघे जिवाच्या करारानं पळत सुटले. समोरच हायवे होता. त्यावर ते आले. क्षणभर उसंत घेत त्यांनी मागं वळून पाहिलं.

खरंच आरीजनं म्हणल्याप्रमाणे साहेब व जगन मागून येत होते.

'आरीज, तुम तुम्हारे घर जाओ। मी पुन्यांदा इथं ढाब्यात येणार नाही. मेरे दोस्त, खुदा हाफीज।' महादू म्हणाला, 'उगीच माझ्यापायी तुला तकलिफ नको.'

'हम दोस्त हैं महादू। तकलिफ कैसी?' आरीज म्हणाला, 'तेरा साथ देंगे।'

'तर चल दोस्त.'

पुन्हा ते धापा टाकीत पळू लागले. पळताना त्यांना भान राहिलं नाही. त्यांनी रस्त्याचा दुभाजक ओलांडला होता.

समोरून एक जीप वेगानं येत होती. ड्रायव्हरनं दोन मुले पळत येताना पाहिली आणि करकचून ब्रेक लावला.

रात्रीच्या शांततेचा भंग करीत कर्कश्श आवाज करीत जीप थांबली. पण बेभान झालेले व पळणारे आरीज व महादू त्या जीपला धडकले व धाडकन कोसळले.

जीपमधून अरुण बाहेर आला. 'ओ माय गॉड! यांना काही इजा तर झाली नसेल ना रसूलभाई?'

'नाही अरुणभैय्या.' रसूल त्या दोघांची नाडी पाहत म्हणाला,'त्यांना फारसं लागलेलं नाहीये. घाबरून बेशुद्ध झालेले दिसतात.'

'थँक गॉड!' अरुणनं सुटकेचा निश्वास टाकला. 'त्यांना उचलून गाडीत ठेव. त्यांना दवाखान्यात घेऊन जाऊ!'

'ठीक है अरुणभैय्या!'

त्या क्षणी अरुणला कुठे ज्ञात होतं की, ही दोन मुले त्याच्या नव्या 'स्वप्नभूमी' प्रकल्पाचे पहिले दोन सदस्य बनणार होती?

प्रकरण तीन

'थँक्यू फादर, याखेरीज मी दुसरं काय म्हणू शकतो? तुम्ही खरेखुरे फादर आहात, दीनदुबळ्यांची सेवा करणारे. तुम्ही आज जे दान केलं आहे, त्याला तोड नाही. आता माझा नियोजित 'स्वप्नभूमी' प्रकल्प केवळ स्वप्न न राहता प्रत्यक्षात साकार होईल.'

अरुण सत्काराला उत्तर देताना गहिवरला होता. आपल्या मनोगताचा शेवट करताना थोडं वाकून दोन्ही हात जोडीत तो म्हणाला,

'वन्स अगेन थँक्यू फादर!'

चर्चचा सारा परिसर टाळ्यांच्या गजरात निनादून गेला!

ते ब्रिटिश काळात बांधलेला चर्च होते. तिथं रेव्हरंड टिळक व पंडिता रमाबाई येऊन गेले होते. त्या चर्चच्या प्रार्थनागृहात जिल्ह्याचे प्रमुख आर्च बिशप असलेले फादर मायकल गायकवाड यांनी अरुणचा सत्कार केला होता.

जिल्ह्यातील बालमजुरीच्या कलंकापासून मुक्त झालेल्या पन्नासाव्या गावात हा सत्कारसमारंभ आयोजित करण्यात आला होत. अरुणच्या 'बचपन बचाव' संघटनेच्या वतीनं गेलं वर्षभर जे काम चाललं होतं, त्याला उत्स्फूर्त प्रतिसाद मिळत होता. गावच्या सरपंचाच्या हस्ते गावच्या सीमारेषेवर,'हे गाव बालमजुरीमुक्त असून या गावातली सर्व बालके शाळेत जातात', असा मजकूर असलेल्या फलकाचं अनावरण तासापूर्वी झालं होतं. आणि त्यानंतर चर्चच्या सभागृहात गाव व चर्चच्या वतीनं अरुणचा सत्कार संपन्न झाला होता.

सत्काराचं प्रयोजन सांगताना फादर म्हणाले होते –

'माझ्या प्रिय गावकरी बंधू-भगिनींनो,

आपण सारी मुले देवाघरची फुले समजतो. पण तरीही आज आपल्या देशात कोवळ्या वयाची लाखो मुले काम करताना दिसतात. पालकांचं दारिद्र्य, परंपरा आणि सावकारी कर्ज, वेठबिगारी प्रथा अशांमुळे ज्या वयात खेळायचं व शाळेत

जाऊन विद्यार्जन करायचं, त्या वयात कोवळ्या वयाच्या मुला-मुलींना दहा-दहा, बारा-बारा तास काम करावं लागतं. बालमजुरीच्या कुप्रथेबाबत साऱ्या जगात जागृती निर्माण झाली आहे. युनिसेफ व वर्ल्ड लेबर ऑर्गनायझेशन यांनी या कामी पुढाकार घेतला आहे. माझं स्वत:चं मत आहे की, बालमजुरी हा देशावरचा नव्हे, तर पृथ्वीवरचा कलंक आहे.

'आज एकविसाव्या शतकात भारतात व विशेषत: पुरोगामी महाराष्ट्रातही फार मोठ्या संख्येनं बालमजूर आहेत, ही दुर्दैवी बाब आहे. तो आकाशातला बाप – आपल्या सर्वांचा परमेश्वर – त्यासाठी आपल्यासारख्या मोठ्या कळत्या माणसांना कधीच माफ करणार नाही. पण प्रायश्चित्त घेऊन हे पाप धुऊन काढता येईल.

'या गावानं व या जिल्ह्यातील अन्य एकोणपन्नास गावांनी बालमजुरीप्रथेचं गावातून उच्चाटन करून सर्व बालकांना शाळेत दाखल केलं, यासाठी ती गावे व गावकरी अभिनंदनास पात्र आहेत. पण त्यामागे 'बचपन बचाव' या संघटनेची प्रेरणा आहे व त्याचे प्रमुख आहेत, अरुण पालिमकर. तुम्हा-आम्हा सर्वांचे अरुणभैय्या. त्यांनी 'बचपन बचाव' हे मिशन मानलं आहे आणि आम्ही फादर व नन मिशनरी असल्याने जिल्ह्यातील सर्व चर्चेसनी त्यांना साथ देण्याचा निर्णय घेतला आहे. यापुढे आम्ही सारे 'बचपन बचाओ'च्या कामात भागीदार आहोत.'

अरुणचं मन भरून आलं होतं, ते डोळ्यांवाटे प्रगट होत होतं. आपण वारंवार भरून येणारे व त्या प्रयत्नाला न जुमानता वाहणारे अश्रू पुसत आहोत व सारे श्रोते ते पाहत आहेत, याचं त्याला भान नव्हतं!

'शांताक्का, हे सारे तुमचे श्रेय आहे.' त्याच्या मनात शांता सिन्हांची वत्सल मूर्ती साकारली. त्यांच्या रंगारेड्डी जिल्ह्यातील कामापासून प्रेरणा घेत प्राथमिक शिक्षणातून बालमजुरी-निर्मूलनाचं काम त्यानं सुरू केलं होतं. एकेक गाव जागृत करून सर्व मुलांना सरकारी प्राथमिक शाळेत घालून 'बालमजुरीमुक्त' गावाचा फलक लावायचा आणि दोन तरुण कार्यकर्ते गावकऱ्यांतूनच नेमून यापुढेही एकही मुलगा किंवा मुलगी शेतावरही कामाला जाणार नाही व शाळाबाह्य कुणी यापुढेही राहणार नाही, याची दक्षता घेण्यासाठी नेमायचे, हे या मोहिमेचं व कामाचं स्वरूप होतं.

आज एका वर्षाच्या आत पन्नासाव्या गावात 'बालमजुरीमुक्त' गावाचा फलक लागला होता. गावचे तरुण पदवीधर सरपंच लोखंडेंनी त्यासाठी फादर मायकल गायकवाडांना बोलवलं होतं व त्यांच्या हस्ते अरुणचा सत्कारही ठेवला होता.

'माझा व अरुणजींचा प्रत्यक्ष परिचय आजच होतोय; पण त्यांचे काम मला माहीत आहे. विशेषत: प्राथमिक शाळेत शंभर टक्के पटनोंदणी व शून्य टक्के गळती यासाठी ते काम करतात. शाळा व शाळेत जाणारी आठ ते चौदा वयोगटातील १०० टक्के मुले हाच बालमजुरी-निर्मूलनाचा सर्वोत्तम मार्ग आहे, ही त्यांची भूमिका

सार्थ आहे. आमच्या चर्चेस ऑफ इंडियातर्फे आम्ही जिल्ह्यात सुमारे वीस शाळा व जिल्ह्याच्या ठिकाणी एक कॉलेज चालवतो. शिक्षण हा मुलांचा मूलभूत अधिकार आहे, असं आम्हीही मानतो. पण बालकांचा एक फार मोठा गट शाळेत येत नाही किंवा दोन-तीन वर्षांत गळती होते. त्यांच्यासाठी अरुणजी काम करीत आहेत. हे देवाचं काम आहे, हे मानवतेचं काम आहे. आम्हा धर्मगुरूंचं तरी दुसरं काय काम असतं? आजपासून आम्ही चर्च व आमच्या शिक्षण संस्थेच्या माध्यमातून 'बचपन बचाव'चं काम हाती घेत आहोत.'

अरुणचा स्वत:च्या कानांवर विश्वास बसत नव्हता. फादरचं कर्तृत्व व जिल्ह्यात त्यांचा शैक्षणिक क्षेत्रातील प्रभाव त्याला माहीत होता. जिल्ह्याचे प्राथमिक शिक्षण अधिकारी देव अरुणचे चांगले मित्र झाले होते. ते त्याला फादरबद्दल नेहमी सांगत असत. ते किती खरं आहे, याचा आज प्रत्यय येत होता.

'मला जिल्हा परिषदेचे शिक्षणाधिकारी देवसाहेबांनी सांगितलं आहे की, अरुणजींना केवळ बालमजूरी-निर्मूलन नव्हे, तर एकूणच बालहक्काच्या संदर्भात एक मोठा प्रकल्प सुरू करायचा आहे. त्याचं त्यांनी नावही आतापासून ठरवलं आहे – स्वप्नभूमी! मोठं सार्थ नाव आहे – हजारो बालकांच्या शिक्षण, खेळ, आरोग्य व मनोरंजनाचं स्वप्न पूर्ण करणारी स्वप्नभूमी. त्यासाठी त्यांना जागा नाही व इमारत नाही. आजच्या काळात जागेच्या किमती गगनाला भिडल्या आहेत, तसंच इमारतबांधकामही महागडं झालं आहे. म्हणून मी आज इथं या येशूच्या पवित्र मंदिरात – त्यानंच कदाचित प्रेरणा दिली असेल म्हणून – जाहीर करतो की, जिल्ह्याच्या मुख्यालयी आमची नर्सरी व के.जी. शाळा नव्या मोठ्या इमारतीत स्थलांतरित झाली आहे. जुनी शाळेची इमारत व मोकळी जागा आम्ही चर्चच्या वतीनं अरुणभैय्याच्या 'बचपन बचाव' ट्रस्टला बालकांची स्वप्नं प्रत्यक्षात आणण्यासाठी, त्यांच्या नियोजित 'स्वप्नभूमी'ला देणगी म्हणून देत आहोत!'

फादरच्या या उत्स्फूर्त घोषणेचं टाळ्यांच्या कडकडाटात गावकऱ्यांनी स्वागत केलं. गेले सहा महिने त्यांनी अरुणचं काम, त्यामागची तळमळ पाहिली व अनुभवली होती. गावातील काम करणारी शे-सव्वाशे मुलं व शाळा सोडलेली तीस-पस्तीस मुलं अरुणच्या निरंतर प्रयत्नानं शाळेत दाखल झाल्याने आज गाव बालमजुरीमुक्त झालं होतं! आपली काम करणारी मुलं गणवेश घालून शाळेत चिवचिवत जाताना, पाटी-वहीवर अक्षरं लिहिताना आणि मराठी-इंग्रजी कविता गुणगुणताना पाहून पालकांना मनस्वी समाधान लाभत होतं. जे काम आपल्या गावी झालं, ते साऱ्या जिल्ह्यात अरुणभैय्याला करायचं आहे. त्यासाठी फादरनं शाळेची एक इमारत मोकळ्या जागेसह देणगी म्हणून दिल्याचं जेव्हा जाहीर केलं, तेव्हा त्याचा उपस्थित गावकऱ्यांना आनंद झाला होता. त्यांनी तो टाळ्यांचा प्रचंड

कडकडाट करून व्यक्त केला होता!

सर्वांत प्रथम सरपंच लोखंडेंनी टाळी वाजवली होती व साऱ्यांच्या टाळ्यांचा नाद काही क्षणांत थांबला, तरी त्यानंतर काही सेकंद लोखंडेंची टाळी वाजत होती. टाळी वाजवताना ते स्टेजवरून श्रोत्यांमध्ये आपल्या पत्नीजवळ बसलेल्या भीमाकडे पाहत होते. गावात प्रथम जेव्हा अरुण आला होता, तेव्हा त्याने लोखंडेंच्या मनावर आघात करणारा प्रश्न केला होता, तो कानात प्रतिध्वनित होत होता.

'केवळ आठ दिवसच तुमच्या भीमाला इतर मुलांप्रमाणे वीटभट्टीवर कामाला पाठवा. आणि मग मला सांगा, बालमजुरी व्यवसायशिक्षण देणारी ॲप्रेंटिसशिप ठरू शकते का ते? होय म्हणालात तर हे काम मी सोडून देईन.'

आपला आठ वर्षांचा भीमा शाळेत न जाता उन्हातान्हात वीटभट्टीवर प्रचंड तापमानात काम करीत आहे, हे दृश्य त्या वेळी व आताही लोखंडेंना नुसत्या कल्पनेतही सहन होत नव्हते.

लोखंडे पदवीधर होते व गावात परतल्यावर शेती व राजकारण करीत होते. मुख्य म्हणजे ते कविता करीत. एक उदयोन्मुख ग्रामीण शेतकरी कवी म्हणून प्रसिद्धीस येत असताना त्यांच्या संवेदनशील मनाला अरुणचा तो रोखठोक सवाल विद्ध करून गेला.

'माझं चुकलं अरुणजी. लहानपणी काम करणं म्हणजे व्यवसायशिक्षणाचं प्रत्यक्ष ज्ञान मिळण्याची प्रयोगशाळा आहे, हे – मला माफ करा – मी नाही, माझ्यात भिनलेली व बापजाद्यांपासून चालत आलेली जमीनदारी बोलत होती.'

आज लोखंडेंनी प्रास्ताविक करताना हा प्रसंग सांगून म्हटलं,

'मी फार बोलणार नाही. एवढंच सांगेन की, आपल्यात पोसायची हिंमत नसेल, तर मुलं पैदा का करायची? हे मर्दपणाचं लक्षण नव्हे. नुसत्या मिशा राखून मर्दपणा व कर्तेपणा सिद्ध होत नाही. साऱ्या कुटुंबाचा पोशिंदा होणं व मुलांना आजच्या काळात चांगलं शिक्षण देणं हेच पुरुषार्थाचं लक्षण आहे, असं मी मानतो.

'मी शेतीवर कविता करतो. पण काम करणाऱ्या मुलांच्या जीवनातला अंधार मी अरुणभैय्यामुळे पाहिला, जाणला आणि त्यानं हादरून गेलो. आणि अशा अनुभव व भावनांना शब्दरूप देत गेलो, त्याच्या काही कविता झाल्या. त्यांतली एक ऐकवतो व थांबतो.'

आणि त्यांनी एक कविता आपल्या खड्या मोकळ्या आवाजात साऱ्यांना ऐकवली –

तरटाच्या पडद्याआडून
एक बारा-तेरा वर्षांचा चेहरा डोकावला,

तो चेहरा
वसंतातल्या पहिल्या फुलासारखा ताजा होता
आणि डोळे
पहिल्या प्रेमासारखे निर्मळ
पण त्याच्या हातावर
भाज्या कापत राहिल्याच्या चिरा होत्या
आणि त्या चिरांमध्ये
भांडी घासण्याची राख जमलेली होती
त्याचे हात
त्याच्या चेहऱ्यापेक्षा वीस वर्षांनी मोठे होते.

'माझ्या गाववाल्यांनो, छोट्या-छोट्या मुलांचे हात छोट्या बाळाप्रमाणे निर्मळ-नितळ व कोवळे राहिले पाहिजेत.

'आपलं गाव आपण आज बालमजुरीच्या कलंकातून मुक्त केलं आहे. ते पुरेसं नाही. सर्व मुलं शाळेत दररोज गेली पाहिजेत व एकाही मुला-मुलीची गळती होता कामा नये. तसंच पंचक्रोशीतील आपल्या संपर्कातील गावांतील आपल्या भाऊबंदांना-नातेवाइकांना सांगून देऊन त्यांचंही गाव आपल्या गावाप्रमाणे या कलंकातून मुक्त होण्यासाठी प्रवृत्त केलं पाहिजे. तेवढं आपण करावं, हीच कळकळीची विनंती!'

समारंभ संपल्यावर अरुणला पत्रकार व टी.व्ही. कॅमेऱ्यांनी घेरा घातला व विचारलं, 'बालमजुरी-निर्मूलनाच्या आपल्या मिशनची काय प्रेरणा होती?'

'खरं सांगू? एके काळी मी बालमजूर होतो. शिवकाशीला काम करताना फटाक्याच्या कारखान्यात स्फोट झाला. त्यातून मरता-मरता वाचलो होतो. त्यापूर्वी आमच्या जिल्ह्याच्या गावी मी बालवयात रॉकेलच्या हातगाडीवर शाळा सोडून काम करीत होतो. मी बालमजुरांचे दु:ख भोगले आहे. मग माझी त्यातून माझ्या सुदैवानं सुटका झाली. शिक्षण घेता आलं. ती फार मोठी कहाणी आहे. पण शिकताना, अभ्यास करताना विचार पक्का होत गेला की, याच क्षेत्रात कार्यकर्ता म्हणून काम करायचं. ते मी करीत आहे – करीत राहीन. बस!'

टाटा सुमोनं रात्रीच्या नीरव शांततेत होणाऱ्या परतीच्या प्रवासात अरुणचा किंचितसा डोळा लागला. थंड प्रसन्न हवा सर्वांगाला भिडत होती. टेपवर रात्रीच्या प्रहराला अनुकूल असा एक राग सतारीवर वाजत होता. रसूल 'सेफ' ड्रायव्हिंग करीत होता. काही वेळ त्याच्याशी बोलणं झाल्यावर अरुण शांत झाला. बाहेरचा खुला आसमंत व चांदण्यांनी किंचित रुपेरी झालेल्या रात्रीनं टाकलेलं संमोहक चेटूक अनुभवताना गुंगत गेला. पण त्याच वेळी मघाशी विचारला गेलेला पत्रकारांचा प्रश्न

कानात पुन्हा-पुन्हा घुमू लागला. स्मृतीची तार छेडली गेली. आठवणींचं मोहोळ मग उठलं. आणि एक-एक घटना, एक-एक प्रसंग त्याला दंश करू लागले. त्याचा भूतकाळ त्याच्या नजरेसमोर उलगडू लागला.

***

'अरुण बेटा, ऊठ. रॉकेल डेपोवर जायला वेळ हुईल सोन्या. तुझा खविस बाप राकसाप्रमाणे ओरडत शिव्या देईल. उगीच तमाशा नको.'

गाढ झोपेत असलेला अरुण ताडकन उठून उभा राहिला. 'रॉकेल डेपो' आणि 'राकस (राक्षस) बाप' हे दोन शब्द त्याला जाग यायला पुरेसे होते. इंदिरानगर झोपडपट्टीतून नव्या मोंढ्यात रॉकेल डेपोत रॉकेलची सायकलगाडी न्यायला तासभर लागायचा. तेथे आठपर्यंत पोचलं तरच नंबर लागून तास-दीड तासांत दोनशे लिटरचा कोटा मिळायचा. संगे सावत्र बाप काशिनाथ असायचा.

आपला जन्मदाता बाप हमाली करताना रक्त ओकून मेल्यावर माय धोंडीनं या काशिनाथशी म्होतूर लावून आपल्याला केवळ छळण्यासाठी व राबवून घेण्यासाठी हा राक्षस (मायच्या भाषेत राकस) बाप दिला, असं त्याचं बालमन त्याला सांगायचं. या सावत्र बापाची प्रचंड भीती अरुणच्या मनात भिनली होती. आपल्या या झोपडपट्टीत म्होतूर लावून आल्यापासून काशिनाथनं केवळ मारझोड, शिवीगाळच केली. आपली शाळा सोडवली आणि रॉकेलविक्रीच्या कामावर लावलं, त्यामुळे अरुणला त्याचा राग यायचा.

धोंडीला तो म्हणायचा, 'माय, हा राकस बाप मला का दिलास? त्यानं माझी शाळा सोडली, तेव्हा तू का नाही मध्ये पडलीस? माझा बाबा जिवंत असताना किती प्रेम, किती लाड करायचा. आता काय? – तो नसताना तू माया करतेस. पण मारझोड करताना चूप असतेस माय, असं का?'

म्होतूर लावल्यापासून धोंडीची वाचाच बसली होती जणू! एवढी ती अबोल झाली होती. अरुणच्या प्रश्नाचं उत्तर ती केवळ रडणाऱ्या डोळ्यांनी व त्यांतून अविरत झरणाऱ्या आसवांनी द्यायची. लहान असला तरी अरुणला तिची अगतिकता जाणवायची. 'राकस' बापापुढे तीपण आपल्याप्रमाणेच हतबल आहे, हे त्याला उमगायचं. मग तोच चूप व्हायचा.

पण तिसरीत असताना शाळा सुटली, याचा अरुणला प्रचंड खेद असायचा. जशी अक्षरओळख झाली, तशी त्याला पुस्तकाची गोडी लागली होती. पाठ्यपुस्तकातल्या कविता त्याला तोंडपाठ असायच्या. मुख्य म्हणजे तो पेपरच्या हेडलाइन वाचायचा. त्याच्यासाठी त्याचा सख्खा बाप कौतुकानं रद्दीतून पेपरच्या

बालपुरवण्या घेऊन यायचा.

आज शाळा सुटली असली, तरी रॉकेल विकताना मोठ्या माणसांची वाचून रद्दी झालेली वर्तमानपत्रं तो त्यांच्या मागे लागून मागून घ्यायचा. वेळ मिळेल तेव्हा वाचायचा. त्यामुळे तो विचार करायला शिकला होता. पण त्याचा त्यालाच त्रास व्हायचा. तो विचारांचा किडा मस्तक पोखरायचा, पण आता त्यापासून सुटका नव्हती.

तोंड धुऊन तयार होईपर्यंत धोंडीनं त्याच्यासाठी चहा केला होता. तो गरमागरम गोडचिट्ट चहा त्यानं फुरक्या मारीत पिला. तिनं न्याहरी व दुपारची भाकरी असलेला ॲल्युमिनियमचा डबा दिला, तो घेतला. 'माय कुठंशीक हाय राकस बाप?'

'काल रातच्यानं त्या रांडेकडं गेलाय, अजूनश्यानी त्याचा पत्ता नाय.' धोंडी करवादली. 'तो नाय येणार बाबा. तू जा एकलाच. पन सांबाळुन सोन्या!'

आपल्यासोबत आपला राक्षस बाप नाही, हे कळताच अरुण खुलून प्रसन्न हसत म्हणाला, 'माय, काळजी करू नकोस. हा धंदा सुरू करून सहा महिने झाले आहेत. मी सारेकाही शिकलो आहे. आज पण झकास कमाई करून आणेन. रोज दहा देतो, आज वीस रुपये कमावून देईन. काही महिन्यांतच आपल्याला स्वत:ची रॉकेलगाडी घेता येईल एवढे पैसे मी नक्की मिळवेन. मग कमाई वाढेल. आपण सुखात राहू.'

'या पोरवयात तू काम करायचं आन् आम्ही सुक मानायचं? नाही पोरा. पण हा तुजा राकस बाप दारू व रांडेपायी तुजी-माजी कमाई उधळतो, वर तरास देतो. मला सवय हाय खटलं म्हणून नवऱ्याकडून मार खायची. पण तुला कामाला लावून हा सांडाप्रमाणे उधळत असतो, तेचं दुक हाय सोन्या. पन काय करू, तेचं डोरलं बांदलंय ना!'

'तोडून टाक ते डोरलं आन् घे काडीमोड! त्याला इथून हकलून दे. हे झोपडं माझ्या बापानं बांधलंय. ते तुझं-माझं आहे.'

'नको पोरा, आसं बोलू. कुंकवाचा धनी हाय. कसाबी आसू दे, थोडंच तेला टाकता येतं असं डोरलं तोडून!' धोंडीमधील पारंपरिक बायको अस्वस्थ होत बोलली. ती जेव्हा असं बोलायची, अरुणला कळायचं नाही की, का ती बापाचा एवढा मार सहन करते?

आणि सकाळी धोंडी समोर येत असे, तेव्हा तिच्याकडे पाहवत नसे. तिची अशक्त कुडी अधिकच विकलांग वाटू लागे. काशिनाथची तिला उद्देशून असलेली 'हाडक हडळ' ही शिवी बोचू लागे.

त्याचं हे काही स्त्री-पुरुष संबंध जाणण्याचं वय नव्हतं; पण झोपडपट्टीमध्ये सारे व्यवहार नको म्हटलं तरी दिसतात आणि बाया हे सारं स्वच्छ ग्राम्य शब्दांत बोलत असतात. त्यामुळे रात्री बापानं मायचे कसे व किती लचके तोडले असतील, हे अबोध मनाला कुठेतरी अस्पष्टपणे जाणवत असे. धोंडीची दया येत असे; पण

तिच्याशी तिच्या अवस्थेबद्दल मुलगा म्हणून बोलता येत नाही, बोलायचं पण नसतं, हे भान मात्र त्याला होतं.

मस्तकात बापाची चीड ठासून भरलेली होती, म्हणून काडीमोड घेऊन गळ्यातलं डोरलं तोड असं तो बोलून गेला.

पण कसंही असलं तरी धोंडी काशिनाथला सोडू इच्छीत नव्हती. अगदी पोटच्या एकुलत्या एक पोराला तो कामाला लावतो आणि वर मारहाणही करीत असला, तरी ती एका गोष्टीबाबत ठाम होती – कुंकवाला धनी हा हवाच!

तिच्या या भावनेला आपण ठेच तर दिली नाही ना, या भावनेनं थोडा शरमिंदा होत अरुण म्हणाला, 'ठीक आहे माय. तुझा तो मालक आहे, पण माझा बाप नाही.'

'असं नको म्हनू पोरा.' धोंडी म्हणाली, 'सावत्र असला, मारत असला तरी बापच हाय तो तुजा. आनी आता, तू दादा व्हनार हायस. होय लेकरा, मी पोटूशी हाय आताशी!'

अरुणचे डोळे आणि मन लकाकलं. चेहरा फुलून आला. 'खरंच माय, मी दादा होणार? मला बहीण हवी भाऊबीजेला राखी बांधायला. सांगून ठेवतो.'

'ते काय आपल्या हाती हाय? देव देईल तसं.' धोंडीही काहीशी हसत म्हणाली. 'पन खरं सांगू अरुणराजा, मला पोरगी व्हावी असं नाय वाटत. आपल्या-सारख्या गरिबाघरी बाईचा जलम लई वाईट. मला जसं कलतं, तवापासून फकस्त काम आणि तरास. आधी बाप पोरगी जाली म्हणून मायसोबत मलाबी मारायचा. सहा वर्षांपासून मोलकरनीचं काम वाट्यास आलं, ते मरेपर्यंत सुटायचं नाय. काय मतलब हाय अशा सडक्या जगण्याचा? हे का तर म्या बाई हाय म्हणूनशानीच ना! मग का म्या पोरीला जलम देऊ?'

'नाही माय, तिला आपण सुखात ठेवू. मी मोठा भाऊ म्हणून तिला शाळा शिकवेन, मास्तरीण करीन. तुझ्यासारखी मोलकरीण नाही होऊ देणार. मी वचन देतो, पण मला बहीणच हवी.'

'पन ती तर सावत्र भन असेल की!'

'तू तर माझी सख्खी – मला जन्म दिलेली आई आहेस; मग ती सावत्र कशी?'

'लई बेस पोरा. मला आता भय नाय वाटणार पोरीला जलम देताना.' धोंडी आपला खरखरीत निबर हात त्याच्या गालांवरून फिरवून कानशिलावर कडाकडा बोटं मोडत समाधानानं हसत म्हणाली. आता जा तू लेकरा – वेळ व्हईल धंदा-पान्याला.'

***

नवा मोंढ्याच्या गजबजलेल्या व्यापारी भागात एक छोटीशी रॉकेल लेन आहे. तिथं चार-पाच रॉकेलविक्रेत्यांचे डेपो आहेत. शहरातील वितरणव्यवस्थेप्रमाणे प्रत्येक डेपोला एक टँकर रॉकेल हॉकर्सना वितरणासाठी दिला जातो. बारा हजार लिटरच्या एका टँकरला साठ सायकलरिक्षा जोडलेल्या आहेत. दररोज दोनशे लिटर्स रॉकेल प्रत्येक सायकलरिक्षा चालवणाऱ्या हॉकर्सना दिलं जातं!

चौधरी ॲन्ड सन्स डेपोला काशिनाथची सायकलरिक्षा जोडलेली. दोनशे लिटर्सची गोल टाकी सायकलरिक्षावर फिट केलेली. सायकलरिक्षा ओढीत ठरवून दिलेल्या वॉर्डात फिरून प्रति रेशन कार्डाला दोन-पाच लिटर्स रॉकेलविक्री करायची, असे पुरवठाविभागाचे लेखी आदेश होते.

धोंडीच्या मालकीच्या झोपडीत काशिनाथ राहायला आल्यावर एक महिन्यातच त्यानं अरुणची शाळा सोडवून त्याला या कामाला लावलं. तो सकाळी त्याला घेऊन डेपोवर जायचा, रॉकेल घ्यायचा आणि तास-दोन तास रॉकेलविक्री होऊन जमलेले पाच-पन्नास रुपये काढून घ्यायचा व सायकलरिक्षा अरुणच्या ताब्यात द्यायचा. संधी साधून, पोलिसांची नजर चुकवून ऑटोरिक्षांना जादा दरानं रॉकेल कसं विकायचं व वरकमाई कशी करायची, याच्या सूचना अरुणला देऊन तो देशी दारूच्या दुकानाकडे वळायचा. त्याला दररोज दुपारी व रात्री जेवणापूर्वी दारू लागायची.

‘अरुण लेका, सायकलरिक्षा माझी हाय हे विसरू नकोस. चोरटी विक्री करताना पोलीस किंवा सप्लायवाल्यांनी पकडता कामा नये. नाहीतर फोडून काढीन पट्ट्यानं. याद राख!’

‘पण गस्त असेल तर चोरटी विक्री कशी करता येईल?’

‘ते मला माहीत नाही. मला ठरलेले पैसे मिळालेच पाहिजेत.’

हा आठवड्यातून दोन-तीनदा होणारा बाप-लेकामधला ठरावीक संवाद. आधीच दारूच्या व्यसनानं बापाचं कामात लक्ष नसायचं. धोंडीशी म्होतूर होण्यापूर्वी तो सडाफटिंग होता. पोटापाण्यासाठी म्हणा, दारूसाठी म्हणा, त्याला काम करावं लागायचं. धोंडीची स्वत:ची हक्काची झोपडी आणि कामासाठी राबविता येणारा तिचा पोरगा अरुण यांचा विचार करून त्यानं धोंडीला आपलं केलं आणि मग अरुणच्या विक्रीकौशल्यानं तो अधिकच निर्धास्त होत, दिवस-दिवस रॉकेलविक्रीचं काम त्याच्यावर सोपवून अधिक वेळ दारू पिण्यात घालवू लागला. शिवाय आता इच्छा होईल, तेव्हा तो तेलिणीकडे जाऊ लागला होता. तिला प्रत्येक वेळी पन्नास रुपये लागायचे. तिचा स्वत:चा करडी तेलाचा धंदा होता. ती एकटी विधवा पण अजूनही जवानीचा जोश असलेली. देहाच्या भुकेसाठी त्याला जवळ करून होती. तिच्यात काशिनाथ रमला होता.

अलीकडे तर तो सकाळीपण अरुणसोबत रॉकेल डेपोवर अनेकदा जायचा

नाही. एकतर तेलिणीकडे मुक्कामाला असायचा किंवा घरी दारू पिऊन तर्र असायचा. डेपोमालक त्याला अनेकदा परखड शब्दांत सुनवायचा,'काशिनाथ, हरामीकी औलाद है तू. बच्चे से कितना काम लेता है? और उसके कमाये रुपयोंसे रंडीबाजी-दारूबाजी करता हैं? ये गलत है।'

'काय करू सेठ? दारूची लत सुटत नाही.' काशिनाथ किंचितही ओशाळवाणा न होता दात वेंगाडत आपलं खास तत्त्वज्ञान सांगायचा.

'साब, बचपनसे काम करना गरिबोंके लिए अच्छा रहता है। शिकायला पैसा कुठून आणायचा? पुन्हा आम्ही झोपडीतले शिकून कुठे साहेब बनणार आहोत? मग कशाला खाली-पीली शाळेत जाऊन टाइम बर्बाद करायचा? आतापासून कामाला लागला तर पोर तरबेज तरी होईल!'

'ये बिलकूल ठीक काशी।' मालकाचंही असंच तत्वज्ञान होतं. रॉकेलच्या सायकलरिक्षा छोट्या मुलांनी चालवण्यात काही गैर आहे, असं त्यालाही वाटत नसे. उलट, आपण त्यांना अन्नाला लावत आहोत, असंच त्याला वाटायचं.

खरंतर बहुसंख्य किरकोळ रॉकेलविक्रीच्या सायकलरिक्षा त्याच्याच मालकीच्या होत्या. त्यानंच हेरून आपल्याशी इमान ठेवणाऱ्या गरिबांना पुरवठाविभागाची लायसेन्सेस पैसे चारून मिळवून दिली होती. दररोज रिक्षावाल्यांकडून तो भाड्यापोटी शंभर रुपये घ्यायचा. या अवाच्या-सवा रकमेचं तो समर्थनही करायचा, 'मीच तुम्हाला रॉकेलच्या करावयाच्या काळ्या बाजारासाठी संरक्षण देतो. केस झाली तर वकील नेमून सोडवतो. पोलीस व सप्लायवाल्यांना सांभाळून घेतो. एवढे तर मला मिळायलाच हवेत!'

काशिनाथचाही हिशोब सरळ असायचा. मालकांना शंभर रुपये व स्वतःच्या बाई-बाटलीसाठी शंभर रुपयापर्यंत मिळाले की बस! जादा झाले, तर धोंडीनं त्यातून संसाराला वापरायचे. अरुणनं आपला खर्च स्वतःच्या कौशल्याने जादा काळाबाजार करून भागवायचा. हे सारं त्यानं अरुणला अनेकवार सांगून पुरतं पढवलं होतं!

अरुण ते करत होता नाइलाजानं. पण अंगभूत हुशारीमुळे त्याला चोरट्या धंद्याच्या खाचाखोचा लवकरच समजून आल्या व त्यात तो पारंगत झाला.

त्याच्या हेही लक्षात आलं की, रॉकेलच्या काळ्या बाजाराला मरण नाही. अवघ्या साडेनऊ रुपये लिटर किमतीच्या रॉकेलमध्ये दहा ते पंधरा किलोमीटर ऑटोरिक्षा चालते, मग त्याचे चालक एकतर महागड्या डिझेलमध्ये रॉकेल मिसळून खर्च कमी करतात किंवा चक्क दिवस-दिवस केवळ रॉकेलवर ऑटोरिक्षा चालवतात. मालवाहतूक करणारे मोठाल्या ट्रक्सचे ड्रायव्हर व क्लिनरही आठ-आठ, पंधरा-पंधरा दिवसांच्या प्रवासासाठी, कधी-कधी महिना-दोन महिन्यांसाठी रस्त्यावर असतात. ट्रकमध्ये कमी डिझेल भरून रॉकेल मिसळायचे व पैसे कमवायचे व ते

वाटेत ठरलेल्या ठिकाणी रात्री खाना-पिना व शरीराची खाज भागविण्यासाठी खर्च करायचे. त्यांनाही रॉकेल दहाऐवजी पंधरा-वीस रुपयांना सहजतेनं विकता येतं. त्यातून रॉकेलहॉकर्स बऱ्यापैकी वरकमाई करतात. रोज प्रत्येक गाडीवाल्याची मालकांना भाडं किंवा ठरावीक हप्ता देऊनही जादाची कमाई होऊ शकते.

पण अधूनमधून पोलीस व सप्लाय इन्स्पेक्टरला हप्ता द्यावा लागतो. त्यांनाही महिन्याला ठरावीक धाडी घालायचं व यशस्वी केस केल्याचं साहेबलोकांना दाखवावं लागतं. त्यासाठी ते अगदीच गरीब, आधारहीन सायकलरिक्षानं रॉकेल विकणाऱ्या हॉकर्सना उचलतात. मात्र चुकूनही राजकीय वरदहस्त असलेल्यांच्या किंवा दादा-भैय्या लोकांच्या सायकलरिक्षांना हात लावत नाहीत.

एकदा त्यांनी धाडीचा कोटा पूर्ण करण्यासाठी अरुणची सायकलरिक्षा त्याला ठरवून दिलेला भाग सोडून दुसऱ्या भागात हिंडताना पकडली. अरुण ट्रक्सना काळाबाजार करून जादा दरानं रॉकेल विकत असल्याचा पंचनामा केला. ठरावीक साक्षीदार बोलवून सह्या घेतल्या. तेव्हा अरुण चांगलाच हवालदिल झाला होता!

त्याला समजेना – काय करावं? सायकलरिक्षा जप्त झाली, तर ती सोडवून आणण्यासाठी पैसे लागतात भरमसाट आणि कागदोपत्री कारवाई करून परत रिक्षा मिळायला चार-आठ दिवस लागणार. तोवर रोजी-रोटी बुडणार.

आणि मुख्य म्हणजे काशिनाथचा कसा सामना करणार? तो पट्ट्यानं फोडून काढणार. दारूच्या व्यसनानं फाटका देह झाला असला, तरी त्याच्या अंगात कमालीची ताकद होती. आणि जिभेवर वेचक शिव्या आणि दरडावणीची जहरी भाषा. मार सहन करू, पण त्याच्या तोंडच्या पट्ट्यातून पाझरणारी गटारगंगा व आई-माईवरची शिवीगाळ नको, असं अरुणला वाटायचं.

'साब, दया करो. फिर ऐसा नहीं होगा।'

'चूप. दीड वितीचा पोर तू. आतापासून असे धंदे करतोस? पुढे काय करशील?'

अगदी तोंडावर आलं होतं की, 'साहेब, तुम्ही तर चक्क लाच घेता. त्यापेक्षा आम्ही मेहनत तरी करतो. पुन्हा गरिबी. पापी पेटका सवाल असतो, तेव्हा वंगाळ काय याचा कुणी कुठे हिशोब ठेवायचा? तुमचं तर तसं नसतं. छान पगार असतो. गाडी असते. घरी कामाला ऑफिसचेच नोकर असतात. तरीही तुम्ही आमच्याकडून हप्ता खाता, अशा धाडीचा कोटा पूर्ण करण्यासाठी केस करता. पुन्हा ती मिटवायला पण पैसे घेता. तुम्हाला काय म्हणावं?' पण तो चूप राहिला. कारण हा वखत वेगळा होता. नमतं घेणं भाग होतं.

पण सुटायचं कसं? चौधरीसेठचं नाव वापरायचं का? तोच शेवटचा पत्ता आहे. पडला उपयोगी तर ठीक, नाहीतर... नको तो विचार.

‘साब, ही सायकलरिक्षा चौधरीसेठची आहे.’

‘क – काय म्हणालास?’

‘होय साब, हवंतर आपण त्यांना विचारा किंवा त्यांचा माणूस रजाभाईला विचारा.’

‘तो रजाभाई पांगळा आहे की लेका. तुला अजून पत्ता नाही? आता एक मिसरूड फुटलेला सांड त्यानं ठेवलाय. काय अफाट बॉडी आहे साल्याची. सारी शक्ती गुडघ्यात व हाता-पायांत.’

‘हां-हां – तो काळूभाई होय? त्याच्या हाताखालीच मी काम करतो साब.’

आणि जादू व्हावी तसं घडलं. शांतपणे त्याच्या खिशात जमलेला सारा पैसा घेऊन अरुणला पुरवठा निरीक्षकानं सोडून दिलं. तेव्हापासून त्याच्या मेंदूत काळूभाईचं नाव कोरलं गेलं होतं.

रजाभाई हा चौधरीचा खास माणूस. राडा करण्यासाठी ठेवलेला. पण अलीकडे एका अपघातानं अधू झालेला. तेव्हा चौधरींनी एक तरणाबांड गडी आणलेला. एकदम पैलवान. मदमस्त हत्ती जसा. काळाकभिन्न. सहा फुटापेक्षा उंच असलेली उभी-आडवी शरीरयष्टी. अरुणचा त्याचा समोरासमोर असा संबंध आला नव्हता. पण काशिनाथला तो माहीत होता.

त्याचं नाव प्रसंगावधान राखीत अरुणनं वापरून वेळ मारून नेली होती व स्वत:ची सुटका करून घेतली होती.

एकही पैसा आणला नाही म्हणून त्या रात्री काशिनाथनं त्याला चिक्कार मारलं. धोंडी मध्ये पडली, तसा तो जास्तच संतापत तिला तुडवत म्हणू लागला, ‘साली, हाडकी हडवळ....’

अरुणला बापानं आपल्या आईला असं बेफाम मारलेलं व शरीरावरून वाईट शिवी दिलेली सहन झाली नाही. तो आपली काळीनिळी पडलेली व वेदनेनं कापणारी कुडी सावरीत उठला. दातओठ खात बापाला डोक्यानं धडक देत खाली पाडलं व म्हटलं, ‘माय, उठ. तू शेजारच्या रेहानाचाचीच्या झोपडीत जलदीनं जा.’

‘पण तुजं काय लेकरा?’ धोंडीनं आपली नवऱ्याच्या मारझोडीतून सुटका केली म्हणून कृतज्ञतेनं अरुणकडे पाहत काळजीच्या सुरात त्याला विचारलं.

‘मी पण पसार होतो. तूही पळ.’

‘रातभर कुठंशीक राहणार सोन्या तू?’

‘घोर करू नकोस. आमचा मोठा दोस्ताना आहे. रात्रभर गप्पा मारीत भटकू. सकाळी चहालाच येतो.’

अरुणला वाटलं, आपण मोठे होत आहोत. आईचे रक्षणकर्ते. आपला बाप राक्षस आहे. त्याच्यापासून आईचं संरक्षण करण्याचं काम आपलं आहे. आता आपण धडक देऊन बापाला पाडलं व तिची सुटका केली.

तिच्या डोळ्यांत किती अभिमान आहे आपला. त्यासाठी मला तिचं सदैव रक्षण केलं पाहिजे, या बाप नावाच्या राक्षसापासून. त्यासाठी कमावलं पाहिजे. गल्ला जमवला पाहिजे. म्हणजे बापाला हाकलून देता येईल व आईसंगं राहता येईल....

आज आपण चौधरीसेठ व काळूभाईचं नाव वापरून आपली सुटका करून घेतली खरी; पण हा लई डेंजर माणूस आहे. त्याच्यापासून दूर राहिलेलं बरं. त्याच्या तावडीत सापडलं की संपलंच सारं!

त्यामुळे अरुण काळूभाईपासून दूरदूर असायचा. सायकलरिक्षा काशिनाथच्या नावे असल्यामुळे काळूभाईच्या खिसगणतीतही तो नसायचा. पण बापावर कंट्रोल करायचा असेल, तर त्याचं नाव उपयोगी पडतं, हेही त्यानं पाहून ठेवलं होतं. त्याचाही तो कधी-कधी वापर करायचा. अशा वेळी बापाची दारू पार उतरायची व तोंडातली गटारगंगा आटायची.

आज चौधरीच्या डेपोवर फारशी गर्दी नव्हती. अरुणला त्याचं नवल वाटलं. सेठ म्हणाला पण, 'अरे, आज कशाला आलास बाबा?'

'का? काय झालं सेठ?'

'अरे बाबा, काल तिकडं उत्तर प्रदेशमध्ये बाबरी मशीद पाडली. देशभर दंगा-धोपा सुरू झालाय. मुंबईपण पेटलीय. फक्त आपलं शहर शांत आहे. पण नव्वद टक्के हॉकर्स आले नाहीत.'

'मग काय करू सेठ? परत जाऊ?'

'आलास आहेस तर घे रॉकेल. आज तुला जास्त कमाईचा चान्स मिळतोय. पण जपून बाबा. कुठे जाळपोळ झाली, तर त्यात आपली सायकलरिक्षा जळायला नको. नाहीतर कर्ज चढेल!'

'ठीक आहे सेठ. मी लवकर विक्री करतो व घरी पळतो.'

'शाब्बास. हुशार आहेस बेटा!' चौधरी म्हणाला,'राम तेरा भला करेगा!'

चौधरीच्या डेपोच्या वरच त्याचं घर होतं. अरुणनं रॉकेल घेऊन पैसे देताना पाहिलं, जिन्यातून काळूभाई खाली येत होता.

आज अरुणनं त्याला प्रथमच अगदी जवळून पाहिलं. तरुण गडी आहे. पैलवानासारखी सणसणीत कमावलेली शरीरयष्टी. चेहऱ्यावर उतू जाणारा माज. मिशीला पीळ देत त्याला खाली येताना पाहून अरुणला नवल वाटलं.

'भडव्या, वर काय करीत होतास सकाळी-सकाळी?' चौधरी रागानं ओरडला.

'आता म्या जवान झालोया सेठ. तुमच्या पोरीवर माझं व तिचं माज्यावर दिल आलंया. जरा मजा केली.' तो नाक फेंदारत म्हणाला.

आता चौधरीचं स्वत:वरचं नियंत्रण सुटलं होतं. तो उठला आणि भाईजवळ जात त्यानं हात उगारला, तसा तो वरचेवर झेलीत काळूभाईनं तो रोकला आणि

पिरगाळत म्हणाला,

'इसरलास सेठ? म्या सांड हाय. तशीच ताकद हाय आपली. एक आडवा हात बसला तर मरून जाल!' तो शांतपणे म्हणाला, 'कशाला तरास करून घेता सेठ? आपुन तर तुमचे जावई व्हनार.'

'त्यापेक्षा मी तिचा जीव घेईन, नाहीतर विहिरीत ढकलून देईन – तुला हात देण्यापूर्वी!'

'जादा ओरडू नका. तिला हात लावून तर बघा. मग म्या हाय आन् तुमी. मग मातर पस्तावा करू नगा.' भाई म्हणाला, 'माजं टकुरं सरकलं तर तुमच्यावर रॉकेलचा आख्खा टँकर ओतून देईन व काडी लावीन – समजलं?'

अरुण सुन्न होऊन ऐकत होता. शक्तीचं असं पाशवी क्रूर प्रदर्शन त्याला भयचकित करून गेलं होतं! हा भाई आपण समजतो त्यापेक्षा जास्त क्रूर आहे. पण त्याचबरोबर डोकं पण भारी आहे... त्याचा सामना आपल्याला परवडणार नाही. पण एक दिवस तो चौधरीचा डेपो बळकावणार हे नक्की. कारण त्याला एकच अपत्य आहे – तेही मुलगी. तिच्याशी काळूभाई लागू दिसतोय.

तो आपली २०० लिटर्स रॉकेल भरलेली सायकलरिक्षा घेऊन तेथून त्वरेने बाहेर पडला व मुख्य रस्त्यावर आला.

तो शहराचा मुख्य व्ही.आय.पी. रोड होता. अत्यंत वर्दळीचा. पण आज ओस पडला होता. तुरळक गाड्या जात-येत होत्या. काही दुकानं पूर्ण बंद तर काही दुकानं अर्धवट उघडी. साऱ्या वातावरणात एक सुन्न शांतता होती. एक सुप्त भीती दडली होती.

अरुणनं ऑटो स्टॅन्डजवळ आपली सायकलरिक्षा उभी केली व ओळखीच्या एका ड्रायव्हरकडून पेपर घेतला. पहिल्याच पानावर टळक बातमी होती –

'अयोध्येमध्ये बाबरी मशीद कारसेवकांनी पाडली.'

'देशभर दंगली. बंदचं आवाहन.'

त्याला पेपर वाचून एवढंच कळलं की, ती बाबरी मशीद पाडल्यामुळे हिंदू-मुस्लिमांच्या दंगली देशभर सुरू झाल्या आहेत. जाळपोळ, दगडफेक होते आहे. अनेक माणसांना भोसकून ठार मारलं गेलं आहे.

पण आपलं शहर शांत आहे. त्यामुळे तास-दोन तास रॉकेलविक्री करावी व मग घरी जावं. बाहेरगावचे ट्रक विक्रीसाठी पकडावेत. दोन-तीन ट्रकमध्ये सारा माल संपेल.

का विक्री न करताच घरी पळावं? पण सायकलरिक्षा ओढत इंदिरानगर झोपडपट्टीत जायचं म्हटलं, तरी तासभर लागेलच. मग घरच्या रस्त्यावर होईल तेवढी रॉकेलविक्री केलेली बरी की! आज मोजकेच हॉकर्स गाडे रस्त्यावर आहेत.

आपल्याला आज रोजच्यापेक्षा दुप्पट कमाई होण्याची चांगली संधी आहे.

अवघ्या पाचच मिनिटांत एक सोळा टनाचा ट्रक रस्त्याच्या बाजूला येत थांबला. एका सरदारजी ड्रायव्हरनं बाहेर डोके काढीत त्याला विचारलं, 'क्या दाम देगा रॉकेल बेटा?'

'बीस रुपये सरदारजी।'

'अरे, यहाँका रेट तो पंधरा रुपया है –'

'साब, कालाबाजारीमें रेट थोडाही फिक्स होता है? वक्त-वक्त पे तय होता है।'

'ऐसा क्या हुआ आज बेटा?'

'आपने खबर नहीं सुनी? या पेपर नहीं पढा?' अरुणनं म्हटलं, 'सरदारजी, उधर अयोध्यामें बाबरी मस्जिद गिर गयी है। दंगा शुरू हुवा है, पुरे देश में।'

'अरे, मुझे तो मालूमही नहीं. चलो, अच्छा हुआ तुमने खबर कर दी।' सरदारजी उतरत म्हणाला, 'चल, सौ लिटर डाल दे। बीस नहीं, अठरा रुपये लिटरको दूंगां। जल्दी – मुझे शहर के बाहर जाना है। साला इस शहरका दंगो-फसाद का इतिहास है। यहां कुछ होने के पहले मुझे दूर जाना चाहिये।'

अरुण खूश झाला. रोजच्यापेक्षा पन्नास टक्के जादा कमाई बोहनीलाच झाली. त्यानं रबरी पाइप काढला व हवा भरून रॉकेलचा चुळका तोंडात येताच तो ट्रकच्या टाकीत सोडला आणि दहा मिनिटांत त्याला शंभर लिटर रॉकेल दिलं व मोजून पैसे घेतले.

आता त्याची भीती नाहीशी झाली होती. खिशात छानपैकी पैसा खुळखुळत होता. त्याच्या ओठावर खुशीमध्ये सवयीनं फिल्मी गाणं आलं – 'देखा है पहली बार, साजन की आंखों में प्यार।'

आणि आपल्याच नादात तो रिक्षा ओढीत चालला होता. मध्येच त्याला लहर आली. तो सिटवर बसला. आता आपण बऱ्यापैकी लंबुटांग झालो आहोत. पाय पॅडलला पोचतात. मग तो डावीकडे-उजवीकडे अंग करीत सीटवर न बसता ताकद लावत पायडल मारीत सायकलरिक्षा पळवू लागला.

त्याच्या मनात मघाशी घोळणारे बाबरी मशीद व दंग्याधोप्याचे विचार पुन्हा जागृत झाले होते. कारण तो रोज पेपर वाचायचा. त्यामुळे अयोध्येमध्ये काय चाललंय, याची त्याला थोडीफार खबर होती. मूर्ख आहेत दंगा करणारे. राम काय, रहिम काय, दोघेही दोन वख्ताची रोटी काही घरबसल्या आणून देत नाहीत. त्यासाठी हात-पाय हलवावे लागतात. घाम गाळावा लागतो. मग हे लोक धर्मावरून का भांडतात? आपला एक दोस्त मुसलमान आहे – रेहानाचाचीचा सिकंदर. तो नमाज पढतो. तर उत्तम बुद्ध आहे. आपण हिंदू – आई जोतीबा पुजते. पण काय फरक आहे तिघांत? तिघांच्या घरी दारिद्र्य. लहान वयात आम्ही तिघे शाळा सोडून

काम करतो. तो राम, रहिम किंवा बुद्धदेव मदतीला येत नाही. मग त्यांच्या मंदिरावरून कशाला खाली-पिली गोंधळ करयचा?

काही वेळात हा विचारही मागे पडला. कारण खिशातली ऊब उत्तेजित करीत होती.

रात्र-रात्र पोटाला फाके पडतात. पाणी पिऊन पोट तट्ट फुगतं, पण भुकेची जाणीव मरत नाही. तेव्हा देव आठवत नाही हेच खरं. त्या वेळी पैसा आठवतो.

त्या खुशीत तो वेगानं पायडल हाणत आहे. आता दहा मिनिटांत मुकुंदनगर येईल. कसल्याशा आवाजानं त्याची तंद्री उडाली.

'वो – वो हिंदू की अवलाद है।' 'बिलकूल सही. उसके गाडेपे 'भवानी माता हॉकर ऐसा लिखा है।' 'अरे,वो तो काशीका छोकरा है – अरण्या।'

असे अनेक आवाज अरुणच्या कानात एकदम शिरले आणि तळपायापासून मस्तकापर्यंत भीतीची एक थंडगार वीज दौडत गेली.

त्याचे पाय थांबले. चार फुटांवर सायकलरिक्षाही वेग कमी होत थांबली. तो घाबरून खाली उतरला.

समोर मुस्लीम तरुणांचं एक टोळकं हातात हॉकी स्टिक्स व चेन्स घेऊन उभं होतं आणि त्यात सिकंदरही होता. त्याचा दोस्त. शेजारच्या रेहानाचाचीचा मुलगा.

अरुणला थोडासा धीर वाटला. पण सिकंदर ओळख देत नव्हता. त्याची सारी देहबोली बदलली होती. इतरांच्या आवाजात तो आवाज मिळवत ओरडत होता, घोषणा देत होता,

'अल्ला हो अकबर!'

एक हॉकी स्टिक रिक्षाच्या गोल टाकीवर पडली. 'लगता है, इसमें काफी रॉकेल है। चलो, इसे जला देते हैं!'

अरुणचा धीर सुटला. आता सायकलरिक्षाची पर्वा नको. बस – जीव वाचवायला हवा.

आणि त्यानं क्षणार्धात दुसरा कोणताही विचार न करता सायकलरिक्षा सोडून दिली व पळ काढला.

आपण जितकं शक्य आहे तितक्या वेगानं पळालं पाहिजे. आज सिकंदर – आपला दोस्तही वैरी झालाय.

पळता-पळता ठेच लागली. अरुण कळवळत थांबला. त्यानं मागे वळून पाहिलं – त्याची सायकलरिक्षा पेटली होती व आणखी रस्त्यावरील दोन ट्रक व एक कारही. काही जळके टायर्सही रस्त्यावर पडले होते. केवळ पाचच मिनिटांत हे सारं झालं? त्याच्या सायकलरिक्षामध्ये रॉकेल शिल्लक होतं. त्याचा असा वापर त्या टोळक्यानं केला होता.

अरुण पुन्हा पळत सुटला. आता त्याचा मेंदू विद्युत् वेगानं विचार करीत होता. घरी शिरलो तर काफीरचं झोपडं म्हणून पेटवून देतील. माझ्यासकट माझी माय धोंडी पण जळून मरेल. ती – ती पोटूशी आहे व मला बहीण देणार आहे. ती – ती वाचली पाहिजे.

आणि मीही. मी का मरायचं? मी कुणाचा अपराध केला आहे?

काय केलं पाहिजे जीव वाचवण्यासाठी?

तो पळत होता.

जीव कसा वाचवायचा?

सुचलं. आपण घरी धोंडीच्या झोपडीत न जाता रेहानाचाचीच्या झोपडीत आश्रय घ्यायचा. ती मला दुसरा बेटा मानते. तिच्यापुढे सिकंदर आणि त्याच्या टोळक्याचं काही चालणार नाही.

तो सरळ रेहानाचाचीच्या पुढ्यात धडकला. ती दारासमोर बसून कशिदाकाम करीत होती.

'क्या हुआ अरुण बेटा?'

'चा-चाची – तुम्हारा बेटा और कुछ गुंडे – तुम्हारे धरमके – मुझे जानसे मारने पे तुले हैं। वो देखो मेरा पीछा करते करते आ गये. अब तुमही मुझे बचा सकती है...।'

आणि तो तिच्या बाजूला बसला – काहीशी मागून तिला मिठी घातली. 'चाची – अल्ला कसम, मुझे बचाना....।'

समोर सिकंदर व त्याचे मित्र काही अंतरावर थांबले. त्यांचा अंदाज चुकला होता. त्यांना अरुण झोपडीत शिरताच ती रॉकेल ओतून पेटवून द्यायची होती. पण अरुण एका मुसलमानाच्या झोपडीत शिरला होता. सिकंदरची अम्मी व सर्वांच्या चाचीला मिठी घालून रडत बसला होता.

'क्या पागलपन है? क्यों अरुण बेटे की जान चाहते हो?' रेहानाचाची कडाडली, 'क्या बिगाडा है उसने तुम्हारा? और सिकंदर – तू तो इसका बडा जिगरी दोस्त है ना – भाई जैसा? तुझपे ये खून क्यों सवार है?'

सारे चूप थांबले होते. अम्मीला पाहून सिकंदरची मान खाली झाली होती. त्याचा सारा संताप व द्वेष ओसरला होता. सकाळी मशिदीमध्ये मौलवी व आपल्या नेत्यांनी आगलावू भाषणं करीत तरुण व बाल मुस्लिमांत अंगार ओतला होता. त्यानं आपण वाहवत गेलो. भडकलो. खरंच आपण किती आंधळे झालो होतो. आपल्या मित्राची सायकलरिक्षा आपण पेटवून दिली. किती नुकसान झालं त्याचं. सेठचं कर्ज कसं चुकवणार त्याचा पियक्कड सौतेला बाप?

'बोलो – चूप क्यो हो?' रेहानाचाचीनं पुन्हा विचारलं. त्याच वेळी तिच्या

मिठीत अरुण होता व तिचा रापलेला प्रेमळ हात त्याच्या केसांतून व चेहऱ्यावरून फिरत होता.

'चाची – कल बाबरी मस्जिद गिराई हिंदुओंने। हमारे मौलवीसाबने ईटका जबाब पत्थर से देने को कहा।' एक तरुण काहीशा मग्रुरीत म्हणाला.

'पागल आहात तुम्ही पोरांनो,' चाची म्हणाली, 'हमारा सबका एकही रिश्ता है – गरिबीका। हमारा एकही मजहब है – पेट की आग। अरुण और सिकंदर दोनो गरीब हैं –भूखे हैं, तुम भी वैसे हो –।'

'लेकीन चाची –'

'चूप!' रेहाना कडाडली. 'निकल जाओ यहांसे चुपचाप। और सिकंदर – आज तुझे रोटी बंद। वो मैं अरुणको दे रही हूं।'

'ये ठीक नहीं है चाची. वो हिंदूका बच्चा है। सुव्वर की अवलाद है। काफीर है। हमारा दुश्मन है।'

'तो मैं भी तुम्हारी दुश्मन हूं।' रेहाना म्हणाली, 'तुम्ही खुशाल मला अरुणसह झोपडीत कोंडून जाळा! मैं-मैं तयार हूं! और बेटे सिकंदर – तूने काडी जलाई तो समझूंगी हिंदू जैसे मुझे मेरे बेटेने मेरी चिता को आग दी....।'

बाकी सारे शरमिंदे होत निघून गेले. सिकंदर तसाच मान खाली घालून उभा होता. काही वेळानं हलकेच म्हणाला, 'मुझे माफ करो मां। मुझपे खून संवार था!'

'चलो, अच्छा हुआ। जल्दी उतर गया।' चाची म्हणाली व त्याला जवळ घेत एका हातानं त्याला व दुसऱ्या हातानं अरुणला कवटाळत म्हणाली, 'ये हवां में फैला हुवा जहर हम सबको तबाह करके रखेगा।'

त्या दुपारी अरुण व सिकंदर दोघे रेहानाचाचीच्या हातचं भरपेट जेवले. ती चव, ती तृप्ती अरुणच्या अंतरात्म्यापर्यंत झिरपत गेली!

पण क्षणभरच; कारण काशिनाथचा कडाडणारा आवाज कानी पडताच अरुण भानावर आला. आणि रेहानाचाचीच्या झोपडीतून बाहेर आला.

तिच्या झोपडीच्या बाजूला एक झोपडं सोडून धोंडीचं झोपडं होतं. त्याच्या समोर काशिनाथ उभा होता. ओरडत होता.

त्याच्या जवळ जाताच अरुणला दारूचा भपकारा जाणवला. आज दंगलीतही त्याला प्यायला मिळाली होती. कदाचित तो तेलिणीकडून आला असेल पिऊन थेट घरी.

'कशाला ओरडतोस आण्णा?'

'माजी रिक्शा जळाली नव्हं?' काशिनाथ संतापानं आवाज चढवीत आपले लालभडक झालेले डोळे फिरवत विचारत होता.

'होय आण्णा. दंगेखोर मला मारायला आले होते, त्यामुळे रिक्षा सोडून पळालो. त्यांनी ती जाळली-राखराख झाली.'

'त्याची भरपाई कोण देणार? तुझी ही हाडकी हडवळ माय?'

'आण्णा –' अरुण बेडरपणे म्हणाला, 'मायला माझ्यासमोर अशी शिवी द्यायची नाही. मी पुन्हा सांगून ठेवतो.'

'वा – लई चुरचुर जीभ चालतीय की भडव्या. एकतर माजी रिक्शा जळाली, पुना आवाज काडतोस?'

'काढीन. एकदा नाही दहादा काढीन.' अरुणला आता आपला राग आवरणं कठीण होत होतं. 'एकतर हे झोपडं माझं आहे – माझ्या सख्ख्या बापाचं आहे. तुझं नाही. आणि सायकलरिक्षा तुझी असली तरी धंदा मी करतोय. त्या वेळी तू दारू पिऊन रंडीबाजी करीत फिरतोस. तुझं मी ऐकून घेऊ?'

'लई माज चढलाय तुला. थांब, तुजी ही झोपडी आता म्याच पेटवून देतो.' काशिनाथ आता बेफाम झाला होता. आपला खिसा चाचपत तो काडेपेटी हुडकत होता.

'थांब आण्णा – असं काही करू नकोस. मी तुला ते करू देणार नाही.' अरुण म्हणाला, 'तुला पैसाच लागतो ना रोज काम न करता? मी आणून देईन!'

'आलाय मोठा बाजीराव. चूप भडव्या.'

'तू भडवा – तुझा बाप भडवा!' अरुणही सावत्र बापाचं नातं विसरून त्याला त्याच्याच भाषेत बोलला. त्याच्या सहनशक्तीचा कडेलोट झाला होता. दंग्यातून आपला जीव वाचला याचं त्याला काही नाही. कशाला त्याला बाप म्हणायचं? केवळ मायशी म्होतूर लावला म्हणून? तिचा नवरा असेल, माझा कोणी नाही.

त्याच वेळी धोंडी झोपडीतून बाहेर आली व दोघांच्या मध्ये उभी राहिली. 'लेकरा, माज्या सोन्या, जाऊ दे. तेस्नी चढलीया. तू गुमान राहा.'

'ठीक आहे माय!'

'पन म्या नाय चूप बसनार.' काशिनाथचा पारा उतरत नव्हता. एका झटक्यात त्यानं कृश धोंडीला बाजूस सारलं. आणि अरुणपुढे येत म्हणाला, 'माझ्या रिक्शाचं काय? सेठचं कर्जपानी कसं फेडू म्या?'

अरुणच्या अणुरेणूंत बापाविषयीचा अवघा तिटकारा भरलेला होता. आज आपण वाचलो याचा जराही आनंद अद्यापही दारू न उतरलेल्या बापाला झालेला नव्हता, त्यामुळे अरुणचाही पारा चढला होता. तरीही त्या क्षणी पण काशिनाथ हॉकर व्यवसायाची सायकलरिक्षा जळाली म्हणून परेशान झाला होता, हे तामसी संतापानं काहीशा आंधळ्या झालेल्या अवस्थेतही अरुणला जाणवलं. बापाशी असलं, तर आपलं नात भुकेचं आहे – रोजी-रोटीचं आहे. बापाला कामाचा कंटाळा आहे. दारू पितो पण त्यालाही भूक आहेच – दारिद्र्य आहेच. त्याची रिक्षा जळाली. अजून कर्ज फिटलेलं नाही. त्याला आलेला राग स्वाभाविक म्हटला पाहिजे. त्यामुळे काहीसा शांत होत अरुण म्हणाला,

'खरंच आण्णा. रिक्षा नाही म्हणजे रोटी नाही. पण मी तरी काय करू शकलो असतो?'

'त्या रिक्सासंगट तू बी जळाला असतास, तर म्या सुटलो असतो.'

'काय – काय म्हणालास आण्णा?' अरुण ओरडला. आपण क्षणभर बापाच्या नजरेतून विचार करीत होतो, तो किती चुकीचा आहे हे त्याला जाणवलं. पुरता हरामी आहे आपला बाप. त्याला नाती-गोती माहीत नाहीत आणि असली तरी पर्वा नाही. त्याला फक्त देह आहे. भूक आहे.

'पुन्हा म्हण, मग पाहा मी काय करतो ते?'

'सापडली', काशिनाथ खदखदा हसत म्हणाला, 'काडेपेटी सापडली. आता बग म्या काय करतो ते. तुला जाळायला रॉकेल नाय, पण हे झोपडं काडी टाकली की भुर्र ऽऽ... पेटेल.'

'आण्णा, काडेपेटी फेकून दे. नाहीतर बग –'

'नायतर बग? मला-मला म्हंतोस. अजून यवडा जवान झाला नाहीस अरण्या.' काशिनाथ अजूनही त्याच संतापाच्या वणव्यात हेलपटत होता.

'म्या तुझ्या या मायचं, हाडकी हाडवळचं झोपडं पेटवनारच.'

आता आपली झोपडी, आपल्या हक्काचं घरकुल हा सावत्र बाप पेटवणार या कल्पनेनं अरुणच्या काळजात चर्र झालं. नाही – काही करून संतापानं पेटलेल्या बापाला रोकलं पाहिजे. काही झालं तरी.

तो पुढे आला, त्यानं बापाचा हात पकडला आणि पिरगाळत काडेपेटी काढून घेतली. तसा काशिनाथनं शिव्याची लाखोली वाहत हात थप्पड मारण्यासाठी उचलला. पुन्हा अरुणनं तो धरून त्याला हिसडा दिला आणि काशिनाथ धाडकन जमिनीवर आपटला.

'ओये – ये... भडव्या लई लागलं की! पण असा तुला सोडणार नाय. आनी झोपडी पेटवून देणार म्हंजे देणार!'

त्याची दारू व त्याची मस्ती अजूनही उतरत नव्हती. बापाला चांगली जल्माची अद्दल घडवली पाहिजे, असा अरुणचा आता निश्चय झाला होता. त्यानं जमिनीवर वेदनेनं ओरडणाऱ्या बापाचं बकोट धरीत उभं केलं आणि म्हटलं, 'थांब, त्यापेक्षा तुझाच मुडदा पाडतो. म्हणजे मी व माय सुटेन!'

आणि त्यानं बापाला दोन लाफे ठेवून दिले. पुन्हा काशिनाथ खाली पडला, पण आता त्याचं डोकं एका दगडावर आपटलं गेलं. त्यामुळे रक्त आलं. पुन्हा काशिनाथ विव्हळू लागला, 'मेलो – मेलो....'

अरुणनं त्याचं रक्तबंबाळ मस्तक पाहिलं. वाहणारं रक्त पाहिलं. हा-हा खरंच

मरणार की काय? आधीच पाप्याचं पितर. आणि डोक्याला मागच्या बाजूनं जखम झालेली. रक्तही भळाभळा वाहतंय.

'अरुणभैय्या, यहां से भाग. ये सचमुच मर सकता है।' सिकंदर त्याच्या जवळ येत म्हणाला, 'पुलिस आई तो जेल होगी भैय्या।'

'हां माझ्या लेकरा. तू पळ. कुठंतरी जा. पोलीस आले तर हा गुन्हा माझ्यावर घेते. मीच मारलं आसं सांगते. रेहानाचाची हां म्हनेल. पण तुला जेल नको पोरा. जा – दूर पळून जा.'

धोंडी एवढं एका दमात असं प्रदीर्घ कधीच बोलत नसे. पण आज पोराच्या जिंदगानीचा प्रश्न होता, त्यामुळे त्याच्या समोर येत त्याच्या केसांतून हात फिरवत म्हणाली, 'एक ध्येनात ठिवायचं. आसा राग बरा नाय. टकुरं थंड ठिवायचं. हा या बापाचा अवगुण नको घेऊ लेकरा –'

'ठीक आहे माय. मी लक्षात ठेवीन.' अरुण म्हणाला, 'मी आता जातो. लवकरच येईन. पण तू नीट राहा. मला बहीण हवीय!'

आणि सिंकदरकडे वळत तो म्हणाला. 'चल सिंकदर, मुझे ट्रेनपे छोड। वहां तक तो साथ दे मेरा –'

दोघे तिथून पळत सुटले आणि पाहता-पाहता धोंडीच्या नजरेआड झाले.

कोणतीतरी ट्रेन स्टेशनवर होती. गच्च ठासून भरलेली. सिंकदरला मिठी मारीत अरुण म्हणाला, 'सिंकदर मेरे भाय, मां का खयाल रख। और चाची को आदाब बोल!'

'हां अरुण, लेकिन मुझे माफ कर। मेरे वजह से तेरा रिक्शा जल गया और ये सारा फसाद हुआ। तुझे दूर देस जाना पड रहा है।'

'ठीक. माफ किया. बस, मेरे मांका खयाल रख!'

त्याच वेळी ट्रेनची शिट्टी वाजली. अरुण त्या जनरल डब्यात शिरला. गाडी सुरू झाली. चार पावलं पळत येत सिंकदर म्हणाला, 'अलविदा मेरे दोस्त!'

आता गाडीनं वेग पकडला होता. प्रथम सिकंदर नजरेआड झाला. मग एकेक भाग मागे पडू लागला. त्याची ट्रेन मुकुंदनगर भागातून जात होती. अरुण नजर ताणून पाहत होता आपलं झोपडं, आपलं घरकूल दिसेल का म्हणून. पावसाळ्यात उगवून येणाऱ्या भुईछत्र्यांसारख्या साऱ्या झोपड्या त्या भागात उभ्या होत्या. एक-सारख्या. ही तिसऱ्या ओळीतली निळ्या प्लास्टिक कव्हरनं आच्छादिलेली झोपडी आपली तर नाही? खात्री नव्हती, पण ती आपली मानून त्यानं मनोमन वंदन केलं. 'माय, मी नक्की परत येईन. पण तू नीट राहा. आणि तुझ्या नीट राहण्यासाठी तो हरामी सावत्र बाप जिवंत राहायला हवा. तुझ्या डोरल्याचा धनी आहे, तर तोही वाचू दे. पण मी जेव्हा येईन तेव्हा मला झोपडीत बहीण रांगताना दिसू दे....

आणि ते शहर मागं पडलं!

इथं आपण चार-सहा महिन्यांत परत येऊ असं त्यानं मनाशी ठरवलं होतं. पण तो परतला तेव्हा सावू – त्याची बहीण – चांगली तेरा-चौदा वर्षांची झाली होती!

***

'क- क – काय झालं?'

अरुणची तंद्री भंगली होती. डोकं झिणझिणत होतं. एकदम रसूलनं टाटा सुमोला करकचून ब्रेक मारला होता. त्यामुळे अर्धनिद्रिस्त अरुणचं डोकं समोरच्या काचेवर आदळलं होतं.

'अरुणभैय्या, गाडी को दो बच्चे टकरा गये हैं!'

'अरे, असं कसं झालं? गाडी जपून चालवायची ना!' अरुण किंचित रागावून म्हणाला.

'साब, बच्चे रॉंग साइड से भागते आ रहे थे।' रसूल म्हणाला, 'पण मी जोरात ब्रेक मारून गाडी थांबवली. त्यामुळे ते फक्त धडकले असणार.'

अरुण जीपमधून उतरला.

एक मुलगा जमिनीवर पडला होता, तर दुसरा आपलं डोकं धरून उभा होता. जमिनीवर पडलेला मुलगा किंचित विव्हळत होता. गाडीच्या हेडलाइटमध्ये पाहिलं, तेव्हा दोघांच्याही अंगावर जखमा किंवा रक्त काही दिसत नव्हतं.

म्हणजेच रसूलनं योग्य वेळी ब्रेक लावून गाडी थांबवली होती. समोरून पळत येताना ही दोघं धडकली होती.

'काय नाव तुझं बेटा?

'म-म महादू. आनी हा पडलेला माझा दोस्त आरीज.'

'का असे रॉंग साइडनं पळत येत होतात?'

'पहिल्यांदा आम्हाला गाडीत घ्या व इथून चला. नाहीतर मालक इथं येईल व परत ढाब्यावर घेऊन जाईल.'

बालमजुरीच्या क्षेत्रात काम करणाऱ्या अरुणच्या लक्षात आलं की, ही मुलं या हायवेवरील कुठल्यातरी ढाब्यामध्ये काम करीत असणार. काहीतरी भांडण, मारहाण झाली असणार. त्यामुळे तिथून त्यांनी पळ काढला असणार. आणि पळता-पळता आपल्या जीपला धडकले असणार.

'चला, दोघे बसा जीपमध्ये.' अरुणनं क्षणभर विचार करून मनाशी निर्णय घेतला. हायवेवर ढाबे चालवणारे गुंड ठेवून असतात. कदाचित महादूचा मालकही ठेवून असेल. ते त्याला घेऊन जाण्यासाठी प्रसंगी राडाही करू शकतात. त्यामुळे

त्याला इथून घेऊन गेलेलं बरं.

'यांना कुठं न्यायचं अरुणभैय्या?' रसूलनं विचारलं.

'आता या क्षणीतरी माझ्या घरी. मग उद्या स्वप्नभूमीत!'

'स्वप्नभूमी?'

'विसरलास? आपल्याला फादर मायकेलनं शहरातील त्यांची जुनी शाळा व इमारत भेट दिलीय ना? आपली संस्था तिथून काम करेल. तिचं नाव स्वप्नभूमी.'

'स्वप्नभूमी? छान नाव आहे. सपने सच करनेवाली जगह।'

'हां रसूल. इथं येणारा बालमजूर शिकेल, मोठा होईल व पुन्हा त्याला कधी असं कोवळ्या वयात काम करावं लागणार नाही.' अरुण म्हणाला, 'त्या आपल्या नव्या संस्थेचे – स्वप्नभूमीचे – हे दोन पहिले बालकामगार. तू पाहा, मी त्यांना एवढं मोठं करीन की... एवढं करीन की....'

आणि अरुणचा स्वर ओला झाला. शब्द थांबले, पण डोळे पाझरत बोलू लागले.

रसूलला अरुणभैय्याची भावुकता माहीत होती. त्यानं जीपमध्ये बाजूस बसलेल्या अरुणचा खांदा दाबला व म्हणाला,

'यकिनन, वो दोनो बडे कामयाब होंगे।'

'खरंच असं होईल?' अरुण म्हणाला, 'स्वप्नभूमी साकारणं हे माझं अनेक वर्षांपूर्वीपासूनचं स्वप्न होतं. बालमजुरी-निर्मूलनासाठी एक वेगळी प्रयोगशील संस्था स्थापण्याचं. ते आज अचानक साकार होतेय. खरं वाटत नाही. फादर एवढी मोठी वास्तू सहजतेनं विनामूल्य देतात काय आणि ही दोन बालमजूर मुलं सापडतात काय! रसूल, मला वाटतं, एक अज्ञात शक्ती माझ्याकडून हे काम करून घेत आहे. सानेगुरुजी म्हणायचे – 'करी जो रंजन मुलाचे, जडेल नाते प्रभुशी तयाचे.' हे-हे पुण्याचं काम आहे. मी-मी ते करतोय, करू शकतोय. तशी अखंड प्रेरणा साथ देतेय, याला काय म्हणायचं रसूल?'

'आपकी जुबानसे इस समय राम-रहिम बोल रहे हैं अरुणभैय्या। सचमुच मुझे झूठ बोलना नहीं आता।'

'थँक्यू! आपली 'स्वप्नभूमी' खरंच साकार होईल आता!'

'आमीन!'

प्रकरण चार

'तर असा हा महादू. कालपासून मी त्याला बोलता करायचा प्रयत्न करीत आहे. पण साहेबरावाच्या ढाब्यावर काम करताना 'जी साब', 'हां साब' यापलीकडे इतरांशी भाषेद्वारे संवाद साधता येतो, हे तो जणू विसरलाय. अपवाद फक्त त्याचा मित्र आरीज व त्याच्या आईचा. त्यांच्यापुढे तो मोकळा होतो.'

पत्रकारपरिषदेत 'स्वप्नभूमी' स्थापनेची घोषणा करताना अरुणनं महादू व आरीज हे 'स्वप्नभूमी'चे पहिले दोन बालमजुरीमधून मुक्त केलेले बालकामगार म्हणून समोर आणले. त्यांची ढाब्यावरून कशी सुटका झाली, हे कथन केलं. महादूचा ढाब्यावरील सोळा-अठरा तासांचा अविरत कष्टाचा दिनक्रम व त्यातली दाहकता सांगून तो म्हणाला,

'महादूचं केवळ बालकामगार म्हणून श्रम व शरीराचं शोषण झालं नाही, तर त्याचं मानसिक, लैंगिक शोषणही झालं. आणि भुकेचंही –'

'भुकेचं शोषण?'

'होय. त्याला तुम्ही निरखून पाहा. त्याची कृश, कमी वजनाची कुडी आणि रापलेला चेहरा आणि हात पाहा; मग पटेल मी असं का म्हणतो ते.'

'जरा स्पष्ट करून सांगाल का?'

'साहेबरावाचा ढाबा हा पंजाबी व कोल्हापुरी सामीष भोजनासाठी प्रसिद्ध आहे, हे तुम्ही जाणता. तेथे जर काम करताना मालकानं चार रोट्या व दाल-भाजी पोटभर खाऊ घातली असती, तर महादूची कुडी अशी दिसली नसती. थोडंतरी बाळसं धरलं असतं. पण वेठबिगार व बालमजूर अशा दोन्ही कायद्यांचा भंग करीत राबवून घेताना मालकाला त्याला पोटभर जेऊ घालावं, असं जराही कधी वाटलं नाही. मोठी माणसं मुलांशी एवढी क्रूर व असंवेदनक्षम कशी असू शकतात, याचा स्वानुभव असला तरी आजवर उत्तर सापडलं नाही.'

सारे पत्रकार स्तब्ध झाले होते. महानगराकडे वाटचाल करणाऱ्या जिल्ह्याच्या

मुख्यालयात राहणारे ते सारे पत्रकार होते. असं कल्पनेच्या पलीकडचं एक काळं-करडं वास्तव जीवन असतं, याची जाणीव कदाचित त्यांना प्रथमच होत असावी.

'तुमच्यापैकी काही जण पुण्याला जाता-येताना या साहेबरावाच्या ढाब्यावर जेवणासाठी कधी गेला असाल. कदाचित त्या वेळी महादूनं तुम्हाला सर्व्ह केलंही असणार. पण स्वादिष्ट गरमागरम दालरोटीचा आस्वाद घेताना तो व त्याची भूक व त्याचं शोषण आपल्या नजरेस व मनास कसं जाणवणार? माफ करा, कदाचित मी थोडं कडवट बोलत असेन. पण बालमजूर ही माझी दुखरी नस आहे. त्यामुळे प्लीज –'

अरुणचा काहीसा भावनाविवश व कापरा आवाज थांबतो. त्याचे शब्द अडतात. पण एरवी थोडाही बोल लावला तर एकजात आक्रमक होत उसळणारे पत्रकार अरुणच्या शाब्दिक फटकाऱ्यानं काहीसे घायाळ होऊन, अंतर्मुख होत शांतपणे त्याला ऐकत-पाहत होते.

हा आरीज. महादूचा मित्र-दोस्त. ढाब्याजवळ त्याच्या अब्बूचा खाटीकखाना आहे. तो व त्याचे चार भाऊ एकत्र हा व्यवसाय करतात. तिथेच कोंबडी, बकरं कापताना पाहत व मग स्वत: कापाकापी करत हा मोठा होत गेला. ज्या बोटांत पेन-पेन्सिल हवी, त्या बोटांत खाटकाची सुरी आली. ज्या वयात आपण मृत्यू मुलांच्या नजरेपासून दूर ठेवतो, त्या वयात बकऱ्याच्या मानेवरून सुरी कशी फिरवावी, एका झटक्यात कसं मुंडकं तोडावं आणि मांस व इतर निरुपयोगी अवयव वेगळे कसे करावेत, हे आरीज शिकत होता. मानेवरून सुरी फिरताना बकऱ्याची होणारी तडफड पाहत होता. त्यातलं क्रौर्य आणि मृत्यू, व्याकूळ करुणा अनुभवत होता. रक्त, मृत्यू आणि हिंसा बघत वाढताना आरीजचं बालपण कितीसं शिल्लक राहिलं असणार? पण अजूनही तो बालसुलभ भिरभिरत्या नजरेनं पाहतो, खळखळून मुक्त हसतो, म्हणून आशा आहे. हा आमचा स्वप्नभूमीतला दुसरा मुक्त झालेला बालमजूर आहे. रीतसर उद्घाटन करण्यापूर्वीच महादू व आरीजमुळे आमची स्वप्नभूमी, आमचं बालमजुरी-निर्मूलनाचं मिशन सुरू झालं आहे, असं मी मानतो!'

अरुणनं नेमक्या शब्दांत आरीजचं खाटीकखान्यात करपलेलं व अकाली प्रौढ झालेलं बालपण पत्रकारांसमोर उभं केलं.

'या दोन मुलांच्या बाबतीत सरळ-सरळ बालमजूर कायद्याचं उल्लंघन झालेलं दिसतंय. मालकावर काय कारवाई होणार?' एका पत्रकारानं विचारलं.

'कामगार अधिकाऱ्यामार्फत पोलीस ठाण्यात एफ.आय.आर. दाखल करायचा प्रयत्न करतोय. पण हे दोन्ही बथ्थड व बालविरोधी विभाग मुर्दाड आहेत, आम्हाला दाद देत नाहीत.' उद्वेगानं अरुण म्हणाला.

'मग तुम्ही थेट कलेक्टरांना का सांगत नाही?'

'यापूर्वीच्या कलेक्टरांचा माझा अनुभव 'वाईट' हा शब्द सौम्य वाटावा, एवढा

भयानक आहे. त्यांना एन.जी.ओ.ची ॲलर्जी होती. पण मी एकांडा शिलेदार, फकिरी स्वेच्छेने पतकरलेला. त्यांना ते ओळखता आलं नाही. असो!' अरुण हाडाचा कार्यकर्ता असला तरी प्रशासन व्यवस्थेबाबत प्रचंड राग त्याच्या अंतर्यामात सदैव खदखदलेला असे. त्याला प्रसंगपरत्वे अशी वाट मिळत असे.

'मी ऐकलंय की, हा नवा कलेक्टर उमदा आहे. त्याची भाषा प्रशासनाला मानवी स्पर्श आहे, हे दर्शवणारी आहे. मी त्यांना आज पत्र पाठवून सारंकाही सविस्तर कळवलंय! पाहू या काय प्रतिसाद मिळतो ते.'

एवढा वेळ पत्रकार परिषदेमध्ये अरुणच्या शेजारी बसलेले व एक शब्दही न बोललेले फादर मायकेल गायकवाड माईकचा ताबा घेत म्हणाले,

'माझ्या प्रिय पत्रकारमित्रांनो, आम्ही अरुणभैय्याला आमची प्राथमिक शाळा व नर्सरीची जुनी इमारत त्याच्या नियोजित स्वप्नभूमीसाठी दिली, ती प्रभू येशूची प्रेरणा होती. परमेश्वर मुलांवर माया करतो. पण स्वार्थी माणसं त्यांना कोवळ्या वयात कामाला लावतात, हे किती वाईट आहे! असो. पण तुम्ही प्रसारमाध्यमाद्वारे या कुप्रथेविरुद्ध आवाज उठवावा, जनजागृती व प्रबोधन करावं, असं मी आवाहन करतो.'

पत्रकार गेल्यानंतर फादर अरुणचा हात हाती घेत स्नेहभरानं तो किंचित दाबत म्हणाले, 'अरुणभैय्या, किती संताप भरला आहे, तुझ्या मनात व्यवस्थेविरुद्ध! तो आवरला पाहिजे. समाजकार्य करणाऱ्यांच्या डोक्यावर बर्फ व जिभेवर साखर हवी. अर्थात सत्य व तत्त्वनिष्ठा न सोडता.'

'खरं आहे फादर.' अरुण किंचित ओशाळवाणं हसत म्हणाला, 'सावत्र बापाचा एवढाच अवगुण मी काही प्रमाणात उचललाय. मलाही जाणवतं. मुर्दाड प्रशासन व थंड बेपर्वा समाज पाहिला की, डोकं भडकतं... पण आता स्वप्नभूमी सुरू झाली आहे. एक नवं मिशन सुरू झालं आहे. आजवर एकटा काम करीत होतो, आता संस्थात्मक काम करायचं आहे. तुम्ही म्हणाला तसं मला शांत होता आलं पाहिजे. मी तुमचा हा उपदेश लक्षात ठेवीन फादर.'

त्याच वेळी त्याचा मोबाईल वाजला. तो कुणाचा आहे, हे लक्षात येताच आनंदानं अरुण चीत्कारला, 'फादर, स्वामी अग्निवेशजींचा फोन आहे. मी त्यांना एस.एम.एस. टाकला होता. ही इज माय गाइड, टीचर ॲन्ड फिलॉसाफर.'

तो मोबाईल कानाशी धरत बोलू लागला,

'हां स्वामीजी, मैं कलसे आपको मोबाईल कर रह था। आप शायद कहीं दूरके इलाकेमें थे। जी हां, मैंने उद्‌घाटनबिनाही स्वप्नभूमी शुरू की है। आप कब आवोगे हमारा काम देखने? मैं प्रतीक्षा करूंगा। तुम्हारा आशीर्वाद मिला, बस निहाल हो गया! हां-हां... अब विश्राम कैसा? आपके आवाहनपे जीवनव्रत जो लिया है और फिर ये नया मिशन शुरू किया है। फिलहाल संभव नहीं लगता, लेकिन दर्शन करने

और नयी प्रेरणा लेने आपके पास जरूर आऊंगा. अच्छा, फिरसे प्रणाम!'

अरुणचा चेहरा अपूर्व अशा तेजानं उजळून निघाला होता. फादर त्याच्याकडे टक लावून पाहत होते. त्यांना स्वामी अग्निवेशचं नाव व कार्य माहीत होतं. संन्यासी माणूस, भगवे कपडे घालणारा; पण समाजसेवा हीच धर्मसाधना मानणारा. वेठबिगार प्रथेविरुद्ध लढणारा. बालहक्कासाठी आंदोलन करणारा. स्वामी विवेकानंदांच्या प्रभावळीतला योद्धा संन्यासी!

'अरुणभैय्या, काय म्हणाले स्वामीजी?'

'त्यांनी शुभाशीर्वाद दिला 'स्वप्नभूमी'च्या कार्याला. आज पत्रकार परिषद घेऊन हे मिशन सुरू केलं. आणि त्याच वेळी त्यांचा फोन. माझ्यातला जीवनव्रती, फकिरी सामाजिक कार्यकर्ता ही त्यांची प्रेरणा आहे. मला त्यांच्या संन्यस्तपणाचं आकर्षण नाही, पण त्यांची समाजसाधना व अपरिग्रह मोह घालतो. म्हणूनच तर पंधरा वर्षांपूर्वी अवघ्या विशीच्या वयात मी त्यांच्या लातूरच्य सभेतील आवाहनाला प्रतिसाद देत स्वत:ला समाजकार्यात झोकून दिलं!'

'अरुणभैय्या, आता ही 'स्वप्नभूमी' संस्था रजिस्टर करावी लागेल. आणि ध्येयधोरणं लिखित करावी लागतील.' फादर सहसा भावनावश होत नाहीत. त्यांनी अरुणचा उचंबळून जाणारा आवेग नियंत्रित व्हावा म्हणून विषय पालटत म्हटलं.

'अर्थात फादर! 'स्वप्नभूमी'ची सारी रूपरेखा माझ्या डोक्यात तयार आहे. तिचं मी आजच पेपरवर्क सुरू करतो व तुम्हाला दाखवतो. पण तुम्ही आमचे ट्रस्टी असणार आहात.'

'नाही अरुणभैय्या. चर्चचं हे सेवेचं पद मला अवघ्या जीवनासाठी पुरेसं आहे. त्यामुळे तुझ्या संस्थेचं ट्रस्टीपद नको.'

'पण – पण....'

'ट्रस्टी नसलो म्हणून काय झालं? तुझ्या या कार्यात मी नेहमीच असेन असं मी परवा रात्री वाडीच्या चर्चमध्ये अभिवचन दिलंय ते मनापासून... येशूच्या साक्षीनं. ते पाळीन.'

फादरची अलिप्तता आणि स्वामीजींच्या अपरिग्रहतेत किती साम्य आहे आणि पुन्हा ते किती सहजतेनं आतून येतं! असं सहज वागणं आपल्यालाही जमलं पाहिजे, असं मनोमन अरुणला वाटलं.

'ठीक आहे फादर. जशी आपली मर्जी.'

'मला परवापासून एक विचारायचंय बेटा.' फादर म्हणाले, 'स्वप्नभूमी' हे नाव फार सार्थक आहे. थोडंसं काव्यमय पण आहे. ते तुला संस्थेला का द्यावं वाटलं?'

'मी एकेकाळी बालमजूर होतो. रस्त्यावर रॉकेल विकत होतो, मग शिवकाशीला फटाक्याच्या कारखान्यात होतो. दोन्हींचा अनुभव होता की, सोळा-अठरा तास काम

केल्यावर रात्री धड झोपही लागत नसायची. पण अशा अर्धजागृत अवस्थेत स्वप्नं पडायची. झोपेतही काम व मालकवर्गाचे अत्याचार आठवायचे. त्यांच्याविषयी मनात खोलवर दडलेली भीती व जरब आठवायची. फादर, आम्ही बालमजूर चांगल्या उबदार बालजीवनाला तर पारखे होतोच, पण आमची स्वप्नंही हरवून जातात. नव्हे, चोरीला जातात. मला बालकामगारांना पुन्हा स्वप्नं द्यायची आहेत. आनंदी बालपणाची व उज्ज्वल भविष्याची. त्यासाठी ही स्वप्नभूमी. ज्या-ज्या मुलाचं बालपण खेळ व शाळेत जात नाही, त्यांना तो हक्क मिळवून देत आनंदी बालपण देण्यासाठी ही स्वप्नभूमी काम करणार आहे. एक पथदर्शी प्रकल्प असं याचं स्वरूप असेल. शासनाच्या 'राष्ट्रीय बालकामगार प्रकल्प' (नॅशनल चाइल्ड लेबर प्रॉजेक्ट – एन.सी.एल.पी.) पलीकडे जाणारं. अधिक सार्थक अधिक प्रभावी... हे जसं स्वप्न आहे, तसं मिशनपण.'

'ग्रेट, सिंपली ग्रेट!' आपल्या संयमी स्वभावाविरुद्ध अभावितपणे रोमांचित होत फादर त्याला मिठी मारत आवेगानं म्हणाले,

'अरुणभैय्या, मुस्लीम बांधव म्हणतात, तसं मी एवढंच म्हणेन, आमीन!'

'आमीन!'

***

त्या रात्री अरुणनं लिहिलेली डायरी.

'आज मन भरून आलंय. रात्रभर झोप लागेल, असं वाटत नाही. अशा वेळी डायरीलेखन हा एकच पर्याय असतो, मनातल्या विचाराचं तूफान शांत करण्याचा. कधीकधी विचारांची नवी दिशा पांढऱ्यावर काळं करताना दिसू लागते, तर कधी अस्पष्ट विचारांना आकार मिळत जातो. मला वाटतं, माझं डायरीलेखन माझ्या व्यक्तिमत्त्वाचा आरसा आहे. माझ्या अबोध मनाच्या तळाशी जे साचलं आहे, त्याचा शोध घेण्याचा हा प्रयत्न असतो. कधी सफल होतो, तर कधी नुसतंच भरकटल्यासारखं लिहून होतं; पण तळ गवसत नाही. तरी हा प्रयत्न महत्त्वाचा असतो.

'आज माझी 'स्वप्नभूमी' साकार झालीय आणि स्वामीजींशी बोलणं झालं, त्यांचा आशीर्वाद मिळाला, शुभेच्छा मिळाल्या. यापेक्षा अधिक काय हवं होतं मला? पुन्हा फादर साथीला आहेत. स्वामीजींप्रमाणेच सहजतेनं समाजसेवा करणारे व त्यातच ईशसेवा आहे असं मानणारे. या दोघांच्या पाठबळावर मला हे मिशन चालवायचंय. पुढे न्यायचंय. बालमजुरीनं बालपण हरवलेल्या मुला-मुलींना नवजीवन देत, नवी स्वप्नं देत, त्यांना त्यांच्या क्षमतेप्रमाणे फुलू द्यायचंय. बालमजुरी-निर्मूलनातून बालहक्कापर्यंत कामाची व्याप्ती टप्प्याटप्प्यानं वाढवत न्यायचीय.

'बालपणी याच शहरात रॉकेलची सायकलरिक्षा चालवली व दंग्याच्या वेळी सावत्र बापाच्या खुनाचा आरोप डोक्यावर येऊ नये (तो चिवट पियक्कड बाप आजही जिवंत आहे आणि सावूला बालवेश्या करीत बालमजुरीच्या गर्तेत ढकलून देत त्याने मला दिलेल्या अभिशापाची पुनरावृत्ती केली.) म्हणून ट्रेनमध्ये बसून पळ काढला व कसा कोण जाणे, शिवकाशीला पोचलो. तिथंही फटाक्याच्या कारखान्यात चंदेरी धुळीत काम करीत कायमचा अस्थमा जडवून घेतला. तिथं काम करताना झालेला स्फोट, पण नशीब बलवत्तर. जीव वाचला. पुढे चेन्नईला मिशनरी स्कूल व ख्रिश्चन कॉलेजमध्ये या फादर गायकवाडप्रमाणे अशाच एका प्रेमळ भूतदयावादी फादर स्टिफनमुळे शिकता आलं. त्या वेळी बालपण मला नाकारलं गेलंय, त्यावर मात करीत खूप शिकायचं व मोठं व्हायचं एवढंच मनात होतं!

'पण स्वामी अग्निवेशचं भाषण ऐकलं आणि त्या क्षणी वाटलं, हे काम आपल्या अवघ्या जीवनाचं मिशन होऊ शकतं! आणि त्यांच्या कल्पनेतला जीवनव्रती झालो. त्यालाही आता पंधरा वर्षे झाली, पण कधीही पश्चात्ताप झाला नाही. काम करताना समाज व सरकारच्या मुर्दाडपणाची तीव्र चीड येते. क्षणभर वाटतं, आपलं काम पालथ्या घड्यावर पाणी ओतण्यासारखं तर नाही ना? पण त्याच वेळी अंतरात्मा सांगतो की, 'घेतले व्रत न हे अंधतेने.' मन बजावतं, हे काम आपण बुद्ध्याच जाणीवपूर्वक स्वीकारलं आहे, तर मग निराश का व्हायचं? स्वामीजी सांगतात त्याप्रमाणे हा अनासक्त कर्मयोग आहे. तो निःसंशयपणे आचरला पाहिजे.

'डायरी लिहिताना मधून मी थांबतो. कारण भावनेला आकार देणारे शब्द मध्येच सुचत नाहीत. मग पुन्हा थांबवलेलं डायरीलेखन पुढे सुरू होतं.

'आता या क्षणी एवढं लिहून झाल्यावर मी कुंठित होत थांबतोय. ढग बरसायची चिन्हं नाहीत. तेव्हा लेखणीला विराम द्यावा हे उत्तम.

'का मी कुंठित झालोय? का मी संभ्रमाच्या लाटेवर हेलकावतोय?'

'खरंतर सारंकाही मनासारखं झालंय. जिल्ह्यातील पन्नास गावे बालमजूर-मुक्त झाली आहेत. फादरनं आपला हृद्य सत्कार केला आहे व 'स्वप्नभूमी'साठी जागा व इमारत विनामूल्य देऊन टाकली आहे. महादू-आरीज हे दोन बालमजूर तिचे पहिले सदस्य झाले आहेत. अगदी सहजतेनं. ज्या मिशनसाठी पंधरा वर्षांपूर्वी जीवनव्रत स्वीकारले, ते अवचितपणे साकार झालं आहे.

'पण माझ्यासारख्या कार्यकर्त्याला अशी भावविवशता शोभणारी नाही. सहृदयता, सहकंपा व सहअनुभूती हवी; पण अनियंत्रित भावना नजर अंधूक करते अंतिम दिशेवरची, जिकडे हरघडी ध्यान ठेवत वाटचाल करायची असते!

'पण अजूनही मला ही मिशनरी कार्यकर्त्याची साधना साध्य झाली नाही, हे खरं.

'मनात उठणाऱ्या कल्लोळाला एक निराशेची कड का जाणवते आहे? मुर्दाड

समाज व असंवेदनशील नोकरशाहीचा बालमजुरीच्या प्रश्नाबाबतचा अनुभव तर त्यामागे नाही? कदाचित असेलही. समाज व प्रशासन असं मुर्दाड व असंवेदनशील आहे म्हणून तर बालमजुरीसारखी अमानुष प्रथा समाजात व्यापक प्रमाणात आहे, त्यासाठीच तर आपल्याला काम करायचं आहे. आणि काम करताना निराश होऊन कसं चालेल? फादर स्टिफन कॅन्सरग्रस्त असताना व नियमितणे किमोथेरपीचा उपचार घेतानाही कधी निराश झालेले आपण कुठं पाहिलं आहे? त्यांची सकारात्मक ऊर्जा आपण मनात साठवून घेतलीय ना? बालमजुरीच्या क्षेत्रात कितीही अंधार असला, तरी साहिरचा आशावाद मनात बाळगत वाटचाल केली पाहिजे – 'वो सुबह कभी तो आयेगी.' '

***

जिल्हाधिकारी कार्यालयात अरुण यापूर्वी अनेकदा गेला होता. पण आज तो तेथे पोचताच पी.ए.नं आपणहून ओळख देत म्हटलं, 'आपण सरळ आज जा, अरुणभैय्या. कलेक्टरसाहेब आपली वाट पाहत आहेत व तासभर इतर कुणाला आत सोडू नका वा फोन देऊ नका, असं त्यांनी आम्हांला बजावलंय!'

'नवी विटी नवं राज्य' ही चिरपरिचित म्हण अरुणला आठवली. जसा बॉस तसा पी.ए. नव्हे, बॉसकडे पाहून तसाच पी.ए. वागतो, ही नोकरशाहीची खासियत म्हटली पाहिजे. हा दोन महिन्यांपूर्वी बदलून आलेला कलेक्टर मनीष वेगळा असला पाहिजे, असा विचार अरुणच्या मनात चमकून गेला.

कलेक्टरांच्या वातानुकूलित चेंबरमध्ये त्यानं प्रवेश केला तसा खुर्चीतून उठत मनीष त्याला म्हणाला, 'या – या अरुणजी. वेलकम!'

पस्तिशीतला एक प्रसन्न चेहऱ्याचा व व्यक्तिमत्त्वाचा जिल्हाधिकारी मोकळेपणानं त्याचं स्वागत करीत होता, हा अरुणसाठी एक सुखद धक्का होता. अगदी मोर्चाची निवेदनं स्वीकारताना बहुतेक कलेक्टर व त्यांचं अनुकरण म्हणून तहसिलदारसुद्धा खुर्चीत बसूनच उभे असलेल्या कार्यकर्त्यांची – आंदोलकांची निवेदने स्वीकारतात; त्याचे वृत्तपत्रात जेव्हा-जेव्हा अरुण फोटो पाहायचा, तेव्हा एक विचार हमखास मनात यायचा – हे सारे घटनेप्रमाणे जनतेचे सेवक आहेत, तरीही मालकाच्या तोऱ्यात व शासनकर्त्यांच्या रुबाबात वावरतात हेच खरं!

पण आज काही वेगळंच घडताना दिसतंय. हा उमदा कलेक्टर मनीष त्याचं उभं राहत मोकळेपणानं स्वागत करतोय, अदबीनं खुर्चीवर बसायची विनंती करतोय. कॅक्टसला कधी फुले येत नाहीत, तसं महसूल खात्यालापण मवाळपणा माहीत नाही, असं अरुणचं अनुभवसिद्ध मत आहे. पण आज अपवादानं का होईना, नियम

सिद्ध होतोय. आणि हा अनुभव सुखद आहे.

'थँक्यू सर,' अरुण म्हणाला, 'मला नावापुढे जी लावून संबोधलेलं आवडत नाही. तुम्ही सरळ मला अरुण म्हटलं तरी चालेल!'

'तुम्ही साऱ्या जिल्ह्याचे अरुणभैय्या आहात, वृत्तपत्रांतही आज तसंच तुम्हाला संबोधलं गेलंय. मलाही तुम्हाला अरुणभैय्या म्हणायला आवडेल. एनी ऑब्जेक्शन?'

'नो – नॉट ॲट ऑल सर!' अरुण किंचित सुखावत म्हणाला, 'तुम्ही मला आपणहून निरोप देऊन बोलावलंत, याबद्दल मी आपला आभारी आहे.'

'नाही अरुणभैय्या. तुमच्या कालच्या पत्रकार परिषदेची बातमी आज सकाळी वृत्तपत्रात वाचली आणि खरं सांगतो, काहीसा अस्वस्थ झालो.' मनीष म्हणाला, 'आता तुम्ही इथून परत जाल तोवर त्या ढाबेवाल्या मालकाला अटक झाली असेल आणि अवघ्या आठ दिवसांत बालमजुरी व वेठबिगार अशा दोन्ही कायद्यांखाली साहेब व जगनवर योग्य पद्धतीनं केस दाखल होईल, हे मी जातीनं पाहीन!'

अरुणला धक्क्यामागून धक्के बसत होते. या सत्तेच्या खुर्चीवर बसूनही कलेक्टर एवढा सहृदय व संवेदनशील असू शकतो?

'महादू व आरीजच्या कथा व व्यथा तुम्ही पत्रकार परिषदेत प्रभावीपणे मांडल्या अरुणभैय्या. त्या पेपरमधून वाचताना, मी खरंच सांगतो, अस्वस्थ झालो. माझा पाच वर्षांचा मुलगा आहे अविचल. तो जर आठव्या-दहाव्या वर्षी काम करत असेल तर – हा विचार मनात आला, तेव्हा मी हादरलो. नुसत्या कल्पनेतही मी माझा मुलगा काम करताना कल्पू शकत नाही! खरंच, मला प्रत्यक्ष अनुभव नाही; पण बालमजुरी किती भयानक आहे, हे विचारानं जाणू शकतो. तुमचं ते वाक्य, मेरे दिलको सचमुच छू गया अरुणभैय्या। महादूचं केवळ शारीरिक व लैंगिक शोषणच झालं नाही, तर त्याच्या भुकेचंही शोषण झालं!' मनीष प्रांजळपणे भरभरून बोलत होता आणि अरुण त्याच्या नितळ पारदर्शी व स्वच्छ मनाच्या चेहऱ्यावर उमटलेल्या प्रतिबिंबाकडे थक्क होऊन पाहत होता.

'भुकेचं शोषण? व्हॉट ए टेरिबल वर्ड!'

'बट इंडीड इट इज. आय हॅव एक्सपिरीअन्सड सर!' अरुण म्हणाला, तसा मनीष किंचित शहारला. त्याच्या डोळ्यांत प्रश्नचिन्ह होतं, खरंच?

त्या तासाभरात त्यांचं लोभस असं मैत्र जुळून आलं होतं. मनीष म्हणालाही होता, 'अरुणभैय्या, तुमच्यातला नितळ माणूस व सच्चा लढाऊ कार्यकर्ता मला जाणवला. माझे वडील राष्ट्रीय पुरस्कारप्राप्त आदर्श असलेले प्राथमिक शिक्षक होते. त्यांचे माझ्यावर गाढ संस्कार आहेत. त्यांना गरिबाबद्दल उपजत करुणा होती, ती मी जपायचा माझ्या परीनं प्रयत्न करतोय. आज तुम्हाला भेटल्यावर त्यांची आठवण झाली. तुमच्या बालमजुरी-निर्मूलनाच्या कार्यात मी इथं जितका काळ कलेक्टर

म्हणून असेन, पूर्णपणे सहकार्य असेल, हे माझं तुम्हाला वचन आहे!'

अरुणनं चर्चेत मनीषकडून या जिल्ह्यातील बिडीक्षेत्रातील बालमजुरांचे 'राष्ट्रीय बालकामगार प्रकल्पा'साठी सर्वेक्षण करून अहवाल केंद्राला पाठवण्याचं मान्य करून घेतलं. तसेच वीटभट्टी, फटाके कारखाने व इतर कायद्याप्रमाणे धोकादायक उद्योगांत काम करणाऱ्या बालमजुरांसाठी त्याच्या कामात सहकार्य करायचं व पूर्ण शासनयंत्रणा त्याच्या मागे उभी करण्याचं त्यानं अभिवचनही दिलं होतं!

'तुम्ही तुमच्या बालवयात शिवकाशीला फटाक्याच्या कारखान्यात कामाला होतात व झालेल्या स्फोटातून मरता-मरता वाचला होतात, असंही मी वाचलंय अरुणभैय्या!'

'खरं आहे. माझा तरुण वयात जडलेला अस्थमा, तेथे काम करताना नाकातोंडातून रंध्रारंध्रांत जी चंदेरी रासायनिक धूळ गेली, त्याची जन्मभराची देणगी आहे सर!'

'मला त्याबद्दल ऐकायला आवडेल.'

'पुन्हा कधी सांगेन तो अनुभव', अरुण म्हणाला, 'पण एक विचार मनात आता या क्षणी आला, तो सांगतो. गेली पाच-सहा वर्षे सातत्यानं फटाकेविरहित दिवाळी साजरी करावी, यासाठी मी प्रयत्न करतोय. जनजागृतीसाठी शाळा-शाळांमध्ये जाऊन व्याख्यानं देतोय व वृत्तपत्रांत लेख लिहितोय. पण अजूनतरी फारसं यश आलं नाहीये. यंदाची दिवाळी दोन महिन्यांनी येतेय, पुन्हा मी तेच काम सुरू करणार आहे. तुम्ही मला यामध्ये साथ द्याल?'

'माझे बॅचमेट विरूधनगर जिल्ह्यात सध्या कलेक्टर आहेत. त्यामुळे शिवकाशीमध्ये बनणाऱ्या फटाक्यामागे बालमजुरांचे श्रम आहेत, हे मला माहीत आहे. पण – पण अरुणभैय्या, फटाकेविरहित दिवाळी ही कल्पनाच कशीतरी वाटते. त्या फुलबाज्या, ते भुईचक्र, अनार आणि आवाज करणारे फटाके हे मुलांसाठी किती आनंददायी असतं. तर – तर...' मनीषच्या नजरेसमोर फुलबाजा घेऊन नाचणारा अविचल आला.

'सर, मला माफ करा.' अरुण काहीशा तीव्रतेनं म्हणाला, 'तुम्ही एवढे सुविद्य व संवेदनशील, तरीही असं म्हणता याचं नवल नाही, पण खेद वाटतो.' क्षणभर थांबून मनीषचं जणू मर्मच पकडत तो म्हणाला, 'कदाचित तुम्हाला तुमच्या लहान मुलाला फटाके उडविण्याचा आनंद घेता येणार नाही, या कल्पनेनं वाईट वाटलं असेल.'

'तुम्ही – तुम्ही खरंच मनकवडे आहात अरुणभैय्या!' त्याची नजर चुकवीत पण प्रांजळपणे मनीषनं कबुली दिली.

'मी समजू शकतो. आपल्या मुलाला नित्य नवे सतत आनंदाचे क्षण द्यावेत, असं प्रत्येक पित्याला वाटत असतं. बाप म्हणून तुमचं काही चुकलं, असं मी म्हणणार नाही. पण जरा विचार करा सर, फटाके बनवताना मुलांना किती धोकादायक वातावरणात काम करावं लागतं. अधूनमधून होणाऱ्या स्फोटात जीव

तर जातोच पण इतरांना तेथे काम करताना ज्या शारीरिक व्याधी जडतात, त्याचे ओझे जखमेप्रमाणे आयुष्यभर वाहावे लागते.' अरुण उठत म्हणाला.

'सॉरी सर! मी हे उगीच बोललो. तेही आपल्या पहिल्या भेटीत. कदाचित मी फार जास्त अपेक्षा करतोय. सॉरी!'

'थांबा अरुणभैय्या. पाच मिनिटं बसा!' मनीष म्हणाला, तसा अर्धवट उठलेला अरुण पुन्हा खुर्चीत बसला. पण आता तो मनीषकडे न पाहता इतरत्र पाहत होता. प्रशस्त टेबलावर एका बाजूला मनीषची पत्नी व मुलाबरोबरची फोटोफ्रेम होती. हाच तो त्याचा गोड मुलगा अविचल असणार. त्याला फटाके खेळण्याचा आनंद फटाकेविरहित दिवाळी अभियानामुळे मिळणार नाही म्हणून मनीष विरोध जरी नाही, तरी काहीशी असमर्थता दर्शवीत होता. अरुणच्या मनात एक विचार चमकून गेला.

तो विचारतंद्रीतून भानावर आला तो मनीषच्या बोलण्यानं. 'अरुणभैय्या, क्षणभर पिता म्हणून स्वार्थी विचार केला. सॉरी! मी माझ्या विरूधनगरच्या कलेक्टर – मित्राला मागे केव्हातरी म्हणालो होतो, 'तू का नाही यामध्ये काम करीत?' त्याचं उत्तर होतं, 'राजकीय पाठबळ नाही आणि समाजाची आस्था नाही. मग मी का दगडावर डोके आपटून कपाळमोक्ष करून घेऊ?' तेव्हा ते मला खटकलं होतं. आम्हा आय.ए.एस. वाल्यांना एवढा अधिकार व एवढं संरक्षण नोकरीत आहे, तरी आम्ही धाडस दाखवत नसू, तर काय उपयोग आहे? अरुणभैय्या, मी शंभर टक्के धाडसी नाहीये, पण पळपुटेपणाही मला आवडत नाही.'

अरुणपुढे मनीष जणू स्वगत प्रकट रूपानं सादर करीत होता. हे त्याचं उघड मुक्त चिंतन होतं – प्रांजळ आणि पारदर्शी.

'ओ.के.! मी ठरवलंय तुझ्या अभियानात साथ द्यायची. आणि त्याच्या यशस्वितेची एक खूण असेल माझा अविचल यंदा फटाके फोडणार नाही. ठिकाय?'

'डन!' अरुण प्रसन्नपणे म्हणाला, 'मी तुम्हाला एक वचन देतो. आमच्या महाराष्ट्रात दिवाळीत मुलं मातीचे किल्ले बांधतात. स्वत: घरी आकाशदिवे बनवतात. या दोन्ही बाबी मी तुमची परवानगी असेल, तर तुमच्या अविचलला शिकवेन आणि मला खात्री आहे, तुमच्या मुलाची दिवाळी आनंदात जाईल.'

प्रकरण पाच

बरोबर बाराच्या ठोक्याला मध्यरात्री अमानखान प्लॉट झोपडपट्टीच्या समोरच्या मैदानात दुर्गा पैलवानाच्या पुढाकारानं सुरू झालेली आतषबाजी नुकतीच कुठे संपली होती. दहा-दहा हजारांच्या फटाक्यांच्या लडीमधील राहिलेले फटाके अजूनही कुठे-कुठे चुकारपणे फुटत होते. आणि जवळपास शांत झालेला तो भाग पुन्हा जागवीत होते!

दुर्गा पैलवान बकुळाच्या झोपडीत मघाशीच गेला होता. त्याच्या टाटा सुमोमध्ये ड्रायव्हर सुभान हलक्या आवाजात टेप लावून स्टिअरिंगवर डोके ठेवून विसावला होता. त्याच्याच शब्दांत 'टाकी खाली करून' येईल, तेव्हा आपण जागं असायला हवं. नाहीतर भाई तोंडानं शिव्या देत हातानं केस ओढत गर्जणार, 'हरामखोर सुबन्या, ऊठ लेका, नाहीतर लाथ घालीन...' त्या भीतीनं सुभान टेपवर हिंदी फिल्मी गाणी ऐकत त्या मध्यरात्री जागा राहण्याचा प्रयत्न करीत होता!

दुर्गाभाईनं अमानखान झोपडपट्टीतल्या त्याच्यासाठी काम करणाऱ्या रॉकेल हातगाडीवाल्या पोरांना बारा वाजता दहा-दहा हजार फटाक्यांच्या लडी आणि आतषबाजीसाठी अनार वाटले होते. बरोबर बारा वाजता भाईनं शिट्टी मारताच वीस-बावीस मुलांनी लडी पेटवून दिल्या आणि अनार लावले! कानठळ्या बसणारे आवाज करीत फटाके फुटले आणि अनारच्या रंगीबेरंगी प्रकाशज्योतींनी त्या अंधारात काही वेळ इंद्रधनुषी सप्तरंगी माहोल पैदा झाला.

सुभानला काही दिवसांपूर्वीच मिसरुड फुटली होती. तरी त्याची किशोरवयीन कोवळीक वयाच्या आठव्या वर्षापासून दुर्गाभाईकडे हरकाम्या पोर म्हणून पहाटेपासून मध्यरात्रीपर्यंत काम करताना आणि लाथाबुक्क्यांचा सढळ प्रसाद घेत जगताना, वाढताना अजून बरीचशी शिल्लक होती. ती कोवळीक, ते किशोरपण त्याला उगीचच आशा दावीत होतं – भाई आपल्यालाही म्हणेल. 'चल साल्या. तू भी क्या याद रखेगा? ये, तू पण फटाके उडव.' आपणही एकाच वेळी तीन-चार अनार लावून त्यांच्या रंगीबेरंगी पुरुषभर उंच जाणाऱ्या ज्वाला पाहू आणि दिवाळी करू....

पण दुर्गाभाई असं काही म्हणणार नाही, याची सुभानला पक्की खात्री होती. आणि झालंही तसंच. सुभान भाईच्या खिजगणतीतही नव्हता. कधीच नसतो. त्याची आठवण फक्त कामाच्या वेळी यायची. आज ती विशेष जादा आली, कारण भाईचा नेहमीचा ड्रायव्हर माणिकराव दिवाळीला गावी गेला होता. त्याच्याकडून हरकाम्या सुभानानं फावल्या वेळेत मागे लागून ड्रायव्हिंग शिकून घेतले होते. आपलं जीवन फाइल ते अमानखान झोपडपट्टीपर्यंत वेगानं गाडी चालवली होती. तेव्हा काहीशा कौतुकानं भाईनं त्याचा गालगुच्चा घेत म्हटलं होतं, 'भले बहादूर!' त्या कौतुकानं बरं वाटलं, तरी त्या शारीरिक सलगीनं तो आक्रसला होता. दुर्गाभाई आणि दणकट टाटा सुमोचं अविभाज्य नातं होतं. त्याच्या नाना उद्योगधंद्यांसाठी ही गाडी सदैव त्याच्याखाली दिवसाचे बारा-पंधरा तास तरी असायची. ड्रायव्हर – नजीकच्या सीटवर पुढे तो बसायचा. ती सीट त्याच्या जाडजूड देहाच्या वजनानं खोल गेलेली होती. त्यावरून गडगडाटी हसत स्वत:वर तो इरसाल जोक करायचा – 'आमचं बूडच हाय असं भारी भक्कम, म्हणून तर बाई अंगाखाली घ्यावी, तसा धंदा बुडाखाली घट्ट धरलाय. कुण्या हरामखोराची माय व्यालीय माझ्याकडे वाकड्या नजरेनं बघण्याची? त्याला या बुडाखाली चेपून टाकीन. वरचा सास वर, खालचा खाली असं करीन, त्या साल्याचं....'

भाईला बोलताना शिव्या देण्याची व बायकांवरून अरबटचरबट बोलायची सवय होती. लहान असताना सुभानला त्यातला बराचसा भाग कळायचा नाही. पण सुभानचा हरहुन्नरीपणा जाणून भाई त्याला जीपसोबत ठेवायला लागला. त्या वेळी त्याला स्त्रीबद्दलचं ज्ञान नको इतकं आलं होतं. कारण आठवड्यातून दोनदातरी भाई कुठल्या बाईकडे जायचा.

आज अमानखान झोपडपट्टीत दुर्गाभाईनं मुद्दाम मध्यरात्री बाराच्या ठोक्याला दिवाळीच्या पहिल्या दिवशी त्यानं कामाला लावलेल्या रॉकेल हातगाडीवाल्या मुलांना फटाके देऊन दणक्यात दिवाळी साजरी केली होती. जीपमधून उतरताना खाली गेलेल्या सीटकडे पाहत त्यानं त्याचा नेहमीचा जोकही हाणला होता. त्या वेळी त्याची नजर समोरच्या दोन खणांच्या कौलारू झोपडपट्टीकडे होती. तिथं अरुणभैय्या राहत असे. त्याला सुभाननं अनेकदा पाहिलं होतं, पेपरात त्याचे फोटोही दिसले होते. जीपमध्ये दुर्गाभाई स्थानिक पेपर ठेवीत असे. मोकळ्या वेळात सुभान ते वाचायचा. त्याचा बाप मेल्यामुळे चौथीनंतर शाळा सुटली होती आणि घेतलेलं कर्ज फेडण्यासाठी आईनं त्याला दुर्गाभाईकडे कामाला पाठवलं होतं. आता त्यालाही पाच वर्षे झाली होती. त्याचा हरहुन्नरीपणा पाहून भाई त्याला आपल्या सोबत ठेवत असे. जीपमध्ये सुभान फावल्या वेळात वेळ जाण्यासाठी दिवसा पेपर वाची, तर रात्री मंद आवाजात टेप लावून गाणी ऐके.

त्यामुळे त्याला अरुणभैय्या माहीत झाला होता. लाल दिव्याच्या गाडीतून हिंडणारा आणि भल्यामोठ्या बंगल्यात राहणारा कलेक्टर त्याचा मित्र होता. दोघे अनेक कार्यक्रमांत एकत्र असायचे. दुर्गाभाईला अरुणभैय्याचा विलक्षण राग होता. त्याचं कारण सुभानला अजून तरी नीटसं कळलं नव्हतं. पण शाळा सोडून मोलमजुरी करणाऱ्या मुलांसाठी अरुणभैय्या काम करतो आणि भाईचे सारे धंदे कोवळ्या मुलांच्या जिवावर होते, म्हणून असेल कदाचित, भाई त्याचा उल्लेख सदैव आईवरून शिव्या देत करायचा.

आजही सुमोमधून उतरताना भाईनं समोरच्या घराकडे पाहत शिवी हासडली. त्या वेळी अरुणभैय्या नक्कीच घरी असणार, कारण घरात बल्ब जळत होता.

चिंचोळ्या अरुंद मैदानात कुणीतरी एक बाज आणून टाकली. त्यावर दुर्गाभाई बसताच ती त्याच्या वजनानं काडकन मोडली आणि भाई आडवातिडवा भेलकंडला. सुभान धावत गेला, पण एकट्यानं हात धरून भाईला उठवणं त्याला जमलं नाही. मग आसपासची चार-दोन जवान पोट्टी आली. त्यांनी भाईला उठवलं. मग दुसरी लोखंडी कॉट आणली गेली. तीही कुरकुरत होती. तरी भाईचा प्रचंड भार तिनं बऱ्यापैकी पेलला होता!

भाईसमोर अमानखान झोपडपट्टीमधील लहानथोर अशी चांगली पाच-पंचवीस मंडळी जमा झाली. भाईनं नेहमीच्या पद्धतीनं सर्वांची ख्यालीखुशाली विचारली. त्याच्या बाजूला दत्तराव गायकवाड हा नगरसेवक एका खुर्चीवर अंग चोरून बसला होता. त्याला मागच्या मनपा निवडणुकीत भाईनंच निवडून आणलं होतं. तोही भाईच्या लेखी सुभान, माणिकरावप्रमाणे तुच्छच; पण चार लोकांत तो त्याला मान देई. बाजूला खुर्चीवर बसवे. त्यातच गायकवाडला धन्य-धन्य वाटायचं.

'काय दत्तराव, आवंदा दिवाळी नाही का?' भाईनं आपल्या मिशीला पीळ देत गुरकावल्यासारख्या स्वरात विचारलं, तसा कसनुसा हसत गायकवाड म्हणाला, 'हे काय भाई, दिवाळी तर सर्वांत मोठा सण हिंदूंचा आणि तुमी तर आमचे सर्वेसर्वा. सारे उत्सव व सण दणक्यात करायचे, हा तुमचा आग्रेव मला का माहीत नाही? गणपती, दुर्गा, दसरा व दिवाळी! तुम्ही त्यासाठी दोन्ही हातांनी पैसा वाटता, हे का मला ठाव नाय?'

'तरीही इचारलेलं बरं – तुम्ही दोनदा कलेक्टरच्या मीटिंगला गेलेले... यंदा म्हणे फटाकेविरहित दिवाळी करा आणि बालमजुरांचे शोषण थांबवा... असं अभियान, तो एक खुळा आन् ह्यो गाढव अरण्या चालवतोय.'

'भाई, मनात असो नसो, मीटिंगला जावं लागतं. नगरसेवक आहे ना.' गायकवाडच्या स्वरात विलक्षण अजिजी होती. कारण भाईला दुखावणं किती भारी पडतं, हे त्याला

माहीत होतं. 'पण भाई, मीटिंगचं हॉलमध्येच सोडून यायचं, हे माजं धोरण हाय. त्यो अरुणभैय्या कितीही बोंबलो, आपून भाई तुमच्या शब्दाबाहेर नाही.'

'दत्तराव!' भाई एकदम कडाडला. 'त्या हरामखोराला अरुणभैय्या म्हंता? माहीत नाही? भाई, दादा ही नामं आमच्यासारख्या ताकदवरांसाठी वापरायची असतात....'

'माफ करा, येक डाव गलती झाली. पुन्यांदा अशी चूकभूल नाई होणार.' सपशेल शरणागती पत्करत गायकवाडनं नांगी टाकली. नुसतं वाकायला सांगितलं, तर पूर्ण लोटांगण घालणारा गायकवाड भाईच्या प्रचंड ताकदीच्या अहंगडाला सुखावून जायचा. त्यामुळे त्याच्याबद्दल तुच्छता व कस्पटभाव असला, तरी तो आवडायचा. त्याच्या समोर असण्यानं व सपशेल लाचारीनं त्याचं दादापण आणि भाईगिरी तृप्त व्हायची. 'ताकदीचं काय सुख असतं, असं मला एका पक्षकारानं एकडाव इचारलं होतं. तवा मी म्हणालो होतो, समोरचा माणूस कमरेतून वाकताना पाहिलं की, लई छान वाटतं, काळीज निवतं.' असं त्यानं एकदा आपल्या मिशीला पीळ देत अभिमानानं म्हटलं होतं!

जीपमध्ये नुसतं बसून बोअर होण्यापेक्षा झालेली अक्षरओळख जपण्यासाठी सुभाननं पेपर वाचायला सुरुवात केली होती. मग त्याची चटक लागली. आणि मग वाचनाचं जणू त्याला व्यसन जडलं. वर्तमानपत्राच्या जोडीला काही दिवसांनी पुस्तकं व मासिकं आली. दुर्गाभाईची म्हातारी गचकली, तेव्हा त्यानं अख्ख्या वस्तीला जसं तेराव्याचं गोड जेवण घातलं, तसंच तिच्या नावानं एक लेडीज जिम सेंटर व वाचनालय सुरू केलं. तिथली पुस्तकं सुभानला हक्कानं मिळायची. एक सेवानिवृत्त शिक्षक हौसेनं ग्रंथपाल म्हणून वाचनालयाचं काम पाहायचा. त्यानं सुभानला वाचण्यासाठी उत्तेजन दिलं, तसंच काय वाचावं हेही सांगितलं. त्यामुळे सुभानच्या डोक्यात विचारांचा किडा पेरला गेला आणि क्षुब्ध करणारे प्रश्न विचारून आपल्याच मनाची आपणच सालटी काढण्याचा सिलसिलाही सुरू झाला.

आपण दुर्गाभाईचे चक्क वेठबिगार आहोत, हाही शोध सुभानला पेपर-वाचनातून लागला होता. आपल्या बापानं आत्तीच्या बापाच्या धाकट्या बहिणीच्या लग्नासाठी कर्ज घेतलं होतं. कापड मिलमध्ये झालेल्या अपघातात दोन्ही हात कापले गेल्यामुळे त्याची नोकरी गेली आणि कर्ज फेडणं अशक्य झालं. ते गेल्यावर मायनं त्याला चक्क कर्जाच्या बदली सालगड्याप्रमाणे भाईकडे अष्टौप्रहर राबण्यासाठी पाठवून दिलं. पाहता-पाहता पाच वर्षे सरली होती. एक-एक दिवस अठरा-वीस तास कामाचा, प्रदीर्घ, न सरणारा. कामाबरोबर मिळणारा भाकरतुकडा, तोही उरलासुरला आणि तोही कमी पडू नये म्हणून लाथाबुक्क्या आणि शिव्यांचा प्रसाद सोबत

असायचा. एक-एक दिवस असा भयानक कष्टाचा. सुभान हिशोब करायचा, अशी पाच वर्षे आपण कशी काढली? या वर्षभरात जीपवर असल्यापासून भाईसोबत हॉटेलमध्ये अधूनमधून चमचमीत खायला मिळतं, तेवढं सुख सोडलं, तर आपली जिंदगी काय जिंदगी आहे? आपण वेठबिगारच आहोत.

त्यानं वर्तमानपत्रातच मागे केव्हातरी पार तिकडं ठाणे जिल्ह्यात अरुणभैय्यासारख्या मोठ्या माणसानं एका सावकाराकडून पाच बालवेठबिगार मुले व मुली सोडवून आणल्याची बातमी वाचली होती. तेव्हाच सुभानला आपल्या वेठबिगारीची जाणीव झाली होती. मनात एक स्वप्न अधूनमधून यायचं... आपल्याला अरुणभैय्या भाईच्या पंजातून सोडवेल. पुन्हा आपण शाळेत जाऊ. मोप शिकू. तेव्हा शाळा सुटली नसती, तर आता नववीच्या वर्गात राहिलो असतो....

आपल्यासारख्या मुलांसाठी अरुणभैय्या काम करतो, हे सुभानला माहीत झालं होतं! पेपरमध्ये चार-आठ दिवसाला त्याचा फोटो, बातम्या असायच्या आणि दुर्गाभाईच्या बोलण्यातूनही त्याचा उल्लेख अलीकडे वाढत चालला होता. कारण त्याच्यासाठी काम करणाऱ्या मुलांना तो पुन्हा-पुन्हा सूचना द्यायचा. 'हे पाहा, तो हरामी अरण्या लई बेरकी, एकदम डेंजर माणूस आहे. त्याच्यापासून दूर राहा. तो तुम्हाला भेटायचा, बोलायचा प्रयत्न करील. तेव्हा कुनीबी माझं नाव घ्यायचं नाही. आणि असं सांगायचं की, आपुन खुशीनं बापाला मदत करण्यासाठी धंदा-पाणी करतो, तोही रोज नाही, तर कदीमदी. शाळंचं इचारलं तर असं म्हणायचं की, आमास्नी मुदलात शाळाच आवडत नाही. आम्हाला शिकायचं नाही... याद राखा, यापलीकडे जाऊन एक बी जादाकम बात केली, तर माझ्याशी गाठ आहे. मी कायबी करू शकतो, हे तुम्हाला ठाव आहे. नसेल तर आज ठाव करून घ्या. या बालमजुरी प्रकरणात माझं नाव तुमच्यापैकी जो कुणी घेईल, तो पार थोटा किंवा लंगडा होईल. मी त्याचे हात-पाय कापून टाकीन. त्या 'शोले' पिक्चरमध्ये ठाकूरचे हात जसे गब्बर तलवारीनं कापतो, तसे. समजलं ना? माझ्याकडेबी दोन तलवारी आहेत, हे डोस्क्यात घ्या....'

दुर्गाभाईची ही मात्रा चटकन लागू पडली होती! ती सारी सुभानच्या उमरीची पोरं भाईचं बोलणं ऐकताना चळाचळा कापत होती. जीपमध्ये बसलेला सुभानही बसल्या जागी थरकापत होता. माणिकरावचं त्याच्याकडे लक्ष होतं. त्यानं मायेनं 'उगी-उगी' केलं, तसा तो घुसमटलेल्या रडव्या स्वरात म्हणाला होता, 'डायवर भाऊ. भाई मलाबी तलवारीनं मारून टाकेल किंवा माझ्या मेलेल्या बापाप्रमाणे मला थोटा करेल... मला सुटका नाही. इथंच मला जगलं आणि मेलं पाहिजे.'

आताही सुभानला अरुणभैय्याचं ते छोटेखानी कौलारू घर पाहताना आठवलं. मनात कुठेतरी तो आपली सुटका करेल, अशी अस्पष्ट आशा होती. पण भाईपुढे

तो कसा टिकाव धरणार? हा प्रश्न त्याला सतावत होता. त्याचं उत्तर नव्हतं आणि असलंच तर ते निराशाजनक होतं!

तरीही एकदा हिंमत करून सुभानला अरुणभैय्याला भेटायचं होतं. पण अजूनपर्यंत तरी धीर गोळा होत नव्हता.

आज मध्यरात्री बरोबर बाराच्या ठोक्याला फटाके उडवीत व आतषबाजी करीत दिवाळी दणक्यात करायची भन्नाट आयडिया भाईला का सुचली असावी आणि का त्यानं अमलात आणली असावी, हा प्रश्न सुभानला पडला होता. त्याचा कुठेतरी अरुणभैय्याशी संबंध असावा. कारण अमानखान झोपडपट्टीत त्याच्या घरासमोरच मोकळ्या चिंचोळ्या मैदानात भाईनं हा दणका उडवून दिला होता.

दत्तराव गायकवाडशी बोलताना भाईनं तिरकसपणे फटाकेबंदी अभियानाचा उल्लेख केला, तेव्हा सुभानला त्याचं कारण समजून आलं. दूर कुठे शिवकाशी गावात आणि महाराष्ट्रातही कुठेकुठे फटाक्यांच्या कारखान्यांत मोठ्या प्रमाणात बालमजूर काम करतात. त्यांना लहान वयात कामं करावी लागत असल्यामुळे अनेक रोग जडतात आणि त्यांना कामाचे पैसेही अत्यंत कमी मिळतात. झालंच तर दरवर्षी कुठे ना कुठे स्फोट होतो, त्यामध्ये अनेक जण मरतात, असे लेख वृत्तपत्रात लिहून अरुणभैय्यानं आवाहन केलं होतं की, ज्या बालमजुरांच्या श्रम व शोषणावर फटाकेउद्योग चालतो, तो बंद करण्यासाठी लोकांनीच फटाके खरेदी करणं बंद करावं आणि यंदाची दिवाळी फटाकेविरहित करून मुलांचं शोषण करणाऱ्या फटाके कारखानदारांना धडा शिकवावा...! दिवाळी हा सण आनंदाचा, आप्त-मित्रांना भेटायचा सण. कानठळ्या बसवणाऱ्या फटाक्यांचा दिवाळीशी काय संबंध?

दुर्गाभाईचाही शहराच्या उत्तर सीमारेषेपलीकडे अंजनगावला दारूगोळ्याचा व फटाक्यांचा कारखाना होता. तिथं दोन-तीनदा सुबन्या भाईसोबत गेला होता. दहा बाय बाराच्या, पत्र्यांची कुडं असलेल्या बराकीसारख्या दहा-बारा खोल्यांचा तो कारखाना होता. एक बंद पडलेला पोल्ट्री फार्म दुर्गादादानं विकत घेऊन तेथे फटाक्यांचा कारखाना सुरू केला होता. मंद पिवळ्या लाइटच्या अंधूकशा प्रकाशात सकाळपासून मध्यरात्रीपर्यंत तिथं त्याच्याच वयाची, दहा-बारा वर्षांची मुलं-मुली माना मोडून काम करताना सुभाननं बघितली होती. दसरा-दिवाळीचा मोसम आला की, कामाचे तास आणखी वाढायचे. फटाक्यांच्या दारूत काही रसायनं मिसळून त्याचा ओलसर लगदा करायचा. तो वाळत ठेवून मग त्यातून फटाके, सुतळी बॉम्ब, लडी, अनार, फुलबाज्या व चंद्रज्योती बनवायच्या. सारं अंग त्या रुपेरी धुळीनं माखून जायचं. ती चंदेरी धूळ नाका-तोंडात जायची. एकजात सारे खोकत, खाकरत काम करायचे. वाळलेली व चिपाड झालेली शरीरं. खोल निर्जीव नजर. दिवसभरात चार-दोन शब्दांपलीकडे बोलायची मनाई. दोन

वेळा पंधरा-वीस मिनिटांसाठी जेवणाची सुट्टी. त्यांना केवळ भाजी-भाकरी किंवा भात-वरण दिलं जायचं. त्याचेही पैसे मजुरीतून कापून घेतले जायचे.

वाचन व विचारानं संवेदनक्षम बनलेल्या सुभानच्या मनावर त्या फटाक्यांच्या कारखान्यात पाहिलेल्या बालमजुरांच्या शोषणाच्या दर्शनानं खोल प्रभाव पडला होता! आपल्यासारखीच ही गरीब मुलं, जगण्यासाठी केवढी मेहनत करीत आहेत! त्यांच्या श्रमावर भाई गब्बर झालेला आहे. आणि मिळालेला पैसा असा चैनीत, व्यसनात व बायकांवर उडवतोय. आपला धाक राहावा म्हणून दहा-वीस तरुणांना पोसतोय. त्यांचं एकच काम असतं, दुर्गाभाईची दहशत अधिक वाढवायची. कामावरील मुलांना धाकात ठेवून कामं करून घ्यायची आणि इशारा दिला की, कसलाही विचार न करता समोरच्यावर रेड्यासारख्या धडका मारीत तुटून पडायचं व राडा करायचा. त्यासाठी प्रसंगी रामपुरीचाही वापर करायचा. सुबन्यासमोर दोन लोकांचा भाईच्या गुंडांनी चक्क कोथळा काढला होता. चार दिवस भाई तुरुंगात जाऊनही आला. बाहेर आला तेव्हा त्याचा धाक व भीती शतपटीनं वाढली होती!

सुबन्याला त्या फटाक्यांच्या कारखान्यात काम करणाऱ्या समवयस्क मुला-मुलींबद्दल विलक्षण ममत्व वाटत होतं. आपणही असेच एक बालमजूर आहोत. फरक असेल, तर उन्नीस-बीसचा आहे. तुलनेने आपण थोडे बरे आहोत. कारण कधीमधी भाई दयाळू होत आपल्याला दहा-पाचच्या नोटा बक्षीस म्हणून देतो, हॉटेलात मिसळ-पाव किंवा पंजाबी दालरोटी खिलवतो. पण तरीही आपण त्या मुलांपेक्षा वेगळे नाही, हे मात्र सुभानच्या मनात खोलवर घट्ट भिनून राहिलं होतं!

अरुणभैय्याच्या ‘फटाकेविरहित दिवाळी’ अभियानाला खिजवण्यासाठी म्हणून भाईने आज बाराच्या ठोक्याला धूमधडाक्यात रॉकेल हातगाडीवाल्या पोरांकडून फटाके फोडले व आतषबाजी केली. नक्की. तेच कारण असणार. बरं झालं, आपल्याला भाईनं फटाके फोडायला सांगितले नाहीत. नाहीतर आपल्याला लड पेटवावीच लागली असती व हातात फुलबाजे नाचवावे लागले आसते.

अरुणभैय्याला त्यामुळे वाईट वाटलं असतं!

सुभान स्वत:शीच हसला. आपलं काय नातं आहे अरुणभैय्याशी? त्याचे पेपरात फोटो पाहिले, बातम्या वाचल्या. एक-दोनदा त्याला दुरून प्रत्यक्ष पाहिलं बस एवढंच. पण तरीही तो आपला का वाटतो? मोठ्या भावाला आपल्याकडे ‘दादा’ किंवा ‘भाऊ-भैय्या’ म्हणतात. आपल्या ओठावर जेव्हा ‘अरुणभैय्या’ येतं, तेव्हा तो खरंच मोठा व प्रेमळ भाऊ वाटतो.

आपल्या या पाच वर्षांपासून चालू असणाऱ्या वेठबिगारीतून तो सुटका करेल?

कलेक्टरसाहेब त्याचे मित्र आहेत म्हणे! म्हणजे मो मोठा माणूस आहे. मग

का नाही आपली सुटका करणार तो?

पण त्याला आपली खराब हालत कशी कळणार?

मला-मला त्याला भेटता येणार नाही. भाई आपल्याला सोडणार नाही....

काय केलं पाहिजे? कसं केलं पाहिजे?

सुभानच्या इवल्याशा मनात प्रश्नांचं काहूर माजलं होतं आणि उत्तर मात्र सापडतच नव्हतं!

एक मात्र पक्कं होतं. भाईची अरुणभैय्याशी प्रचंड खुन्नस होती! कारण सर्व मुलांना फटाके, फुलबाज्या व अनारचं वाटप करून झाल्यावर भाईनं अरुणभैय्याच्या घराकडे पाहत म्हटलं होतं,

'पोट्टे हो, मी बाराच्या ठोक्याला शिट्टी मारीन, तवा सर्व फटाके फोडा. झ्याकपैकी आतषबाजी करा, त्याच्या धुरात त्या अरण्याचं ते फटाकाविरहित दिवाळी अभियान काळंठिक्कर पडलं पाहिजे....'

त्याच्या गडगडाटी हास्याला त्या रॉकेल हातगाडीवाल्या पोरांनी प्रचंड उत्साहात मनमुक्त हसत साथ दिली होती. एवढे प्रचंड फटाके त्यांना प्रथमच मिळाले होते. त्या आनंदात क्षणभर का होईना, त्यांना भाईच्या जोरजबरदस्तीचा विसर पडला होता. भाईनं त्यांना लांड्यालबाड्या करून रॉकेलविक्रीचा किरकोळ परवाना त्यांच्या आई-बापाच्या नावानं मिळवून दिला होता. रॉकेल घरोघरी न विकता रस्त्यावरील ट्रक, ऑटोरिक्षांना दामदुप्पट भावानं विकण्याचं पद्धतशीर ट्रेनिंग दिलं होतं. जो मुलगा या पद्धतीनं जास्त कमाई करेल, त्याला दुर्गाभाई कमिशनही द्यायचा. अशा पद्धतीनं त्यानं रॉकेलच्या चोरट्या विक्रीचं एक रॅकेटच उभारलं होतं आणि कोवळ्या मुलांना पद्धतशीरपणे रॉकेलचोरीचा मार्ग दाखवून सराईत बनवलं होतं! मुलांना गुन्हेगारीची दीक्षा देत आपलं काळं साम्राज्य दुर्गाभाई विस्तारत होता. शहरात तो शक्तिकेंद्र बनला होता.

परंतु साऱ्या मुलांना त्यानं खास पोसलेल्या गुंडांच्या टोळीच्या जोरावर धाकात ठेवलं होतं! कुणाच्या मनातच काय, पण स्वप्नातही प्रतिकाराचा विचार येऊ नये, यावर त्याचा कटाक्ष होता. त्यामुळे दुर्गाभाई मुलांना अधूनमधून अकारण किंवा कमाई कमी झाली की किंवा चोरून रॉकेल विकताना पोलिसांकडून पकडला जाऊन हातगाडी जप्त झाली की, झोडपून काढायचा. अंग काळं-निळं पडेपर्यंत चाबकानं किंवा नुसतं लाथाबुक्क्यानं तुडवणं हा त्याचा अघोरी पण जालीम उपाय मात्र एकदम लागू पडायचा. सारी मुले विलक्षण धाकात राहायची, शिस्तीत वागायची.

पण मुलंच ती! एवढ्या प्रमाणात मिळालेले फटाके पाहून ती आज हरखून गेली होती. त्यामुळे दुर्गाभाईनं फटाके वाटताच त्यांनी जल्लोष करीत आनंद व्यक्त केला. एका हुशार मनकवड्या पोरानं मूठ हवेत उडवीत आवाज दिला. 'दुर्गाभाई

की...' साऱ्यांनी एक स्वरात प्रतिसाद दिला, 'जय हो!'

दुर्गाभाई प्रचंड खूश झाला. दोन्ही हात वर करीत त्यानं परमसंतोष प्रकट करीत मुलांना मन मोठं करीत आशीर्वाद दिला. 'मजा करा पोट्ट्यांनो! मला त्यातच खुशी हाय!'

बाराला अजून काही मिनिटांचा अवधी होता. तेव्हा त्यानं दत्तरावला इशारा करीत म्हटलं, 'आमास्नी जमत नाय ते एकच, भासन करणं. दत्तराव, त्यात तुमी लई एक्सपर्ट. येळ हाय तर पोट्यांपुढे ठोका की भासन!'

दत्तरावसाठी ही अकस्मात चालून आलेली पर्वणी होती. दुर्गाभाईपुढे आपलं भाषणाचं कसब दाखवायची संधी प्रथमच मिळत होती. त्यानं खाकरून घसा साफ करीत बोलायला सुरुवात केली,

'आपल्या सर्वांचे लाडके, या भागाचे खरेखुरे सम्राट दुर्गाभाई पैलवान दादा आणि अमानखान प्लॉटच्या माझ्या बंधू-भगिनींनो आणि छोट्या मित्रांनो, दिवाळी आपला सर्वांत मोठा सण. तो फटाक्यानं दणक्यात साजरा नाही करायचा, तर काय करायचं?

'आपली काही बाटगी माणसं म्हणतात की, फटाके न उडवता दिवाळी करा. का तर म्हणे, तेथे छोट्या मुलांचं – काय बरं सबुद तो हरामखोर वापरतो – हां, आठवलं – बालमजुरांचं शोषण होतं... म्हणूनशानी फटाके बंद! छट्! हे काही बरोबर नाही. त्याला उत्तर दिलंच पाहिजे. आणि ते आता आपून दणक्यात फटाके फोडून व अनार, फुलबाजी लावून द्यायचं हाये! भाई किती करतात आपल्या या झोपडपट्टीसाठी! गणेश मंडळाला, दुर्गा मंडळाला हरवरस भलीमोठी देणगी देतात, सोता येऊन पहिली मानाची पूजा करतात. त्यांना गणपतीबाप्पांची समदी आरती 'सुखकर्ता, दुखहर्ता...' पाठ आहे. झालंच तर दुर्गापूजेतही ते सर्वांच्या बरोबरीनं 'जय अंबे, जगदंबे' म्हणतात. किती मोठे भक्त आहेत आपले दुर्गाभाई पैलवान दादा. त्याचं नावच मुळी दुर्गादास आहे. म्हणजे देवीचा दास. मोठा भगत. आजवर ते गणपती व दुर्गापूजा करायचे. आवंदा त्यांनी आयडिया काढली, दिवाळीपण दणक्यात करायची. तुमास्नी म्या सांगतो दोस्तहो, भाईंच्या शरीरावानी त्यांचं डोस्कं बी लई भारी. काय भन्नाट आयडिया काडली! एकदम जंक्शन! सारे लोक पहिलं पानी घेत सकाळी पाच वाजता दिवाळी सुरू करतात, पण रात्रीच्या बाराच्या ठोक्याला नवा दिवस सुरू होतो. एकतीस डिसेंबरला मध्यरात्रीला लोक नवीन वर्ष साजरं करतात, तशीच दिवाळी करायची. भाई, आपण लई थोर आहात! म्हणूनशानी तर असं काई जगावेगळं तुमास्नी सुचतं. मी तुम्हाला सलाम करतो आणि थांबतो. जयहिंद! जय महाराष्ट्र!'

महापालिकेच्या आमसभेतही दत्तराव असंच ग्रामीण लहेजात अघळ-पघळ बोलतात. आताही त्यांनी त्यांच्या मते फर्मास भाषण ठोकलं. मुख्य म्हणजे

मान डोलवत भाईनं खुशी जाहीर केली, त्यामुळे त्यांना चार चांद शिरपेचात लागल्याचा आनंद झाला.

भाई घड्याळाकडे पाहत होता. सारी पोरं हातात काडेपेट्या, उदबत्त्या घेऊन तयार उभी होती. भाईच्या हातात शिट्टी होती. त्यानं घड्याळाकडे पाहत शिट्टी फुंकली. 'पोट्टे हो, शुरू करो!'

काही मुलांनी काडी ओढून अनार लावले. अवघं आकाश रंगीबेरंगी प्रकाश लडींनी झगमगू लागलं. काही पोरांनी दहा-दहा हजार फटाक्यांची लड पेटवली, तसा कानठळ्या बसवणारा आवाज होत तो परिसर दणाणून निघाला. सुमारे अर्धा तास नुसता जल्लोष व धांगडधिंगा चालू होता. टाटा सुमोमध्ये स्टेअरिंग व्हिलच्या मागे बसलेला सुभान उरी मूकपणे तडफडत होता. त्याला ते सारं का कोण जाणे, मनस्वी खुपत होतं!

सहजच त्याचं लक्ष जीपमध्ये शिल्लक राहिलेल्या दोन अनारांकडे गेलं. त्यानं ते हाती घेऊन चुरगाळले. त्यातून रुपेरी काळपट दारू भसाभसा सांडली. ती चिमटीत घेऊन नाकाजवळ नेऊन त्याने तिचा वास घेतला. त्याला एकदम ठसका लागला. आणि भाईच्या फटाक्याच्या कारखान्यातील त्या चंदेरी धुळीनं अंग माखलेली चिपाड देहाची त्याच्याच वयाची मुलं-मुली नजरेसमोर आली. त्यांचं खोकणं व लवकर न संपणारी उबळ, निर्जीव खोल नजर व मिटलेले चुपचाप ओठ आठवले....

'मला – मला अरुणभैय्याला एकदा भेटलंच पाहिजे... काय वाटेल ते झालं तरी!' मनाशी ठामपणे निश्चय होताच सुभानला थोडं बरं वाटलं. मन निश्चिंत झालं!

मध्यरात्रीचा जल्लोष संपला. सारी मुलं भाईची आज्ञा घेऊन पांगली. मोठी मंडळीही भाईला 'राम-राम' घालून एक-एक करीत जाऊ लागली. बकुळा भडक साजशृंगार करून तिच्या झोपडीच्या दाराशी येऊन उभी राहिली. तिच्याकडे लक्ष जाताच भाईनं आवरतं घेत दत्तरावला म्हटलं,

'आता या तुम्ही दत्तराव... आम्हाला आता आमच्या पद्धतीनं दिवाळीची मजा करू द्या की!'

दत्तरावांनीही बकुळेला पाहिलं होतं. भाईचा सूचक इशारा त्याच्या लक्षात आला. तो गडबडीत उभा राहत म्हणाला, 'आता म्या बी चलतो. सकाळी पाचला पहिलं पाणी घेण्यासाठी उठावं लागणारच आहे. तेव्हा राम-राम दादा!'

'राम-राम!'

दोन्ही हातांनी आळोखेपिळोखे देत भाई उठला आणि जीपमध्ये बसलेल्या सुभानला म्हणाला,

'बेटे, सो जा। मैं टाकी खाली करके आता हूँ। तब तक सो जा...' आणि तो बकुळेच्या घराकडे वळाला.

सुभान पडत्या फळाची आज्ञा घेत जीपमध्ये आडवा झाला. डाव्या हातानं चोळामोळा केलेले ते दोन्ही अनार त्यानं जीपच्या बाहेर फेकले आणि स्वत:शीच पुटपुटला, 'अरुणभैय्या, मी यंदा दिवाळीत भाईनं दिले तरी फटाके उडवणार नाही आणि एक दिवस जरूर तुम्हाला भेटायला येईन. मला – मला तुम्ही सोडवाल ना या वेठबिगारीतून?'

प्रकरण सहा

'मन क्यूँ बहका रे बहका आधी रात को?' मुकुंदनगर झोपडपट्टीच्या जवळून जाणाऱ्या रस्त्यावर हाकेच्या अंतरावर महानगरपालिकेचा जकात नाका असल्याने त्याच्या बाजूला चोवीस तास चालू असणाऱ्या चहाच्या दुकानातून गाण्याचे स्वर ही डायरी लिहायला घेताना कानी पडले आणि वाटलं, एका वेगळ्या अर्थानं हे जुनं फिल्मी गीत आपली या क्षणीची प्रक्षुब्ध मन:स्थितीच वर्णन करीत आहे!

रात्री अकरा ते दीड, जवळपास अडीच तास आपण खिडकीशी अवघडून उभे होतो. जेव्हा दुर्गाभाईची टाटा सुमो जीप आवाज करीत निघून गेली, तेव्हा कुठे आपण कॉटवर येऊन पडलो, पण झोप येणं शक्यच नव्हतं!

माझ्या जवळपास महिनाभर चाललेल्या 'फटाकेविरहित दिवाळी अभियानाला' पहिला सुरुंग माझ्या नजरेसमोर मला मुद्दाम रीतीने खिजवण्यासाठी दुर्गाभाईनं मध्यरात्री बाराच्या ठोक्याला मोठ्या प्रमाणात फटाके उडवून व धुंवाधार आतषबाजी करून लावला होता. उद्या नव्हे, आज पहाटे चारपासून मला शहरात हिंडून पाहायचं आहे की, मी व कलेक्टर मनीष दवेनं महिनाभर शाळाशाळांत जाऊन मुलांचं व शिक्षकांचं जे प्रबोधन केलं होतं, त्याचा काही प्रत्यक्ष परिणाम झाला का? दोन-तीन शाळांनी आणि मिशनरीजतर्फे चालवल्या जाणाऱ्या एका कॉन्व्हेंट स्कूलच्या फादर असणाऱ्या प्रिन्सिपॉलनी सकारात्मक प्रतिसाद दिला होता. त्याची फलश्रुती मला जाणून घ्यायची होती!

फादरना त्या वेळी बातचीत करताना मी म्हटलं होतं, 'फादर, यू नो, आय मेट वुइथ ॲन ॲक्सिडेंटल फायर व्हाइल वर्किंग ॲज चाइल्ड लेबर इन शिवकाशी. बट लकीली मी त्यातून वाचलो आणि एका कनवाळू फादरनं मला दत्तक घेतलं. शिकण्यासाठी चेन्नईला पाठवलं. आज मी जो कुणी आहे, तो तुमच्यासारख्या एका भल्या आणि खऱ्याखुऱ्या खिस्ती मिशनरी फादरमुळे. त्यामुळे मी तुमच्याकडून फार अपेक्षा बाळगून आहे.'

'मी या अँगलनं कधी विचार केला नव्हता, माय सन!' फादरचं इंग्रजी ॲक्सेंट असलेलं, पण निर्दोष मराठी मला स्तिमित करून गेलं होतं. 'दिवाळी इज ए फेस्टिव्हल ऑफ सिलेब्रेशन ॲन्ड जॉय. त्याचा आनंद क्रॅकरमुळे मुलांसाठी द्विगुणित होतो, पण त्यामागे चाइल्ड लेबर्सचे घाम आणि अश्रू असतात, याची जाणीव मला नव्हती असं नाही, पण आज भान जरूर आलं आहे. मी निश्चितच प्रयत्न करीन!'

फादर शब्द दिल्याप्रमाणे वागतील, त्यांच्या स्कूलमधील मुलांना समजावून सांगतील, याची मला खात्री होती.

पण?

हा पणच मला अनेक वर्षांपासून त्रस्त करतोय. दरवर्षी मी दिवाळीच्या आधी महिनाभर महाराष्ट्रातील सर्व प्रमुख वृत्तपत्रांत, 'फटाकेविरहित दिवाळी' साजरी करण्याचा व त्या निमित्तानं बालमजुरीचा गंभीर प्रश्न पुन्हा-पुन्हा ऐरणीवर आणण्याचा प्रयत्न करतो. हा सिलसिला गेली दहा-बारा वर्षे अखंडपणे चालू आहे.

पण त्याचा काही उपयोग होतोय असं दिसत नाही. उलटपक्षी, विपरीत चित्र दिसतंय.

मी याबाबत सतत विचार करीत असतो, समविचारी मित्रांशी व कार्यकर्त्यांशी चर्चा करीत असतो. त्यातून याचं कारण आमच्या भारतीय मनाच्या वाढत्या चंगळवादात आहे, असं माझं मत झालं आहे.

आनंद साजरा करण्याच्या आपल्या कल्पनाही विकृत होत चालल्या आहेत. गणपती व दुर्गापूजेचे जल्लोषाचे दहा दिवस म्हणजे आपल्या भारतीयांच्या सार्वजनिक, मानसिक विकृतीचं प्रतीक आहे. त्यात फारतर छटाकभर भक्तिभावना असेल. बाकी सारा किळसवाणा विकृत सार्वजनिक जल्लोष. सक्तीची वर्गणी, वाहतुकीत अडथळा आणणारे मोठे मंडप, प्रचंड रोषणाई, तीही चोरून नाहीतर राजरोस आकडे टाकून वीज फुकट वापरलेली, कानठळ्या बसवणारं संगीत आणि दारू पिऊन नाचणं. दुर्गापूजेत गरब्याच्या नावाखाली मुला-मुलींच्या शारीरिक सलगीला वाव देत विकृत वळण लावणं. दिवाळीतही प्रचंड फटाके उडविणं, याचाच एक भाग आहे. लक्ष्मीपूजनाच्या वेळी सायंकाळी रस्त्यावरून धडपणे चालणंही अशक्य असतं.

लक्ष्मीपूजनाच्या संध्याकाळी मी मुद्दाम अट्टहासाने बाहेर पडून दिवाळी अंक घेण्यासाठी जात असतो. मला स्वत:ला सरस्वतीपुत्र म्हणवून घ्यायला आवडतं म्हणून! पण पुस्तकविक्रेते या वेळी दिवाळी अंक तात्पुरते विकत नाहीत. कारण तेही पुस्तक व दिवाळी अंकांच्या विक्रीव्यवसायापासून सरस्वतीची नव्हे, तर लक्ष्मीची सेवा करीत असतात.

पण या लक्ष्मीचं रूप जो पैसा, दिवाळीत जुगारात व फटाक्यात उधळताना तिचा आपण अवमान करीत आहोत, याचं भल्याभल्यांना भान राहत नाही!

माझा मित्र सूर्यकांत मला म्हणत असतो, 'यार अरुण, तुझी तीव्र भावना ही तुझ्या या प्रश्नाविषयी असलेल्या कमिटमेंटची प्रतीक आहे, मान्य. पण यू हेट दिवाली फेस्टिव्हल ऑल्सो हे मात्र बरोबर नाही!'

मला ते मनस्वी झोंबलं होतं. खरंच का मी दिवाळी सणाचाच द्वेष करतो?

नाही. मला दिवाळी आवडते ती अभ्यंग स्नानासाठी, पाडव्यासारख्या पति-पत्नीच्या, भाऊबीजेसारख्या भावा-बहिणीच्या प्रेमाच्या प्रतीकात्मक सणासाठी आणि महाराष्ट्रीय असल्यामुळे दिवाळी अंकासाठी. मात्र तिचं या दहा-वीस वर्षांत जे रूप बदललं आहे, ते रुचत नाही. दिवाळी साजरी करणं म्हणजे आपल्या श्रीमंतीचं व बक्कळ पैशाचं प्रदर्शन करणं आणि विकृत आनंदाच्या कल्पनेत अधिकाधिक आवाज करणारे आणि प्रदूषणाला आमंत्रण देणारे फटाके चढाओढीनं उडवणे... झगमगणाऱ्या शहराचा भाग असणाऱ्या असंख्य झोपडपट्ट्यांत व ओस पडलेल्या अभावग्रस्त खेड्यांत हजारों; नव्हे, लाखो लोक दिवाळीच काय पण सर्वच आनंदापासून दूर आहेत. नव्हे, त्यांना सण साजरे करणे परवडत नाही. त्यांचा विचार चुकूनही मनात येऊ नये, हे का सुबुद्ध व सुजाण नागरिकाचं लक्षण आहे?

ही जाणीव मला त्रस्त करते, संतप्त करते. हजारो बालमजुरांचं शोषण, घाम व रक्त या उत्सवामागे आहे, हे समाजमनाला जाणवत नाही, कळत नाही, कळलं तरी अंत:करणाला भिडत नाही, या विचारानं मन उद्विग्न होतं. प्रतिष्ठित शाळेत शिकणाऱ्या आपल्या गोंडस मुलांना तळहाताच्या फोडाप्रमाणे जपताना त्यांच्या वयाची पोरं मध्यरात्रीपर्यंत अर्धपोटी व अल्प मजुरीवर राबतात, कष्ट करतात, ही जाणीव त्यांच्यापैकी काहींच्या मनात तरी येत असते का?

दहा वर्षांचा अनुभव मला नकारार्थी उत्तर देतो.

इथं मी सहा महिन्यांपूर्वी टाटा फेलोशिप मिळवून शहरी बालमजुरांवर संशोधन करण्यासाठी व त्याद्वारे शासकीय धोरणात कोणते बदल करणे आवश्यक आहे, याचा अभ्यास करण्यासाठी मराठवाड्याच्या माझ्या कर्मभूमीत आलो आणि जाणीवपूर्वक मुकुंदनगरजवळील अमानखान प्लॉट झोपडपट्टीमधील दोन खणांचं एक जुनं घर भाड्यानं घेतलं. बाजूलाच माझ्या सावत्र बापाची झोपडी होती, तिथं त्याच्यासोबत माझी म्होतूर लावलेली माय आणि त्याच्यापासून झालेली सावित्री राहायची. सावूची मला आधीपासूनच ओढ होती. परवाच्या भाऊबीजेसाठी मी तिच्यासाठी छानपैकी परकर-पोलका शिवला आहे. सावू दिवसा बहुतेक माझ्या घरीच असायची. सावत्र बापानं या पोरीला रेड लाइट नामक रौरवाची वाट दाखवली होती. मला त्या वाटेवरून तिला परत आणायचं होतं! नव्हे, आणलं होतं. पण तिला परत तिकडं पुन्हा जायचा कधीही मोह होऊ नये, असं जीवन द्यायचं आहे. त्या व्यवसायातील सहजसुलभ पैशाच्या कमाईची

व त्यामुळे लागलेल्या चैनीची सवय प्रामाणिकपणे मान मोडून श्रम करायला तिला मागे खेचते. तिच्यावर सन्मार्गाने श्रमसंस्कार कसे करावेत, हा माझ्यापुढे प्रश्न आहे. पण सावू माझ्या शब्दाबाहेर जात नाही. आणि माझ्या कामाची तिला केवळ जाणीवच नाही, तर रास्त अभिमानही आहे.

बालमजुरीच्या समस्येनं इथं राहून मला संशोधन तर करायचं होतं, पण प्रत्यक्ष कार्यही करायचं होतं. त्यासाठी मुकुंदनगर या शहराच्या मिनी धारावी असणाऱ्या झोपडपट्टीइतकी आदर्श जागा शोधूनही सापडली नसती. इथं सर्व प्रकारच्या उद्योगांत बालमजूर होते, असा तिचा बदलौकिक होता!

पण मला माझ्या कामाची सुरुवात घरापासूनच करावी लागली. सावूला बालवेश्या व्यवसायातून बाहेर काढण्यापासून...! ज्या डान्सिंग स्कूलमध्ये ती जात होती, ते स्कूल मुंबईच्या फोरास रोडवरील, वाढत्या वयामुळे 'मार्केट'मधून बाद झालेली नूरबेगम नावाची 'बडी माँ' म्हणून मशहूर झालेली एक बाई दहा वर्षांपासून चालवत होती. तिथं डान्सिंग स्कूलच्या नावाखाली व त्याच्या जोडीला चालणाऱ्या मसाज केंद्राच्या नावाखाली बालवेश्यांच्या मार्फत बडी माँ चक्क कुंटणखाना चालवीत होती. कलेक्टर मनीष दवेला सांगून धाड घालून मी सावूला सोडवून आणलं होतं, पण अजूनही तिची या व्यवसायामुळे मिळणाऱ्या 'इजी मनी'ची चटक व सवय गेली नव्हती. तिचं सन्माननीय पुनर्वसन हे माझं पहिलं आव्हान होतं!

इथं काम सुरू केल्यावर एकेका व्यवसायातील बालमजुरीचं मन हेलावणारं दर्शन होत गेलं. शिवकाशी जरी फटाक्यांसाठी मशहूर असली, तरी या शहरातही फटाक्यांचे दोन बेकायदेशीर कारखाने छोट्या प्रमाणावर होते. त्यांतील एक दुर्गाभाईचा होता.

आज त्यानं माझ्या 'फटाकेविरहित दिवाळी अभियाना'ची जाहीर खिल्ली उडवली होतीच. त्यामुळे मला भीती वाटतेय, पहाटे चारपासून आपण आठ-नऊपर्यंत शहर पायी तुडवताना काय दृश्य दिसेल? काही घरं, काही नगरं तरी फटाकेरहित दिवाळी साजरी करतील का? आपण व मनीषनं चाळीस शाळांपर्यंत हा संदेश पोचवला व एक अभियान छोट्या प्रमाणात छेडलं आहे.

ते – ते यशस्वी होईल का? त्यासाठी माझी पहिली कसोटी असणार आहे फादरच्या शाळेतील मुलं. त्यांचा भाग हा प्रामुख्याने सिडको सेक्टर सहा व सातचा आहे. या दोन सेक्टरमध्ये बारा नगरं आहेत व काही अपार्टमेंट्स. तिथं मला काय दिसेल?

आणि दुसरी कसोटी आहे मनीष. त्याचा मुलगा अविचल मोठा गोड व चळवळ्या आहे. तो फटाके उडवेल का? माझ्यासमोर मनीष व त्याची पत्नी मीनलचे खटके उडालेले मी पाहिले आहेत. मीनलच्या मते मुलांची दिवाळी म्हणजे

फराळ व फटाके... फटाक्यांच्या कारखान्यात कडक अंमलबजावणी करून बालमजुरीला प्रतिबंध घालणे ती समजू शकते. नव्हे, तिच्या मते तसंच केलं पाहिजे. पण तसं होत नाही. बालमजुरांच्या श्रमानं व शोषणानं फटाक्यांची निर्मिती होते म्हणून मुलांसाठी 'फटाकेविरहित दिवाळी अभियान' राबवणं अयोग्य आहे, असं तिचं ठाम मत आहे. राष्ट्रीय-आंतरराष्ट्रीय क्रीडास्पर्धा व इतर महोत्सवही फटाक्यांच्या आतषबाजीने संपन्न होतात. मुलांना फटाक्यांद्वारे जो आनंद मिळतो, तो त्यांची तबियत खूश करणारा असतो आणि तो बालमजुरीच्या कारणास्तच हिरावून घेणेसुद्धा वेडेपणाचे आहे.

मनीष माझ्या मताचा आहे. त्यानं मला सांगितलयं, 'आय ॲम होपफुल, मी तिचं मन वळवू शकेन व तिला पटेल आपले म्हणणे...! अरुण, तू पाहाच....'

तिसरी कसोटी माझ्यासाठीच आहे. सावूनं मला फटाक्यांसाठी पाचशे रुपये मागितले होते, तेव्हा मी तिला नाही म्हटलं. तेव्हा तिनं प्रचंड रागराग केला होता. मी तिला समजावत म्हणालो, 'सावू, प्रश्न पैशांचा नाही, तू तसं काही समजू नकोस, हवंतर दुसरी वस्तू माग, ती तुला भाऊबीज म्हणून देईन...' तेव्हा तिनं मला धर्मसंकटात टाकीत सायकलची मागणी केली. माझ्या सहा हजार रुपयांच्या फेलोशिपमधून मी तिला व मायला नवे कपडे दिवाळीसाठी केले होते व त्यात बरेच पैसे संपले होते. त्यात पुन्हा सावूची ही पंधराशेची सायकलची मागणी. तिची कमाई याहून जादा असायची. म्हणून मी तिला नाइलाजानं हो म्हणालो. आज-उद्या तिला सायकल आणायचीच. पण तरीही ती मायकडून पैसे घेऊन फटाके उडवणार नाही ना? मायनं मला गेल्या दिवाळीच्या वेळी सांगितलं होतं, 'तुझी मनिऑर्डर आली त्यातून दिवाळीला तिनं हट्टाने फटाके आणले होते.' या वेळी पंधरा-सोळा वर्षांची सावू पुन्हा तसंच तर करणार नाही ना? सावत्र बापानं जरी रस्ता दाखवत बालवेश्या केलं होतं, तरी तिच्यात एक निरागस व कोवळी गोड मुलगी अजूनही कायम होती. तिला जपणं भाऊ म्हणून माझं काम होतं!

घड्याळानं तीनचे टोल दिले आणि मी दचकून भानावर आलो. जवळपास तासभर मी पांढऱ्यावर काळं करीत भरकटलेल्या अवस्थेत डायरी लिहीत होतो.

पण आता मला थांबलं पाहिजे. कारण चार वाजता मायच्या हातांनी अभ्यंगस्नान करून बाहेर पडायचं आहे. त्या वेळी सावू फटाके उडवेल की नाही, हे कळेल!

आज डायरी लिहिताना दुर्गाभाईच्या त्या मुद्दाम खिजवण्याच्या कृत्यानं मन प्रक्षुब्ध झालं होतं. पण तासाभरानं चार-सहा पानं खरडल्यावर ते बरंच भानावर आलं आहे. तरीही मनाशी एक खूणगाठ बांधली गेली आहे की, बालमजुरी-निर्मूलनाच्या कामात आपल्याला ज्या अनेक अपप्रवृत्तींशी मुकाबला करायचा आहे, त्यांत दुर्गाभाई प्रमुख असणार आहे. जवळपास अडीच तास मी खिडकीशी त्याचा तो ओंगळ तमाशा पाहत उभा होतो. त्या वेळी त्याच्या जीपच्या ड्रायव्हरनं, एका

कोवळ्या बारा-तेरा वर्षांच्या पोरानं माझं लक्ष वेधून घेतलं होतं! त्याचं नाव बहुतेक सुभानराव असावं. कारण दुर्गाभाई किंचाळताना 'सुबन्या' असं ओरडला होता. तो अल्पवयीन मुलगा ड्रायव्हिंगचं लायसन्स नसताना त्याची टाटा सुमो चालवत होता. तोही बालमजूर असणार त्यात काही शंका नाही. माझ्या आजवरच्या या क्षेत्रातील कामानं तयार झालेली नजर मला स्पष्ट सांगत होती.

मला जर इथं झोपडपट्टीच्या कर्मभूमीत व या शहरात हा लढा यशस्वी करायचा असेल, तर सुभानला त्या राक्षसाच्या तावडीतून सोडवलं पाहिजे. त्याला वाचनाची गोडी दिसते. त्याला बराच वेळ एकाग्र चित्तानं वर्तमानपत्र वाचताना मी टिपलं होतं. त्याचं शैक्षणिक पुनर्वसन मला करता येईल?

नजरेसमोरून त्याचा केविलवाणा चेहरा जात नाहीये!

'बाळा-बेटा... तू का मला मूकपणे पुकारतो आहेस? तसं असेल तर मी तुला जरूर प्रतिसाद देईन! घाबरू नकोस....!

माझं मलाच हे लिहिताना हसू आलं. माझ्या भरकटणाऱ्या मनाची मला क्षणभर मौजही वाटली. तरीही काळजात सुभान ठसून आहे, हे नक्की!

प्रकरण सात

'अरुणभैय्या – अरुणभैय्या... चल ना फराळाला. माय वाट पाहतेय! किती उशीर झालाय....'

सावू दार वाजवीत पुन्हा-पुन्हा अरुणला विनवीत होती. तिचा आर्त आवाज बंद दाराआडून त्याच्यापर्यंत पोचत होता. पण त्याची खोल निराशा व त्यामुळे सावूचा आलेला तीव्र राग त्याला मूक करून गेला होता. त्याला दार उघडावंसं वाटत नव्हतं की, तिला 'ओ' ही द्यावीशी वाटत नव्हती.

बरोबर चारच्या ठोक्याला अरुणनं अमानखान प्लॉटमधील त्याच्या घरापासून हाकेच्या अंतरावर असलेल्या सावत्र बापाच्या झोपडीसमोर हजर होत, मायला हाक दिली.

'माय, ऊन पानी तयार आहे ना? मला बाहेर जायचं आहे.'

'हां पोरा, समदं तयार हाय,' दार उघडीत कमरेत वाकलेली माय म्हणाली. आणि त्याच्या गालावरून आपले श्रमानं घट्टे पडलेले रखरखीत हात फिरवत आणि कानशिलावर बोटं मोडीत आशीर्वादपर पुटपुटली, 'इडापिडा टळू दे. माझ्या पोरांस्नी उदंड आयुष्य मिळू दे!'

त्या वत्सल स्पर्शानं अरुणला आतून उचंबळून आलं होतं. जवळपास बारा-तेरा वर्षांनी दिवाळीचं 'पहिलं पाणी', तेही मायच्या हातानं मस्तकी व अंगावर पडणार होतं. पाठीवरून उटणं लावत मायचा हात फिरणार होता.

त्या दंगलीत त्याची रॉकेल हातगाडी समाजकंटकांनी पेटवून दिल्यानंतर त्यानं शहर सोडलं आणि रेल्वेत विनातिकीट बसून मुंबईला गेला होता. तिथं त्यानंतर चार-पाच वर्षे तो बूटपॉलिश व गॅरेजकाम करीत रस्त्यावर जगला. मग शिवकाशीला फटाक्यांच्या कारखान्यात काम करणारा बालकामगार बनला. सावत्र बाप म्हणून काशिनाथ त्याच्या जीवनात आला तेव्हापासून त्याची बालमजुरी सुरू झाली होती. त्यानं अरुणची शाळा बंद करून त्याला हातगाडी फिरवीत रॉकेल-विक्रीच्या

व्यवसायाला लावलं होतं. अरुणला शाळा सोडायची नव्हती, पण नव्यानं म्होतूर लावून काशीनाथची बायको बनलेली धोंडी – त्याची माय – नवऱ्याला विरोध करू शकली नव्हती. त्यामुळे अरुणचा मायवरही राग होताच. त्यामुळे घर सोडून मुंबईला पळताना तिच्या दुबळ्या पण वत्सल मायेचे पाश त्याला मागे खेचू शकले नव्हते!

पण इतक्या वर्षांनी आज नरक चतुर्दशीच्या, दिवाळीच्या पहिल्या दिनी अभ्यंगस्नानाच्या वेळी तिच्या हातानं अंगावर ऊन-ऊन पाणी घेताना व तिच्या खरखरीत हातानं साबण व उटणं लावून घेताना मन निवून निघत होतं, भरून येत होतं!

आणि त्याच क्षणी फटाक्यांची एक लड तड्तड् आवाज करीत फुटली आणि सावू दोन्ही हातांत चार फुलबाज्या पेटवून बाहेरून पळत-पळत त्याच्याजवळ आली आणि त्याला तिनं ओवाळलं. 'हॅपी दिवाळी भैय्या...!'

रात्रभर मनात साचलेल्या उद्रेकाचा स्फोट झाला. अरुण बेभान होत किंचाळला, 'नालायक कार्टी... मी तुला काय सांगितलं होतं? तरीही माझ्यासमोर फटाके उडवतेस? फुलबाज्या नाचवतेस? गाढव कुठली!'

धोंडीला त्याचा हा संताप अनाकलनीय वाटला. 'पोरा, काय झालं? असा का डोस्क्यात राख घालतुयास? काय केलं सावूनं इपरीत?'

'माय – माय... कसं सांगू तुला?' अंतर्बाह्य संतापानं तो धुमसत असल्याने त्याला शब्दही सुचत नव्हते आणि आवाज थरथरत होता. 'मी हिला भारीची सायकल घेऊन देण्याचं कबूल केलं होतं. फक्त फटाके उडवायचे नाहीत, या एका अटीवर! पण या गधडीनं करायचं तेच केलं!'

'भैय्या, अरे तुझ्यासाठी फटाके लावले व फुलबाजी ओवाळली,' सावू भीत-भीत म्हणाली, 'माझ्या साऱ्या मैत्रिणी भावाच्या अंघोळीच्या वेळी, पहिलं पाणी घेताना असंच करतात. तू मला किती आवडतोस म्हणून सांगू!'

'खुळी आहेस तू सावू!' किंचित शांत होत अरुण म्हणाला, 'अगं, तू नुसती समोर उभी असलीस ना, तरी तुझ्या डोळ्यांतील तुझ्या या भैय्यावरील प्रेमानं माझी दिवाळी संपन्न झाली असती! पण –'

क्षणभर थांबून तो कडाडला,

'तुला मी सांगितलं होतं की, शिवकाशीला बालमजूर म्हणून मी घाम गाळत दीड वर्षे अखंड राबलो होतो आणि त्या कारखान्यात झालेल्या स्फोटात भाजून निघालो होतो. केवळ नशीब बलवत्तर म्हणून मी वाचलो. फटाक्यांचा होणारा प्रत्येक आवाज माझ्या मनावर झालेल्या जखमांवर मीठ-पाणी टाकतो. बाकी जगाचं जाऊ दे, पण माझ्या बहिणीला ते कळू नये?'

'मी – मी चुकले भैय्या... पण...'

'काही बोलू नकोस, माझ्या समोरून चालती हो.' अरुणनं केस पुसून कपडे चढवले होते. 'माय, मी चाललो....'

'अरे पोरा, जरा गोडधोड केलंया, ते उष्टावून तरी जा....'

'नको. मला खाववणार नाही. माझा सारा मूड या तुझ्या सावूनं खराब केला.'

'पोरा – पोरा... अशी डोस्क्यात राख नगं घालूस. अरे, ती लहान पोर हाय... एक डाव तिला माफ कर. पुन्हा असं व्हनार नाय तिच्याकडून म्या सांगते....'

'माय, आता मला वेळ नाही. नंतर बोलू. पण या क्षणी तरी मी तिला माफ नाही करणार....'

आणि तो पायात कोल्हापुरी सरकावीत बाहेर पडला. धोंडीच्या ओठातच 'पोरा – पोरा' हे शब्द अडकले. भावाच्या संतापाच्या उद्रेकानं सुन्न झालेली सावू तो दृष्टिआड होताच धोंडीच्या गळी पडत स्फुंदत म्हणाली,

'माय, भैय्या असं का करतो गं? मी – मी त्याच्या मायेनं अभ्यंगस्नानाच्या वेळी फटाका लावला. त्याच्यासाठी फुलबाजी ओवाळली. मलाही त्याचा राग आलाय.'

'नाय सावू, त्याचा सबूद तू मोडायला नको व्हता. तो लई मोठा झालाय. इत्की बुकं लिवतो, वाचतो.' धोंडी तिच्या पाठीवरून हात फिरवीत म्हणाली, 'तेचं कालीज मह्यास्नी उमगलं पोरी. दूर तिथं फटाक्याच्या कारखान्यात मरता-मरता तो वाचला आणि माझी कुस वांझ व्हता-व्हता ऱ्हायली. त्याचा राग उमजून घे पोरी.'

'होय माय, माझं चुकलं. पण त्याचा राग कसा काढू?'

'तेचा राग का असाच ऱ्हाणार हाय? परत येईल तवा उतरला असेल.' धोंडी म्हणाली, 'त्याला तुझ्या हातचा चिवडा लई आवडतो. तो तूच कर आणि भरीव त्याला. मग बग, कसा खुलेल त्यो!'

'माय, मला पण अंघोळ घाल की भैय्यासारखी.'

'पण आदी तुझ्या बाला – मुडदेफरासाला घालायला हवी.' धोंडी म्हणाली. बाजेवर काशिनाथ रात्री भरपूर प्याल्यामुळे तर्रऽऽ अवस्थेत झोपून होता. त्याला त्या अवस्थेत पाहून रात्रीचा प्रसंग तिला आठवला. त्याच्या पिण्याला तिनं विरोध केला होता. 'धनी, उद्याला दिवाली हाय. पयलं पाणी पहाटे अंगावर पडायला हवं. तुम्ही आजतरी पिवू नगा.' तेव्हा काशिनाथ तिला मारायला धावला होता. तेव्हा तिनं त्याला बजावलं, 'इसरू नका. बाजूला अरुण हाय. म्यां बोंब मारली तर पळत पळत तो ईल, तवा तुमचं काय व्हईल हे बगा. कलेक्टर सायब त्येचे दोस्त हायती हेबी ध्यानात ठिवा...' तसा तो नरम पडला. पण हात चालवायच्या ऐवजी जीभ चालवीत त्यानं तिला मनसोक्त शिव्या मोजल्या आणि आख्खी बाटली झोकून आडवा झाला. तो या पहाटे उठणं शक्यच नव्हतं! तरीही धोंडीने त्याला गदागदा

हलवत उठवायचा प्रयत्न केला 'ये, उठ की मुडदेफरासा. पचवायची ताकद नाय तर यवढी कामून प्यावी? उठ, उठ की....'

तो कूस बदलून पुन्हा घोरू लागला, तेव्हा सुस्कारा टाकीत धोंडी म्हणाली, 'सावू, तुझा हा बा जल्मदलिंदर हाय. तेला म्या काय करू? चल, तुलाच स्नान घालते!'

आपण निग्रहानं सांगूनही सावूनं आपलं ऐकलं नाही, याचा क्षोभ अरुणच्या मनात उकळत होता. त्या आवेगानं ताडताड पावलं टाकीत तो मुख्य रस्त्याला आला. तिथं महानगरपालिकेचा एक जकात नाका होता. तो कर्मचाऱ्यांनी विद्युत् रोषणाईनं सजवला होता. आणि चक्क जकातीसाठी थांबवलेल्या ट्रकड्रायव्हर्ससोबत कर्मचारी मधूनमधून फटाके उडवत होते. बहुतेक त्यांनी व्यापाऱ्यांनी शहरात आयात केलेल्या फटाक्यांच्या ट्रकमधून एखादा बॉक्स हक्कानं मागून घेतला असणार किंवा एखाद्या व्यापाऱ्यानं त्यांना भेट दिला असणार! जकात नाक्यापासून फादरच्या कॉन्व्हेंटपर्यंत साडेतीन किलोमीटरचं अंतर कापताना अरुणला त्या दिवाळीच्या पहाटे घरोघरी फटाक्यांच्या जल्लोषात दिवाळीचं झगमगतं जोशिलं आनंदपर्व दिसत होतं!

आणि हे सारं पाहताना अरुण उरी तडफडत होता. त्याला शिवकाशी आठवत होती. स्वत:चं बारा-चौदा तासांचं अविश्रांत उरस्फोडी काम आठवत होतं! त्या चंदेरी धुळीनं होणारा त्रास जाणवत होता. आजही अरुणला दहा वर्षांनंतर अस्थम्याचा त्रास मधूनमधून होतोच. ते या शिवकाशीचं देणं होतं. आपल्यासारखेच बिननावाचे पण श्रमणारे व कोवळ्या वयात अकाली प्रौढ झालेले हजारो विझलेले चेहरे त्याच्या नजरेसमोर येत होते. त्यांच्यासाठी दिवाळी नव्हती की दिवाळीचा आनंद नव्हता. केवळ हेच शहर नाही, तर अखखा हिंदुस्थान या वेळी बालमजुरांच्या घाम व श्रमाने बनवलेले फटाके बेभान होत उडवत होता.

अरुणला आपण राबवलेले फटाकेविरहित दिवाळी अभियान सपशेलपणे फसलेले प्रत्ययास येत होते!

फादर म्हणालेच, 'सॉरी, माय सन! माझा प्रयत्नही वाया गेला. फटाके व दिवाळी हे एवढं अभिन्न नातं आहे की, कुणी फटाक्यांविना दिवाळी कल्पूच शकत नाही!'

'फादर – फादर... मी – मी फार निराश झालो आहे.' अरुणचा थरथरता स्वर व गदगदणारा देह फादर ऐकत व पाहत होते आणि मूकपणे त्याचे खांदे हलके थोपटत निष्फळ दिलासा देण्याचा प्रयत्न करीत होते.

'आपला समाज एवढा बधिर कसा फादर? कोवळ्या वयातील हजारो नव्हे, लाखो मुलं बालमजुरीचं जिणं जगात आहेत. त्यांना त्यातून बाहेर काढायचं असेल

तर त्यांच्या कामातून निर्माण होणाऱ्या वस्तूंवर बहिष्कार टाकायला हवा, तरच शोषण थांबेल, हे समाजाला का पटत नाही? माझं व कलेक्टरांचं अभियान हे या संदर्भातलं एक छोटं पाऊल होतं, पहिला टप्पा होता... पण एकाही कुटुंबाला ते पटलं नाही, हे मनाला फार झोंबलं आहे. समाजाची ही विकृत उत्सवप्रियता भोवळ आणते आहे.'

'रिलॅक्स माय सन. रिलॅक्स! भारतीय समाज हा प्रथमपासून उत्सवप्रिय आहे.' फादर म्हणाले.' त्याला अभावाच्या व आपल्या दारिद्र्याच्या, संघर्षाच्या दैनंदिन जगण्यातून सुटका हवी असते. ती दिवाळीसारख्या उत्सवातून मिळते.'

'हे आम, गरीब जनतेबद्दल झालं. पण जे श्रीमंत आणि सुस्थितीत आहेत, त्या बुद्धिजीवी मध्यम वर्गाचं काय? त्यांनाही माझं आवाहन जराही मनाला स्पर्शून जाऊ नये?'

'तुझ्यासारख्या सच्च्या कार्यकर्त्यांनी असं निराश व्हायचं नसतं. हीतर तुझ्या कार्याची सुरुवात आहे आणि प्रबोधन ही दीर्घकालीन प्रक्रिया आहे. समाजमन असं सहजासहजी वेगानं बदलत नसतं. त्याला सतत टोकावं लागतं आणि प्रसंगी मधून-मधून धक्के देत खडबडून जागं करावं लागतं! हे मी तुला सांगायला नको बेटा. जा, त्या प्रभूवर विश्वास ठेव आणि मनातली निराशा झटकून टाक. तुझं काम महान आहे. ते मी ईश्वराचं काम समजतो. त्यामुळे तुला आज ना उद्या यश जरूर मिळेल.'

'थँक्यू फादर!'

'आजपासून माझं शैक्षणिक काम सांभाळून तुझ्या कामात मी सामील होणार आहे,' फादर म्हणाले, 'माझी ही शाळा, सभागृह तुझ्या सर्व कामासाठी नेहमीच उपलब्ध राहील आणि या शहरातील सर्व सिस्टर, फादर व मिशनरीजना मी हे काम करण्यासाठी आवाहन करीन, त्यांना प्रवृत्त करीन...'

अरुणच्या मनातली गडद निराशा फादरमुळे कुठल्या कुठे पळून गेली होती. त्यानं फादरचे दोन्ही हात हाती घेतले व आपल्या मस्तकावर ठेवीत म्हटलं,

'फादर, तुमचा आशीर्वाद व सहकार्य म्हणजे मी तुमच्या येशूचा प्रसाद समजतो. मी उद्यापासून नव्हे, आजपासूनच माझ्या कामात स्वत:ला दुप्पट उत्साहानं झोकून देईन....'

'गॉड ब्लेस यू! यू विल विन वन डे – डेफिनेटली!'

आठ वाजता मनीषनं त्याला कलेक्टर बंगल्यावर फराळासाठी बोलावलं होतं. अरुणनं घड्याळात पाहिलं, साडेसात वाजले होते. बंगल्यावर जायला वीस-पंचवीस मिनिटं सहज लागणार होती. त्यानं फादरचा निरोप घेतला.

मनीषचा चार वर्षांचा मुलगा अविचल अरुणला खूप आवडायचा. अंगात प्रचंड ऊर्जा असलेला अविचल सतत खेळत राहायचा. घरी येणाऱ्या प्रत्येक पाहुण्याशी

बोलणं, चौकशी करणं हाही त्याचा स्वभाव होता. त्यामुळे त्याची व अरुणची चांगलीच गट्टी जमली होती. अरुण मनीषकडे आला की, प्रथम त्याला अविचलच्या नवनव्या प्रश्नांची उत्तरे द्यावी लागत. पण त्यात एक निखळ आनंद होता!

त्यानं आज फटाके उडवत दिवाळी साजरी केली असेल की फटाक्याविना?

आपल्या फटाकेविरहित दिवाळी अभियानाच्या तीन कसोट्यांपैकी पहिल्या दोन कसोट्या सावू व फादरनं विफल ठरवल्या होत्या. तिसरी कसोटी मनीषची होती. त्यानं अविचलला या संदर्भात कसं समजावलं असेल? अविचलला ते पटलं असेल काय? आणि मीनलनं काही त्रागा तर केला नसेल?

मनीषच्या बंगल्यावर अरुण पोचला, तेव्हा शिपायानं त्याला बंगल्यामागील बागेत जाण्याचा इशारा केला. तिथं अरुणनं जे पाहिलं, ते थक्क करणारं होतं!

मनीष, अविचल व मीनल तिघेही मातीचा किल्ला बांधत होते. दोन नोकर व माळीण त्यांना मदत करत होते. किल्ला जवळपास बांधून झाला होता. मनीषचे हात चिखलानं माखले होते, तर अविचलचा चेहराही त्यानं रंगला होता. अरुणला एकदम लोण्यानं माखलेला बाळकृष्ण आठवला. त्यानं पुढे होत अविचलला उचलत, हवेमध्ये फेकत पुन्हा झेलत छातीशी लावलं आणि म्हटलं, 'हॅपी दिवाळी बेटा....!'

'सेम टू यू अंकल', अविचलनं अरुणच्या पुढे केलेल्या गालावर आपले कोवळे ओठ ठेवीत नेहमीप्रमाणे 'किसचा' प्रसाद दिला आणि उत्साहाच्या स्वरात विचारू लागला,

'कसा झाला आहे हा किल्ला?'

'एकदम छान! तू व पपा-ममानं केलाय ना आपल्या हातांनी, म्हणून फर्स्टक्लास....'

'अंकल, शिवाजीची बर्थप्लेस असलेल्या किल्ल्याचं काय नाव आहे? तेच नाव मला त्याला द्यायचं आहे.'

'शिवनेरी....'

'येस, नाऊ आय रिमेंबर...' अविचल अभिमानानं म्हणाला, 'हा माझा शिवनेरी किल्ला आहे अंकल.'

'आणि हा आमचा बाल शिवाजी आहे.' अरुण म्हणाला, 'पण बेटा, त्यानं सोळाव्या वर्षी किल्ला जिंकला होता आणि शत्रूला हरवलं होतं!

'मला मोठंतर होऊ द्या. मग मीही शिवाजीमहाराजासारखा शत्रूला हरवेन.' अविचल हवेत मूठ उगारीत म्हणाला, 'मी पाकिस्तानला हरवेन. तो सारखं-सारखं काश्मीरमध्ये हल्ले करतो, लोकांना मारतो, बॉम्ब टाकतो... मी बंदूक घेऊन त्यांच्यावर शिवाजीसारखा हल्ला करेन....'

मनीषनं आपले हात धुतले व टॉवेलनं पुसत पुढे येत अरुणला म्हटलं, 'पाहिलंस तुझा पुतण्या कसा चौकस आहे? टी.व्ही. वर माझ्यासोबत रोज बातम्या पाहतो व प्रश्न विचारून नुसता भंडावून सोडतो आणि बोलताना असं काही-काही बोलतो.'

'हॅपी दिवाळी सर!' हस्तांदोलनासाठी अरुणनं हात पुढे केला, तसा त्याला खेचत आपल्या मिठीत घेत मनीषनं म्हटलं, 'अरे, आज दिवाळी आहे. यार दोस्तोंको गले मिलना चाहिये...' आणि कडकडून मिठी मारत त्याची पाठ थोपटत म्हटलं, 'हॅपी दिवाळी!'

'हाय अरुण, हाऊ आर यू?' मीनलनं काहीशा अलिप्ततेनं विचारलं. तिच्या स्वरातला औपचारिकपणा व कोरडेपणा त्याला जाणवला. अरुण किंचित विषण्ण हसला!

'आय ॲम सॉरी भाभी... पण मी सरांना म्हटलंही होतं की, तुम्हाला पटलं नसेल, तर हा आग्रह धरू नका....'

'तुमचा दोस्त पक्का पुरुष आहे. बिहारी संस्कृतीत मुरलेला, अरुण!' मीनल ठसक्यात म्हणाली. ती दिल्लीच्या कॉस्मोपॉलिटन संस्कृतीत वाढलेली व स्वत:ला आधुनिक, मुक्त स्त्री समजणारी होती. तिचे आग्रह व मते ठाम असायची. याउलट, मनीषचा स्वभाव मात्र जुळवून घेणारा व संघर्ष टाळणारा होता. पण आज तिचं त्यानं ऐकलेलं दिसत नव्हतं. याचाच अर्थ तो तत्त्वांशी व विचारांशी ठाम व प्रामाणिक होता.

तो नेहमी म्हणायचा, 'मी खराखुरा लोकशाहीवादी आहे. समोरच्याच्या म्हणण्यातलाही सत्यांश स्वीकारत सुवर्णमध्य साधणं, ही लोकशाहीची कसोटी मानली, तर मी खराखुरा लोकशाहीवादी आहे. पण जेव्हा तत्त्वाचा प्रश्न येतो, तेव्हा तडजोड नसते.' आणि रंगात येऊन मीनलकडे पाहत डोळे मिचकावीत पुस्ती जोडायचा, 'अपवाद केवळ राणीसरकार बॉसचा! तिथं मी शरणागती न विचारताही पतकरतो.'

अरुणसोबत त्यानं एवढं मोकळं बोललेलं मीनलला बहुधा आवडत नसावं. कारण तो एक फाटका, साधा लेंगा-पायजमा घालणारा सामान्य कार्यकर्ता. तिच्या रक्तात तीन पिढ्यांचे उच्चवर्णीय अधिकारांचे संस्कार होते. तिच्या तीन पिढ्या एकतर लष्करी अधिकारी किंवा भारतीय प्रशासन सेवेतील अधिकाराच्या पदी काम करणाऱ्यांच्या होत्या. आता तिचा नवराही असाच वयाच्या पंचविशीत थेट आय.ए.एस. होता. या महाराष्ट्रातील महत्त्वाच्या जिल्ह्याचा कलेक्टर व डिस्ट्रिक्ट मॅजिस्ट्रेट झालेला. अरुणचं कार्य कितीही महत्त्वाचं असलं, तरी त्याच्याशी मैत्रीपूर्ण सलगी मीनलच्या काटेकोरपणे पालन करावयाच्या हायफाय चौकटीत बसत नसे. या बाबतीत मनीष तिचं ऐकत नसे.

'मीनल, तू जरी उच्चपदस्थ घराण्यातून आली असलीस, तरी मी एका सामान्य

शिक्षकाचा मुलगा आहे हे विसरू नकोस. त्यामुळे माझी सामान्यांशी नाळ जुळलेली आहे. आणि मातीचा गंध मला मोह घालतो. प्लीज, या बाबतीत तुझे आग्रह व विचार माझ्यावर लादू नकोस.'

हे सारं एकदा त्यानं अरुणला सांगितलं होतं, त्यामुळे आजचा मीनलचा कोरडा, औपचारिक स्वर त्याला फारसा नवलाचा वाटला नाही. म्हणून खटकलाही नाही. त्याला उत्सुकता असेल तर एवढीच होती, मनीषनं अविचलला फटाके खेळण्यापासून कसं प्रवृत्त केलं असेल?

'अरुणभैय्या, आमच्या घरी बरेच वाद झडले. तिला काही आपलं अभियान पटत नव्हतं. आणि पटलेलं काम घरापासून सुरू करता येत नसेल, तर विचारांच्या बांधिलकीचं काय? म्हणून मी अविचलशी चार-दोन वेळा बोललो. त्याला तुझी शिवकाशीची कहाणी सांगितली आणि याच काळात झी न्यूजवर शिवकाशीतील एक फिल्म लागली होती. त्यात बालमजुरांवर कॅमेऱ्याचा बराच फोकस होता. त्याला मी म्हटलं, 'जरा सोच बेटे, अरुणअंकल जब तुम्हारे उम्र के थे, ऐसे काम करते थे। बच्चों ने स्कूल जाना नहीं, खेलना नहीं, गरिबी है इसलिए काम करना। क्या ठीक है?' त्याच्या संवेदनक्षम कोवळ्या बालमनावर त्याचा खोल परिणाम झाला आणि त्यानं फटाक्यांच्या पैशांतून आमच्या नोकर-चाकरांच्या मुलांना मिठाई देण्याचं स्वत:हून ठरवलं! अरुण, आय ॲम रिअली प्राउड ऑफ माय सन!'

मीनलचंही आलिप्त कोरडेपणाचं कवच तिच्या नकळत गळून पडलं होतं! ती संभाषणाचा धागा पकडून पुढे म्हणाली, 'आय टू... आमचा अविचल खरंच फार वेगळा आहे. त्याच्यात मनीषचे अनेक गुण आले आहेत, पण आता पुढे कधीही तो फटाक्यांचा आनंद लुटू शकणार नाही, अशी भीती वाटते!'

'भाभी, जगात लुटण्यासाठी दुसरे आनंद काय कमी आहेत? आज तुम्ही तिघे दिवाळीनिमित्त किल्ला बांधताना कसे रंगून गेला होतात... आणि अविचल किती फुलून आला होता....'

'हा अरुण, त्यानं फटाके न उडविण्याचं ठरवलं असलं, तरी आज सकाळी त्याचं मन दुसरीकडे वळवण्यासाठी म्हणून ही आयडिया सुचली. आमच्या लहानपणी आम्ही दिवाळीत किल्ले बांधून धमाल करायचो ते आठवलं आणि आज स्वत: मातीनं हात मळवत किल्ला बांधायचं ठरवलं आणि यू नो, मीनललाही भलतंच एक्सायटिंग वाटलं. लहानपणी तिच्या घरच्या परीटघडीच्या वातावरणामुळे इच्छा असूनही तिला असं काही करता आलं नव्हतं. म्हणून आज तिलाही मजा आली.'

'आणि भाभी, मी तुम्हाला एक सरप्राइज देणार आहे. उद्या पुण्याहून फटाक्यांचा एक बॉक्स मागवला आहे मी. अविचलसाठी त्याच्या काकाची भेट म्हणून.'

'अरे पण –'

'सर, ह्या कारखानात बालमजूर नाहीत. त्याचे एक्सपोर्ट क्वालिटीचे उत्पादन आहे. त्यावर 'नॉट मेड फ्रॉम द लेबर ऑफ चिल्ड्रन' असं प्रमाणित केलेलं असतं!'

'भाई साब,' मीनल आवेगानं त्याचे हात हलवीत म्हणाली, 'थँक्यू व्हेरी मच! माझ्या मनातला एक सल निघाला.'

'पण तो योग्य मार्गानं, आणि मर्यादित प्रमाणात.' मनीषमधला तत्त्वज्ञ विचारवंत जागा झाला होता. 'बापूनं म्हटलेलं आठवतं? 'देअर इज इनफ फॉर एव्हरीबडीज नीड, बट नॉट फॉर ग्रीड.' आज या हावेमुळे, अफाट अमर्याद विकृतीच्या सीमेला पोचलेल्या हव्यासामुळे जगात अर्ध्या लोकांची प्राथमिक गरज भागवली जात नाही. त्यासाठी आज गरज आहे, ती संयमाची!'

उत्कटतेनं आतून बोलणं, हा मनीषचा स्वभावविशेष अरुणला माहीत होता. त्यामुळेच त्याच्या प्रशासनाला मानवी स्पर्श लाभला आहे, असं त्याचं मत होतं! भारतीय प्रशासन सेवेच्या माध्यमातून मिळालेल्या अधिकाराचा योग्य वापर करून आम आदमीला न्याय देणं, पारदर्शी व स्वच्छ प्रशासन देणं, हे मनीषचं मुळी ध्येयच होतं. कितीदातरी चर्चेत मनीषनं हे बोलून दाखवलं होतं. 'खरं सांगतो अरुण, आय.ए.एस.मध्ये मी आलो ते याचसाठी. राजकारणातून जशी समाजसेवा करता येते – आज ती होत नाही, हे सोडून दे – किंवा तुझ्यासारख्या स्वयंसेवी संस्थेच्या माध्यमातून होते, तशीच अधिकाराचा वापर करून प्रशासनातही करता येते, मी हे या क्षेत्रात आल्यापासून सातत्याने करीत आलो आहे व पुढेही करेन....'

याच प्रेरणेतून अरुणच्या फटाकेविरहित दिवाळी अभियानात तो सामील झाला होता. 'हे पाहा अरुण, यात मी काही विशेष करतोय असं नाही. नाहीतरी कलेक्टर हा जिल्हा बालमजुरी-निर्मूलन समितीचा पदसिद्ध अध्यक्ष असतो. त्या नात्यानं हा माझ्या कामाचा भाग आहे. फारतर असं म्हणता येईल की, तुझ्यामुळे मी अधिक प्रयत्न करतोय....

'आता गप्पा पुरे मनीष. चला सारे फराळ करू या दिवाळीचा.' मीनलनं त्याला आवरत म्हटलं, तसं किंचित हसून मनीष म्हणाला, 'आपका हुकूम सर आँखोपर!'

डायनिंग टेबलावर बसून दिवाळीचा अस्सल मराठी वाणाचा फराळ करताना मनीषला अरुण म्हणाला,

'मी घरून निघताना सावूला फटाके उडविल्याबद्दल रागावून फराळ न करता बाहेर पडलो होतो. त्यामुळे घास घशाखाली उतरत नाहीये सर!'

मीनलनं अरुणच्या डिशमध्ये गरम पोहे वाढीत म्हटलं,

'भाईजान, मी आता समजू शकते. तुम्ही मुंबई व शिवकाशीला जे बालमजूर म्हणून जिणं जगलात, त्याचा हा परिपाक आहे... पण तुमचं आता हे जीवितकार्य आहे आणि त्याची सुरुवात सावित्रीला, बालवेश्येच्या व्यवसायातून सोडवून सुरू

केली आहे, हे खरंच कौतुकास्पद आहे.’

मीनलच्या प्रशंसेने अरुणला बरं वाटलं. पण सावूच्या ‘चाइल्ड प्रॉस्टिट्यूट’च्या उल्लेखानं, तो वास्तव असला तरी मनावर ओरखडा उमटायचा तो उमटलाच. आज त्यानं तिला ‘बडी माँ’च्या तावडीतून व बालवेश्या व्यवसायातून बाहेर काढलं असलं, तरी त्या दीड वर्षांत मिळणाऱ्या सहजसुलभ पैशानं तिच्यात बराच फरक पडला होता. मुख्य म्हणजे तिची नैतिक-अनैतिकतेची जाणीव बोथटली होती. तडक-भडक राहणं आणि प्रसंगी शिवराळ बोलणं अजूनही गेलं नव्हतं. तिथं तिला बिडी पिण्याची सवय जडली होती, ती पूर्णपणे गेली नव्हती. अरुणच्या धाकानं व शेजारी राहण्यानं ती तशी जवळपास नियंत्रणात होती, तरीही चुकार क्षणी अरुण नसताना या गोष्टी घडून यायच्या. अरुणला ते कळायचंही, पण तिनं ओशाळं होऊ नये म्हणून तो काहीच समजलं नसल्याचं भासवायचा.

‘भाईजान, चूप का? माझं सावूबद्दलचं बोलणं मनाला लागलं का?’ मीनलनं जणू टीपकागदाप्रमाणे त्याच्या बोलक्या चेहऱ्यावरचे व त्यावर मनातील आंदोलनाचे उमटणारे पडसाद टिपत विचारलं, ‘तसं असेल तर रिअली सॉरी!’

‘नाही भाभीजी. ती त्या काळात काय होती, हे अनेकांना माहीत आहे. स्वत:ची बहीण असल्यामुळे तिच्या व्यवसायाचा उल्लेखही करायला मन धजत नाही. पण ती वस्तुस्थिती होती, हे अमान्य कसं करता येईल?’

‘पण तो भूतकाळ झाला अरुण.’ मनीष त्याची समजूत घालत म्हणाला, ‘पण आता तिच्या पाठीशी तू आहेस. तुला मी भावासारखा मानतो. त्यामुळे एका अर्थी ती माझीही बहीण होते. तिच्या पुनर्वसनासाठी जी मदत लागेल, ती मी करायला तयार आहे. कुठल्यातरी शासकीय योजनेत बसवून तिला अनुदान व कर्ज देता येईल....’

‘थँक्यू सर! मी त्याच प्रयत्नात आहे. पण –’ एक दीर्घ सुस्कारा सोडीत अरुण म्हणाला, ‘तिला काही कामधंदा करावा, असं अजूनही वाटत नाही. कारण –’

‘आय अंडरस्टॅन्ड अरुण. पण धीरानं घे. हळूहळू ती तयार होईल. हवंतर एकदा तिला घरी घेऊन ये माझ्या. मी व मीनल तिच्याशी बोलू. अविचलला पण दीदी मिळेल....’

इतका वेळ आत्मीय मोकळेपणानं बोलणारी मीनल पाहता-पाहता आक्रसली गेली. पुन्हा कोरड्या अलिप्ततेच्या कवचात बंदिस्त झाली. सावूमुळे अविचलला दीदी मिळेल, ही कल्पना तिला कशीशीच वाटली. एका अंतरावरून अरुण व सावूला उत्तेजन देणं तिच्या आखीव-रेखीव चौकटीत बसत होतं. पण त्याला असं मानलेल्या का होईना, नात्याचं स्वरूप देणं रुचत नव्हतं.

अरुण सावूच्या विचारात काहीसा होता. पण मनीषनं मीनलच्या चेहऱ्यावरचे

बदललेले भाव नेमके टिपले होते. त्यालाही मनोमन अस्वस्थ वाटलं. आपल्या दोघाचं भिन्न संगोपन किती व कसं वैचारिक अंतर निर्माण करतं, या विदारक जाणिवेनं एक आगतिकता त्याला स्पर्शून गेली!

आणि त्यांच्या प्रसन्न वातावरणात चाललेल्या संभाषणाला खीळ पडली गेली. अरुणनं त्यांचा निरोप घेतला व अविचलला 'टाटा' करून घरची वाट पकडली.

घरी येताच दारं-खिडक्या बंद करून तो क्षुब्ध अवस्थेत काळोख करून कॉटवर पडला. तो सावूवर मनोमन भडकला होता आणि सकाळी अभ्यंगस्नानाच्या वेळी तिनं फटाके उडवल्याचा राग पुन्हा उफाळून आला होता!

खरंतर आपण तिच्या त्या भूतकाळाच्या जाणिवेनं प्रक्षुब्ध आहोत, पण त्यात तिचा काय दोष? असेल तर त्या सावत्र बापाचा – काशिनाथचा आणि परिस्थितीचा आहे. हे मनाला पटतं, तरीही प्रत्येक वेळी मन असं भडकतं. राग-राग करतं. त्याला क्षुल्लकसंही निमित्त पुरेसं होतं. सावूनं मायेपोटीच अभ्यंगस्नानाच्या वेळी चंद्रज्योती ओवाळली; पण आपण दुर्गाभाईच्या उद्दाम खिजवणीचा सारा उद्रेक तिच्यावर काढला. मनीष-मीनल आणि अविचलसोबतची रंगतदार सकाळही मग फिकी होत गेली. काळोख करून उशीत तोंड खुपसून झोपलो, तरी बेचैनी कमी होत नाही आणि झोपही येत नाही. केव्हातरी अर्धवट ग्लानीच्या अवस्थेत दाराची कॉलबेल वाजली. त्याच्या पाठोपाठ सावूचा आवाज आला. 'अरुणभैय्या – अरुणभैय्या... दार उघड आणि फराळाला चल. माय वाट पाहतेय. किती उशीर झालाय....'

आज दिवाळी आहे आणि आपण प्रिय बहिणीवर रागवायला नको, असं त्याचं विवेकी मन त्याला बजावीत होतं, तरीही तिचा आवाज कानी पडताच त्याचा राग पुन्हा उफाळून आला, 'नाही सावू, आज तू मला खूप दुखवलं आहेस. मी फराळाला येत नाही. प्लीज, मला आणखी त्रास देऊ नकोस!'

सावूने पुन्हा-पुन्हा केलेल्या विनवणीचा त्याच्या मनावर काही असर झाला नाही. अखेर पाय आपटत सावू 'जा, मलाही तुझा भारी राग आलाय. मीही नाही बोलणार तुझ्याशी', असं म्हणत निघून गेली.

रात्रीचं जागरण, सकाळची पायपीट आणि मनीषच्या घरी झालेल्या भरपेट फराळामुळे हळूहळू त्याचे डोळे जडावले आणि झोपेनं त्याचा ताबा केव्हा घेतला, त्याला कळलंही नाही.

दचकून तो जागा झाला, ते कसल्यातरी आवाजानं. त्यानं डोळे चोळत घड्याळात पाहिलं. दुपारचा दीड वाजला होता. बापरे! आपण तब्बल तीन तास झोपलो होतो की काय?

थांबून-थांबून कॉलबेल वाजत होती. या वेळी सावू नक्कीच आलेली नाहीये. तो उठला आणि त्यानं दार उघडलं.

दारात पांढरा कडक ड्रेस घातलेला एक ड्रायव्हर उभा होता. 'साहेब, आपणच अरुण पालिमकर का?'

'होय – आपण?'

'मी इथले कारखानदार बळवंतराव मराठे यांचा ड्रायव्हर. ते कारमध्ये समोर आहेत. सोबत दिनेशबाबा आला आहे, तुम्हाला भेटायला....'

क्षणभर त्याला अर्थबोध झाला नाही. एका बड्या उद्योगपतीचं आपल्याकडे काय काम असावं, असा त्याला प्रश्न पडला होता.

'ठीक आहे, त्यांना घेऊन ये....'

काही क्षणांतच चूळ भरून तोंडावर पाण्याचे हबकारे मारून तो फ्रेश झाला आणि पुन्हा दाराशी आला.

एक पन्नाशीतले सफारीतले गृहस्थ एका कुबड्या घेतलेल्या मुलासह कारमधून उतरून सावकाश त्याच्याकडे येत होते.

दिनेश – दिनेश मराठे... फादरच्या स्कूलमधला विद्यार्थी. आपण जेव्हा अभियानाच्या निमित्तानं शाळेत व्याख्यान दिलं तेव्हा दिनेश त्याला आवर्जून भेटला होता. तो त्याच्या अपंगत्वामुळे व उत्कट बातचितीमुळे लक्षात राहिला होता.

'ये – ये दिनेश बेटा, ये.' अरुणनं त्याचं मनापासून स्वागत केलं. 'आपण त्याचे पिताजी – मराठेसाहेब ना? आपणही यावं!'

त्याच्या घरात दोघे प्रवेश करते झाले. खुर्चीवर बसत दिनेशने आपल्या दोन्ही कुबड्या दोन बाजूस भिंतीला टेकून ठेवल्या. त्याच्या काटकोनात असलेल्या दुसऱ्या खुर्चीवर मराठे बसले. दिनेशच्या समोर अरुणही खुर्चीत विसावला.

अतिशय गोड चेहऱ्याच्या दिनेशचे दोन्ही पाय सायकलवरून शाळेत जात असताना एका विचित्रशा अपघातात एका कारखाली येऊन कापले गेले होते. तरीही त्याची जगण्याची जिद्द व चौकस बुद्धी त्या एका भेटीत अरुणला जाणवून गेली होती. त्या वेळी अरुणने फटाकेविरहित दिवाळी अभियानाबाबत प्रबोधन करताना आपले शिवकाशीचे बालमजुरीचे दिवस व भयानक अनुभव सांगितले व एकूणच बालमजुरीच्या प्रश्नाची व्याप्ती व दाहकता किती भयानक आहे, हेही सर्व विद्यार्थ्यांना त्यानं तळमळून सांगितलं होतं. त्या व्याख्यानानंतरच्या भेटीत दिनेश त्याला म्हणाला होता, 'मी – मी फटाके उडविणार नाही!'

पण आज फादरनं जे सांगितलं होतं व अरुणनं खुद्द फिरून पाहिलं होतं, त्यामुळे दिनेशनं त्याचा शब्द पाळला असेल, याचा भरवसा वाटत नव्हता. अनेकांनी त्या व्याख्यानाच्या प्रभावानं भारून जात तसं कबूल केलं होतं; पण आज सकाळी ते विसरून त्यांना फटाके उडविताना त्यानं पाहिलं होतं!

'अरुणभैय्या... मी – मी हे सांगायला आलो आहे की, तुम्हाला दिलेला शब्द

मी पाळला. येस, आज मी फटाके उडविले नाहीत.'

क्षणभर अरुणचा आपण काय ऐकत आहोत. यावर विश्वास बसेना. तो म्हणाला, 'काय म्हणालास दिनू बेटा? पुन्हा सांग... माझा विश्वास बसत नाही.'

'अरुणभैय्या', गोड हसत दिनेश म्हणाला, 'तुम्ही बरोबर ऐकलंय, पण खरं नाही वाटत, होय ना? पण, शपथ मी खरंच फटाके उडवले नाहीत.'

अरुणला एकदम आतून भरून आलं. तो उठून दिनेशजवळ जात त्याच्या डोक्यातील भरघोस काळ्या केसांतून हात फिरवत पुटपुटला, 'गॉड ब्लेस यू माय सन! गॉड ब्लेस यू!'

'भैय्या, तुम्ही किती फादरसारखे आहात –' किंचित लाजत दिनेश म्हणाला. 'दरवर्षी मी दोन हजार रुपये फटाक्यांवर खर्च करायचो. ते यंदा न खर्च करता तुमच्या बालमजुरी-निर्मूलनाच्या कार्यासाठी भेट म्हणून देऊ इच्छितो. विल यू ॲक्सेप्ट माय स्मॉल कॉन्ट्रिब्युशन?' त्यानं खिशातून एक पाकीट काढून अरुणसमोर धरलं!

'बेटा, तुला कसं सांगू? आज मी फार, अगदी घोर निराश झालो होतो. कुणाकुणाला आमच्या अभियानाचं, त्याच्याशी निगडित बालमजुरांच्या जीवघेण्या प्रश्नाचं कसलंही सोयरसुतक वाटत नव्हतं, हे पाहून मन सुन्न झालं होतं. तुझ्यामुळे तो खिन्नपणा पळून गेला. थँक्यू दिनेश, थँक्यू मराठेसर!'

'नाही अरुण –' मराठे म्हणाले, 'हा माझा नाही, तर त्याचा निर्णय होता, त्याच्या अपंग जीवनात सुखाचे क्षण येण्यासाठी मी काय वाटेल, ते करायला नेहमीच तयार असतो. त्यामुळेच मी त्याला दरवर्षी तो म्हणेल तितके फटाके घेऊन देत असतो. पण यंदा वेगळंच घडलं... पण त्यातही आनंद आहे मला. प्लीज, त्याची ही अल्पशी मदत स्वीकारा.'

'अरुणभैय्या... तुमचे शिवकाशीचे अनुभव ऐकले आणि मी बेचैन झालो. घरी इंटरनेटवर मी बालमजुरी-विषयीची बरीच माहिती मिळवली. मला कळले की, माझ्या वयाची लाखो मुले या वयात काम करतात, त्यांना शिक्षण आणि खेळायला मिळत नाही. आपला समाज, समाजातली मोठी शहाणी माणसे का नाही, त्यासाठी काही करीत?'

'दिनेश', मराठे त्याचे खांदे थोपटत म्हणाले, 'तुझ्या अरुणभैय्यासारखे व कलेक्टरसारखे, झालेच तर तुझ्या स्कूलच्या फादरसारखे अनेक जण काम करताहेत मनापासून. हो की नाही? हळूहळू जनजागृती नक्की होईल. त्यासाठी तूही मदत करू शकतोस तुझ्या लेखणीतून, तुझ्या वाणीतून....'

आणि अरुणकडे वळून ते म्हणाले, 'बरं का अरुण, आमचा दिनेश फार चांगला बोलतो. सर्व डिबेटिंग व वक्तृत्व स्पर्धांमध्ये तो नेहमीच प्रथम येतो. तसंच

तो कविताही करतो, मराठी व इंग्रजीत....'

'गुड, व्हेरी गुड! तुमचा दिनेश जिनियस आहे सर!'

'पण – पण हे त्याचं अपंगत्व... आणि मी – मी...' मराठे बोलता-बोलता थांबले. त्यांनी आपला सोनेरी कापड्यांचा चश्मा काढला, तो रुमालानं पुसला आणि पुन्हा डोळ्यांवर चढवून म्हणाले,

'त्यानं बालमजुरावर एक फार छान कविता केली आहे. दिनेश, तुझ्या अरुणभैय्याला नाही दाखवणार?'

अरुणसाठी हाही एक सुखद धक्का होता. त्याला वाटलं, आपल्या जीवन-कार्यासाठी एक समर्पित कार्यकर्ता, नव्हे, उद्याचा नेता सापडला आहे.

'दिनेश, कविता तूच वाचून दाखव ना!'

दिनेशनं आपल्या किशोरवयीन कोवळ्या मधुर स्वरात कविता वाचायला सुरुवात केली –

'कितीक करतो आपण चुका
आणि कितीक दोष आहेत आमच्यात
पण मोठा गुन्हा कोणता सर्वांत?
उडताहेत सभोवती जी जीवनाची कारंजी
त्या बालकाकडे आपण नाही वळून पाहत
अनेक गरजा आपल्या उद्या होतील साकार
पण वाढणारं मूल थोडंच थांबणार?
आत्ताच त्याची हाडं वाढत जाणार, घट्टमुट्ट होणार
आत्ताच त्याचं रक्त होणार तयार
आत्ताच त्याची पंचइंद्रिये घेणार आकार
त्यांच्यासाठी 'उद्या करू' असं नाही म्हणता येणार
ती म्हणताहेत, आजच, नक्की आजच
कारण –
त्याचं नाव आहे 'आज' – 'वर्तमान!'

अरुणच्या डोळ्यांतून अश्रू वाहत होते. त्याचं त्याला भानही नव्हतं. दिनेशनं किती नेमकेपणानं समाजाच्या मुलांकडे होणाऱ्या अक्षम्य दुर्लक्षाकडे लक्ष वेधीत अंगुलिनिर्देश केला होता! त्याच्या प्रतिभेची चमक पाहून अरुण स्तिमित झाला होता. त्यानं भोगलेलं व कार्य करताना पाहिलेलं बालमजुरांचं दाहक जीवन त्याला आठवत होतं आणि त्याची परिणती त्याच्या अश्रुधारांत होत होती!

तो उठला, पुढे झाला, तसा कुबड्यांच्या मदतीनं दिनेशही उभा राहिला.

अरुणनं त्याला आवेगानं मिठीत घेतलं आणि त्याचं मस्तक कुरवाळीत म्हटलं,

'मला आज खरंच दिवाळीची काय शानदार भेट मिळाली आहे! इफ आय ॲम टुडे फॉर माय मिशन, यू आर टुमारो माय सन...'

मराठे नि:शब्दपणे त्या दोघांकडे अनिमिष नेत्रांनी पाहत होते.

दारात मघापासून आलेली सावू पण दारातच खिळून होती आणि स्वत:शीच पुटपुटत होती. 'दादा – दिनेश... तुम्ही दोघेही ग्रेट आहात. मी मात्र वेडीखुळी... सकाळी अभ्यंगस्नानाच्या वेळी फटाके फोडले. नाही दादा, आजपासून ही सावू पण तुझ्यासोबत काम करेल!'

प्रकरण आठ

'मी बच्चूच्या रेलशाळेचं उद्‌घाटन झालं, असं जाहीर करतो.'

रेल्वे स्टेशनच्या प्लॅटफॉर्म क्रमांक एक ओव्हर ब्रीज क्रॉसिंगच्या खाली असलेल्या मोकळ्या जागेत रेल शाळेचा बोर्ड लावला होता. त्यावर निळा मखमली पडदा होता. बच्चूनं विनंती करताच मनीषनं त्याची दोरी ओढून तो पडदा बाजूस केला. हार घातलेला रेलशाळेचा रंगवलेला बोर्ड सर्वांच्या नजरेस पडला.

'रेलशाळा' असं मोठ्या अक्षरात रंगवलेल्या अक्षरामागे खडूनं 'बच्चूची' असे शब्द लिहिले होते. त्याचा संदर्भ घेत माईकवरून मनीषनं बच्चूच्या रेलशाळेचं उद्‌घाटन झाल्याचं जाहीर केलं आणि तो खुर्चीवर बसला. त्याच्या उजव्या बाजूला अरुण तर डाव्या बाजूला चौदा वर्षांचा किंचित मिसरूड फुटलेला काळासावळा उंचापुरा बच्चू बसला होता.

दिनेश कार्यक्रमाचं सूत्रसंचालन करत होता. प्रास्ताविक निवेदनात त्यानं कलेक्टर मनीषचं स्वागत करीत कार्यक्रमामागची पार्श्वभूमी कथन केली.

'आज आपल्या शहरातील बालमजुरी-निर्मूलनाच्या अभियानातील एक महत्त्वाचा टप्पा सुरू होत आहे. आपले माननीय कलेक्टर मनीष दवेजी इथं आल्यापासून चार महिन्यांत खूप काही घडत आहे. माझ्या वयाची अशी अनेक मुले-मुली आहेत, जी शाळेत न जाता काम करीत आहेत व त्यांचं हसण्याखेळण्याचं वय करपून जात आहे. त्यांच्यासाठी कलेक्टरसाहेबांच्या प्रयत्नानं एक प्रोजेक्ट मंजूर झाला आहे, स्पेशल स्कूलचा. त्याअंतर्गत शहरातील १४ वर्षांपर्यंतच्या सर्व बालकामगारांना शिकवलं जाणार आहे. प्रथम अनौपचारिक, ज्याला 'ब्रिज कोर्स' म्हटलं जातं ते तीन ते सहा महिने व त्यानंतर त्यांना वयानुसार शाळेत दाखल केलं जाईल. हे रेल्वे स्टेशन या भागातलं मोठं रेल्वे जंक्शन आहे व फलाटावर काहीबाही काम करत जगणाऱ्या बालकामगार असलेल्या मुलामुलींची संख्या मोठी आहे. त्यांच्यासाठी अरुणभैय्याच्या संकल्पनेतून ही रेलशाळा आज सुरू होत आहे. शाळेसाठी स्टेशन

मास्तरांनी एक खोली दिली आहे. तेथे वर्ग भरेल, पण रेल्वेच्या वेळा सोडून इथं फलाटावरही अधूनमधून क्लास घेतला जाईल. रेल्वेतून प्रवास करणारे पण इथं न उतरणारे बालकामगारही ते पाहून शिकण्यासाठी प्रवृत्त होतील. भारतात तरी प्रथमच अशा स्वरूपाची रेलशाळा सुरू होत आहे व त्याचं सारं श्रेय अरुणभैय्यांच्या बरोबरीनं बच्चूला जातं. त्याला मी विनंती करतो की, त्यानं आपल्या ढासू फिल्मी शैलीत हिंदी-मराठीत जोरदार भाषण करून आपलं मनोगत सांगावं. बच्चू!'

अरुण मनीषच्या कानी लागत म्हणाला, 'हा बहुतेक उत्तरेतून आलेला हिंदी भाषिक असावा. हिंदी सिनेमाचं त्याला भयंकर वेड आहे, त्यामुळे तो नेहमीच फिल्मी स्टाईलनं बोलतो.'

मनीषच्या चेहऱ्यावर मंद हसू उमटलं. आजच्या मुलांवर सिनेमाचा किती प्रचंड प्रभाव आहे, हे अविचलच्या उदाहरणावरून त्याला पटलं होतं. महिन्यापूर्वी अविचलनं हट्ट धरला म्हणून मनीष-मीनल त्याला 'रेडी' हा सिनेमा पाहायला घेऊन गेले होते. त्यानंतर किती दिवसतरी अविचल गुणगुणत होता, 'ढिंक चिका ढिंक चिका....'

बच्चू कलेक्टरच्या बाजूला अंग चोरून बसला होता. त्यांची लाल दिव्याची गाडी, बॉडीगार्ड, स्टेशनवर येताच रेल्वे पोलीस इन्स्पेक्टरनं ठोकलेला कडक सॅल्यूट यामुळे मनीष फार मोठा साहेब आहे, हे त्याला जाणवलं होतं. त्यामुळे मनावर अनामसं दडपण होतं.

खरंतर तो कमालीचा धीट होता. पण आज अरुणभैय्यानं 'बच्चूची रेलशाळा' असं स्वत: खडूनं लिहून त्याला जो सन्मान दिला होता, त्यानं तो भारावला होता. निवांत वेळी मित्रांच्या संगतीत ढासू डायलॉगबाजी करणं, हा त्याच्या डाव्या हातचा मळ होता. पण आज एवढा मोठा माणूस स्टेजवर बाजूला बसला होता. दिनूबाबा सूत्रसंचालन करीत होता व आता त्याला बोलायचं होतं!

मनोमन तो आनंदलाही होता. त्याच्या नेतृत्वगुणाला कुठेतरी अरुणनं मान्यता दिली होती. सर्वप्रथम रेलशाळेची कल्पना त्याच्यापुढेच मांडीत त्यानं बच्चूला विश्वासात घेत म्हटलं होतं,

'बच्चू, तुझ्याविना रेलशाळा सुरू होणार नाही. मला माहीत आहे, तू या साऱ्या मुलामुलींचा लीडर आहेस. तेव्हा ही जबाबदारी तुझी.'

बोलण्यासाठी तो उभा राहिला व हातात माईक घेतला, तेव्हा क्षणभर त्याला काही बोलणं सुधरेना. मग स्वत:ला सावरीत व धीट होत घसा खाकरीत तो म्हणाला.

'हमारे जिले के कलेक्टरसाब, आपून सभी के हरदिल अजिज अरुणभैय्या और दोस्तो! सचमुच आज मुझे बहोत खुशी होती है कि हमारे उंगलीमें आजसे पेन-

पेन्सिल आयेगी. मैं तो सबसे पहले भगवान का नहीं अरुणभैय्या का नाम स्लेटपे लिखना चाहूंगा. दिनूबाबा, तुम मुझसे ये लिखवाओगे ना?

‘आज मला काय बोलावं ये सुझता नहीं. अरुणभैय्या, रेलशाळेला माझं नाव जोडून आपने मुझे जो इज्जत बक्षी है, उसका मैं हकदार नहीं हूं. तुम्हाला पण माहीत आहे मी किती वांड आहे! मी किती काळ पाटी-पेन्सिल चालवेल, मला माहीत नाही. लेकीन दोस्तो, मेरी छोडो. मैं गयागुजरा हूं. लेकिन आप सभी इल्म नहीं छोंडेगें कभी भी, ये वादा तुम्हे करना होगा! अरुणभैय्या को भरोसा दिलाना होगा.

‘कलेक्टरसाब, आप बडे होदेदार है। मी आता पाहिलं की, हे रेल्वेचे पोलीस इन्स्पेक्टर तुम्हाला सॅल्युट करीत होते, लेकिन सरजी, ये रेल्वे पुलिसवाले हम फलाटके सहारे बुटपॉलिश, खिलौने बेचकर पेट भरनेवाले अकेले बच्चोंको बहुत तकलिफ देते हैं. उन्हे कुछ समझाइये. हम मांग के तो पैदा नहीं हुए. माँ-बापने जनम देकर नालीमें, कुडे-कचरेमें फेक दिया, इसमें हमारा क्या कसूर? आम्हाला घर नाही, शाळा नाही, जेवण नाही. हमे हमकोही पालना पडता है। बस एक उपरवालेका सहारा है।

‘अरुणभैय्यामुळे रेलशाळा सुरू होतेय. फिर भी अभीतक मुझे पता नहीं की अ-आ-ई शिकून आम्हाला मायबाप सरकार नोकरी देणार आहे का? मग भैय्या, तुमचा हा अट्टहास का? समझता नहीं कलेक्टर सरजी. फिर भी उन्हे हम भैय्या कहते है, बडा भाई मानते है। उनकी बात नहीं टाल सकते। ये बच्चू रेलस्कूल – बच्चूसारख्या अनाथ – एकट्या मुलांसाठी शाळा आहे. पर ये सचमुच में अरुणभैय्या का रेलस्कूल है। आपने आशीर्वाद दिया है, तो वो जरूर कामयाब होगा। जयहिंद! भारत माता की जय!’

किती सहजतेनं पण किती-किती भोगलेलं बच्चू बोलत होता. मनीषला वाटलं, शिकला नाही म्हणून काय झालं, तेज तर्रार दिमाग आहे. छानपैकी नेतृत्व-गुण आहेत. त्याला संधी मिळाली, तर कुणीतरी नक्कीच बनेल! पण –

मनीषनं हलकेच कुणाला जाणवणार नाही, अशा सावधतेनं एक सुस्कारा सोडला. वाटत होतं, बालमजुरी-निर्मूलनाची लढाई सोपी असेल; पण तिच्या मागे काळा धंदा, भ्रष्ट राजकारण आणि गुन्हेगारी जगताची अभद्र पण भक्कम युती असल्याचे जाणवत आहे, प्रसंगपरत्वे प्रत्ययास येत आहे. आपण जिल्हा पुरवठा अधिकारी कोठाडीयाला नुकताच सेन्ड-ऑफ दिला. त्याची बदली आपण थांबवू शकलो नाही. काय होता त्याचा अपराध? आपल्या आदेशावरून रेशनिंगचा काळा बाजार रोखण्यासाठी त्यानं काही बड्यांचे परवाने रद्द केले, रेशन दुकानं निलंबित केली. पालकमंत्र्यांची खपा मर्जी झाली. त्याची त्यांनी थेट डिव्हिजनच्या बाहेर तडकाफडकी बदली केली. कोठाडीया निरोप घेताना निराशेनं मनीषला त्याच्या

चेंबरमध्ये एकटा भेटून म्हणाला,

'सर, भारताच्या पंतप्रधानांनी २३ एप्रिल, या 'सिव्हिल सर्व्हिस डे'च्या निमित्तानं केलेल्या भाषणाच्या प्रती तुम्ही आम्हा सर्व डेप्युटी कलेक्टर्सना दिल्या होत्या. त्यांचं भाषण मी वाचलं आणि त्यांच्या अपेक्षेप्रमाणे धाडसानं पावलं उचलली व कार्यवाही केली. त्याचं हे फळ मी समजू का? नाही सर, मी बदलीला भीत नाही. मी हिंमत पण हरलेलो नाही. पण अशा आणखी चार-दोन बदल्यांनंतर मी जर प्रवाहपतित झालो, तडजोडी करायला शिकलो, तर नुकसान कुणाचं होणार आहे? माझं का या व्यवस्थेचं? नाही सर, मी तुम्हाला कोड्यात टाकत नाहीये. मनातला सल प्रगट करतोय. तुम्ही थेट आय.ए.एस. आहात. तुमच्या सर्व्हिसला घटनेचं संरक्षण आहे. पण आम्हा स्टेट सर्व्हिसवाल्यांचं काय? कोणत्याही आदेशाची अंमलबजावणी तेच करतात. त्यांच्या कामावर तर अंतिमत: शासनाचं यश-अपयश ठरत असतं. त्यांना तीन वर्षं एका जागी राहायला मिळणार नसेल, तर धाडसानं व कायद्यानं काम कसं करायचं? तुम्ही आदेश दिला म्हणून आणि मुख्य म्हणजे माझ्या कामाचा भाग म्हणून मी केरोसीनचा काळाबाजार रोखण्यासाठी धाडी घातल्या. त्यात दोन बालकामगार मुक्त करून 'बालसंकुल' या रिमांड होममध्ये दाखल केले आणि मालकाविरुद्ध केस केली. पण पहिलं पाऊल उचलताच किंवा त्यापूर्वीही अधिकाऱ्याचं 'एवढं' खच्चीकरण करायचं की, त्याला किंवा इतरांना काही धाडसानं कायदेशीर कृती करायचं धाडस होऊ नये... यामागे शहरात व जिल्ह्यात कोण आहे, हे मी तुम्हाला सांगायला नको....'

कोठाडीया सरळ-सरळ दुर्गाभाई व पालक मंत्र्यांच्या अभद्र युतीकडे अंगुलिनिर्देश करीत होता. आपण अरुणभैय्याच्या प्रभावानं जाहीरपणे बालमजुरी-निर्मूलनाचं व्रत स्वीकारलं आहे, हे अनेकदा मीडियापुढे कार्यक्रमात म्हटलं आहे. कोठाडीया हा त्याचा आवडता डेप्युटी कलेक्टर व कार्यक्षम अधिकारी होता. आपण जेव्हा त्याला भारताच्या पंतप्रधानांच्या लिखित भाषणाची प्रत दिली, त्याच्या दुसऱ्या दिवशी भेटल्यावर तो जे म्हणाला होता, ते मनीषच्या चांगलं स्मरणात आहे.

'सर, हे भाषण तुम्ही आम्हा सर्व अधिकाऱ्यांना का दिलं, हे मी जाणतो. काल रात्री संपूर्ण भाषण वाचलं. त्यात त्यांनी प्रशासकीय अधिकाऱ्याकडून काही अपेक्षा बाळगल्या आहेत. इन्डीड इट इज ए टॉल ऑर्डर. आम्ही फार छोटे अधिकारी आहोत सर. पण माझ्यावर राष्ट्रसेवा दलाचे संस्कार झाले आहेत. पुन्हा मी जैन आहे. अपरिग्रहाचे तत्त्व जाणतो. तसा मी आजवर वागायचा प्रयत्न केला आहे. आता तुमच्यासारखे आदर्श जिल्हाधिकारी आम्हाला मिळाले आहेत. मी तुमच्या अपेक्षा पूर्ण करीन, चांगला स्वच्छ कारभार करून. खरंतर पुरवठा खात्यामध्ये काम करणं म्हणजे कोळशाची दलाली करण्यासारखं आहे. इथं अंगावर काळे डाग पडणारच.

मी ते आजवर पडू दिले नाहीत व यापुढेही पडू देणार नाही.'

आज सकाळी कोठाडीया बदलीच्या ठिकाणी रुजू होण्यासाठी जाणार होता, म्हणून मनीषनं त्याला घरी चहाला बोलावलं होतं, तेव्हा त्यानं म्हटलं होतं. 'सर, तुम्हाला मला हे सांगितलंच पाहिजे. मी ज्या दोन मालकांविरुद्ध बालकामगार कायदा लावून रॉकेल-विक्री करताना केसेस केल्या, ते तसे किरकोळ नामधारी. खरा मालक व रॅकेट आहे, ते दुर्गाभाईचं. त्यानं मला इशारा दिला होता की, माझी तो चोवीस तासांच्या आत बदली करेल म्हणून. तसंच झालं. असो! पण मला वाटतं, केवळ मला नाहीतर माझ्या तडकाफडकी बदलीनं त्यानं व नेत्यांनी तुम्हाला सूचक इशारा दिला आहे.'

बच्चू त्याच्यासारख्या अनाथ एकट्या काम करणाऱ्या मुलांबद्दल जे बोलत होता, त्यामागे बालशोषणाचं केवढं मोठं रॅकेट आहे व ते चालवणारे 'मनी व मसल पॉवर'मुळे किती प्रबळ व शक्तिमान बनले आहेत. भरीस भर पुन्हा राजकीय अभयाचं कवचकुंडल त्यांना उपलब्ध करून दिलं जातं. कोठाडीया माझ्याहीपेक्षा जास्त भाबडा व आदर्शवादी निघाला. पी.एम.चं भाषण व आपल्या अपेक्षा लक्षात ठेवून स्वत:हून त्यानं धाडी घातल्या आणि डिव्हिजनच्या बाहेर चंद्रपूरला त्याची बदली झाली.

आपणास ती प्रयत्न करूनही रोखता आली नाही. आज सकाळी चहापानाच्या वेळी घरी प्रांजळ पण रोख-ठोक बोलणाऱ्या त्याच्या नजरेला नजर देण्याचं आपलं बळ नव्हतं. आताही बच्चूचं बोलणं ऐकताना आपण का अस्वस्थ होत आहोत? बालमजुरीची लढाई कठीण आहे, हे तर खरं; ती कठीण आहे म्हणून मी लढायची नाही? बदली होईल म्हणून? कोठाडीया शिस्तबद्ध सैनिकाप्रमाणे लढायला पुढे गेला व घायाळ झाला. आपण कप्तान. सेनापती. आपण आता लढायचे की नाही? का माघार घ्यायची? त्यामुळे आपण आपल्याच नजरेतून उतरून जाऊ... अरुणभैय्याला सामोरं जाताना पण कदाचित शरमिंदं वाटेल आपणास –

ओ, नो! असं भरकटणं ठीक नाही आहे. अरुणनं बोलताना याचाच पुनरुच्चार केला,

'सर, आजवर भारतात कुठल्याही जिल्ह्यात खऱ्या अर्थानं बालमजुरी-निर्मूलनाची लढाई लढली गेलीच नाही. त्यामुळे ती किती कठीण आहे, हे समाजापुढे कधी आलं नाही. चार-दोन डी.एम जोवर ती लढणार नाहीत, त्याची व्याप्ती समग्रतेनं जाणवणार नाही. पण आता लढायची ती वेळ आली आहे. मला मायकेल गायकवाड या शहरातील फादरचं ते वाक्य आठवलं, Childern have right not to work during tender developing age upto forteen years. माझ्या या काम करणाऱ्या मुलांची मला कामापासून सुटका करायची आहे. तुमची भक्कम साथ त्याला हवी आहे.'

अरुण नेहमीच भावनेला हात घालणारं बोलतो. आणि मनीष त्याच्या संवेदनशील

स्वभावाप्रमाणे हेलावून जातो. आजही तसंच झालं. त्यामुळे अध्यक्ष म्हणून भाषण करताना तो बोलून गेला–

'मी नेहमीच अंत:प्रेरणेने काम करणारा आहे. आणि माझं अनुभवसिद्ध मत आहे की, आपल्या हृदयाची हाक ही सहसा चुकत नाही. मी बालमजुरीच्या समस्येकडे असेच पाहतो. मी माझ्या मुलाकडे पाहत स्वत:च प्रश्न विचारतो की, मला माझ्या मुलानं कोवळ्या वयात शाळेत न जाता, खेळ न खेळता, कामावर गेलेलं आवडेल का? माझंच काय, पण सर्व पालकांचं उत्तर माझ्याप्रमाणेच असेल नाही? इतर क्षेत्रांत काम करणाऱ्यांना काही कृती न करण्याची मुभा आहे. माझं तसं नाही. मी जिल्हाधिकारी आहे व माझ्या कामाचा हा भाग आहे. ते मला केलंच पाहिजे व मी ते यथाशक्ति करणार आहे.'

मनीषचं बोलणं हे नेहमीच प्रगट चिंतन असतं. त्याला कोठाडीयाच्या बदलीचा व दुर्गाभाईच्या धमकीचा संदर्भ होता. त्याच्या मनातल्या भीतीवर मात करीत जाहीरपणे तो स्वत: या लढाईसाठी कटिबद्ध असल्याचे जाहीर करीत होता!

गेल्या चार महिन्यांतील सहवासामुळे अरुणला मनीषचा स्वभाव चांगलाच माहीत झाला होता. त्यामुळेच त्याला एकाच वेळी समाधान व किंचित भीतीही वाटत होती. समाधान यासाठी की, आज पुन्हा एकदा मनीषनं आपली बालमजुरी-निर्मूलनाबद्दलची बांधिलकी जाहीर करीत लढाईचा दृढ संकल्प प्रकट केला होता. आणि किंचित भीती यासाठी की, प्रसंगपरत्वे मनीषच्या मनाची भीरुता व दौर्बल्य अरुणला जाणवत होतं. त्यामुळे ऐनवेळी हा कच तर खाणार नाही, ही शंका वाटायची.

मनीष बच्चूकडे वळून म्हणाला,

'बच्चू, अरुणभैय्या कहते हैं वो सच है। तू तो बॉर्न लीडर है। कितनी अच्छी बाते तुमने की है इल्म की– पढाई की. मैं जानता हूं की तुम जैसे बेसहारा बच्चोंको जिंदगी की लढाई लढते वक्त किन किन मुसिबतों का सामना करना पडता है। मैं जरूर कोशीश करूंगा की तुम्हारे लिए मैं कुछ कर सकू. लेकिन आप सब मुझसे एक वादा जरूर करोगे की तुम दिलसे पढाई करोगे. और बच्चू, तू इसकी शुरुआत स्लेट पे अरुणभैय्या का नाम लिखकर करना चाहते हो ना? आवो, मैं ही तुम्हारी उंगली पकडके उनका नाम तुझसे लिखवाऊंगा...

आणि साऱ्यांसमक्ष आणि कॅमेऱ्यांच्या फ्लॅशच्या लखलखाटामध्ये स्वत: मनीषनं बच्चूचं बोट धरून पाटीवर 'अरुणभैय्या'चं नाव लिहिलं आणि टाळ्यांचा एकच कडकडाट झाला.

अरुण कमालीचा संकोचला होता. पण स्वत:ला सावरीत त्यानं दुसऱ्या दोन मुलांना स्टेजवर बोलावलं. एकाची बोटं धरून 'श्री' तर दुसऱ्याची धरून '786' हा क्रमांक लिहून घेतला. आणि माईकवर एकच वाक्य बोलला–

'आज एक नवा इतिहास लिहिला जातोय. त्याचे शिल्पकार आपले जिल्हाधिकारी मनीष दवे आहेत. त्यांच्यासाठी एकवार जोरदार टाळ्या होऊन जाऊ द्या!'

पुन्हा एकवार टाळ्यांचा गगनभेदी कडकडाट दीर्घ काळ झाला. तो संपत असताना अरुण मनीषकडे पाहत म्हणाला,

'हजारो साल नर्गिस अपनी बेनुरी में रोती है
बडी मुश्किलसे पैदा होता है चमने दीदावर पैदा!'

***

एका साध्या इंडिका कारमधून गेले दीड तास अरुण मनीषला शहराची सफर घडवीत होता. बाहेरून काळी काच असल्यामुळे आत कोण आहे हे कळत नव्हते, पण आत बसून मनीष सारं काही स्वच्छपणे पाहत होता. अरुणची अखंड कॉमेंट्री चालू होती.

शहरात किरकोळ रॉकेलविक्रीसाठी दोनशेच्या वर सायकलरिक्षांचे हॉकर्स मंजूर व कार्यरत होते. रोज सकाळी आठ ते दहा ठोक विक्रेत्याकडून दोनशे लिटर्स रॉकेल घ्यायचं व वॉर्डावॉर्डांत फिरून दोन ते पाच लिटर वाटायचं, अशी पुरवठा विभागाची व्यवस्था.

पण सकाळपासून मनीष पाहत होता – पन्नास टक्क्यांपेक्षा जास्त हॉकर्स म्हणजे छोटी मुलं होती. बालकामगार. ती सर्रास ट्रक व ऑटोरिक्षावाल्यांना जादा दरानं रॉकेल विकत होती. 'सर, यांना कामावर लावून त्यांच्या आई-बापांनी व मालकवर्गानं त्यांच्या बालपणावर दरोडा घातला तर आहेच; पुन्हा त्यांना काळ्या बाजाराचं प्रशिक्षण देत, त्यांच्यातून गुन्हेगार निर्माण करीत आहेत. किती भयंकर आहे हा सारा प्रकार!'

मनीष शांतपणे अरुणचं बोलणं ऐकत होता. बंद काचेतून बाहेर पाहत श्रमणारे व सायकलरिक्षा चालवणाऱ्या मुलांचे चेहरे व देहबोली पाहत होता. त्यांतले बरेचसे हुशार होते; पण अजूनही किशोरवयीन बालसुभता त्यांच्यात कायम होती. उन्हातान्हात रापलेले चेहरे, जीर्ण मळकट वस्त्रे, अस्ताव्यस्त व तेलपाणी न मिळालेले केस. काहींच्या ओठावर या वयात मजूरछाप बिडी होती तर काहींचे चेहरे गुटख्यानं गोल झालेले. मध्येच थांबून भुकेसाठी चहा-भजी खाणं व पाणी पिणं.

'हे दुर्गाभाईचं रॉकेलचं दुकान आहे. ते त्याच्या रखेलीच्या नावे आहे. कायदेशीर पळवाट म्हणून.' अरुणनं सांगितलं, तसा विस्मयचकित होतं मनीष दुरून त्या डेपोकडे पाहू लागला.

'मे. चौधरी ॲन्ड डॉटर केरोसीन डेपो'

अरुणला हे नाव परिचित वाटत होतं. पण काळाचा एक मोठा पडदा त्याच्या स्मृतीवर पडला होता, त्यामुळे नीटसं आठवत नव्हतं. परत पंधरा वर्षांनी या शहरात येण्यापूर्वी मधल्या संघर्षाच्या मुंबई, शिवकाशी व चेन्नईच्या कालखंडात त्यानं प्रयत्नपूर्वक हा नकोसा वाटणारा छळवादी भूतकाळ विसरण्यात बऱ्यापैकी यश मिळवलं होतं. तरीही हा डेपो अंधूकसा स्मरणात होता.

तिथं सायकलरिक्षा यायला सुरुवात झाली. एक मध्यमवयीन माणूस डेपोच्या बाहेर एक रजिस्टर घेऊन आला. दुरून काही ऐकू येत नव्हतं. बहुतेक तो डेपोमालकाचा मुनीम असावा. हजेरी घेत असावा. एक-एक जण – त्यात बालमजूर पण मोठ्या संख्येत होते – पैसे व सायकलरिक्षा ठेवून जात होते.

'असं म्हटलं जातं आणि ते खरं आहे की, शहरातील साठ टक्के केरोसीन-विक्री करणाऱ्या सायकलरिक्षा, हातगाड्या या दुर्गाभाईच्या मालकीच्या आहेत. त्यानंच पुरवठा विभागातील कर्मचाऱ्यांना हाताशी धरून अनेकांना रॉकेल परवाने मिळवून दिले आहेत. तो दररोज शंभर ते सव्वाशे रुपये भाड्यापोटी घेतो, असं ऐकलं आहे... अधिकृत व्यवसाय केला, म्हणजे नियमाप्रमाणे रास्त दरानं केरोसीन विकलं, तर रोज पन्नास-साठ रुपये पण सुटणार नाहीत. त्यामुळे जास्त दरानं ट्रक-ऑटोरिक्षावाल्यांना ते विकून प्रपंचासाठी चार पैसे मिळवतात. त्यांची ही चोरी, गैरव्यवहार ही त्यांची मजबुरी आहे, तर दुर्गाभाईसाठी वारेमाप काळा पैसा व वारेमाप नफ्याचा अक्षय स्त्रोत आहे. बेहिशोबी काळा पैसा, त्यातून पोसली जाणारी काळी समांतर यंत्रणा, राजकारणाशी साटंलोटं आणि मिळणारी प्रसिद्धी यांमुळे गुन्हेगार उजळ माथ्यानं वावरत आहेत, कुणाचीही पर्वा न करता.'

मनीषच्या कानात अरुणचे शब्द तप्त शिशाप्रमाणे शिरत अंतरंग भाजत होते. पण तो काहीसुद्धा कपोलकल्पित बोलत नव्हता. उलट, खाजगी गाडीतून दिवसभर सफर घडवून आणत हे सप्रमाण दाखवत होता!

'इनफ अरुण! आता काही निर्णायक करण्याची वेळ आली आहे, एवढं मात्र खरं.'

मनीषनं एवढं एकच वाक्य बोलून अरुणचा निरोप घेतला, तेव्हा अरुणनं पाहिलं, मनीषचा चेहरा गंभीर व कठोर झाला होता!

***

आज दिवसभर शहराचे आठ भाग करून प्रत्येक भागात एकाच वेळी कामगार, पुरवठा निरीक्षक आणि पोलीस पाठवून मनीषनं सर्व सायकलरिक्षांवर धाडी घातल्या. जे सायकलरिक्षा चालवीत रॉकेल विकत होते, त्या सर्व बालकामगारांना ताब्यात

घेतलं. त्यांची हकिकत अरुणच्या 'स्वप्नभूमी'च्या कार्यकर्त्यांमार्फत नोंदवून घेतली आणि सायकलरिक्षा रॉकेलसह जप्त केल्या.

पत्रकार व प्रसारमाध्यमांना याची खबर लागताच ते बातमी व चित्रीकरणासाठी धावपळ करू लागले. ब्रेकिंग न्यूजद्वारे चॅनेलवर व स्थानिक केबलवर बातम्या झळकू लागल्या. सर्वत्र एकच खळबळ माजली.

सायंकाळी सात वाजता मनीषनं प्रेस कॉन्फरन्स बोलावली होती. त्याला सारे पत्रकार व चॅनलचे वार्ताहर हजर होते. मनीषसोबत अरुण होता. तसंच पाच बालकामगार होते. तसेच मनीषचे काही सहकारी अधिकारी पण होते.

मनीषनं पत्रकारांना संबोधन करताना म्हटलं,

'चौदा वर्षांखालील मुलांना कामावर ठेवणं, हा कायद्यानं गुन्हा आहे. आता सक्तीचा प्राथमिक शिक्षणाचा कायदाही झाला आहे. या वयात मुलं ही शाळेत असली पाहिजेत. पण अजूनही दारिद्र्य, अज्ञान, वेठबिगारी व परंपरेच्या नावाखाली बालमजुरीची प्रथा चालू आहे. कमी पैशांत असंघटित बालकांना राबवून वारेमाप नफा कमावता येतो. त्यामुळे काही व्यापारी, कारखानदार बालमजुरीच्या प्रथेचा अवलंब करीत आहेत.

'आजची कार्यवाही जशी रॉकेलचा काळाबाजार रोखण्यासाठी आहे, तशीच ती बालमजुरीप्रथेविरुद्ध आहे. आज ताब्यात घेतलेली मुले एन.सी.एल.पी. अंतर्गत विशेष शाळेत दाखल केली जातील व त्यांना ज्यांनी कामाला लावलं, त्यांच्याविरुद्ध गुन्हा दाखल केला जाईल!'

ते पाच बालकामगार पण बोलले. त्यांच्या बोलण्यातून त्यांना करावे लागणारे श्रम, त्यांची होणारी पिळवणूक, सुटलेल्या शाळेबद्दलची खंत प्रकट होत होती. पत्रकारांची लेखणी त्यांचे बोल ऐकताना मधून-मधून थबकत होती. एवढं धगधगतं वास्तव कदाचित ते प्रथमच अनुभवत होते.

'कोण आहे यामागचा सूत्रधार?' या प्रश्नाला मनीषनं सावध उत्तर दिलं, 'यातील बऱ्याचशा सायकलरिक्षा मे. चौधरी ॲन्ड डॉटर डेपोवर जप्त केल्या आहेत. पण या रिक्षांची मालकी घ्यायला अजूनतरी कुणी पुढं आलं नाही. पोलीस छडा लावत आहेत. योग्य वेळी खऱ्या सूत्रधारास अटक केली जाईल!'

पण पत्रकारांना इशारा मिळत होता. मनीषचा रोख दुर्गाभाईवर होता, हे उघड होतं.

***

नुकताच कुठे अरुणचा डोळा लागला होता. पण मोबाईलच्या रिंगटोननं जाग

आली. साडेअकरा वाजले होते. या वेळी कुणाचा फोन असावा, हे उमगत नव्हतं. अरुणनं फक्त कानाला लावताच त्याच्या कानी एक बिथरलेला आवाज पडला,

'अरण्या, मादरचोद साल्या, लई कळवळा आलाय व्हय त्या मुलांचा? सारं तुजं कारस्थान दिसतंया. पण ध्येनात ठेव. गाठ या दुर्गाभाईशी आहे.'

'हे पाहा दुर्गाभाई, शिव्या मीही देऊ शकतो. त्यामुळे बोलायचं असेल तर नीट बोला.' अरुणनं मोबाईलचा स्पीकर ऑन केला आणि टेबलावरचा टेपरेकॉर्डर पण चालू केला.

'लई पाहिलेत तुझ्यासारखे अरण्या. माझा कायबी इयाटचं पन नुकसान होणार नाही. माजे हात लई लांब पोचले आहेत, हे ठाव नाय का?'

'नाही बुवा, मला काय माहीत?' अरुणनं त्याला गाफीलपणे पकडण्याच्या दृष्टीने विचारलं, 'कोण आहेत तुमचे पाठीराखे?'

क्षणभर पलीकडे आवाज आला नाही. कदाचित तो भानावर आला की काय, अशी अरुणला शंका आली.

'लई हुशार हायस की लेका!' पुन्हा दुर्गाभाईचा संतापी स्वर, 'आज झालं ते झालं. पुन्हा असं झालं तर याद राख, आख्खी रॉकेल गाडी ओतून तुला पेटवून देईन. समजलं? मागं मी त्या चौधरीला असंच पेटवून त्याचा धंदा ताब्यात घेतला. मागं एका दंगलीत कोन काशिनाथ नावाचं एक पाप्याचं पितर होतं, त्याला दिलेला गाडा पेटला, त्याचं कर्ज देत नव्हता म्हणूनशानी त्येलाबी पेटवला. पण तो वाचला व मह्यास्नी पयल्यांदा दोन दिस जेल झाली.'

अरुण चकित होऊन ऐकत होता. दुर्गाभाई हाच तेव्हाचा काळूभाई होता तर? चौधरी ॲन्ड डॉटर डेपोचा मालक रामसेठ चौधरीच्या पोरीशी तेव्हा तो लागू होता व प्रसंग पाहून त्यानं त्याला उडवला. पण त्या पोरीशी लग्न न करता तिला रखेल म्हणून ठेवलं! बाबरी मशीद पडल्याच्या दुसऱ्या दिवशी बालवयातल्या अरुणला रॉकेल देताना काळूभाईचं प्रथमच उग्र दर्शन झालं होतं. त्याच वेळी त्यानं चौधरीला धमकी दिली होती. ती नंतर त्यानं खरी केली.

आणि आपला सावत्र बाप आपण पळून गेल्यावर मरता-मरता वाचला होता, हे परतल्यावर मायनं सांगितलं होतं. त्याचाही संदर्भ आज लागत होता!

'का? ऐकूनशानी दातखिळी बसली वाटतं?' त्या आवाजात उद्दामपणाचा दर्प होता. 'केव्हा तुला माजी माणसं उडवतील, कुनास्नी कळणार पण नाही. ध्यानात ठेव.'

'आणि तूही लक्षात ठेव दुर्गाभाई की, माझ्याजवळ सदैव भरलेलं रिव्हॉल्व्हर असतं. त्याची गोळी तुझ्या माणसाला लागेल आणि जर मी त्या प्रसंगातून वाचलो तर शेवटची गोळी तुला घालेन. मीही मर्द मराठ्याचा बच्चा आहे, हे विसरू नकोस!'

'आर तिच्या मायला... मला धमकी? या – या दुर्गाभाईला? अरण्या, पुन्यांदा

बजावतो. माजा नाद सोड. लई भारी पडंल तुला.'

अरुणनं मोबाईल बंद केला. पण त्याची झोप उडाली होती. मन अस्वस्थ झालं होतं. नेहमीच्या सवयीने त्याने डायरी उघडली व लिहू लागला –

कबूल करायला हरकत नाही. मला मृत्यूची भीती वाटून गेली. मी उसनं अवसान आणून जवळ रिव्हॉल्व्हर असल्याची थाप मारली खरी; पण दुर्गाभाईचं सामर्थ्य एवढं अफाट आहे की, कुणा त्रयस्थामार्फत तो माझी शिकार करेल, हे समजणार पण नाही. बरे झाले, आपण त्याचं बोलणं टेप केलं. नेहमी कामासाठी मुलाखती घेण्यासाठी छोटा टेप जवळ असतो, त्याचा उपयोग झाला. हा पुरावा त्याला अटक करायला पुरेसा असेल ना?

परवा रेलशाळेच्या उद्घाटनप्रसंगी मनीष म्हणाला, ते खरं आहे. ही बालमजुरी-निर्मूलनाची लढाई कठीण आहे. आजच्या कार्यवाहीनं दुर्गाभाईचं फार मोठं नुकसान होईल, असं नाही. तो केवळ रॉकेल माफियाच नाही, तर जमीन माफिया पण आहे. अनेक बार त्याच्या नावे आहेत. आणि त्यानं पन्नास-साठ तरुण गुंड पोरांची फौज तयार केली आहे. सुपारी घेऊन जमिनीचा ताबा जबरदस्तीने मिळवून देणे, कोर्टातल्या केसमध्ये साथीदारांना धमकावून फितवणे आणि निवडणुकीत नेत्यांसाठी व्यापाऱ्यांकडून खंडणी वसूल करण्यासाठी दुर्गाभाई या फौजेचा वापर करतो. मारामारी, राडा करणे आणि अधूनमधून गावातून मोटार सायकलीवरून हॉकी स्टिक फिरवीत फेरी मारणं, यांद्वारे दुर्गाभाईची चांगलीच दहशत बसली आहे.

त्या दहशतीला आज अरुणच्या मदतीनं मनीषनं आव्हान दिलं होतं. दुर्गाभाईच्या काळ्या साम्राज्याची एक वीट जरा कुठे हलली होती. एवढंही अलीकडे कित्येक वर्षांत घडलं नव्हतं, त्यामुळे त्याच्या अंगाचा तिळपापड झाला होता. त्याचा सारा उद्रेक आज माझ्यावर काढला होता!

पण आपल्याला केवळ देखाव्यासाठी समाजसेवा करायची नाहीये. स्वत: बालमजुरीचं दु:ख भोगलं आहे. त्यामुळे हे माझं केवळ काम नाही, मिशन आहे. मी शिवकाशीला फटाक्याच्या कारखान्यातील स्फोटात पूर्वीच मेलो असतो; पण सुदैवानं वाचलो. आत्ताचं आयुष्य हे बोनस आहे. ते मला स्वत:साठी नाही, समाजासाठी वेचायचं आहे, त्याचं क्षेत्र आहे बालमजुरी-निर्मूलन. तेथून एकूण बालहक्काच्या चळवळीपर्यंत जायचं आहे.

भले यात मला प्राण गमवावा लागला तरी चालेल! आज देशभरात माहितीच्या अधिकाराखाली डझनभर बळी गेले आहेत. चतुष्कोणी महामार्गाचा दर्जा राखण्यासाठी सत्येन दवे, तर तेलभेसळ रोकताना मंजुनाथ पण शहीद झालेतच की! त्यांनी कुठे प्राणाची भीती बाळगली? आपण तर बोलूनचालून फकिरी पत्करलेली आहे. स्वामी अग्निवेशप्रमाणे भगवी कफनी घालत नसलो, तरी नि:संग आहोतच की! मग का

घाबरायचे? हार्टअॅटॅकनं उद्या घरबसल्या पण मरण येऊ शकतं. मरणाची तमा का बाळगायची? एका शायरनं म्हटल्याप्रमाणे मला, खरंच जगता येईल का?

जिओ तो ऐसे जिओ, सब तुम्हारा है।
मरो तो ऐसे मरो, कुछ नहीं हमारा है।

हे लिहिताना विचारांची स्पष्टता आल्यामुळे बरं वाटतंय. भीती कमी होतेय. पण समाजाचं काय? सामान्य नागरिकांचं काय? त्यांच्यासाठी 'भय इथले संपत नाही', हेच वास्तव आहे.

ते मला बदलता येईल? मनीष ते बदलू शकेल?

दुर्गाभाई एक व्यक्ती नाही, प्रवृत्ती आहे. हा दुर्गाभाई उद्या संपूनही जाईल, पण असे हजारो दुर्गाभाई समाजाला वेठीस धरत आहेत. समाज भयग्रस्त आहे. त्याला 'निर्भय बनो' असा संदेश देणारा महात्मा आज कुठे शोधायचा?

***

अरुणनं दिलेल्या टेपच्या आधारे मनीषच्या सांगण्यावरून पोलिसांनी दुर्गाभाईला अटक केली. पण अॅड. जाधवनी धावपळ करून अवघ्या चार तासांत जामीन मिळवला आणि दुर्गाभाई जेलमध्ये न जाताच पोलीस कोठडीतून बाहेर आला.

त्या रात्री शहराच्या गल्लीबोळांतून सुमारे डझनभर मोटारसायकलींवरून 'डीबी' अशी आद्याक्षरं, जी दुर्गाभाई गॅंगची आयडेंटिटी होती, घातलेले पिवळे टी-शर्ट घालून काही तरुणांनी वेगात गल्लीबोळ पालथे घातले. मोटार सायकलचा 'गर्ऽऽ गर्ऽऽ' आवाज आणि मधूनच नुसता 'जय हो'चा घोष. यामुळे शांत रात्र किती वेळ तरी धुमसत होती.

धाड-सत्रात सापडलेल्या सुमारे बत्तीस मुलांना 'स्वप्नभूमी'च्या सौजन्यानं विशेष शाळेत मनीषनं जातीनं लक्ष पुरवून दाखल केलं. रेलशाळेनंतर सुरू झालेली ही दुसरी विशेष शाळा!

जप्त केलेल्या सायकलरिक्षांबाबत कुणी मालकी हक्क सांगण्यासाठी आलं नाही. त्यामुळे मनीषनं त्या पारदर्शी पद्धतीनं गरीब लोकांना रॉकेलच्या किरकोळ परवान्यासह बहाल केल्या. तसंच शाळेत दाखल केलेल्या बालकामगारांच्या आई-वडिलांसाठी मनीषनं स्वयंरोजगार योजना राबवून त्यांना प्रशिक्षण व बँकेचं कर्ज अनुदानासह उपलब्ध करून दिलं आणि त्यांच्या रोजगाराची सोय केली.

अरुण खूश होता. खरंच प्रशासनाला मानवी स्पर्श देणारा एक वरिष्ठ अधिकारी

मनीषच्या रूपानं भेटला होता.

पण –

पालकमंत्र्यांची मनीषबाबतची नाराजी वाढत असल्याच्या बातम्याही अरुणपर्यंत पत्रकारांमार्फत येत होत्या. त्यामुळे मनीष इथं किती काळ टिकेल, हा प्रश्न त्याला अस्वस्थ करायचा.

पण ही मनीषची लढाई आहे. ती त्याला प्रशासकीय पातळीवरच लढली पाहिजे. त्याला आपण फारतर नैतिक पाठिंबा देऊ शकतो. बस!

हा आपला नैतिक पाठिंबा किंवा लोकांच्या सद्भावना राजकारणग्रस्त प्रशासन व्यवस्थेत कुचकामाच्या आहेत, हेही अरुणला माहीत होतं!

त्यानं फादर मायकेल गायकवाडला आपली भीती सांगितली, तेव्हा ते प्रेमळपणे म्हणाले,

'कलेक्टर हे खरेच भले गृहस्थ आहेत. येत्या रविवारी मी खास त्यांच्यासाठी चर्चमध्ये प्रार्थना करीन.'

'मी त्या वेळी जरूर येईन फादर.'

'शुअर!'

प्रकरण नऊ

बच्चू हे नाव आपल्याला कोणी व केव्हा दिलं, हे त्याला स्वत:ला माहीत नाही. अगदी लहान अजाणत्या वयापासून त्याच्या मनात अशी भावना घर करून होती की, आपण रस्त्यावरच जन्मलो आहोत आणि आपल्याला आई-वडील कोणी नाहीत. त्यामुळे आपलं 'बच्चू' हे नाव कसं पडलं असेल, याचं आजही कुतूहल-मिश्रित आश्चर्य आहे. पण त्याचं उत्तर कधीच मिळणार नाही, हेही त्याला मनोमन पक्कं माहीत आहे.

अवघ्या बारा-तेरा वर्षांच्या आयुष्यात कितीतरी शहरं त्यानं अनुभवली आहेत! त्यामुळं आपलं मूळ गावही त्याच्यासाठी अज्ञातच आहे. त्याची पहिली आठवण ही अलाहाबाद या तीर्थक्षेत्राच्या शहराची आहे. तेथे गंगानदीवर नदीच्या पात्रातून भाविकांनी फेकलेली नाणी गोळा करणे व इतर वेळी चक्क भीक मागणे, या पहिल्यावहिल्या अनुभवानं त्याला निबर केलं होतं!

पण भीक देतानाची दात्याची हेटाळणी व तुच्छता त्याला जसजशी कळू लागली, तसतशी बोचू लागली. पोटाची भूक भागली की, पिटात बसून एकूण एक नवे लागलेले हिंदी सिनेमे प्रथमदिवशी पाहत गेल्यामुळे 'इज्जत की रोटी' कमावली पाहिजे, असं वाटू लागलं. आणि त्याला सुलभ असा धंदा तोही कमी पैशांचा सापडला तो बूट पॉलिशमध्ये. त्याला मग कुणीतरी सांगितलं की, मुंबइ-नगरीत – त्याच्या भाषेत 'बंबई शहरमें'– बूट पॉलिशच्या धंद्याला बक्कळ वाव आहे. म्हणून तो एके दिवशी मुंबईत आला आणि बोरीवली ते बांद्रा या पट्ट्यात लोकल गाड्यांमध्ये पहाटे चार ते मध्यरात्रीपर्यंत 'साब, बूट पॉलिश!' 'एकदम सस्ता, लेकिन चकाचक करेगा' असा मंत्रजप करीत धंदा करू लागला. पाण्यात सहजतेनं मासा पोहत राहावा, तसा तो मुंबईत रुळला आणि पाहता पाहता स्ट्रीट स्मार्ट बनला!

केव्हातरी त्याचा व त्याच्या सहजतेनं बनलेल्या गॅंगचा तरतरीतपणा पाहून चरसचा धंदा करणाऱ्या लालमिर्ची असं सांकेतिक नाव असणाऱ्या गॅंगनं त्यांना

हाताशी धरलं. कमी श्रमात अधिक पैसा मिळत असल्यामुळे बूट पॉलिशचा धंदा वरकरणी धूळ फेकण्यासाठी चालू ठेवीत बच्चू व त्याची गँग चरस-अफिम अशा अमली पदार्थांची वाहतूक करू लागली. पण अवघ्या सहाआठ महिन्यांतच त्याच्या गँगच्या दोघांना पोलिसांनी पकडलं, तेव्हा त्यांच्याप्रमाणे आपल्यालाही तुरुंगाची चव चाखायला मिळू नये वा रिमांड होम नामक भयानक छळवादी सुधारगृहात जायला लागू नये म्हणून त्यानं मुंबईहून पळ काढला. आणि दोनतीन महिने भटकत भणंग अवस्थेत चार वर्षांपूर्वी या शहरात आला!

इथं बच्चूनं पुन्हा तोच 'मेहनतकी कमाईका इज्जतवाला' बूट पॉलिशचा धंदा नेकीनं सुरू केला. दोन्ही दिशांना दोन जंक्शनच्या दरम्यान जा-ये करायची आणि प्रवाशांची आर्जवी भाषेत मनधरणी करीत बूट पॉलिश करायचं. या धंद्यात कमाई तशी बेतास बातच होती. त्यामुळे अनेकदा पोटाला फाके पडायचे. पावसाळ्यात तर विशेषच. कारण या मौसमात प्रवाशांची पादत्राणे सतत चिखलानं खराब व्हायची, म्हणून बूट पॉलिश न करता तशीच वापरण्याकडे त्यांचा कल असायचा. कधी शाळेत न गेलेला व दुसऱ्या कुठल्या धंद्याचा हुनर-कसब तर सोडा, पण गंधही नसल्यामुळे बच्चूला आहे, त्या बूट पॉलिशच्या धंद्याला चिकटून राहणं भाग होतं. जगण्यासाठी हात-पाय मारणं भाग होतं!

पुन्हा बच्चू व त्याच्यासारख्या रेल्वेगाडीत फुटकळ धंदा करणाऱ्यांना अनेकांचा त्रास व्हायचा. एकतर विनातिकीट प्रवास रोजचा असल्यामुळे अधूनमधून टी.सी. व रेल्वेचे कर्मचारी हक्कानं हप्ता म्हणून त्यांच्या खिशात जेवढा पैसा असेल, त्याचा निम्मा भाग नियम म्हणून बिनचूक काढून घ्यायचे. या डिव्हिजनच्या रेल्वेचा जणू तो अलिखित नियम होता.

दुसरा त्रास व्हायचा रेल्वे पोलिसांचा. मध्यंतरी या लाइनवर रेल्वेत स्फोट होऊन दोन प्रवासी मेले होते, आणि वीस-पंचवीस जखमी झाले होते. म्हणून रेल्वेची तपासणीही वारंवार व्हायची. त्या वेळी संशयित म्हणून बच्चू व त्याच्यासारख्या मुलांना पोलीस हक्काचं कुळ म्हणून उचलायचे, तुरुंगात डांबायचे. एखादा क्रूर अधिकारी मारझोडही करायचा. पण बच्चूसाठी तुरुंग म्हणजे फुकटात दोन टाइम जेवण वेळेवर मिळण्याचं हक्काचं ठिकाण होतं. त्याचं मुंबई सोडताना वाटणारं तुरुंगाचं भय केव्हाच निघून गेलं होतं. खरंतर ती कच्ची कैद असायची! न नोंदलेली! पण बच्चूला तेथे पोटापाण्याची चिंता नसल्यामुळे भरपूर निवांत वेळ मिळायचा. अशा वेळी त्याचं विचारपर्व सुरू व्हायचं!

'ये सोचना, दिमाग चलाना पढेलिख्खोंका काम है। जिन्हे जीनेके लिए हरदम हातपाव मारना पडता है, उनके लिए ये दिमाग खराब कर देनेवाला काम है। वो नहीं परवडता', असं बच्चू आपल्या मित्रांना गप्पा मारताना सांगायचा! सेकंड शो

पाहून झाल्यावर रेल्वे प्लॅटफॉर्मवर झोपण्यासाठी परतताना त्याच्या या गँगच्या गप्पा हमखास व्हायच्या. टॉकिज गावात होती, तर रेल्वे स्टेशन शहराच्या एका टोकाला. त्यामुळे सिनेमानंतर पायी रमत-गमत यायला तासभर सहज लागायचा. पण एकतर नवा सिनेमा पाहिलेला आनंद आणि मध्यरात्रीचा निवांतपणा, यामुळे त्याचं काही वाटायचं नाही!

'ये भी क्या जिंदगी है साली? दो वक्तकी रोटीके लिये रातदिन कमरतोड मेहनत करना!' बच्चू ही मनात घर करून असलेली भावना मित्रांपुढे बोलून दाखवायचा. आजही सिनेमा पाहून परतताना तो आपल्या गँगपुढे मोकळे होत म्हणाला.

'होय बच्चू! आपण सालं गांडू नशीब घेऊन जन्मास आलो. आईबापांचा पत्ता नाही!' त्याचे साथीदारही मनात दाटलेलं सहवेदनेनं बोलत नकळत मोकळेढाकळे होत होते.

'एकतर ते अपघातात गचकले असणार.'

'नाहीतर पोसणं, दोन वेळा जेवू घालणं जमत नसणार, म्हणून उघड्यावर असं फेकून दिलं असणार आपल्याला. त्याच वेळी सालं आपण मेलो असतो, तर किती बरं झालं असतं!'

'अरे भाई, फौलादी तनबदन है आपूनका। ऐसे थोडेही मरेंगे?' बच्चूला फिल्मी डॉयलॉग मारायची भारी हौस होती. त्यामुळे आपलं चांगलं इम्प्रेशन पडतं आणि धंदाही बऱ्यापैकी होतो, असं त्याला वाटायचं. त्याची गँग त्याला 'बॉस' म्हणायची व मान द्यायची; कारण अलाहाबाद, मुंबईहून आलेला तो एकटाच होता. बाकीचे या शहरातले व आजूबाजूच्या खेड्यांतून आलेले. त्यामुळे मुंबईच्या वास्तव्यातली हुशारी बच्चूला त्यांचा नेता बनवून गेली होती.

'हां बच्चूभाय, तू बोलता वो सही हैं! यहा हम छतके बिना रेल्वे प्लॅटफॉर्मपर उसकोही घर मानकर गुजारा करते हैं, तो हड्डीपसली घटमुट तो होनीही चाहिये।' थोराड अस्लम म्हणाला.

'ये कुछ पतेकी बात हुयी!' बच्चूची पसंतीदर्शक टाळी.

'आणखी योक कारण असू शकतं बच्चूभाई. लगीन होण्यापूर्वीच पोट फुडं आलेल्या एखाद्या बाईनं जलम देऊन उकिरड्यावर फेकलं असणार आपल्याला!' खेडेगावातून आलेल्या काटकुळ्या सुकट्यानं वेगळीच शक्यता पेश केली होती.

तो पुढे म्हणाला, 'मला शाप वाटतं, म्या नक्कीच अशाच आडलेल्या बिनलग्नाच्या मायपोटी निव्वळ नाविलाज म्हणूनशानी जन्मास आलो असणार. माझा जलम होताच तिनं मला उकिरड्यावर फेकलं. मांडीवरचा ह्यो काळा डाग – नक्कीच दाढीचे ब्लेड वापरले असणार. नायतर भंगारात उकिरड्यावर फेकून दिलं जन्मताच तवा जखम झाली असणार. ती हीच निशानी हाय!'

'हां दोस्तो... मेरे दिलमेंभी कई सवाल पैदा होते हैं। क्यू हमे उपरवालेने पैदा किया? किसलिए हम जीते हैं?' बच्चूनेही मनातला उद्रेक व्यक्त केला.

हा व असे प्रश्न आले की, अख्खी गँग चूप व्हायची. त्याचं एक कारण म्हणजे त्यांचं कुणाजवळच उत्तर नसायचं. दुसरं कारण म्हणजे 'दिलदिमाग' सुन्न होऊन जायचं!

आजही तसंच झालं. सारी गँग चूप झाली आणि रस्ता तुडवू लागली. बच्चूही आपल्या विचारात हरवून गेला. तुरुंगात कच्च्या कैदेत रात्री झोप आली नाही की, असाच अनेकवार विचारांच्या वादळाने तो बैचेन, अस्वस्थ व्हायचा! कितीतरी त्रासदायक प्रश्न त्याला भंडावून सोडायचे. पण हट्टानं व धीटपणे बच्चू त्यांना सामोरं जायचा.

आपण मूळ कुठले आहोत? पहिली आठवण अलाहाबादची ठळकपणे स्मरते. पण ते तरी आपलं मूळचं गाव, वतन होतं का? की तिथंही कुठूनतरी, गंगेत जशी प्रेतं, चीजवस्तू वाहत येतात, आपणही घरंगळत आलो? आपली जबान हिंदी हे मात्र नक्की. त्यावर हिंदी सिनेमाचे व बंबई भाषेचे संस्कार जडले व आपली डायलॉगबाजीची भाषा बनली. त्यामुळे मुंबईतही व इथं या शहरातही गँगलीडर झालो आहोत!

सुकट्या म्हणतो तसं आपणही का एखाद्या कुंवार आईच्या पोटी जन्माला आलो? तिने लफडं केलं होतं का? मग त्याच वेळी तिने पोट का नाही पाडलं? कशाला आपल्याला जन्माला घातलं?

आपण जन्मलोच नसतो तर? बच्चूच्या मनात सर्वप्रथम जेव्हा हा प्रश्न तीरासारखा घुसला, तेव्हा त्याचं चिमकुलं बालहृदय विद्ध झालं होतं!

'सुकट्या, यार, हमारे ऐसे सडेल जीनेका क्या मतलब है? कुछ मस्कद है हमारे जिंदगी का?' बच्चूमधला विचाराचा किडा प्रखरतेने पुन्हा वळवळू लागला होता. आणि न राहवून तो पुन्हा आपल्या गँगशी बोलू लागला होता. 'झिरो! किसीका क्या बिघडनेवाला है, हम रहे या न रहे? साला, हप्ते वसूल करनेवाले, रेलवाले या पुलिसवाले, उन्हीके सिवा किसीको भी हमारी मौजूदगी मालूम भी न होगी! उनकों भी याद आती है तो बस हप्तेके लिए!'

'आसं कसं म्हंतोस बच्चूभाय? इतं फलाटावर रेलशाळा सुरू करून आमास्नी शिकवणारा अरुणभैय्या अन् त्याच्या सोबत कदीमदी येणारा तो लंगडा दिनेश इसरलास?'

'तोबा-तोबा!' आपल्या हातानी गालावर चापटी मारत अपराधी भावानं बच्चू म्हणाला, 'वो तो सचमुच मसिहा है। हमारा वो है इसलिए, हमारी कितनी तकलिफे कम हुवी है...!'

‘तेनं कसा हग्या दम दिला व्हता त्या पोलिसवाल्या बेवड्या फौजदाराला!’

‘बिलकूल सही। लेकिन नया इन्स्पेक्टर उससे भी जादा हरामी है!’

‘तेचा बी वखत आला की, अरुणभैय्या बंदोबस्त करेल’, सुकट्या म्हणाला, ‘पन बच्चूभाय, तू रेलसाळंच्या ऐन वक्ताला गुल होतोस, दांडी मारतोस. दोस्ता, हे ठीक नाय बाबा....’

बच्चू एकदम चूप झाला. अरुणभैय्या त्याच्यासाठी फार महत्त्वाचा होता. त्यानं फलाटावर रेलशाळा सुरू करताना बच्चूला विश्वासात घेतलं होतं. पण बच्चूचं मन शाळेत प्रयत्न करूनही रमायचं नाही. बोटात पेन, पेन्सिल धरली जायची नाही. न थकता बूट पॉलीश करणाऱ्या बच्चूचे हात पाटी, पेन्सिल, पुस्तकाचं ओझं पेलू शकत नसत!

‘बुरा मत मानना अरुणभैय्या। हमे ‘अ-आ-इ-ई सीखकर क्या नोकरी मिलेगी? नहीं ना? तो फिर क्यो सीखे हम ये पढना-लिखना? क्या हासील होगा इससे?’ एकदा त्यानं हिंमत करून विचारलं, तेव्हा अरुणनं त्याला लांबलचक उत्तर दिलं होतं. त्यातलं सारंकाही बच्चूला समजलं नव्हतं. पण अजूनही त्यातला थोडाफार भाग लक्षात आहे.

‘बच्चू, तुझा प्रश्न खरा आहे. आजच्या काळात एवढ्या उशिरा वाचायला-लिहायला शिकून तुम्हाला ऑफिसात नोकऱ्या मिळणार नाहीत हे खरं! पण प्रत्येकाला जगण्यासाठी किमान शिक्षण हवं. त्यामुळे जगताना कठीण परिस्थितीशी सामना करता येतो. आणि मला तुम्हाला केवळ अक्षरज्ञान द्यायचं नाहीये, तर धंद्याचं कौशल्य, तुझ्या भाषेत बोलायचं झालं तर ‘हुनर’ शिकवायचं आहे, ज्या योगे तुम्हाला थोडाफार तांत्रिक स्वरूपाचा व्यवसाय करता येईल. त्यामुळे तुमची कमाई वाढेल....’

‘दादा, ये हमारे लिए सबसे पतेकी बात है! मेरा बूट पॉलिश का धंदा साला एकदम बेकार. दिन-ब-दिन कमाई घटती जा रही है। कुछ अलग काम मुझे करना है, जिसमें कमाई हो और इज्जत हो!’

‘ते सारं मी तुमच्यासाठी जरूर करणार आहे दोस्त. हो; पण त्यासाठी या रेलशाळेत दररोज दोन तास तुम्ही आलं पाहिजे. पण सर्वांचा लीडरच असा दांडी मारू लागला तर कसं व्हायचं?’

‘माफ करना भैय्या, मैं फिर ऐसा नहीं करुंगा।’

पण काही दिवस गेले की, पुन्हा पहिले पाढे पंचावन्न! त्याचं ‘रेल-शाळे’ला पुन्हा दांडी मारणं सुरू व्हायचं.

हल्ली तो बराच नियमित झाला होता. पण अजूनही त्याला शिकून आपल्याला काय मिळणार आहे, हे उमजत नव्हतं. पण अरुणचा प्रभाव व त्याला काम करणाऱ्या आपल्यासारख्या मुलांबाबत वाटणारा कळवळा एकदम ‘असली’ आहे,

हे मात्र बच्चूला जाणवलं होतं. आपल्या बेकार, खालीपिली जिंदगीमध्ये तोच काहीतरी 'रोशनी' आणील, अशी आशा मात्र वाटू लागली होती!

तसंच अलीकडे अरुणसोबतच्या सतत संवादामुळे त्याला कळत होतं की, 'हम इस गलत सोसायटी के सिस्टीमके कारण बालमजदूर बने हैं। हमारा बचपन तो खेलकूद और पढाई के लिए है, जो हमसे छिना गया है...।'

एक नवं ज्ञान त्याला झालं होतं!

खरंच हे आपलं शिकायचं, शाळेला जायचं, तसेच खेळायचं वय आहे. मुंबईला बूट पॉलिश करताना लोकलमधून युनिफॉर्ममध्ये दप्तर घेऊन शाळेत जाणारी-येणारी मुलं व त्यांचं संभाषण ऐकलं की, बच्चूला त्या वेळी अस्वस्थ व्हायचं. 'ऐसी जिंदगी मेरे नसीबमें क्यों नहीं?' असा सवाल मनात उमटायचा. त्याला त्याच्याच वयाच्या शाळकरी मुलाचं संभाषण, त्यातून येणारे टीचर्स, मित्रांचे, परीक्षांचे विषय ऐकायला आवडायचं. कधी कधी चांगली कमाई झाली की, मुलांचे बूट पॉलिश तो कमी दरात करून द्यायचा.

दररोज गोरेगाव ते बोरीवली असं लोकलनं जाऊन बोरीवलीच्या इंग्रजी शाळेत शिकणाऱ्या विशालनं (त्याचं नाव बच्चूला नंतर त्याला घरी पोचवलं, तेव्हा कळलं होतं!) विचारलं होतं,

'आज मेरा बूट पॉलिश आधे दाममें क्यों किया?'

'तुम तो हम उमर हो, तुमसे क्या लेना जादा? तुम थोडेही कमाते हो?'

'लेकिन मेरे डॅडी तो सेल्स टॅक्स में बडे ऑफिसर है। मैं पुरा पैसा दे सकता हूँ।'

'सच बताऊ दोस्त? तुम्हारे जैसा बचपन, माँ-बापका साया, अच्छा खासा घर हमारे नसीबमें नहीं लिखा है उपरवालेने।' एक दीर्घ सुस्कारा सोडीत बच्चूने गंभीर होत म्हटलं होतं.

'मुझे भी क्या तुम्हारे जैसा स्कूल जाना अच्छा नहीं लगता? खेलना अच्छा नहीं लगता? मैंने अबतक तो जिंदगीमें कभी खेला नहीं। टाइमही नहीं होता धंदेसे! वो छोडकर खेले कैसे? खेलनेमें समय गंवाया तो फाके पडेंगे पेटको।'

माता-पित्यांच्या वत्सल छायेत जगणाऱ्या आणि रस्त्यावर जगणाऱ्या मुलांचं संघर्षमय जीवन माहीत नसलेल्या विशालला मनस्वी वाईट वाटत होतं! 'खरंच मित्रा, तू माझ्याच वयाचा : पण घर नाही, शाळा, खेळ नाही. किती काम करतोस, किती मेहनत करतोस! मी मात्र घरी काहीच काम करीत नाही. फक्त अभ्यास आणि खेळ....'

'जाने दो यार! तुम क्यों खालीपिली परेशान होते हो? हमारा नसीबही गांडू है साला! उसे कोई क्या करेगा?'

अधूनमधून ट्रेनमध्ये विशाल त्याला भेटायचा, त्या वेळी न चुकता तो त्याचे बूट पॉलिश करून द्यायचा. विशालही त्याला आग्रहानं पूर्ण पैसे द्यायचा. अवघ्या

पंधरा मिनिटांचा तो प्रवास, मध्ये फक्त एक कांदिवली व दुसरं मालाड स्टेशन असल्यामुळे बच्चूही त्याच्याशी बोलत पूर्ण करायचा. त्याला विशालशी बोलताना कसलंतरी अमाप सुख लाभायचं.

जे-जे मला हवं वाटतं, ते सारं विशालला सुदैवानं मिळालंय. चांगल्या घरी जन्म, माता-पिता दोघेही सुशिक्षित कमावते. त्याच्यापुढे सारी सुखं व चीजवस्तू हात जोडून उभ्या आहेत. खरंच तो सिकंदर नसीबवाला आहे.

'अस्लम सुकट्या... याद आया। मेरा बंबईमें एक दोस्त था। विशाल नाम उसका।'

बच्चू पुन्हा बोलका झाला होता. अस्लम, सुकट्या, खंडू आणि राजू अशी त्यांची गँग होती. त्यांना बच्चूची अलाहाबाद, मुंबई पाहिलेली व अनुभवलेली अफाट दुनिया अचंबित करायची.

'विशाल को देखकर सचमुच यारो अजीब खुशी महसूस होती थी!'

'माफ कर बॉस!' राजू म्हणाला, 'तुझ्या जागी मी असतो तर मला त्याचा राग आला असता, हेवा वाटला असता. तसं चांगलं बालपण का आम्हाला मिळत नाही, याचा संताप आख्या दुनियेवर काढावा वाटला असता. मी शाळेत जाणाऱ्या मुलांना संतापानं मारत असे. त्यांची दप्तरं, खायचे डबे हिसकावून घेत पळून जात असे. त्यामुळे मला दोनदा पोलिसांनी पकडलंही होतं. आणि रिमांड होममध्ये पाठवलं होतं!'

'मुझे सचमुच, ना जाने क्यों, विशालका कभी गुस्सा नहीं आया। और उसे जो मिलता था, वो आपुनको नहीं, इस कारण कभी खुदसे तरस भी नहीं आया।' बच्चू राजूची पाठ थोपटीत म्हणाला.

'उनसे गुस्सा करनेसे क्या हमें वैसा बचपन मिलेगा? नहीं ना? फिर खालीपिली गुस्सेका क्या मतलब?'

'वो सब सही है। फिर भी –'

त्यावर क्षणभर थांबत काहीसं आठवल्याप्रमाणे बच्चू सांगू लागला, 'राजू, मुझे भी तू सोचता है, वैसा एक बार उस दिन लगा, जब मैं विशाल के घर गया था....'

त्या दिवशी बच्चू बोरिवली क्रमांक एकच्या फलाटावर बोरिवलीला येऊन परत चर्चगेटला जाणाऱ्या स्लो लोकलची वाट पाहत उभा होता. लोकल आली आणि उतरणाऱ्या व चढणाऱ्या प्रवाशांची नेहमीप्रमाणे धुमश्चकी सुरू झाली. त्या नित्याच्या हातघाईकडे पाहत बच्चू मजेने बिडी फुंकीत होता. त्याच वेळी 'पडला-पडला' असा गलका झाला. बच्चूने कान व नजर टवकारली. एक शाळकरी मुलगा बाहेर येताना धक्काबुक्की, रेटारेटीमध्ये खाली पडला होता. त्याचा चश्मा फुटला होता व तो तुडवला जात होता! लोकल सुरू व्हायच्या बेतात होती.

बच्चूला वाटलं, हा-हा विशाल तर नाही? दुरून फक्त शाळेचा गणवेश व फुटलेला चश्मा दिसत होता. आणि मागचा-पुढचा विचार न करता तो गर्दीत घुसला. खाली वाकून हाताने प्रवाशाच्या पायांना फटकारत जागा केली व त्या तुडवल्या गेलेल्या मुलाला त्यानं बाहेर काढलं!

तो विशालच होता!

'दोस्त...!' ओळख पटताच विशालला आवरलं नाही. तो स्फुंदत म्हणाला, 'तू नसतास तर माझं काही खरं नव्हतं. तू मला वाचवलंस.'

'नहीं विशाल, बचानेवाला तो उपरवाला होता है।' बच्चूनं त्याचे कपडे झटकत म्हटलं, 'चल, तुझे मैं घरतक पहुंचाता हूँ । तेरा चश्मा टूट चुका है। तुझे तकलीफ होगी!'

बच्चूनं उमाळ्यानं व एका अनाम नात्यानं बांधल्या गेलेल्या विशालच्या मैत्री खातर धंदापाण्याची वेळ बुडवून त्याला ऑटोरिक्षाने घरी पोचविले.

पण त्या उच्चभ्रू घराचा त्या दिवशी आलेला विपरीत अनुभव आजही बच्चूला आठवला की चटका बसतो.

'दोस्तो, क्या बतावू तुम्हे? ये अमीर लोग दिल के कितने गरीब होते हैं! विशाल का पैसे का पाकिट गुम हो गया था। मैंनेही ऑटो का भाडा अदा किया। पाचवे मंजिलके उसके फ्लॅट में उसको ले गया। घरमें उसकी माँ और बाप शायद उस दिन छुट्टीपर थे, इसलिए दोपहर के वक्त घर में थे। और बडी बहन मौजूद थी। उन्होंने विशाल को गले लगाया। मेरा बस शुक्रिया अदा किया। चाय-पानी तक नहीं पुछा। बराबर हैं ना! मेरे कपडे मैले थे, चप्पल फटी थी, वो भी स्लिपर थी। बस एक सौ की नोट थमा दी मेरे हाथ में। मुझे बुरा लगा। मैंने वो वहीं के वही विशालके बापके मूह पे फेक के मारी। और चला आया। तमीज नाम की चीज उस घरमें नहीं थी। मैंने वो पैसा लेना हरामी समझा। मैंने दोस्ती और इन्सानियत का फर्ज अदा करते हुये विशाल को बचाया था। लेकिन घरमें जातेही वो भी मुझे अलग समझने लगा था शायद। ठीक ही तो है। उस साफसुधरे घरमें मैं बेगाना ही तो था।'

खंडूला त्यांच्या शब्दाशब्दांतील प्रखर वेदना समजत होती. 'व्हय बच्चू, म्या समजू शकतो. यातनं मी बी गेलूया. तुला ठाव नसंल, पन म्या बुद्ध हाय. आदीचा म्हार. माय-बाप जिंदा व्हते, तवा म्या दोन वरीस साळा शिकलो. तवा गावच्या पाटलाचा पोरगा माजा सवंगडी व्हता. पण मला कधीही त्याच्या घरी जाता आलं नव्हतं, आपून गावकुसाबाहेरचे ना! या बड्या लोकांच्या दुनियेमध्ये आपनासनी काय जागा नायं. त्याचमुळे असेल बाबा, त्या इसालच्या माय-बापूसनं तुला इचारलं नसंल!'

'लेकिन एक बात है खंडू। तेरे मां-बाप थे, तेरा अपना गांव था। धरम था। मेरा

कुछ भी पता नहीं।' बच्चूच्या स्वरात तीव्र वेदना होती. एक व्याकूळ आक्रंदन होतं!

'पण आता काही चांगलं व्हईल असं वाटतं बच्चू. अरुणभैय्या आपल्याला नवं-नवं हुनर शिकवंल. त्यामुळं चांगला धंदापानी मिळेल. मला त्येचा लई भरोसा वाटतो. म्हनूनशानी म्या कधीच रेलशाळा चुकवत नाही.'

'अब मैं भी कसम खाता हूं। मैं भी जी लगाकर पढूंगा। रेलस्कूल हर रोज आऊंगा।' बच्चूनं पुन्हा एकदा प्रतिज्ञा केली. या वेळी त्याचा स्वर नेहमीप्रमाणे मिस्कील नाहीतर चांगला गंभीर व दृढनिश्चयी वाटत होता.

'आता कसं फस्कलास बोललास दोस्त. दे टाळी!'

दोघांनी टाळी दिली आणि मिठी मारली. अस्लम, राजू आणि सुकड्या त्यांच्या मिठीत शिरले. सारे जण हातात हात घालून उड्या मारीत गाणे गाऊ लागले,

'यहा के हम सिकंदर!'

***

मध्यरात्रीची वेळ. फलाटावर थंडीवाऱ्यानं काकडत कमरेची लुंगी पांघरून ते पाच अश्राप जीव गाढ झोपले होते.

आणि पहाटे कुणी बडा व्ही.आय.पी. येणार असल्यामुळे रेल्वेचे पोलीस रात्रीची गस्त घालण्यासाठी स्टेशनवर आले होते. त्यांचे नेतृत्व करीत होता मुंबईहून बदलून आलेला सबइन्स्पेक्टर सपकाळ.

आपल्या हातातली लाठी टकऽऽ टकऽ वाजवीत चारी प्लॅटफार्म पोलीस चेक करीत होते. काही प्रवासी तसेच भिकारी व बेघर लोक झोपले होते, त्यांच्यापासून अलग निवांत झोपता यावं म्हणून प्लॅटफार्म चारच्या एका कोपऱ्यात बच्चू व त्याची गँग झोपली होती.

पोलिसांनी काठीने ढोसत त्यांना जागं केलं. तोंडावरून पांघरलेली लुंगी बाजूस सारीत डोळे चोळीत ते पाहू लागले. खाकी कपड्यांतले पोलीस पाहताच मनात कापरं भरलं. सर्वप्रथम सुकड्या उठून उभा राहत म्हणाला, 'सलाम साब!'

बच्चूनं इन्स्पेक्टर सपकाळला पाहताक्षणीच ओळखलं होतं. हाच पोलीस अधिकारी होता, ज्यानं त्यांच्या गँगच्या दोघा मुलांना गर्दची ने-आण करताना पकडलं होतं. त्या वेळी शिताफीनं बच्चू निसटला होता! आणि भीतीने चार वर्षांपूर्वी इथं आला होता!

सपकाळनंही बच्चूला ओळखलं. 'बरा सापडलास बच्चू बेटा, मुंबईहून पळून गेलास व माझ्या जाळ्यातून निसटलास. तेव्हा मला माझ्या साहेबानं किती धारेवर धरलं होतं! तुझ्या पळून जाण्यामुळे माझी बदनामी झाली. आता कसा पळतोस ते बघतो.'

मिशीला पीळ देत सपकाळ गरजला, तसा भेदरून जात अजिजीनं बच्चू म्हणाला, 'साब, मैं तब भी गर्द का धंदा नहीं करता था और आज भी नहीं। यहां चार सालसे बूट पॉलिश का धंदा करता हूं, इन शिंदे हवालदारदादा को पूछो ना....'

'हां सर, ही पोरं तशी निरुपद्रवी आहेत!'

'चूप शिंदे! मी तुम्हाला तुमचं मत विचारलं नव्हतं. हा बच्चू साधाभोळा नाही. 'लाल मिरची' गँगशी संबंधित होता! तिथून पळून आलाय.' सपकाळ म्हणाले.

'त्याला उचला व न्या जेल कोठडीत!'

बच्चूला समजून चुकलं होतं की, सपकाळ मुंबईहून आपण शिताफीने निसटल्याचा सूड उगवीत आहे. त्याचा स्वभाव त्याला माहीत होता. आपल्या अजिजी व विनवणीचा त्या क्रूरकर्मा पोलिसावर काही परिणाम होणार नाही, हे त्याला माहीत होतं!

'साब मैं सच कहता हूँ। मैं नेकी का धंदा करता हूँ। और इज्जत की रोटी खाता हूँ। आप खामखां मुझपे शक कर रहे हैं। ठीक है, आप मालिक है। होदेदार है। आपके सामने मैं क्या कर सकता हूं?' शेवटचा प्रयत्न म्हणून बच्चूनं शांत पण खणखणीत स्वरात सफाई देण्याचा प्रयत्न केला.

त्याचा हा निर्भय व सच्चा सूर सपकाळला रुचला नाही. किंचाळत तो म्हणाला, 'पाहिलंत शिंदे, हरामी कसा उलटं व चुरुचुरु बोलतोय आणि तुम्ही त्याची कड घेत होतात!'

पोलिसांनी बच्चूला उचललं व नेलं. सुकड्या, राजू, अस्लम व खंडू चौघेही जीव मुठीत धरून काही न बोलता टक्क डोळ्यांनी बच्चूची फरफट पाहत राहिले!

पहाटे-पहाटे अरुणच्या घरावर थाप पडली. अरुणनं दार उघडून पाहिलं तर समोर सुकड्या व खंडू उभे होते!

'अरुणदादा, घात झाला. पोलिसांनी बच्चूला उचलून नेलं!

अरुणनं प्रसंगाचं गांभीर्य ओळखून चक्रं फिरवायला सुरुवात केली. प्रथम त्यानं मनीषला फोन लावला; पण तो एका बैठकीसाठी मुंबईला गेला होता. आणि त्याचा मोबाईल बंद होता.

डी.एस.पी. खंदारे अरुणचा रागराग करायचे. कारण अनेक प्रकरणांत त्यानं मनीषला सांगून खंदारेना हडेलहप्पीपासून आवरलं होतं! मनीष जिल्हा दंडाधिकारी असल्यामुळे त्याच्याविरुद्ध जात येत नव्हतं आणि चडफडत का होईना, अरुणचं ऐकावं लागत होतं.

खंदारे आपणास सहकार्य करणार नाहीत, हे अरुणला माहीत होतं, तरी खंडू व सुकड्यानं जे सांगितलं त्यावरून त्याला बच्चूची काळजी वाटत होती. बच्चूची मुंबईची कहाणी, परिणामाची जाणीव नसल्यामुळे वा गर्दची वाहतूक करणं आणि

पोलिसांनी त्याचे साथीदार पकडल्यावर इथं चक्क पळून येणं, हे अरुणला माहीत होतं. आणि तिथला सपकाळ इथं बदलून आलाय व त्यानं बच्चूला बरोबर ओळखून उचललंय... बच्चूवर थर्ड डिग्रीचा वापर होण्याची दाट शक्यता होती! त्यामुळे अरुणनं खंदारेला सरळ फोन लावला.

'हे पाहा अरुण, माहिती घेऊन कळवू काय ते. तुम्हाला पटणार नाही, पण सीनिअर इन्स्पेक्टर सपकाळ असं काही करतील, हे शक्य वाटत नाही. रस्त्यावरील मुलांमध्ये गुन्हेगारीचं प्रमाण फार आहे. तसंच काही असणार, हे प्रकरण; अन्यथा –'

'सर, या प्रश्नावर भारतात बराच अभ्यास झाला आहे. मुंबईच्या रस्त्यावरील मुलांचं श्रम मंत्रालयानं जे पुस्तक काढलं आहे, त्यातला एक नमुना पहाणी-अहवाल मी केला होता. त्यामुळे मला तुमचं हे मत साफ अमान्य आहे.' अरुण म्हणाला, 'पण त्या चर्चेची ही वेळ नाही. मला बच्चूची काळजी वाटते. प्लीज आपण सपकाळशी बोला ना!'

त्यानंतर जवळपास दोन तासांनी खबर आली, ती घाटी हॉस्पिटलमधून. त्यांनी सांगितलं, 'तुम्हाला एस.पी. साहेबांनी निरोप दिलाय. बच्चूनामक एका पंधरा वर्षांच्या मुलानं आत्महत्या केलीय! पोस्ट मार्टेमचा रिपोर्ट आल्यावर खरं काय ते कळेलच!'

अरुण सुन्न मनानं ऐकत होता. त्याचा कानावर विश्वास बसत नव्हता. नजरेसमोरून बच्चूची बेफिकिर छबी जात नव्हती. कुरळे केस, ओठावरचं बेफिकीर हसू आणि फिल्मी स्टाईलची घोसू डॉयलॉगबाजी....

'नो... नो डॉक्टर नो! धिस इज नॉट पॉसिबल!' अरुण भान हरपून किंचाळला. 'तुम्ही स्वत: शवविच्छेदन करा डॉक्टर. त्यानं आत्महत्या केली नाहीये, त्याला – त्याला मारण्यात आलं आहे.'

'हाऊ कॅन यु से दॅट सो कॉन्फिडंटली?'

'कारण, मी त्याला ओळखतो जवळून डॉक्टर. तो आमच्या 'रेल शाळे'चा विद्यार्थी होता, बालकामगार होता. रस्त्यावर राहणारा मुलगा होता. घरदार नसलेला. रेल्वे फलाटावर राहणारा, तेथेच झोपणारा, अशी मुलं फाइटर असतात. ती अशी आत्महत्या करीत नाहीत. पण बच्चूला पोलिसांनी गुन्हेगार मानून उचललं आणि त्याच्यावर थर्ड डिग्रीचा वापर केला असणार... प्लीज डॉक्टर, प्लीज फॉर गॉड्स सेक, यु पर्सनली सुपरवाइज पोस्ट मार्टम... प्लीज, प्लीज, डिसकव्हर दि ट्रुथ!'

'अच्छा, तुम्हीच का ते स्वप्नभूमीचे अरुण पालिमकर?' पलीकडून येणारा आवाज सहानुभूतीचा व दिलासा देणारा होता. 'मी – मी स्वत: खात्री करून घेईन. ते तसं निघालं तर – तर.'

'तर काय?'

'मी निर्भयपणे तसं नोंदवेन. डी.एम.ला रिपोर्ट करेन व तुम्हालाही पर्सनली कळवेन. बी शुअर!'

अरुणच्या हातातून रिसीव्हर गळून पडला होता!

समोर खंडू, सुकड्या, राजू व अस्लम कावऱ्याबावऱ्या नजरेनं त्याच्याकडे पाहत होते 'काय झालं अरुणदादा?'

'दोस्तहो... आपला बच्चू आपल्याला सोडून गेला. नव्हे, त्याला पोलिसांनी मारलं थर्ड डिग्री मेथडनं –'

सुकड्या मटकन खाली बसला आणि मांडीत डोके खुपसून स्फुंदू लागला. राजू, खंडू व अस्लमही त्याला बिलगून बसत रडू लागले.

अरुण त्यांच्याजवळ जात चौघांना जवळ घेत म्हणाला, 'नका दोस्त हो, रडू नका! शूर, निर्भय बच्चूला ते आवडणार नाही....'

'हां दादा, वो कभी रोता नहीं था।' अस्लम म्हणाला, 'लेकिन ऐसा कैसे हो गया? हमारा यार कैसा चला गया?' आणि त्याला हुंदका अनावर झाला!

त्या चौघांचे सांत्वन करताना अरुणही मूकपणे अश्रू ढाळत राहिला!

प्रकरण दहा

'प्रिय बच्चू,

मी नास्तिक आहे, त्यामुळे देव मानीत नाही. तसंच विवेकनिष्ठ असल्यामुळे आत्म्याच्या अमरत्वावर आणि म्हणूनच पुनर्जन्मावर अजिबात विश्वास नाही. पण आज आत्मा आणि पुनर्जन्माच्या मोहक कल्पनांवर क्षणभर का होईना, विश्वास ठेवायचा मोह होतोय!

याला कारण तू आहेस माझ्या बालमित्रा! आम्हाला अकाली सोडून गेलास. अजूनही मन मानत नाही. तू कुठेतरी आसपास आहेस. हाक मारली की 'आया अरुणभैय्या...' असं स्टायलिश म्हणत पटकन येशील व तुझा एखादा ढासू फिल्मी डॉयलॉग टाकशील. तुझ्या सोबत पाहिलेले दोन-चार सिनेमे आठवतात.... तेव्हा तू किती धमाल केली होतीस!

जाऊ दे. लिहिता-लिहिता मी भरकटलोच जरासा.

पण दोस्ता, आज तू हवा होतास. ज्या पोलीस स्टेशनच्या लॉकअपमध्ये बेदम मारल्यामुळे तुझा मृत्यू झाला, त्याच पोलीस स्टेशनच्या प्रांगणात आज मी व (पोलीस अधीक्षक) प्रदीप कांबळे यांनी रस्त्यावरील मुले व बालकामगारांसाठी अनौपचारिक 'पोलीस शाळा' सुरू केली आहे. तिचं उद्घाटन कलेक्टरांचा चळवळ्या मुलगा अविचलच्या हस्ते फीत कापून आणि 'हम होंगे कामयाब' हे गीत आम्ही कोरसमध्ये गाऊन केलं.

आत्मा जर खरंच अविनाशी व चिरंजीव असेल, तर निश्चित तुझा आत्मा आज सायंकाळी पोलीस स्टेशनमध्ये घुटमळत राहिला असेल.

ही आजपासून सुरू झालेली पोलीस-शाळा आमचं (आता तू नाहीस दोस्ता या दुनियेत, नाहीतर आपसुक आपलं लिहिलं असतं!) 'बच्चू फाउंडेशन आणि पोलीस अधीक्षक कार्यालया'च्या वतीनं चालवली जाईल. तिथं शहरातली रस्त्यावरील तुझ्यासारखी मुले (स्ट्रीट चिल्ड्रन) आणि काम करणारे बालमजूर चार तास शिक्षण

घेतील व काही महिन्यांनी मुख्य शैक्षणिक प्रवाहात सामील होतील. म्हणजे नेहमीच्या शाळेत जाऊन शिकतील....

आपल्या 'रेलशाळे'त तू यायला अळमटळम करायचास. आठवतं? पण मी नाउमेद नव्हतो. कारण वाटायचं, तुझ्यात एक वेगळीच चमक आहे. ती फुलवली की त्यातून एक जिनिअस निर्माण होईल. माझ्या जिद्दीपुढे व पाठपुराव्यामुळे तूही नंतर शिकण्यात मन घातलंस. पण –

तुला तुझे साथीदार सुकड्या, अस्लम आठवतात? तुम्ही सारे रेल फलाटाचे मैतर. त्यांनी तुझी आठवण राहावी म्हणून रेल शाळेच्या फलकावर तुझा एकदा केव्हातरी काढलेला फोटो स्कॅन करून व मोठा करून लावलाय. त्या फोटोतला तुझा निर्भय, हसरा चेहरा आणि डोळ्यांतले बेडर भाव पाहिले की वाटतं, खरंच तू कोणीतरी मोठा नक्कीच झाला असतास!

आज ही डायरी लिहिताना मन भरून आलं आहे बच्चू. कारण ज्या कामासाठी मी स्वत:ला वाहून घेतलंय, त्या बालमजुरी-निर्मूलनाच्या क्षेत्रात एक मोठं क्रांतिकारी पाऊल पोलीस शाळेच्या निमित्तानं टाकलं गेलंय. पण त्यासाठी तुझ्या प्राणाचं मोल द्यावं लागलंय, ही खंतही आहे. जगात कुठेही एक-एक बालमजुराला त्रास होतो ना, त्याचे घाव माझ्यावर बसतात. एवढा मी त्यात गुंतलो आहे. गेली पंधरा वर्षं मी बालमजुरांच्या प्रश्नाशी स्वत:ला वाहून घेतलं आहे. या कालखंडात मी वृत्तपत्रांची शेकडो कात्रणं जमवली आहेत. ती वाचताना मी अस्वस्थ होतो. आपले प्रयास निरर्थक तर नाहीत ना, असा संभ्रम मनात निर्माण होतो. माझं स्वत:ला या प्रश्नी वाहून घेत लढा देणं म्हणजे खडकावर डोकं आपटून कपाळमोक्ष करण्यासारखं तर नाही ना?

बच्चू, तुझा बळी मात्र मला टाळता आला नाही. तुझ्या प्राणाचं मोल द्यावं लागलं पोलीस-शाळा सुरू करण्यासाठी.

पण माझं मन मला सांगतंय, पोलीस-शाळा हे माझ्या चळवळीचं एक दमदार व महत्त्वाचं पाऊल आहे. कारण बालकामगारांना सदैव छळणाऱ्या घटकांपैकी सर्वांत महत्त्वाच्या घटकाचा म्हणजे पोलिसांचा हात आश्वासक रूपात बालमजुरांच्या मदतीसाठी पुढे आला आहे.

पोलीस शाळेची कहाणी नेमकी काय?

बच्चू, पोलीस लॉकपमध्ये थर्ड डिग्रीचा वापर करून तुझा मृत्यू झाल्यावर मी व दिनेशने रान उठवलं. वृत्तपत्रे व इलेक्ट्रॉनिक मीडियाद्वारे तुझी कहाणी जनमानसापर्यंत परिणामकारक रीत्या पोचवली. त्या पोलीस इन्स्पेक्टरला निलंबित करणं सरकारला भाग पडलं. आपल्या जिल्ह्याच्या कलेक्टरांनी पण शासनाला अहवाल देत त्याच्याविरुद्ध कार्यवाही करण्याची शिफारस केली. विधानसभेतही हा प्रश्न लावून धरला गेला.

त्यामुळे बोटचेपी भूमिका घेणाऱ्या एस.पी. खंदारेंची बदली झाली. त्यांच्या जागी तडफदार व मुख्य म्हणजे पोलिसी विश्वात दोन दशके वावरत असूनही आपली संवेदनशीलता जपणारे प्रदीप कांबळे पोलीस अधीक्षक म्हणून इथं आले. त्यांनी माझी स्वत:हून भेट घेतली. होय बच्चू, त्यांनी आम्हाला भेटायला बोलावलं नाही, तर सगळे नियम बाजूस सारून स्वत: ते आमच्या 'बचपन बचाव'च्या कार्यालयात आले.

'अरुणजी, मी मानतो की, बच्चूचा पोलीस लॉकअपमध्ये झालेला मृत्यू हा पोलीस डिपार्टमेंटवरचा कलंक आहे.'

'नुसतं असं म्हणून तुम्हांला हात झटकता येणार नाहीत सर!'

'मान्य! आम्ही काय केलं पाहिजे अशी तुमची अपेक्षा आहे?' कांबळेंच्या स्वरात प्रांजळता होती. 'लेट मी नो. मी पोलीस खात्याचा एक प्रतिनिधी म्हणून प्रायश्चित्त घेऊ इच्छितो. बोला, मी काय करू शकतो तुमच्यासाठी?'

बच्चू, क्षणभर माझा माझ्या कानांवर विश्वास बसला नाही. ज्या छळाचा सर्वांत मोठा घटक पोलिसदल आहे, त्या विभागाचा एक वरिष्ठ अधिकारी माझ्यापुढे प्रायश्चित्त घेण्याची भाषा करीत होता!

'सर, स्पष्ट बोलतो, पण माफ करा मला. हे बोललंच पाहिजे,' मी त्यांना सांगितलं, 'गेल्या पंधरा वर्षांचा अनुभव व देशपातळीवर बालमजुरांचा केलेला अभ्यास हे सांगतो की, रस्त्यावरील मुले व एकूणच बालकामगारांत गुन्हेगारीचं प्रमाण अत्यल्प आहे. पण त्यांच्याकडे तुमचा पोलीस विभाग 'अट्टल गुन्हेगारां'सारखा का पाहतो, हे मला न उमगणारं कोडं आहे. ते वंचित आहेत, आपलं खेळण्या-शिकण्याचं बालपण आणि उबदार मायेचं घर हरवून बसलेले दुर्दैवी जीव आहेत. तुम्हांला सांगतो सर, या बालकामगारांना सर्वांत भीती कुणाची वाटते म्हणून सांगू? एक कामावर ठेवलेल्या मालकाची व दुसरी पोलिसांची.'

'आय – आय ॲम रिअली अशेम्ड अरुणभैय्या....'

'मला भांडवल करायचं नाही; पण सर, आजही माझ्या पाठीवर लोखंडी चेननं मारलेल्या फटक्यांचे काळे-निळे वळ आहेत.'

'क – काय?'

'होय सर. मीही बालकामगार असताना या अनुभवातून गेलोय. शिवकाशी येथे झालेल्या स्फोटातून मी मरता-मरता वाचलो. त्या संदर्भात मी पोलिसतक्रार दाखल केली होती. त्या वेळी फॅक्टरी मालकाकडून नियमित हप्ते घेणाऱ्या पोलिसांनी मला चौकशीसाठी म्हणून पोलीस चौकीत बोलावून घेऊन लोखंडी चेननं मारलं – तक्रार मागे घेण्यासाठी. तू त्या फॅक्टरीमध्ये काम मुळी करत नव्हतासच, केवळ कामगार संघटनेच्या सांगण्यावरून मालकांना बदनाम करण्यासाठी मी ही खोटी तक्रार केली आहे, असं लिहून द्यावं म्हणून हा अत्याचार, ही मारहाण होती. ठीकाय –'

'मला माझ्यावर झालेल्या अन्यायाचं भांडवल करायचं नव्हतं आणि कांबळेंची सहानुभूती मिळवायची नव्हती मला बच्चू. तुझ्यावरील अन्यायाचं परिमार्जन पोलीस खात्याकडून हवं होतं!

'मी आउट ऑफ वे जाऊन आता सांगतो,' कांबळे म्हणाले, 'मी खरंच प्रायश्चित्त घेऊ इच्छितो. काय करावं ते सांगा.'

पोलिसांचे छळणारे हात बालकामगारांच्या पाठीवरून मायेनं फिरत त्यांना दिलासा देत आहेत, असं चित्र माझ्या डोळ्यांसमोर दिसू लागलं.

'तुम्ही सांगा, मला जर ते शक्य असेल तर मी नक्की करेन.'

'लेट मी थिंक.' मी डोकं खाजवू लागतो. माझं असं करणं समाज मान्य नव्हतं; पण त्यामुळे मला नवं काहीतरी सुचतंच, असा माझा अनुभव आहे.

काही क्षण मी डोकं खाजवत विचारात बुडालो होतो. माझ्यासमोर जिल्ह्याचा पोलिसप्रमुख आपला व्यस्त वेळ देत शांतपणे बसून होता. त्याचा चेहरा तसा शांत व निर्विकार होता; पण त्याआड दडलेल्या संवेदनशील मनात निश्चितपणे विचारांचा कल्लोळ माजला होता, हे मला जाणवत होतं!

'सर, ज्या पोलीस स्टेशनमध्ये बच्चूचा मृत्यू झाला, तिथंच आपण बालकामगारांसाठी एक शाळा सुरू केली तर? आय मीन पोलीस-शाळा? तुम्ही 'साखर शाळा' हा शब्द ऐकला असेलच. ऊसतोडणी कामगार वर्षातले चार ते सहा महिने आपलं गाव आणि घरदार सोडून कारखान्यांच्या परिसरात कुटुंबकबिला आणि मुलांबाळांसह जगण्यासाठी काम करीत राहतात. त्यांच्या मुलांसाठी कारखान्यांवर सुरू केलेली शाळा म्हणजे साखर शाळा... तशीच आपली पोलीस-शाळा असेल.'

'येस – येस! आय गॉट इट. आय ॲम रेडी. आपण पोलीस-शाळा सुरू करू. तिचा सारा खर्च आम्ही करू....'

आणि आम्ही दोघे त्यानंतर सुमारे तासभर पोलीस-शाळा या संकल्पनेचा विस्तार करीत बोलत होतो. एकप्रकारे हे आमचं 'ब्रेनस्टॉर्मिंग' होतं. पण त्यात कांबळे सरांचाही समान सहभाग व वाटा होता.

बच्चू, तुलाही उत्सुकता असेल नाही, पोलीस-शाळा म्हणजे नेमकं काय याची? अरे, पोलिसांच्या मदतीने व त्यांच्या खर्चाने शहरातील बालकामगार, खास करून रस्त्यावरील मुलांसाठी शैक्षणिक पुनर्वसनाचं केंद्र. इथं विविध बिगरधोकादायक व्यवसायांत कायद्याप्रमाणे काम करायची परवानगी असलेले बालकामगार चार तास त्यांच्या सवडीने येतील आणि मुळाक्षरं गिरवतील. आणि त्यांची पूर्ण मानसिक तयारी झाली की, त्यांना नियमित शाळेत दाखल केलं जाईल. अशी ही पोलीस शाळेची संकल्पना आम्ही दोघांनी चर्चा करून निश्चित केली.

'या पोलीस शाळेसाठी या पोलीस ठाण्याच्या शेजारी असलेल्या पोलीस

भवनमधील सर्व खेळाच्या सुविधा या मुलांना मी उपलब्ध करून देईन. मी स्वत: त्यांना बॅडमिंटन शिकवेन. आमचा एक कोच आहे पोलीस दलातला. त्याला मी मुलांवर क्रीडासंस्कार करण्याचे काम देईन. या केंद्रात टी.व्ही. आहे. या मुलांना छान छान सिनेमे – लॉरेल हार्डी, चार्ली चॅप्लीनचे – उपलब्ध करून देईल. आणि सर्वांना गणवेश व बूट मी देईन....'

या प्रसंगानंतर अवघ्या एका महिन्याच्या आत पंधरा ऑगस्टचा मुहूर्त साधून आज दुपारी चार वाजता सुमारे चाळीस बालकामगारांच्या उपस्थितीत पोलीस-शाळा सुरू झाली. पहिला तास कुणी घेतला माहीत आहे? अरे, आपल्या दिनेशबाबानं! तुमचा दोस्त. माझा 'बचपन बचाव'चा छोटा जवान, पण मोठा कार्यकर्ता. कलेक्टर व कांबळेसरांनीही अर्धा-अर्धा तास खडू-पेन्सिल घेत शिकवलं. आणि त्यानंतर मुलांना घेऊन कांबळेसर बॅडमिंटन कोर्टावर गेले. स्वत: मुलांसाठी त्यांना आवडणारा अमिरखानचा 'लगान' सिनेमा दाखवला....

सारं काही स्वप्नासारखं वाटतंय ना? होय बच्चू, मला हे लिहिताना भीती वाटतेय. झोप संपताच स्वप्नं विरून जातात, तसं काही होणार नाही ना?

पण नाही, असं होणार नाही. कांबळेसर मला प्रामाणिक वाटतात. माझी माणसांची पारख चुकणार नाही. मला कलेक्टरांनंतर आणखी एक मोठा अधिकारी माझ्या कामासाठी साथीदार म्हणून लाभलाय.

बच्चू, डायरी लिहिताना मला मध्येच दिनेशचा फोन आला होता. मी भानावर येत वेळ पाहिली. मध्यरात्रीचा दीड वाजला होता. मी त्याला विचारलं, 'दिनुबाबा, अजून जागा आहेस तू?'

'होय अरुणभैय्या, आज मी एवढा खूश आहे की, झोपच येत नाही.' तो म्हणाला, 'पोलिसांतही एवढी चांगली माणसं असतात कांबळेसरांसारखी?'

'असतात, पण फार थोडी. त्यांच्यात पूर्ण खात्याचं रूप पालटण्याचं सामर्थ्य नसतं. त्यांना तसे अधिकार नसतात, ही दुर्दैवाची बाब आहे.'

'ते जाऊ दे अरुणभैय्या. मी खूप एक्साइट झालो आहे. त्यातून एक कविता लिहिली आहे. ऐकवू?'

'जरूर बेटा. मला आवडेल.'

'ऐका तर' आणि बच्चू, त्यानं मला जी कविता ऐकवली, ती मला त्या क्षणी मुखोद्गत झाली. ती अशी आहे बघ –

एक नवं पण शुभंकर परिवर्तनाचं तूफान येऊ घातलंय
सावध!
त्या तूफानाची दिशा ओळखा. गती जाणा.

लोकहो! तुमच्या दमनकारी समाजव्यवस्थेचे फळ म्हणजे
कुणालाही हवे नसणारे
पण स्वस्त श्रमासाठी गरजेचे आम्ही बालकामगार
आता तूफानावर आरूढ होऊन ज्ञान अक्षरांच्या सागरात
नांगर टाकून स्थिर झालोत...
एका नव्या मित्राचं बोट धरीत
तो आमचा नवा पोलिसमित्र
आमचं दमन करणाऱ्या दमनयंत्रणेला आता वेसण घालेल
हे परिवर्तन तूफानाप्रमाणे उसळेल!
सावध, तुम्ही बदला
नाहीतर तुम्हांला तुमच्या पायाखालची जमीन खिसकावून
तूफानाच्या भोवऱ्यात फेकून देईल.
आता हे परिवर्तनाचं तूफान
आम्हांला आमचं हरवलेलं बालपण मिळवून देईल....
थँक्यू पोलिसदादा, थँक्यू पोलिसदादा.

बच्चू, तुला या तूफानाची चाहूल जाणवतेय का रे? का हा भास तर नाही? मृगजळ नाही?

अं हं! आज अशा निराश विचारांना मला थारा द्यायचा नाहीये. मी हाडाचा कार्यकर्ता आहे. कार्यकर्त्यानं कधीच निराश व्हायचं नसतं. मी – मी निराश होणार नाही. आजच्या स्वातंत्र्यदिनी तरी कदापि नाही. आज पोलीस शाळेच्या रूपानं खरंच एका परिवर्तन येऊ घातलंय ते मला साकार करायचं बळ मिळावं.

मला त्यासाठी माझ्या बालमित्राची – माझ्या बच्चूची – दुवा हवीय. बस! मग मी आणि माझी लढाई आहे. पण मी एकटा नाहीये, सुरुवात एकट्याने केली; पण आज त्याचा वटवृक्ष होतोय.

प्रकरण अकरा

पहाटे साडेपाचची वेळ, मनीष आपल्या बंगल्याच्या बागेत आर्मचेअरवर दोन्ही हात डोक्याखाली घेऊन कणकणानं उजळणाऱ्या आकाशाकडे पाहत बसला होता. बंगला गावापासून दूर असल्यामुळे वातावरणात नीरव शांतता होती. छान लुसलुशीत व दवबिंदूंनी थंडगार झालेली हिरवीकंच लॉन पायांच्या तळव्यांना सुखद गारवा देत होती. समोर शुक्राची चांदणी फिकट होत आहे. सूर्यादयापूर्वीचं वातावरण. निळं आकाश तांबूस सोनेरी होण्याच्या प्रतीक्षेत आहे.

मनीषला सकाळी असं बागेत फिरायला व लॉनवर बसून सूर्योदय पाहायला भारी आवडतं. या वेळी तो एकटा असतो; कारण मीनल आठच्या आधी कधीच उठत नाही. त्यामुळे सकाळचा चहा व पेपरवाचन संपवून स्नान होऊन तो ब्रेकफास्टसाठी तयार होतो, तेव्हा ती जागी होते. त्याचा ब्रेकफास्ट व तिचा पहिला चहा मिळून होतो. मग मनीष आपल्या कामासाठी स्टडीरूममध्ये वळतो.

आज तो अस्वस्थ आहे. मनातल्या सुप्त पण अनाम भीतीमुळे आहे. पहाटेचं प्रसन्न वातावरण तेच आहे, पण तो ते आस्वादण्याच्या मन:स्थितीत नाहीये.

रात्री कितीवेळ तरी तो जागा होता. मध्यरात्री अडीच-तीन वाजता केव्हातरी त्याला पेंग आली. पण नित्याच्या सवयीनं तो पुन्हा पाच वाजता जागा झाला. बेडवर बाजूला मीनल शांतपणे झोपली होती. तिचा तो निद्रावस्थेतला देखणा चंद्राकृती चेहरा त्याला दररोज सकाळी अंथरूण सोडताना मोह घालायचा; पण तिला पहाटेची साखरझोप मोडलेली चालायची नाही. नव्या नव्हाळीच्या दिवसांत मनीष पहाटे लाडात व प्रेमात यायचा, तेव्हा तिचा थंडा प्रतिसाद व लागट बोलणं यामुळे विरस व्हायचा. आजही तिचा तो निद्रावस्थेतला चेहरा पाहिला, पण ती पूर्वीची आतुरता त्याला वाटली नाही. रात्रीचा दोघांत कडाडून झालेला वाद त्याला स्मरला आणि विषादाचा एक सुस्कारा टाकीत तो बाहेर आला. गेल्या दीड तासापासून तो ते अथांग आकाश पाहत स्वत:च्या अस्वस्थतेशी झुंजत होता. पुन्हा पुन्हा स्वत:ला तपासून पाहत होता.

काल मीनल सकाळीच जवळच्या हिलस्टेशनला दिवसभराच्या सहलीसाठी मैत्रिणींसोबत गेली होती. रात्री परतल्यावर जेव्हा तिनं स्थानिक चॅनलच्या बातम्या पाहिल्या, तेव्हा रात्रीचं भोजन घेताना डायनिंग टेबलवरच मीनलनं मनीषची झाडाझडती घ्यायला सुरूवात केली.

'हे पाहा मनीष, तू सरकारी उच्चपदस्थ आहेस. हे असं मिशनरी वागणं बरं नाही. लोकांची कामं केली पाहिजेत, पण त्यात स्वत:ला झोकून देणं तुझ्या पदाला शोभत नाही. माझ्या डॅडच्या सहवासात राहून तू काही शिकला नाहीस.'

'मीनल – अगं पण...!' मनीषला तिची तक्रार कोणत्या संदर्भात आहे, याचा अंदाज आला होता. खरंतर सायंकाळपासून दोनदा पालकमंत्र्यांचे फोन येऊन गेले होते, पण ते त्यानं घेतले नव्हते. तो मनोमन अस्वस्थ होता. मीनल त्याला दिलासा देत आश्वस्त करेल, ही अपेक्षा फोल होती. उलट, आज ती अधिकच आक्रमक वाटत होती.

'त्या दुर्गाभाईला अटक केली, इथंपर्यंत मी समजू शकते. पण त्याची पायी बेड्या ठोकून धिंड काढण्याचा तुझा आदेश तुला व आपल्याला किती महाग पडेल, याची तुला कल्पना आहे? अरे, हे राजकीय नेते व या गुन्हेगारांची अभद्र युती तोडणं आज भारतात व राज्यात किती कठीण आहे, हे मी का तुला सांगायला हवं?'

'अगं मीनल, कालच्या स्फोटात किती माणसं व मुलं दगावली – अक्षरश: भाजून करपून गेली, हे तू टीव्हीवर पाहिलंस ना? त्याविरुद्ध काहीच करायला नको?'

'जरूर. पण लॉ विल टेक इट्स ओन कोर्स. कोर्टात व्हायची ती शिक्षा होईलच. तपासाचं काम पोलिसांचं आहे. तुझं नाही. हा काही कायदा-सुव्यवस्थेचा प्रश्न नव्हता. मृतांच्या कुटुंबांना आर्थिक मदत करून उलट तुला त्यांची सहानुभूती मिळवता आली असती. केलंस ते नेमकं उलट. आता पालकमंत्र्यांची खपा मर्जी झाली म्हणजे?'

तिचा सवाल थेट व मुद्याचा होता. त्यालाही ही भीती होती. इथं येऊन जेमतेम वर्षच झालं. आय.ए.एस. म्हणून सर्वांत मानाचं पोस्टिंग म्हणजे एखाद्या चांगल्या जिल्ह्याची कलेक्टरशिप! आपली ही पोस्टिंग वर्षभरात संपली तर?

मीनलला हे शहर आवडलं होतं. अविचलला चांगली शाळा मिळाली होती. आपणही इथं रमत चाललो होतो. हे सारं अकाली संपणार?

राज्यकर्त्यांकडचं नोकरशाहीला नामोहरम करण्याचं ब्रह्मास्त्र म्हणजे बदली करणं, आडगावी पाठवणं व बिनकामाचं किंवा कमी महत्त्वाचं पद देणं. पालकमंत्री आपल्याही बाबतीत हे करू शकतात. ते कॅबिनेटमध्ये ज्येष्ठ मंत्री आहेत व गेल्या दोन निवडणुकांत त्यांचं नाव भावी मुख्यमंत्री म्हणून चर्चेत पण होतं. त्यांचं म्हणणं

मुख्यमंत्री सहसा टाळत नाहीत.

'आणि मनीष, त्यामुळे प्रत्येक पोस्टिंगच्या वेळी आपली तगमग होणार की, कुठे व कशी पोस्टिंग मिळते ते! या वेळी सुदैवानं चांगला जिल्हा मिळाला. पालकमंत्र्यांशी जुळवून घ्यायला व त्यांचे इंटरेस्ट पाहायला काय हरकत होती? पण तुझी तत्त्वं, साधनशुचिता, आदर्श शिक्षकपित्याचे संस्कार आणि आता अरुणभैय्याचा तुझ्यावरचा वाढता प्रभाव. अरे, तो आदर्शवादाचा जमाना संपला. बी प्रॅक्टिकल. आपल्याला फक्त नोकरी करायची आहे व नीटपणे करीअर प्लॅनिंग करायचं आहे. बस!'

मीनल एकदा बोलू लागली की, स्वत:ला आवरू शकत नसे. ती मागचं-पुढचं सारं उकरून काढत असे. त्याचं दहा वर्षांचं करिअर, त्याचा आदर्शवाद व त्यानं भाबडेपणानं केलेल्या चुकांचा पाढाच तिने वाचून दाखवला. 'माझ्या डॅडीकडून शीक जरा. आज ते बिहारमध्ये अप्पर मुख्य सचिव आहेत. उद्या मुख्य सचिव होतील. केवळ करिअर आणि त्याचं प्लॅनिंग तसंच त्यासाठीचं नेटवर्किंग यामुळे ते यशस्वी आहेत,' अशा निष्कर्षाप्रत ती नेहमीप्रमाणे आजही आली. तो चुपचाप ऐकत राहिला आणि त्याच्या मनातली अस्वस्थता अधिकच धारदार होत होती.

त्यामुळे मध्यरात्रीपर्यंत तो जागा होता. मग थोडा वेळ डोळा लागला. तरीही नित्याच्या सवयीनं सकाळी पाचला जाग आली. बागेत शांतपणे एकट्यानं बसल्यावर मन हळूहळू शांत व स्थिर होत गेलं!

वृत्तपत्रांचा गठ्ठा शिपायानं आणून समोरच्या टिपॉयवर ठेवला. त्यानं स्थानिक वृत्तपत्रं चाळायला सुरुवात केली. प्रत्येक पेपरमध्ये पहिल्या पानावर दुर्गाभाईची अटक व काढलेल्या धिंडीची सचित्र व रसभरीत बातमी होती. एका वृत्तपत्रात 'पालकमंत्री नाराज. कलेक्टरांच्या उचलबांगडीची शक्यता,' अशीही खास सूत्रांकडून मिळालेली बातमी चौकटीत छापली होती. मनीषला याचा अंदाज होता. तो खरा ठरण्याची चिन्हं होती!

'डॅमेज इज सीम टु बी डन', असं तो स्वत:शी पुटपुटला. आता तो शांत व तटस्थ झाला होता. बदली आज-उद्या होईल की, वातावरण शांत झाल्यावर होईल, हाच फक्त प्रश्न होता. त्यासाठी त्याच्या मनाची तयारी झाली होती!

आणि त्याचा मोबाईल वाजला. पलीकडून ॲड. जाधवचा छद्मी स्वर कानी पडला. 'सर, आज दुर्गाभाई जामिनावर सुटतील. मागच्या अटकेच्या वेळी मी तुम्हांला त्याच्या वतीनं त्यांच्या वाटेला जाऊ नका; अशी विनंती केली होती. पण ठीकाय...' आणि त्यानं फोन ठेवताना सूचक प्रश्न केला, 'त्या कारखान्याची मालकी कागदावर कुणाची आहे हे पाहण्याची तुम्ही तसदी घेतली असती, तर बरं झालं असतं!'

'म्हणजे?'

तोवर जाधवनं छद्मी हसत फोन बंद केला होता.

निवासी उपजिल्हाधिकारी व कामगार अधिकाऱ्यांकडून फोनवर माहिती घेतली, तेव्हा काल स्फोटात भस्मसात झालेला कारखाना अन्य कुण्यातरी व्यक्तीच्या नावे प्रॉपर्टी कार्डवर होता व त्या नावाचं शॉपअँक्टचं लायसेन्स होतं!

'मनीष बेटा, आता बोल. नेहमी हृदयाची साद अचूक असते?' त्याचं छिद्रान्वेषी मन त्याला टोचत होतं. आपल्या जागी या प्रसंगात मीनलचे डॅड किंवा अन्य अधिकारी असता तर त्यानं काय केलं असतं, हा प्रश्न त्यानं स्वत:ला विचारला. त्याचं मिळणारं उत्तर त्याला हास्यास्पद ठरवत होतं!

त्यानं पी.ए.ला फोन करून सांगितलं, 'आज तब्येत बरी नाही. मी ऑफिसला येत नाहीये. साऱ्या अपॉइंटमेंट्स कॅन्सल कर. अ‍ॅन्ड नो फोन कॉल्स टु मी.'

फक्त त्यानं न राहवून अरुणला फोन करून मन मोकळं केलं. त्यातून त्याला वाटणाऱ्या बदलीची संभाव्यता व त्यामुळे वाटणारी बेचैनी अरुणला प्रतीत होत होती!

अरुण विमनस्क हसला. मनीषपेक्षाही आपण जास्त भाबडे आहोत, असं त्याला वाटलं. ज्याच्या भरवशावर बालमजुरी-निर्मूलनाची लढाई आपण करायला निघालो होतो, तो पहिल्या फटक्यातच घायाळ होत माघारीच्या टप्प्यापर्यंत आला होता.

ठीक आहे! मला माझी लढाई शासकीय अधिकाऱ्यांच्या नाहीतर समाजाच्या पाठिंब्यावर लढली पाहिजे. मनीष आजच्यानंतर आपल्या सोबत कदाचित असणार नाही!

तुरुंगातून जामीन मिळवून आणि सर्व कायदेशीर सोपस्कर संपवून बाहेर आल्यावर दुर्गाभाईनं सायंकाळी पाच वाजता महात्मा गांधींच्या पुतळ्याखाली मोकळ्या जागेत धरणं आंदोलन सुरू केलं!

अ‍ॅड. जाधव व नगरसेवक दत्तराव गायकवाड यांनी फोनाफोनी करून सर्व पत्रकारांना तिथं आमंत्रित केलं! दुर्गाभाईचं धरणं आंदोलन ही खळबळजनक बातमी असल्यामुळे प्रसारमाध्यमांची चांगलीच गर्दी झाली होती.

एका लोखंडी कॉटवर दुर्गाभाई बसला होता आणि एका सायकलरिक्षावर ठेवलेल्या लाउडस्पीकरमधून भजनांचे आवाज येत होते.

'रघुपती राघव राजाराम। सबको सन्मती दे भगवान!'

गांधींच्या पुतळ्याखालच्या चबुतऱ्यावर फ्लेक्स होता. त्यावर दुर्गाभाईची नमस्काराची पोझ होती. पार्श्वभूमीला पं. नेहरू, इंदिरा गांधी व पालकमंत्र्यांच्या तसबिरी होत्या. आणि ठळक अक्षरांत मजकूर होता.

'मनमानी कारभाराची चौकशी करा!'

'निरपराध दुर्गाभाईला न्याय द्या!!'

ॲड. जाधवच्या सूचनेप्रमाणे दुर्गाभाईनं मौनव्रत धारण केलं होतं. मात्र धरणं कशाबद्दल याची विस्तृत प्रेसनोट जाधवांनी बनवली होती, ती वाटण्यात आली. त्यात लिहिलं होतं,

'सन्माननीय दुर्गाभाई ऊर्फ दुर्गाप्रसाद हे शहराचे प्रतिष्ठित व्यापारी व सामाजिक कार्यकर्ते आहेत. धर्मप्रेमी असल्यामुळे ते सढळ हाताने मदतीसाठी प्रसिद्ध आहेत. मात्र अलीकडच्या काळात जिल्हा प्रशासनाने मनमानी करीत त्यांना खोट्या-नाट्या आरोपाखाली दोनवेळा अटक केली. दोन्ही प्रकरणांत त्यांचा काही संबंध नव्हता. चौधरी ॲन्ड डॉटर केरोसीन डेपो श्रीमती जमुना चौधरीच्या नावे आहे, तर काल जो फटाक्याच्या कारखान्यात स्फोट झाला, त्याची मालकी सिराजभाई शेख यांची आहे. पण जिल्हाशासनाने कोणताही ठोस पुरावा नसताना रॉकेल काळाबाजार व अवैध फटाके व्यवसायासाठी तसेच बालकामगार ठेवले या अपराधासाठी त्यांना स्थानबद्ध केलं. दोन्ही वेळा कोर्टात हजर होताच तात्काळ जामीन मिळाला. कारण ते निर्दोष होते व आहेत. पहिल्या अटकेनंतरच दुर्गाभाईनं मनमानी प्रशासनाविरुद्ध आवाज उठवायचं ठरवलं होतं. पण पहिली चूक अनवधानाने झाली असेल असं मानून त्यांनी सबूरीचं धोरण स्वीकारलं. पण कालची अटक हा मनमानी कारभाराचा उच्चांक होता. अटक करणं, बेडी घालून रस्त्यावरून मिरवत नेणं यातून प्रशासनाची ब्रिटिशकालीन दडपशाहीच दिसून येते. आज भारत स्वतंत्र लोकशाही देश असून इथं कायद्याचं राज्य आहे, याचं भान जिल्हा प्रशासनाला दिसत नाही. त्यामुळे आज न्याय मिळण्यासाठी व जिल्हा प्रशासनाच्या मनमानी कारभाराची उच्चस्तरीय कायदेशीर चौकशी व्हावी म्हणून त्यांनी धरणं आंदोलन सुरू केलं आहे. उद्यापर्यंत शासनानं दखल घेतली नाहीतर ते आमरण उपोषण सुरू करतील. तसं पत्र फॅक्स करून पालकमंत्र्यांना दुर्गाभाईंनी पाठवलं आहे.'

पत्रकारांनी प्रश्नांची सरबत्ती सुरू केली, तसं ॲन्ड. जाधव यांनी जाहीर केलं की, दुर्गाभाईंनी आत्मशुद्धीसाठी मौनव्रत धारण केलं आहे. त्यांना जे म्हणायचं होतं, ते त्यांनी प्रेसनोटद्वारे व्यक्त केलं आहे.

एका पत्रकारानं खवचटपणे जाधवांना विचारलं, 'तुम्ही त्यांचे वकील व आजच्यापुरते तरी प्रवक्ते दिसता. त्यामुळे त्यांच्या वतीनं तुम्ही उत्तर दिलं तरी चालेल. दुर्गाभाईं केव्हापासून गांधीवादी झाले? आणि सत्ताधारी पक्षाचे कार्यकर्ते सभासद?'

'त्याचं उत्तर तेच देऊ शकतील.' जाधव शांतपणे म्हणाले, 'पण आज नाही. कारण मौनव्रत आहे.'

'त्यांच्या धरण्याचा रोख कोणावर आहे? कलेक्टर मनीष दवेवर?'

'प्रेसनोटमध्ये स्पष्ट केलं आहे, जिल्हा प्रशासन. त्यात सारे आलेच.'

त्याच वेळी मोबाईलची रिंग वाजली आणि त्यांनी फोन उचलला. समोर पत्रकार आहेत हे लक्षात घेऊन जरा मोठ्या आवाजात जाधव बोलू लागले. 'हॅलो, माननीय पालकमंत्र्यांना बोलायचं आहे? सर, मी ॲड. जाधव. दुर्गाभाईंचा वकील. सध्या त्यांचं मौनव्रत चालू आहे. मी त्यांना निरोप देईन. मग ते आपल्याशी जरूर बोलतील सर... असं? ठीक आहे. ते आपले निस्सीम चाहते व एकनिष्ठ कार्यकर्ते आहेत. ते आपल्या शब्दाबाहेर नाहीत. तुम्ही म्हणाल तसंच होईल! थँक्यू सर.'

सारे पत्रकार कान टवकारून ऐकत होते. मघाशी खोचक प्रश्न विचारणाऱ्या पत्रकाराप्रमाणे इतर काही पत्रकारांच्याही ध्यानात आलं होतं की, हा सारा बनाव घडवून आणलेला शो आहे.

ॲड. जाधव दुर्गाभाईच्या कानाशी लागले व हलकेच बोलू लागले. दुर्गाभाईची मान संतोषानं हलत होती.

'मग मी जाहीर करू?' जाधवांनी विचारलं, तसं दुर्गाभाईनं पुन्हा होकारार्थी मान डोलावली.

हातात माईक घेऊन पत्रकार व उपस्थितांना जाधव म्हणाले,

'आताच पालकमंत्र्यांचा फोन होता. त्यांनी दुर्गाभाईंना झालेल्या अटकेच्या संदर्भात उच्चस्तरीय चौकशीचे आदेश दिले आहेत व दुर्गाभाईंना धरणं आंदोलन व मौनव्रत संपवण्याची विनंती केली आहे. एक शिस्तबद्ध कार्यकर्ता असलेल्या दुर्गाभाईसाठी ही आज्ञा आहे, असे ते मानतात. त्यामुळे ते आपलं धरणं आंदोलन व मौनव्रत सोडत आहेत.'

एका कार्यकर्त्यानं दुर्गाभाईला लिंबूपाणी दिलं. ते घेण्यापूर्वी त्यानं उठून गांधींच्या पुतळ्याला फुलं वाहिली व वंदन केलं. मग लिंबूपाणी फ्लॅशच्या लखलखाटात प्याला... आणि नम्रपणे हात जोडून म्हणाला,

'मी आपला समद्यांचा लई आभारी आहे. धन्यवाद. जय हिंद! जय महाराष्ट्र!'

***

अरुण रेलशाळेला आठवड्यातून किमान दोनदातरी सकाळी आठच्या सुमारास भेट देतो. बच्चूच्या निधनानंतर सुकट्या व अस्लम ती अधिक जिद्दीनं चालवत होते. आज सकाळी उठल्या उठल्याच अरुणनं रेल्वेस्टेशनला जायचं ठरवलं आणि तयार होऊन टाटा सुमोनं स्टेशनवर आला.

साऱ्या मुलांची ख्यालीखुशाली व शाळेच्या प्रगतीची माहिती घेतली व जाण्यासाठी तो उठला. तोच समोरून दुर्गाभाई, ॲड. जाधव तसेच जिल्हाधिकारी कार्यालयाचे निवासी उपजिल्हाधिकारी व इतर काही अधिकारी हातात फुलांचे बुके

घेऊन येताना दिसले. कुणी बडा वरिष्ठ अधिकारी किंवा मंत्री मुंबईहून ट्रेननं येत असणार बहुधा.

दुर्गाभाई व अरुणची नजरानजर होताच दुर्गाभाईनं तुच्छ नजर टाकीत मिशीला पिळ दिला. त्याकडे दुर्लक्ष करीत अरुणनं निवासी उपजिल्हाधिकारी काटकरला विचारलं, 'कोण येत आहेत!'

काटकर अरुणला पाहून चमकला होता. क्षणभर काहीच बोलला नाही. मग हलकेच म्हणाला, 'अरुणभैय्या, कलेक्टर मनीष दवेसरांची काल रात्री बदली झाली आहे धारणीला. आदिवासी प्रकल्प अधिकारी म्हणून. आता या ट्रेनने नवे कलेक्टर सिद्धार्थ पांडेसर येत आहेत!'

हा अरुणसाठी अनपेक्षित नसला, तरी न सहन होणारा धक्का होता. रात्रीतून असं काही घडेल, असं वाटलं नव्हतं! पुन्हा मुद्दाम खालच्या जागेवर नियुक्ती करून मनीषचं खच्चीकरण करण्याचा या बदलीमागे हेतू दिसत होता. त्यामागे कोण आहे हे उघड होतं!

म्हणूनच 'जितं मया'च्या आविर्भावात दुर्गाभाई व जाधव स्टेशनवर नव्या कलेक्टरांच्या स्वागताला आले होते. ही बातमी काटकर सोडले, तर फक्त दुर्गाभाईलाच कळाली होती. म्हणजेच तो धरणं आंदोलनाला बसल्यापासून मंत्रालयात मंत्र्यांनी चक्रं फिरवून बदली घडवून आणली होती. काल सकाळी मनीषनं भीती व्यक्त केली होती, ती खरी ठरली होती!

अरुणला तेथे फलाटावर क्षणभरही थांबायची इच्छा नव्हती. पाच-दहा मिनिटांत मुंबईहून ट्रेन आली असती. त्यापूर्वी तो स्टेशनबाहेर आला. टाटा सुमोत बसून त्याने मनीषला मोबाईल लावला.

'अरुणभैय्या, फार मोठा घात झालाय. केवळ बदलीच नाही तर अपमानास्पद कमी दर्जाची पोस्टिंग मला दिली आहे.' मनीषच्या शब्दांत तीव्र निराशा जाणवत होती. 'मी – मी तुमच्यामुळे क्रुसेडर व्हायला निघालो, ती माझी फार मोठी चूक होती. मलाच क्रुसीफाय व्हायची वेळ आली आहे. मीनल फारच अपसेट आहे. आणि मलातर काहीच सुचत नाहीये.'

आणि मनीषनं फोन बंद केला.

खरंतर अरुणला त्याला धीर द्यायचा होता.

पण मनीष आपल्याच निराशेच्या गर्तेत एवढा सापडला होता की, त्यानं स्वत:ला कासवाप्रमाणे अलिप्ततेच्या कवचात आकसून घेत बंद केलं होतं!

अरुणनं पण आपल्या विचारांना डायरीत उतरवलं.

'माझ्यामुळे का मनीषचा घात झाला? मी यापूर्वीही अनेक कलेक्टरांपुढे बालमजुरी-निर्मूलनाचं, बचपन बचावचं मांडत आलोच होतो. मनीषनं सकारात्मक

प्रतिसाद दिला व कटिबद्धता दाखवली. काही धाडसी पावले उचलली. पण सरकारला ते सहन झाले नाही. म्हणून का त्यानं एवढं हताश व्हावं? धारणीहून तो वर्ष-सहा महिन्यांत पुन्हा चांगल्या पदावर जाऊ शकतो. करीअरमधली ही एक पिछेहाट आहे. जीवनात असे चढ-उतार येत असतातच. त्यानं एवढं निराश-हताश व्हावं?

म्हणजे मुदलातच मनीषच्या प्रेरणा चांगल्या असल्या, तरी त्यासाठी संघर्ष करणं त्याच्या वृत्तीत नसावं. त्याच्यात धाडसाबरोबर एक प्रकारची भीरुता आहे हेच खरं!

पण तरीही त्यानं जे काही या सहा महिन्यांत बालमजुरी-निर्मूलनासाठी केलं, ते फार महत्त्वाचं आहे. मला त्यावर आधारित पुढे जाऊन भक्कम काम उभारलं पाहिजे. त्याचे हे प्रयत्न व त्यासाठी ओढवून घेतलेली बदली मला वाया जाऊ द्यायची नाहीये. 'किंग इज डेड. लॉग लिव्ह द किंग', या उक्तीप्रमाणे मनीष नसला तरी उद्यापासून 'बचपन बचाव अभियान' चालणारच आहे. अधिक जोमानं, अधिक गतीनं!

प्रकरण बारा

'डोंट प्रेज मी इन युवर स्पीच. पांडे विल टेक इट. अदरवाइज आय विल नॉट रिस्पाँड यू हेन्सफोर्थ इन मिशन ऑफ चाइल्ड लेबर!' सेंड-ऑफच्या वेळी मनीषनं स्टेजवरून अरुणला एस.एम.एस. केला. तो वाचून खिन्न नजरेनं अरुणनं त्याच्याकडे एक उदास कटाक्ष टाकला.

मनीषच्या बदली निमित्त निरोपसमारंभ आणि नूतन जिल्हाधिकारी पांडे यांच्या स्वागत समारंभाच्या कार्यक्रमामध्ये अरुण कमालीचा संकोचला होता. हा तसा टिपिकल शासकीय निरोपसमारंभाचा कार्यक्रम. तहसिलदार, डेप्युटी कलेक्टर्स, जिल्हा प्रशासनातले जिल्हा परिषदेचे मुख्य कार्यकारी अधिकारी व पोलीस अधीक्षक यांसारखे वरिष्ठ अधिकारी आणि रोटरी-लायन्ससारख्या संस्थांचे उच्चभ्रू यांच्या वतीने हा नागरी सत्कार व निरोपाचा एकच कार्यक्रम होता.

वास्तविक अरुणला त्याच्या 'बच्चू फाउंडेशन' व 'स्वप्नभूमी'तर्फे मनीषला वेगळा निरोप द्यायचा होता. पण मनीषनं त्याला चक्क नाही म्हटलं होतं. पण नूतन जिल्हाधिकाऱ्यांनी पदभार स्वीकारल्यानंतर त्यांचा स्वागतसमारंभ करणं, तर प्रशासनाला भाग होतंच म्हणून आणि मनीषच्या हाताखाली काम करणाऱ्या काही चांगल्या अधिकाऱ्यांना नाही म्हणणं केवळ अशक्य होतं, म्हणून मनीषनं नाइलाजानं आजच्या निरोप समारंभाला होकार दिला होता. जिल्हा पुनर्वसन अधिकारी योगेश, जो मनीषच्या सूचनेप्रमाणे 'स्वप्नभूमी'च्या कामात सामील झाला होता, त्यानं अरुणला आग्रहानं बोलावलं होतं. आणि त्यामुळे अरुणही या कार्यक्रमास उपस्थित होता. पण पांडे व इतर अधिकाऱ्यांच्या नजरेतील काहीशा तुच्छतेच्या भावानं तो नाराज झाला होता आणि म्हणूनच संकोचला होता. पण मनीषबाबत त्याला भरभरून बोलायचं होतं, म्हणून त्या समारंभात तो अनेकांना नकोसा वाटत असला, तरी मनीषकडे पाहून आपला स्वाभिमान काही काळ गिळून अरुण शांत बसला होता.

योगेश निरोप व स्वागतसमारंभाचं सूत्रसंचालन करीत होता. त्याचा व अरुणचा चांगला स्नेह जुळला होता. कारण तो पण संवेदनशील अधिकारी होता. मनीषचा चेला शोभत होता. तसंच तो एक नवोदित लेखक व मुख्य म्हणजे अफाट वाचक होता. त्यामुळं अरुणशी त्याची अल्पावधीतच दोस्ती जमली होती. अरुणनं त्याला बालमजुरांच्या प्रश्नाविषयी माहिती देत त्यालाही आपल्या कार्यात जोडून घेतलं होतं. 'अरुणभैय्या, मनीषसरांच्या आदेशामुळे तर मी हे काम मनापासून केलंच असतं, पण तुमच्यामुळे बालमजुरांच्या प्रश्नांची व्यापकता जाणवली. तशीच तुमची कमिटमेंट अनुभवली. तुमच्यासारखं आयुष्य झोकून काम नाही करू शकणार मी, पण माझ्या परीनं माझ्या पदाचा वापर निश्चित करून होईल तेवढं काम जरूर करेन!' त्याचं हे प्रांजळ कथन अरुणला मनस्वी भारून टाकणारं होतं!

मनीषची बदली मात्र अरुणसाठी वज्राघातच होता. आज समारंभापूर्वी त्यानं मनीषला आपली भावना बोलून दाखवली, तेव्हा मनीष पुन्हा तेच म्हणाला, 'नाही अरुण, मीच अतिउत्साहात काम केलं. दुर्गाभाईला बेड्या घालून रस्त्यानं मिरवत आणलं, तर बालमजुरीची प्रथा पाळणाऱ्या मालकांना व व्यावसायिकांना चांगला धडा मिळेल, असं वाटलं होतं! तो निव्वळ माझा खुळेपणा होता. असा भाबडा ध्येयवाद तुझ्यासारख्या कार्यकर्त्याला शोभून दिसतो, पण माझ्यासारख्या अधिकाऱ्यांसाठी तो चक्क मूर्खपणा आहे... आणि मी त्याची मोठी किंमत दिली आहे.'

मनीषच्या या तीव्र व निराश प्रतिक्रियेनं अरुण चक्रावून गेला होता. मनीषची बदली अनपेक्षित व तडकाफडकी होती. नवं पद व ठिकाण त्याला सोईचं तर नव्हतंच, पण एक प्रकारची ही साइड पोस्टिंग व ती पण खालच्या पदावरची होती. त्यानं तो मनस्वी नाराज होता, पण दुर्गाभाईच्या संदर्भात केलेली आपली कार्यवाही चुकीची व बालीश होती, ही त्याची प्रतिक्रिया आणि अप्रत्यक्षपणे अरुणच्या प्रभावानं आपण बालमजुरीच्या प्रश्नाबाबत अतिउत्साहाने वागलो, हे त्याचं सूचन अरुणसाठी अनपेक्षित होतं.

एक प्रकारे मनीषचं हे आत्मरुदन होतं! त्यात प्रांजळता होती, पण प्रतीत होणारी भीरुता व कचखाऊपणा मात्र अरुणला सुन्न करीत होता!

पण आजचं त्याचं दर्शन माणूस कळायला व वाचायला किती कठीण आहे, हेच दर्शवून गेलं होतं!

जेव्हा योगेशनं मनोगत व्यक्त करण्यासाठी अरुणचं नाव पुकारलं, तेव्हा तो तंद्रीतून भानावर आला. तो माईकसमोर आला तेव्हा त्याच्या मोबाईलवर एस.एम.एस. आला होता – सत्तर टक्के स्फोटात भाजलेला सुबन्या मघाशीच मरण पावला होता. वर्षभरातला बच्चूनंतरचा दुसरा बालश्रमिकाचा बळी!

आपल्या शोकसंतप्त आणि भावनाविवश भाषणाची अरुणनं सुबन्याच्या मृत्यूची

बातमी देत सुरुवात केली. 'मला माहीत आहे की, नव्या जिल्हाधिकाऱ्यांचं स्वागत करताना अशी बातमी देऊ नये. पण जुन्या कलेक्टरांच्या बदलीमागचा तो संदर्भ असेल, तर नव्या कलेक्टरसाहेबांनी हे लक्षात ठेवावं की, लढाई फार कठीण आहे. पण ती लढलीच पाहिजे. मनीषसरांनी आपल्य परीनं ती लढली, आता पांडे-सरांनीही ती लढावी. कारण कोवळ्या हरवलेल्या बालपणाची ही अपेक्षा आहे. आम्ही अखेर कुणाकडे पाहायचं? कुणाकडे दाद मागायची?

'मी मनीषसरांना पुढील वाटचालीसाठी शुभेच्छा देतो. त्याची तशी त्यांना आवश्यकता नाही. उच्चपदस्थ आय.ए.एस., आय.पी.एस. अधिकाऱ्यांचं आयुष्य हे नेहमीच उबदार असतं. कारण त्यांचं पद हे अभेद्य असं कवचकुंडल असतं!'

नकळत अरुणचा स्वर उपहासाचा झाला होता. त्याला ते बोलायचं नव्हतं, पण तो मजबूर होता. सुबन्याच्या मृत्यूची बातमी त्याला खोलवर जखम करून गेली होती!

आता मनीष निरोप समारंभानिमित्त झालेल्या सत्काराला उत्तर देण्यासाठी उभा होता!

'मित्रहो, मी माझे सहकारी मित्र सिद्धार्थ पांडे यांचं जिल्हाधिकारी म्हणून या जिल्ह्यात नियुक्ती झाल्याबद्दल अभिनंदन करतो, शुभेच्छा देतो. माझी बदली तडकाफडकी झाली, या बातमीला फारसं महत्त्व देण्याचं कारण नाही. कारण ही रुटीन प्रशासकीय बदली आहे. पूर्वीच्या जिल्ह्याची कलेक्टरशिप जमेस धरता मी गेली चार वर्षे सलग कलेक्टर आहे. त्यामुळे मी बदलीला पात्र होतोच. असो. इथं जे काम मला वर्षभरात करता आलं, त्याचं मला समाधान आहे. पण अरुणभैय्या पालिमकरांच्या मदतीनं बालमजुरी-निर्मूलनाचं जे काम करता आलं, ते मी या बचपन बचाव अभियानाची सुरुवात मानतो. पांडेजी त्यास गती देतील, अशी माझी अपेक्षा आहे. आपण सर्व अधिकारीमित्र, कर्मचारी व नागरिकांनी जे सहकार्य केलं, त्याबद्दल मी सर्वांचा मनापासून आभारी आहे.

'माझ्या अधिकारीमित्रांना हे सांगायचं आहे की, आपण सारे एका अर्थाने बंजारा आहोत. तीन वर्षांपेक्षा जास्त कुठेच आपला मुक्काम असू शकत नाही. म्हणून त्या अर्थाने आपण भटके-बंजारा. मागच्या बदलीच्या वेळी मी स्वत: रचलेल्या हिंदी कवितेत माझ्या भावना व्यक्त केल्या होत्या, त्या ऐकवून माझी भावना आजच्या निरोपप्रसंगी प्रकट करतो.

रात के हमसफर, सुबह होते चले जायेंगे
आज यहाँ है, कल कही और जगा होंगे!
इत्तेफाकसे आज की रात हम साथ है
ऐसे भी पल जीवन में है, ये किस्मत की बात है!!'

मघापासून कोरड्या अलिप्त स्वरात भाषण करणारा मनीष कविता वाचताना काहीसा भावुक झाला होता. त्याचा हळुवार आर्तपणा अरुणला जाणवला.

मनीष मग अरुणकडे पाहत म्हणाला,

'या शेवटच्या चार ओळी सर्वांसाठी आहेत, पण खास तुमच्यासाठी आहेत अरुणभैय्या.

ये रात भुला दो, जब ये रात नहीं।
कलके मीठे सपनोमें रात की बात नहीं।
हमे मालुम होता है, ऐसाही तो अक्सर होता है।
लेकीन इन्ही चार पलोसे सुनसान जिंदगी का बसर होता है।'

मनीषला जे सांगायचं होतं, ते नेमकेपणाने अरुणपर्यंत पोचत होतं. आज सकाळी अरुणनं रेल्वे स्टेशनवरून केलेला फोन मनीषनं टाळला होता. एक एस.एम.एस. तेवढा आला होता, 'सॉरी यार! आय नो. आय हॅव लेट डाउन यु! बट नो एक्सक्युज. फरगेट अॅन्ड फरगिव्ह मी. युवर लॉस्ट (?) फ्रेंड – मनीष.'

अरुणनं त्याला उत्तरादाखल एस.एम.एस. पाठवून म्हटलं होतं, 'नो, यु विल बी डिअर टु मी ऑलवेज. तुम्ही जेवढं केलं, ते कमी असलं तरी एवढंही कुण्या अन्य अधिकाऱ्यांनी आजवर केलं नाही, हे मी जाणतो. आज नाही, काही वर्षांनी तुम्ही लेबर कमिशनर वा सेक्रेटरी व्हाल, तेव्हा यु कॅन डु समथिंग ड्रास्टिक फ्रॉम पोझिशन ऑफ स्ट्रेंथ! त्यासाठी शुभेच्छा! पण 'बचपन बचाव' विसरू नका. ती लाइफलाँग कमिटमेंट आहे. अॅन्ड यु कांट डिव्हिएट फ्रॉम इट.'

शेवटी नवीन जिल्हाधिकारी सिद्धार्थ पांडे सत्काराला उत्तर देताना म्हणाले, 'मी एक कठोर अधिकारी आहे. प्रशासन कायद्याच्या चौकटीत कार्यक्षमतेनं चालवणं, हे माझं काम आहे. ते मी जरूर करेन. आणि माझे वरिष्ठ सहकारी मित्र मनीष दवेंची सर्व कामे निश्चितच पुढे नेईन. पण शिस्त, आज्ञाधारकता आणि कायद्याची अंमलबजावणी ही माझी त्रिसूत्री असेल!'

पांडेंची भाषा व स्वर रोखठोक व करडा होता. ते लष्करात कमिशन घेऊन काही वर्षे लष्करी सेवा करून आय.ए.एस.मध्ये आले होते. त्यामुळे अरुणला वाटलं, कडकपणे त्यांनी बालमजुरी-कायद्याची अंमलबजावणी केली, तरी खूप- काही होऊ शकेल.

पण त्यांच्या स्वागताला दुर्गाभाईनं येणं अरुणला खटकत होतं. कदाचित पांडेंच्या आगमनाची खबर पालकमंत्र्यांनीच दुर्गाभाईला कालच्या त्याच्या धरणे आंदोलनाच्या संदर्भात दिली असावी. तूर्त वाट पाहून पांडेंच्या कार्यशैलीचा अंदाज घ्यावा, असं अरुणनं मनोमन ठरवून टाकलं होतं!

***

सायंकाळी पालकमंत्र्यांची प्रेस कॉन्फरन्स होती, ती अरुणनं स्थानिक चॅनेलवरून पाहिली. त्यांच्या दोन्ही बाजूंना आजी-माजी कलेक्टर सिद्धार्थ पांडे व मनीष दवे बसले होते.

'आज दवेंच्या बदलीसंदर्भात जे छापून आलं आहे, ती तर टेबलन्यूज म्हणायला हवी. त्यात सत्याचा जराही अंश नाही. खरंतर मनीष दवेंची नव्हे, तर त्याच आडनावाच्या एम.एन. दवे, प्रशिक्षणार्थी या आय.ए.एस. अधिकाऱ्याची प्रशिक्षण संपल्यावर धारणीला आदिवासी विकास प्रकल्प अधिकारी म्हणून नियुक्ती झाली आहे. मंत्रालयात अंडर सेक्रेटरीच्या घोळामुळे ते बदलीचे आदेश इथे प्राप्त झाले. मी तुम्हांला सांगतो की, मनीष दवे आता जॉइंट सेक्रेटरी दर्जाचे वरिष्ठ अधिकारी झाले आहेत. त्यांच्या ज्ञानाचा फायदा राज्याला व्हावा म्हणून त्यांची नियुक्ती राज्याचे कृषिआयुक्त म्हणून पुण्यास करण्यात आली आहे. राज्याचा कृषिमंत्री म्हणून मला त्यांच्या शिक्षणाची – ते एम.एस्सी. ॲग्रीकल्चर व एम.बी.ए. इन रूरल डेव्हलपमेंट असल्यामुळे – कृषी विकासासाठी मदत होईल!'

त्या वेळी मनीषची प्रतिक्रिया थंड व निर्विकार म्हणावी एवढी तटस्थ होती. अरुणला जाणवलं की, दिवसभरात पुन्हा मंत्रालयात चक्रं फिरली असणार. मीनल व पालक तथा कृषिमंत्र्यांची पत्नी या किटी पार्टीच्या सदस्य आहेत. मीनलनं स्वतःहून किंवा बिहारचा आपला बाप अप्पर मुख्य सचिव असल्यामुळे त्यांच्या- मार्फत धारणीची बदली रद्द करून पुण्याला नवी कृषिआयुक्तांची बदली करवून आणली असणार!

या लुटुपुटुच्या राजकारणात पालकमंत्र्यांनी एका दगडात दोन पक्षी मारले होते. एकतर पहिली धारणीची बदली दाखवून मनीषचं पुरेसं खच्चीकरण केलं होतं व त्याद्वारे इतर अधिकाऱ्यांना 'बीहेव प्रॉपरली' व 'फॉल इन लाइन'चा प्रभावी संदेश दिला होता. आणि पुन्हा मनीषला चांगले पद देऊन नोकरशहांची इतराजी होणार नाही, याचीही दक्षता घेतली होती. मनीषच्या कृषिक्षेत्रातल्या पदवीचा उल्लेख करून जाहीरपणे मनीषची पाठराखण केली होती!

आता कदाचित मनीष कधीच निर्भीडपणे परिणामाची पर्वा न करता काम करू शकणार नाही. अरुणच्या मनात विचारांचा कल्लोळ दाटला होता.

मघाशी मनीषचा 'फर्गिव्ह ॲन्ड फर्गेट' मेसेज अरुणनं सहजतेनं मोबाईलमधून डिलीट करून टाकला होता. पण त्याला विसरू म्हणता विसरता येत नव्हतं. दुर्गाभाईला केलेली अटक व काढलेली धिंड या बातमीला राष्ट्रीय वृत्तपत्रे व चॅनेलनंही प्रखरतेनं प्रस्तुत केलं होतं. त्यामुळे बालमजुरी व होरपळणाऱ्या बालपणाचा प्रश्न, तिच्या कायद्याचा प्रश्न देशभरातील नागरिकांपर्यंत पोचला होता. हे मनीषचं 'बचपन बचाव'ला निःसंशय महत्त्वाचं योगदान होतं!

प्रकरण तेरा

त्या निद्रिस्त झोपडपट्टीस हलकेच जाग येत होती.

ती झोपडपट्टी म्हणजे हातावर पोट असलेल्या अकुशल वा अर्धकुशल कामगारांची दुनिया. दिवसभराची जगण्याची लढाई लढायला तेथील रहिवासी तयार होत होते. स्टोव्हचा भसाडा आवाज व चहाचे उकळते पाणी, तोंड धुताना होणारे चुळण्याचे व बेडका काढीत घसा साफ करण्याचे आवाज आणि स्टॅन्ड पोस्टच्या सार्वजनिक नळावर पाणी भरण्यासाठी उडालेल्या गर्दीच्या आवाजांच्या परिचित कोलाजमुळे ती वस्ती पुरती जागी झाली.

'कचऱ्या... ए मुडद्या, उठ की! पुना उशीर जाला की, माल नाय गावायचा.'

मघापासून किमान तिसऱ्यांदा माय करवादत ओरडली होती. पण गाढ झोप लागलेल्या कचऱ्याला जाग काही येत नव्हती!

'माय, मी उठवते भाऊला. तू तुझं काम करं!' मायादीदी जरा तीक्ष्ण स्वरात म्हणाली. पण त्याचा उलटा परिणाम झाला.

माय किंचाळत म्हणाली, 'आली मोठी मायेची भण. आनी इतं मह्यास्नी जादा शानपना दावायचा नाय. हे झोपडं माज्या नावावर हाय. त्या मुडद्याला गळ्यामंदी डोरलं बांधलं म्हनुन शानी पोसते. पण त्या रांडेपासून झालेल्या तुमा पोरांस्नी पोसायला मी काई बांधील नाय, समजलं? वर आता तूबी गेल्या वर्षापासून शाळंपायी कामधाम करीत नाहीस. आनी वर मला गुमान करायला बघतेस...?'

आई गेल्यानंतर बापानं दुसरं लग्न केल्यावर ती व कचऱ्या मायच्या घरी राहत होते. त्यांची हक्काची खोली बापानं दारूच्या व्यसनापायी केव्हाच विकून टाकली होती. आता ते तिघं मायचे आश्रित होते. ती विडी बनवायच्या कारखान्यात कामावर होती व तिच्या कमाईवर घर चालत होतं!

बापाचा कचरा वेचण्याचा धंदा होता. माया व कचऱ्याची आईपण हेच काम करायची. जंतुसंसर्ग होऊन ती एक दिवस तडकाफडकी मेली व सुटली. पण

त्यामुळे अवघ्या सात-आठ वर्षांची माया पोटाची खळगी भरावी म्हणून कचरा वेचायला जाऊ लागली होती. कामापेक्षाही शाळा सुटल्याची खंत तिला जादा होती. त्यामुळे ती वस्तीशाळेत फावल्या वेळेत जाऊ लागली होती. काम करत करतच ती शिकत गेली. आणि मॅट्रिकची परीक्षा दिली.

तिचा धाकटा भाऊ कचऱ्याला मात्र शाळेचा विलक्षण कंटाळा. त्यामुळे त्याची शाळा केव्हा सुटली व तोही बापासोबत प्रथम मग स्वतंत्रपणे कचरा-वेचणारा कसा बनला, हेही त्याला कळलं नाही.

मायचं तुच्छतादर्शक संबोधन 'कचऱ्या' एवढं रूढ झालं की, आपलं मूळ नाव शंकर आहे, हे पण तो विसरून गेला होता!

कचऱ्यासाठी पहाटे लवकर उठणं आणि ठरावीक भागात जाऊन कचरा वेचणं फार महत्त्वाचं होतं! उशीर झाला की, मुद्देमाल मिळणं दुरापास्त व्हायचं. कारण दररोज नवनवे कचरा-वेचणारे तयार होत होते व त्यांची आपसातली स्पर्धाही भयानक होती.

आज सोमवार. रविवारनंतरची सकाळ कचरावेचणाऱ्यांसाठी पर्वणी असते. खासकरून मोठ्या-मोठ्या श्रीमंतांच्या हाउसिंग सोसायट्यांच्या परिसरातील कचरापेटीत वा उघड्या डंपरमध्ये आठवड्याची साफसफाई करून सारा कचरा टाकला जातो. सोमवारी सर्वांत आधी जाऊन चांगली कचरापेटी मिळवणं धंद्यासाठी महत्त्वाचं.

माय त्यासाठीच कचऱ्याला उठवण्यासाठी ओरडत होती आणि मायालाही त्याची कल्पना होती.

तरीही कचऱ्याला झोप आवरत नव्हती. काल एका मोठ्याच्या लग्नासाठी मध्यरात्रीपर्यंत तो मंगलकार्यालयाच्या बाहेर आपल्या नेहमीच्या गँगसह उभा होता. त्याची ती चार-पाच तासांची प्रतीक्षा फळास आली होती. त्याचा पूर्ण थैला भरला गेला होता. रिकाम्या बिसलेरीच्या बाटल्या, चहा, पाणी, सरबताचे प्लॅस्टिकचे मग्ज आणि मुख्य म्हणजे उरलेले व उष्टावलेले अन्नपदार्थ... चांगले चार-सहा लाडू, तळलेल्या पुऱ्या, आणि किंचित वास येत असला तरी भाज्यांचा लगदा त्यानं आणला होता. एखाद-दुसरा दिवस न विटता टिकावा म्हणून मायनं तो माठात ठेवला होता व त्याला वारंवार थंड पाण्याचे ओले कच्च फडके बांधत होती. मध्यरात्री त्या भावा-बहिणीनं आनंदानं गप्पा मारीत पोटभर ती शिळी उष्टावलेली लग्नघरची मेजवानी झोडली होती! मोठ्या प्रेमानं कचऱ्यानं सावत्र असली तरी मायला स्वतःच्या हातानं बुंदीचा लाडू भरवला होता. त्या क्षणी तिला स्वतःच्या निपुत्रिकतेची आठवण होऊन भरून आलं होतं. कचऱ्याला जवळ घेत त्याच्या कानशिलावरून बोटं फिरवून मायने मोडली, पण तिचा हा उमाळा क्षणिक होता.

मध्यरात्र उलटली तरी कचऱ्या व मायाच्या गुजगोष्टी संपत नव्हत्या. 'दीदी, तू

फिकीर मत कर, मला तुझा मोठा भाऊ समज! तुला शिकवायची जिम्मेदारी आपली. मोप शीक व नोकरी कर. साहेबीण हो. तुज्या घरात मी माजी भाचरं सांभाळत राहीन. पण सांगून ठेवतो, तेव्हा मी काम नाही करणार हं!'

तेव्हा मायाला हुंदका फुटला होता. 'भाऊ, खरंतर मी मोठी. काम मी करायचं व तुला शिकवायचं. पण उलटं होतंय!'

'कारण माझी खोपडी उलटी हाय दीदी. मी एकदम बथ्थड डोक्याचा. तुला देवानं हुशारी दिलीय, माझ्यासारखं कचरा वेचण्याचं काम पण करीत होतीस, तरीपण वस्तीसाळंत शिकलीस. आवंदा मॅट्रिक होणार. मला हे जमलं नसतं!'

'भाऊ, असं नाही. तुझं लक्ष कमी पडतं अभ्यासात. नाहीतर –'

'जाऊ दे दीदी. मला चार अक्षरं वाचता येतात, ते खूप झालं. मला थोडे पैसे साठवून गॅरेजकाम शिकायचं आहे. मग टू व्हीलरचं रिपेअर शॉप टाकायचं आहे. नशिबानं साथ दिली तर हे होईल!'

'भाऊ, तू नक्कीच गॅरेज खोलशील. तुझ्यात त्याचं चांगलं हुनर आहे!'

'पण त्याला वेळ आहे दीदी. आधी तुझं शिकणं होऊ दे. यंदा तू मेरिटला आलं पाहिजेस.'

'नक्कीच भाऊ! सराव परीक्षेत नव्वद टक्के मार्क्स आहेत. मॅडम पण तसंच म्हणतात.'

'चूप करा. मला निवांत झोपू द्या की!' असं माय ओरडल्यावर पांघरूण घेऊन दोघे झोपी गेले.

आता पहाटे माया त्याला उठवत होती. हलकेच केसांवरून व तोंडावरून ममतेनं हात फिरवीत म्हणत होती, 'उठ भाऊ. उशीर होतोय. आज सोमवार आहे. वेळ करून चालणार नाही. आज मला क्लासमध्ये शंभर रुपये द्यायचे आहेत. तू जर वेळेवर नाही गेलास तर...'

कचऱ्या ताडकन उठला, 'दीदी, काळजी करू नकोस. मी निघालोच. बस, तू मला गरमागरम चहा दे.'

चैतन्यनगरमधील कचऱ्याचे दोन उघडे मोठे डस्टबीन कचऱ्यासाठी नेहमीच अलीबाबाची गुहा वाटायचे. खास करून सोमवारी.

कारण ती सोसायटी नवश्रीमंत व्यापारी व आय.टी वा बी.पी.ओ.वाल्यांची होती. सहा दिवसांच्या कामानंतर शनिवारी मध्यरात्रीपर्यंत पार्ट्या चालायच्या. खाणं व पिणं त्यामुळे सकाळी कचऱ्याचा डंपर प्लास्टिक व काचसामानांनी खच्चून भरलेला असायचा. अनेक बाटल्यांत थोडी तळाशी राहिलेली दारू, रॅपरमध्ये चिकटून राहिलेले केक, चॉकलेटचे अंश, आठवड्याचे शिल्लक अन्नपदार्थ, प्लॅस्टिकचा कचरा व लाकडी पुठ्ठ्यांची खोकी असा भंगारात चांगला भाव मिळणारा

माल सापडायचा.

गेल्या तीन वर्षांचा कचऱ्याचा अनुभव त्याला सोसायट्या हेरण्याच्या कामी उपयोगी पडायचा. चैतन्यनगराचा लागलेला शोधही असाच अलीकडचा.

पाठीवर मोठा थैला घेऊन कचऱ्या चैतन्यनगरच्या कचरापेटीजवळ पोचला, तेव्हा त्याला हायसं वाटलं. अजून दुसरा कोणी कचरावेचणारा तिथं आलेला नव्हता.

बंद गेटच्या समोर चौकीदारानं कचऱ्याला पाहताच शिवी हासडली. 'आ गया भिकारी साला।'

'पुना सांगतो चौकीदारदादा. आपल्याला भिकारी म्हणू नका. मेहनत करतो. तुमच्या सोसायटीचा कचरा साफ करतो.' कचऱ्यानं मनातल्या मनात संतापावर नियंत्रण ठेवीत स्वाभिमानानं उत्तर दिलं.

त्याला भिकारी हा शब्द शिवीप्रमाणे वाटायचा. तो ऐकताच संतापाचा भडका उठायचा. पण त्यावर नियंत्रण ठेवणं धंदापाण्यासाठी महत्त्वाचं होतं. चौकीदाराला फार दुखवून चालणार नव्हतं. नाहीतर चोरीचा आळ घेऊन तक्रार केली की, जेलची आठ-पंधरा दिवस यात्रा आणि त्याहीपेक्षा महत्त्वाचे म्हणजे हुडकलेली व धंद्यासाठी फायदेशीर असलेली कॉलनी व तिची कचराकुंडी सुटणं होय! ते त्याला परवडणारं नव्हतं!

'पुना सांगतो चौकीदारदादा, आपुन को भिखारी नहीं बोलनेका। हम मेहनत करता है और पेट भरता है।' कचऱ्यानं मनातल्या मनात संतापावर नियंत्रण ठेवीत स्वाभिमानानं उत्तर दिलं.

'लेकीन ये हमारा माल है – तू लुटता है!'

'ऐसा है तो तुम खुद लुटो ना... मै कहीं और जाऊंगा!'

'साली दीड दमडीकी औकात तेरी – मुझसे जबान लडाता है?' चौकीदार क्रुद्ध स्वरात म्हणाला, 'तू खुदको क्या समझता है?'

कचऱ्याला जाणवलं की, आपण जरा जास्तच बोललो. चौकीदाराला शांत केलं पाहिजे. नाहीतर इथून आपली हकालपट्टी होईल. तसा तो अजिजीनं झुकत सलाम करीत म्हणाला,

'नाही चौकीदारदादा. माजी गलती झाली. एक डाव माफ करा. पुन्यांदा जबान लडणार नाही.'

चौकीदाराचा इगो कचऱ्याच्या नमण्यानं व आर्जवी भाषेनं सुखावला. 'ठीक है। फिर याद रखना। मेरे सामने जबान मत लडाना –'

त्याच वेळी कॉलनीतून एक स्कोडा गाडी बाहेर जाण्यासाठी गेटच्या बंद दारासमोर करकचून ब्रेक मारीत थांबली होती. काच खाली करीत पंचविशीचा एक

तरुण व त्याची पत्नी एकाच वेळी शिव्या हासडीत म्हणाले,

'अबे गधे की अवलाद, गेट खोलना मंगता है। समझता नहीं? बेवकूफ। ब्लडी रास्कल!'

काही क्षणांपूर्वी कचऱ्यावर डाफरणाऱ्या चौकीदाराची आता 'त-त-प-प' करायची पाळी होती. तोंडातून अस्फुट शब्द फुटत होते, ते त्याचे त्यालाही ऐकू येत नव्हते की, कळत नव्हते. त्याने अजिजीने सलाम करीत दार उघडून स्कोडाला रस्ता दिला. क्षणार्धात स्कोडा दिसेनाशी झाली.

पण झालेला अपमान, झेललेल्या शिव्या आणि कारमालकाच्या तुच्छ वागणुकीमुळे चौकीदार मनोमन अस्वस्थ खजिल होता. त्यामुळे कचऱ्याकडे पाहत आपली खदखद ओकत म्हणाला,

'देखा कचऱ्या... मेरे बच्चे के उमरका लौंडा है – कैसी गाली देता है? मैं आर्मी में सिपाही था। देश की सेवा की है। और ये साला मुझे गाली देता है!'

'चौकीदारदादा, ये सब अमिरी-गरिबीका मामला है। तो श्रीमंत कारवाला म्हणून तुला डाफरतो व तू माझ्यापेक्षा जरा बरा म्हणून तूबी मला तसंच वागवतो... ये साली जिंदगी बडी बेमतलब की हो गयी है। हर चीज पैसे से तोली जाती है।'

आता चौकीदाराला कचऱ्या आपला वाटू लागला होता. 'तू सही बोलता है कचऱ्या! जा, अपना काम कर. मुझे भी रखवाली करने दे. नहीं तो और एक –'

'बच्चेके उमरका लौंडा आयेगा और बकेगा।' त्याचं वाक्य कचऱ्यानं त्याच्या स्टायलीत पूर्ण केलं. आणि दोघे फस्सकन हसले!

कचऱ्या कचरा वेचताना नेहमी गुणगुणत व स्वत:शीच बोलत काम करण्यात रमून गेलेला असासचा.

एकदा मायानं त्याला त्याच्या या सवयीबद्दल विचारलं होतं, तेव्हा कचऱ्या हसून म्हणाला होता.

'दीदी, त्याचं असं आहे – हे तर बोलून-चालून गंदं काम आहे. ते करायला थोडंच मन रमतं? पण ते केलंच पाहिजे. आखिर पापी पेटका सवाल है ना! ते करताना नको-नको वाटतं बघ. त्यावर सुटका म्हणजे सिनेमाची गाणी म्हणणं आणि स्वत:शीच बोलत राहणं... उससे तकलीफ कम होती है!'

आताही तो स्वत:शी बोलत कामात गुंगून गेला होता.

'साला भलताच पैसेवाला गबरू गडी दिसतोय. दोन दारूच्या चांगल्या रंगीत बाटल्या कचऱ्यात फेकल्या बेट्यानं चक्क... अरेच्चा! आपुनका नसीब सिकंदर दिखता है। एका बाटलीत दोन घोट दारू शिल्लक हाय. आज रातच्याला मजा येईल. पण मायादीदीस्नी कळता कामा नये.'

त्यानं त्या दोन सुबक रंगीत दारूच्या बाटल्या पोतडीत टाकल्या.

'मघाशी स्कोडामध्ये गेलेल्या बाप्यानं पार्टी केलेली दिसतेय रातच्याला. डोळे लालीलाल व सुजलेले दिसत होते. त्याच्या बगलेतल्या बाईचे पण. साले, हे बडे लोक व त्यांच्या बायकाबी दारू पितात... बबन्या सांगतो ते खरं असलं पायजे... अंग उघडे टाकणारे कपडे, दारू पिणं आणि कुणाबी सोबत झोपणं... लई वंगाळ – गंदा काम... जाऊ दे. आपल्याला काय, माल मिळाल्याशी कारण! अरे वा... काल कुणाचा तरी बर्थ डे असावा... बराच केक गावला की कचऱ्या लेका! मजा हाय तुजी. आज तुझाच वाढदिवस समज. दुपारी घरी जा आणि चमच्यानं तो काढून दीदीच्या तोंडात भर. ती खूश होईल. आणि मायलाबी असं गोडधोड आवडतं. काल मायेनं बोटं मोडली... सौतेली हुई तो क्या? मां है आखीर। और उसे बच्चे कहां है? और होंगे भी नहीं। बाप साला बीमार जो है दारू के कारन...।'

एकदम जीभ चावीत गालफडावर स्वतःच मारून घेत कचऱ्या पुटपुटतो, 'मी पण बबन्यासोबत राहून वंगाळ बोलायला शिकलो की! बाप-मायबद्दल असं बोलणं बरं नाय!' त्याला आज कचरा कुंडीत प्लास्टिकचा बराच माल मिळाला, त्यामुळे त्याची तबियत एकदम खूश झाली होती!

'सूऽऽ हाय...' एकदम तो विव्हळला. त्याला कचरापेटी धुंडाळताना एकदम काहीतरी टोचलं होतं! त्यानं डाव्या हातानं उजव्या हातावरचा कचरा दूर करून पाहिलं. एक इंजेक्शनची सुई त्याच्या बोटात घुसली होती आणि बोट रक्तबंबाळ झालं होतं!

'अरे डॉक्टर, साला तू भी कमीना निकला. इतना पढालिखा है। फिर भी आम कचरा कुंडीमें इंजेक्शन फेक देता है।'

शहरात कचरावेचणाऱ्यांची एक संघटना स्थापन झाली होती. त्याच्यासह मिसरूड फुटलेला बबन्या दहा-बारा छोट्या कचरावेचणाऱ्यांचा गँग-लीडर होता. त्याच्या सोबत संघटनेच्या एका बैठकीला तो गेला होता. तिथं त्याला कळलं होतं की, दवाखान्याचा कचरा वेगळा असतो. तो कचराकुंडीत टाकता येत नाही. कारण सिरींज, इंजेक्शन इत्यादींमुळे इजा होऊ शकते. कदाचित एड्सही....

क्षणभर कचऱ्या घाबरला. टी.व्ही. पाहून-पाहून त्याला एड्स व एच.आय.व्ही.ची बऱ्यापैकी माहिती झाली होती. गेल्या तीन महिन्यांत त्याला दुसऱ्यांदा कचरा वेचताना वापरलेल्या इंजेक्शनमुळे अशी इजा झाली होती.

आपल्याला यामुळे हा भयानक वंगाळ आजार तर होणार नाही ना?

छट्...!

त्यानं जोरानं मान हलवली आणि तो विचार दडपला जावा म्हणून तो गुणगुणू लागला –

रोते हुये आते है सब, हसता हुवा जो जायेगा
वो मुकद्दर का सिकंदर जानेमन कहलाये गा!

त्याला अमिताभचे पिक्चर्स भारी आवडायचे. घरी एक सेकंडहँड टी.व्ही. होता. त्यावर तो अमिताभचा सिनेमा लागला की, न चुकता पाहायचा. 'साला, असली हीरो है। कैसी फायटिंग करता है। क्या डायलॉग मारता है। हमेशा गरीब का रोल जी जानसे करता है – दिल को छुता है साला!'

दुपार मोठी मजेत गेली होती. कचऱ्या व मायादीदीने तो सापडलेला केक चमच्यानं कापून खाल्ला होता. 'हॅपी बर्थ डे दीदी!'

'अरे, आपला वाढदिवस कुठे आपल्याला माहीत आहे? बापूस कधी शुद्धीवर असतो ते सांगायला?'

'म्हणून तर दीदी, जेव्हा-जेव्हा असं गोड खायला मिळतं ना, तो वाढदिवस समजायचा. आज केक आहे म्हणून हॅपी बर्थ डे!' त्यानं प्रेमानं दीदीला मिठी मारली होती.

तिनं त्याचे कित्येक दिवस तेलाचा स्पर्श नसलेले केस वत्सलतेनं कुरवाळले. 'भाऊ, तू खरंच माझा मोठा भाऊ का रे नाही झालास? किती करतोस माझ्यासाठी?'

'छोटा हुवा तो क्या हुवा? मर्द हूं। कमाता हूं और तेरी पढाईको मदत कराता हूं। तो बडा हुवा ना?'

त्याच्या निरागस बालचेहऱ्यावरचे भाव व शब्दांतून प्रकट होणारा मर्दानगीचा भाव यांत प्रचंड विसंगती होती. पण त्याचं बालपण सरत होतं. आणि कर्तेपणाचा दर्प जाणवत होता. हे चांगलं का वाईट, हा प्रश्न मायाला पडला होता.

'सुबह बोली थी ना, फी के लिये सौ रुपये चाहीये. ये ले. भंगारवालेसे जमा पैसे लाये है!' त्यानं खिशातून दोन नोटा काढल्या. एक शंभराची व दुसरी पन्नासची. शंभरची नोट तिला देत व दुसरी बोटात नाचवत खुशीत तो म्हणाला,

'दीदी, ये ले सौ रुपये। और ये मेरे पचास। आज हमारी पार्टी है... बबन्या के साथ खा-पी के झुठमुठ का बर्थ डे मनाऊंगा!'

मायाला क्षणभर काय बोलावं हेच कळेना. कचऱ्याच्या काळ्या रापलेल्या चेहऱ्यावर आनंद फुलून आला होता. पण तो बबन्यासोबत पार्टी करणार म्हणजे दारू पिणार... यापूर्वी तिनं त्याला कधी खडसावून तर कधी प्रेमानं समजावून सांगितलं होतं. तेव्हा त्यानं बबन्याकडून उचललेलं दारू पिण्याचं समर्थन तिच्या तोंडावर फेकून तिला चूप केलं होतं.

'हे पाहा दीदी. दारू वाईट आहे हे कळतं मला. पण काय करू? नाकात बसलेला

कचऱ्याचा वास खाताना, जेवताना किळस आणतो. त्यावर दारू हा उपाय आहे दीदी.'

आता तो वयाने नाही, पण अनुभवाने मोठा झाला होता. कमावता झाला होता. घरापेक्षा बाहेर जास्त वावरत होता. आणि कचरावेचणाऱ्याच्या दुनियेत हे आम होतं. त्याची तिलाही परवा-परवापर्यंत हेच काम ती करत असल्यामुळे माहिती होती. त्यापासून कचऱ्याला वाचवणं केवळ अशक्य होतं!

एक हताश सुस्कारा तिनं सोडला. एवढंच ती म्हणाली की, 'बबन्यासंगं फार राहू नकोस भाऊ. तो चांगला नाही.'

'तुला नाही माहीत दीदी, तो आमचा गँगलीडर आहे. मला गाइड करतो. मदत बी करतो. तुम मत परेशां हो मेरी बहना। अब मुझे समझदारी आ गयी है...।'

पण त्याची समजूत किती वरवरची आणि भोळी होती, याचा विपरीत अनुभव त्याला त्याच रात्री आला.

बबन्या हे एक परिस्थितीनं पोळलेलं पण त्यातून तावूनसुलाखून निबर झालेलं व्यक्तिमत्त्व. बालवयात आलेल्या कटू अनुभवानं तो बराच निबर झालेला. सर्व व्यसनं करणारा आणि कठोर मनाचा. लहान वयात जे भोगावं लागलं, ते तो आता इतरांना देऊन सव्याज भरपाई करण्यासाठी घारीप्रमाणे झडप घालून सावज टिपणारा शिकारी होता.

कचऱ्या जरी हिंदी सिनेमे पाहून आणि मोठ्या बहिणीचा शिक्षणाचा भार उचलल्यामुळे स्वत:ला मोठा समजणारा असला, तरी भाबडा होता.

अलीकडे त्याला बबन्याच्या रफटफ व्यक्तिमत्त्वानं चांगलंच प्रभावित केलं होतं. त्याच्याकडूनच जे दारू पिण्याचं तत्त्वज्ञान त्यानं आत्मसात केलं होतं, ते आज मोठेपणाचा आव आणीत त्यानं मायादीदीच्या तोंडावर फेकलं होतं!

दोघांनी सायंकाळी एक देमार सिनेमा टाकला. एका हॉटेलात जाऊन कोल्हापुरी रस्सा आणि भाकरीचा बेत पार पाडला. आणि बबन्याच्या खोलीत दारू घेतली.

'कचऱ्या... तू माझा दोस्त. लहान भौ आहेस. पी लेका पी. तू भी क्या याद रखेगा?' असं म्हणत आग्रह करून त्यानं कचऱ्याला दारू थोडी जादाच पाजली.

कचऱ्यानं भान हरपत चाललं होतं. 'मला – मला घरी जाऊ दे –'

'यार, अशा अवस्थेत कसा जाशील? इथंच झोप!'

मध्यरात्री त्याला जाग आली, तेव्हा बबन्या त्याला झोंबत होता. त्याची चड्डी काढलेली. काहीतरी विपरीत, अनैसर्गिक घडलंय, याची त्याला जाणीव झाली. नशा खाडकन उतरली. 'सोड बबन्या मला, मी बाई थोडाच आहे असं करायला? मी तुझा लहान भौ ना....'

'सोडेन बरं सोडेन. पण जरा मजा करू दे.' खदाखदा हसत बबन्या त्याला अधिक घट्ट धरीत म्हणाला,

'पुरुषा-पुरुषांतही हा खेळ खेळता येतो. तोच तुला मी दावतो... तू अजून कोवळा आहेस बेट्या. मला मजा येतेय....'

'हे – हे बरं नाही बबन्या.'

'लहानपणी त्या दुर्गाभाईला मी असंच विनवलं होतं, पण त्यानं मला कुठे सोडलं होतं? तो – तो संताप आहे, मला सूड घ्यायचाच.'

'मग तेचा घे की!'

'तो गब्रु कसा गावणार? आनी तो आता काय कामाचा? अशा खेळात कोवळी पोरं लागतात....'

कचऱ्यानं बराच प्रतिकार केला. पण बबन्या ताकदवान होता. त्याच्यापुढे कचऱ्याचं बळ कमी पडत गेलं. आणि एका विकृत संभोगाचा तो शिकार झाला!

सकाळी मनानं मोडलेल्या व शरीरानं कुस्करल्या गेलेल्या अवस्थेत कचऱ्या घरी जात असताना बबन्याचं शापवत वाक्य त्याच्या कानात घुमत होतं,

'तुला बी माझ्यासारका एड्स होणार लेका. असा खेळ झाला की, असं होतं म्हणे... म्या तर जल्द से जल्द मरणार, पण तू बी यातून सुटत नाहीस. हां... हां... हां...!'

घरी परतल्यावर तो पाय पोटाशी घेऊन झोपी गेला. मायादीदीनं त्याला उठवलं, तेव्हा हंबरडा फोडीत तो म्हणाला,

'दीदी, मला वाचव. मला – मला मरायचं नाहीये. मला – मला एड्स होणार... नव्हे, झालाच म्हण... मी – मी मरणार दीदी...! मी – मी काय करू? काय करू?'

प्रकरण चौदा

'तुमच्या बालमजुरांत कचरावेचणारे येतात का अरुणभैय्या?'

अरुणसमोर माया व कचऱ्या बसले होते. काळीसावळी पण तरतरीत, साधा, स्वच्छ धुतलेला सलवारकमीज, चेहऱ्यावर काहीसं व्याकूळलेपण. कचऱ्या तिचा धाकटा भाऊ बावरलेला. सर्वत्र भिरभिरती नजर. पण त्यात भय व्याकूळता. त्याचं वय साधारणपणे अकरा-बारा वर्षांचं असावं. माया डी.एड.ला आहे म्हणजे पंधरा-सोळाची असणार.

अरुणला चार दिवसांपूर्वी मायाचा फोन आला. 'तुमच्या बालमजुरांत कचरावेचणारे येतात का?' तिने विचारले. त्यानं आकाशवाणीवर कार्यक्रम अधिकाऱ्याच्या सहकार्यानं बालमजुरांच्या प्रश्नावर जनजागृतीसाठी साप्ताहिक मालिका सुरू केली होती. त्यात शेवटी तो आपला मोबाईल नंबर देत आवाहन करायचा की,

'जे बालमजूर आहेत व ज्यांना त्यातून बाहेर पडायचं आहे, त्यांनी मला फोन करावा. जर नागरिकांना कुठेही कामावर छोटी बालकं आढळून आली, तर त्यांनी माझ्याकडे वा कामगार अधिकाऱ्यांकडे फोनने वा पोस्ट-कार्डने माहिती द्यावी. म्हणजे त्यांना मदत केली जाईल.'

मागच्या सोमवारचा कार्यक्रम ऐकल्यानंतर दहा मिनिटांतच मायाचा फोन आला होता. तिच्या प्रश्नाला उत्तर देताना अरुण म्हणाला,

'होय बेटा. जी-जी मुलं काम करतात व शाळेत जात नाहीत, त्या सर्वांना आम्ही बालकामगार मानतो. आमची संस्था 'स्वप्नभूमी' व आमची चळवळच 'बचपन बचाओ' त्या सर्वांसाठी आहे.'

'आमचं कचरा वेचणारं कुटुंब आहे भैय्या. मी आता डी.एड. करतेय. ते काम मी बंद केलंय. पण माझा धाकटा भाऊ, जो माझ्यासाठी मोठा भाऊ आहे, तो कचरा गोळा करून मला शिकवतो. त्याच्यावर एक वाईट प्रसंग ओढवला आहे. त्यातून मार्ग कसा काढावा कळत नाही. म्हणून तुम्हाला फोन केला.'

'काय प्रसंग ओढवलाय हे जरा सांगशील?'

'ते फोनवर सांगता येणार नाही. त्यासाठी तुमची प्रत्यक्ष भेट हवीय.'

'जरूर माया. माझ्या 'स्वप्नभूमी'त याल का? की मी तुमच्या घरी येऊ?'

'न – नको. आमची झोपडी आहे भैय्या. तिथं नको. आम्ही दोघे गुरुवारी येतो भेटायला. मला कॉलेजला सुट्टी आहे. कचऱ्या, अंहं शंकर, माझा भाऊ; पण सध्या आजारी आहे. ताप आहे. तो गुरुवारपर्यंत बरा होईल.'

'जरूर. मी वाट पाहतो. अकरा वाजता ये!'

आज माया व कचऱ्या त्याच्या समोर बसले होते. त्यांना काय व कसं बोलावं, हे सुचत नव्हतं. अरुणही शांत होता. त्यानं सावूला सांगून त्यांना चहा- बिस्किटं दिली होती. चहा बशीतून भुरकून पिताना व त्यात चार-सहा पार्लेजी बिस्किटं बुडवून खाताना कचऱ्या तृप्तीनं मिटक्या मारीत होता. अरुणला वाटलं, एवढं साधं खाण्याचं स्वस्त सुखही त्याच्या वाट्याला फार दिवसांनी येत असणार.

'माया, बोल ना! मला तुमचा मोठा भाऊ समजा. सारे जण मला अरुणभैय्या म्हणतात.' अरुण म्हणाला, 'संकोच करू नका. अगं, एकेकाळी मी पण याच शहरात कचऱ्याच्या वयात असताना रॉकेलगाडी शहरभर फिरवीत रॉकेल विक्रीचं काम केलंय. मीही एके काळी तुमच्यासारखा बालकामगार होतो. त्यामुळे संकोच नको. मोकळं बोला.'

मुद्दामच अरुणनं सविस्तरपणे आपला बालमजुरीचा भूतकाळ ते दोघे मोकळे व्हावेत म्हणून सांगितला. त्याचा अपेक्षित परिणाम दिसून आला. कचऱ्याची प्रतिक्रिया होती, 'म्हणजे भैय्या, तुम्हीपण –'

'हो. मीपण. आणि काही काळ कचरा पण वेचला आहे. तुला इंदिरानगर भाग माहीत आहे ना – तिथं.'

'माहीत आहे की! पण ती झोपडपट्टी हाय भैय्या. तिथं काय भंगार मिळणार विकण्यासाठी? मी चैतन्यनगर आणि आर.के.नगर भागात कचरा गोळा करतो. तो विकून मिळून रोज दीड-दोनशे सुटतात.'

'अरे वा! तू खूप कमावतोस बेटा.' अरुण म्हणाला, 'मुख्य म्हणजे तुझ्या दीदीला शिकवतोस, हे फारच छान आहे.'

'मग!' अभिमानानं कर्त्या पुरुषाच्या भूमिकेत शिरत कचऱ्या म्हणाला, 'ती लई हुशार आहे. तिला मी मास्तरीण करणार आहे, मग नुसता आराम करणार मी. तिला असं सांगून ठेवलंय!'

'शाब्बास! पण तू का नाही शिकत शंकर?'

इतका वेळ घडाघडा बोलणारा कचऱ्या आता चूप झाला. तेव्हा माया म्हणाली, 'तसा तो हुशार आहे भैय्या, पण अभ्यासाचा भारी कंटाळा. त्यात त्याला मारकुटे

मास्तर भेटले आणि त्याची शाळा सुटली. मग आमचे वडील गेले व पोटासाठी हे वंगाळ काम नशिबी आलं....!'

आणि आवेगानं तिनं आपली पूर्ण कहाणी सांगितली. ती ऐकताना अरुणला तसाच त्रास व वेदना होत होत्या. प्रत्येक बालमजुराचे अनुभव कामाचा प्रकार सोडला, तर शोषणाच्या संदर्भात सारखेच. माणुसकी जिवंत आहे की नाही, असं वाटावं इतके हृदयद्रावक.

मायाचा फोन आल्यानंतर अरुणच्या लक्षात आलं होतं की, आजवर आपण कचरा-भंगार गोळा करणाऱ्या बालमजुरांकडे फारसं लक्ष दिलेलं नाही. पण अत्यंत धोकादायक आणि आरोग्यास हानिकारक अशा वातावरणात कॉलनी, वस्ती, कचराकुंड्या तसेच जिथं नगरपालिका कचरा नेऊन टाकते, त्या डंपिंग ग्राउंडवर काच, इजा करणारे खिळे, ब्लेड्स, लोखंडी सामान, प्रसंगी दवाखान्याच्या सिरींज, इंजेक्शन्स आणि विटलेल्या-कुजलेल्या कचऱ्यातून डब्बे, बाटल्या, काचसामान हुडकून काढणं आणि ते भंगारात विकणं, या व्यवसायात जशी मोठी माणसं आहेत, तशीच त्यांची मुले-मुली पण आहेत. अत्यंत घाणीत त्यांना काम करावं लागतं. पायात गमबूट व हातात ग्लोव्ह्ज देणं नगरपालिका कायद्यात आहे. पण बहुसंख्य कचरावेचणारे त्याविना कचरा गोळा करतात. त्यांना छोटीमोठी इजा, सेप्टिक होणं तर नित्याचं; पण त्याची परिणती अनेकदा धनुर्वात व प्रसंगी एड्समध्ये होते, याची माहिती अरुणला होती!

आज माया व कचऱ्या जे सांगत होते, त्यातून आपण विचार केला त्यापेक्षा परिस्थिती किती अधिक भयानक व शोषणकारी आहे, याची प्रचिती येत होती.

'पण भैय्या, आम्हाला आणखी काही सांगायचं आहे. कचऱ्या फार परेशान आहे. त्याला – त्याला फार भीती वाटतेय.'

'कशाची?'

'आपल्याला एड्स तर होणार नाही ना याची?'

'क – काय?' अरुणला धक्का बसला. स्वत:ला सावरीत म्हणाला, 'काय घडलं ते संकोच न करता मला सांग. मग उपाययोजना करता येईल.'

'खरंच तुम्ही आम्हाला मदत कराल?' मायानं विचारलं.

'नक्की! मी वचन देतो तुम्हा दोघांना. 'अरुण म्हणाला,' माझं कामच मुळी बालकामगारांना मदत करण्याचं आहे.'

माया कचऱ्याच्या डोक्यावरून हात फिरवीत म्हणाली. 'कचऱ्या, मला माहीतंय, तुला हे सांगताना शरम वाटतेय. पण अरुणभैय्या त्यातून नक्की मार्ग काढतील. तू मला त्या दिवशी जे सांगितलंस, ते जसंच्या तसं काही न गाळता सांग!'

क्षणभर कचऱ्या चूप होता. अरुण त्याच्याकडे प्रेमळ नजरेने पाहत नि:शब्द धीर

देत होता. मग कचऱ्या बोलू लागला. अडखळत. मग काही क्षणांत भावनावेगानं झरझर बोलू लागला.

अरुण, दिनेश व सावू ऐकताना नि:शब्द होते. पण मनोमन कधी संतप्त तर कधी उगानं उकळत होते.

'मला- मला एड्स तर होणार नाही ना?' कचऱ्या हुंदका आवरत म्हणाला, 'मला वाचवा अरुणभैय्या. मला मरायचं नाहीये. मायादीदीला शिकवायचंय, तिचं लगीन करायचंय. पण त्यापूर्वीच मी मेलो तर? नाही, मला मरायचं नाही.'

आणि अनावर होत मायाच्या कुशीत शिरत कचऱ्या ओक्साबोक्सी रडू लागला. त्याचं आक्रंदन ऐकताना अरुण सद्‌गदित झाला, तर सावूला हुंदका फुटला.

पुढे होत अरुणनं कचऱ्याला जवळ घेतलं. त्याच्या पाठीवरून हात फिरवीत त्याला सांत्वना देऊ लागला,

'उगी बेटा. शांत हो. अशा एकाच प्रसंगामुळे एड्स होणार नाही. आजच आपण डॉक्टरांना दाखवू. मला खात्री आहे. पण समजा झालाच असेल एड्स तर त्यावर इलाज आहे. त्यामुळे खूप दिवस चांगलं निरोगी जगता येतं. कचऱ्या, तू नक्की मायाला टीचर झालेलं पाहशील आणि तिचं लग्नही. भाचरं खेळवीत तिच्या घरी आरामात खूप काळ राहशील...!'

***

'आता मी बबन्याचा मुडदाच पाडतो दीदी.' त्वेषानं आपल्या मुठी टेबलावर आपटीत क्रुद्ध स्वरात कचऱ्या म्हणाला. त्याचा हा जमदग्नी अवतार पाहून माया काहीशी घाबरली.

'अरे – अरे, हे काय कचऱ्या? असं काहीबाही करून तुला का जेलमध्ये जायचं आहे?' मायानं त्याला शांत करायचा प्रयत्न करीत म्हटलं.

'मला जेलपण चालेल दीदी.' कचऱ्याचा संताप अद्यापही ओसरला नव्हता. 'लई वंगाळ वागला माझ्याशी. त्याला माफी शाप नाही.'

मघाशीच अरुणभैय्यानं त्यांना येऊन खबर दिली होती की, दोन्ही एलिसा टेस्टचा निकाल निगेटिव्ह आला आहे.

'म्हणजे – म्हणजे मला एड्स झालेला नाही?' कचऱ्यानं आश्चर्यानं व काहीशा अविश्वासानं विचारलं, तसा अरुण म्हणाला, 'अगदी खरंय. मलाही आधी थोडी शंका होती. पण दुसरीही टेस्ट निगेटिव्ह आलेली आहे. आता तुला काही धोका नाही. बस, थोडी अशक्तता आहे. इथं एक महिना दोघे राहा म्हणजे तब्येत एकदम टामटुम होईल!'

‘पण भैय्या, तुम्हाला कशाला त्रास आणि आमचं ओझं?’ माया म्हणाली, ‘आम्ही जातो आपल्या झोपडपट्टीत. तिथं मी काळजी घेईन कचऱ्याची.’

‘ही ‘स्वप्नभूमी’ तुमच्यासाठी आहे. इथं साऱ्या सुविधा आहेत. तेव्हा तुम्ही दोघे इथंच राहणार आहात, समजलं?’ अरुण म्हणाला.

‘पण माझं डी.एड. कॉलेज, अभ्यास?’

‘इथून जात जा ना कॉलेजला. इथं अभ्यासाला निवांतपणा आहे.’ अरुण म्हणाला, ‘माया, तू डी.एड. झालीस की इथंच आमच्या प्रोजेक्टमध्ये काम कर. आम्हालाही चांगली शिक्षिका हवीच आहे.’

आणि कचऱ्याकडे वळून अरुण म्हणाला,

‘तुला बरं वाटलं की शाळेत जावं लागेल. तिथं शिकायचं. अक्षरज्ञान मिळवायचं!’

‘पण आमच्या आईचं काय भैय्या?’

‘स्पेशल स्कूलमध्ये दरमहा बालकामगारांना कामातून काढून शाळेत दाखल केल्याबद्दल भत्ता मिळतो, शंकर. तो तिला देत जा आणि माया, चार महिन्यांत तू डी.एड. होशील. तेव्हा तुला नोकरीचा पगार मिळेल. तेव्हा चांगल्या वस्तीत खोली घ्या व कचऱ्याला शिकवा.’

माया त्याच्याकडे कृतज्ञ भावानं कितीवेळ तरी पाहत राहिली. मग न राहवून त्याच्या पाया पडत म्हणाली. ‘भैय्या, किती करता हो तुम्ही आमच्यासाठी? आमचं कचरा वेचण्याचं काम कधी सुटेल असं वाटत नव्हतं! कचऱ्या, बघतोस काय? पाय धर अरुणभैय्याचे.’

दोघांना दोन्ही हातांनी मिठीत घेत अरुण म्हणाला, ‘मी – मी तुमचा मोठा भाऊ आहे, बस. हे – हे माझं काम आहे, मिशन आहे.’

अरुणभैय्या गेल्यावर इतका वेळ आपला आनंद नियंत्रित ठेवणाऱ्या कचऱ्यानं एक जोरदार आरोळी ठोकली. आणि गणेशविसर्जनाच्या मिरवणुकीत नाचावं तसा तो शिट्टीवर एक फिल्मी धून वाजवीत नाचू लागला.

माया स्तिमित होऊन पाहत होती. गेला महिनाभर कचऱ्या एड्सच्या व मरणाच्या भीतीनं एवढा निराश झाला होता की, त्याला जेवण जात नव्हतं की झोप येत नव्हती. सारखं तो ‘मला मरायचं नाही’, असं म्हणायचा. विव्हळ होत किंवा मग संतापून दात-ओठ खात ‘बबन्याला मी सोडणार नाही’, असं किंचाळायचा. कित्येकदा तो झोपेतून दचकून जागा व्हायचा. त्या वेळी अभद्र स्वप्नानं त्याचा चेहरा पांढराफेक पडलेला असायचा. मग माया त्याला थोपटायची व धीर द्यायची.

आज तो त्या भीतीतून बाहेर आला होता. आणि आनंदानं वेडंवाकडं नाचत होता. मायाला त्याची ही कृतीही लोभस वाटत होती. तिच्याही मनावरचं भयाचं जडशीळ ओझं उतरलं होतं!

'पुरे, कचऱ्या, पुरे.' माया त्याला थांबवत म्हणाली, 'अजून तू कमजोर आहेस. तुला त्रास होईल.'

'नाही दीदी, आज मी एकदम झकास आहे. काही थकवा वाटत नाही.' आपला नाच थांबवीत तो खुर्चीवर बसला. शर्टाच्या बाहीनं आलेला कपाळावरचा घाम टिपू लागला.

'आता – आता मला लई ताकद आल्यासारखं वाटतंय. तुझी शपथ दीदी!' कचऱ्या आवेशानं म्हणाला, 'आता मी बबन्याचा मुडदा पाडणार. त्याला नाही जिता मी सोडणार.'

'अरे – अरे कचऱ्या, हे काय बोलतोय?' माया त्याला दटावीत म्हणाली, 'आपण अरुणभैय्याच्या 'स्वप्नभूमीत' आहोत. तुला लवकरच शाळेत जायचंय. हातात पाटी-पेन्सिल धरायची आहे म्हटलं. तुझ्या हातात त्या मुडद्याचा खून करून बेडी नको. तुझी ही बहीण ते नाही सहन करू शकणार!'

मायाच्या डोळ्यांत आलेल्या पाण्यानं कचऱ्याचं बळ ओसरलं होतं. 'पण-पण, तो भडवा माझ्याशी लई वंगाळ वागला ते कसं विसरू?'

'प्रयत्न कर', माया म्हणाली, 'आपलं कचरा वेचणं अरुणभैय्यामुळे आता थांबतंय ना? आपल्याला चांगलं नीट जगणं सुरू करायचंय ना? मग हे विसर. नाहीतर आयुष्यभर तुला बेडी व जेल. मग मी कशी अभ्यास करू? कशी डी.एड. पास होऊ? मग माझं लग्न तू कसं करशील?'

तिची ही भाषा त्याला चटकन लागू पडली. तो शांत होत म्हणाला, 'मला तू हवीस मास्तरीण झालेली. बस. मरू दे त्या भडव्या बबन्याला. त्याच्या अंगात किडे होऊन तो मरेल....'

***

बबन आपल्या झोपडीत तळमळत पडला होता. त्याची ती अवस्था पाहताच अरुणला जाणवलं की, त्याला खात्रीनं एड्स झाला आहे. त्याचा खोकला, पडणारे बेडके व त्यात मिसळलेलं रक्त पाहून त्याला टी.बी. पण झाला नसेल ना, अशी शंका अरुणच्या मनात आली.

मायानं कचऱ्या कसा संतापानं बबनचा मुडदा पाडायच्या गोष्टी करतो, हे अरुणला सांगितलं होतं. तेव्हा अरुणनं चौकशी करून बबनचा पत्ता मिळवला व तो त्याला भेटायला गेला. त्याची मरणासन्न अवस्था पाहून अरुणच्या काळजात चर्रऽऽ झालं!

त्यानं धावपळ करून त्याला सरकारी दवाखान्यात दाखल केलं. तपासणी –

अंती एड्स व टी.बी. झाल्याचं निष्पन्न झालं. औषधोपचाराविना त्याची प्रकृती फारच खालावली होती. डॉक्टरांनी सांगितलं नाही, तरी बबन आता काही दिवसांचाच सोबती आहे, हे अरुणला मनोमन जाणवलं होतं!

अरुण त्याला एक दिवसाआड भेटायला जात होता. आधी बबन एक शब्दही बोलायचा नाही. कारण त्याचा दुनियेवरचा विश्वास उडाला होता. गँगलीडर असताना काय रुबाब होता त्याचा! सोबत चार-दोन पोरं असायची. त्याचा प्रत्येक शब्द आज्ञा म्हणून झेलायची. त्यानं विडी तोंडात धरली, तर काडेपेटीनं पेटवून द्यायची. त्याला चहा-नाष्टा आणून द्यायची.

पण मग त्याला हळूहळू कमजोरी जाणवू लागली. थुंकीतून रक्त पडू लागलं. सतत खोकणं, घामाघूम होणं असं सुरू झालं. त्याला काहीतरी भयंकर रोग झाल्याचं गँगच्या मुलांना जाणवलं, तसे एकेक जण अलगद त्याच्यापासून दूर झाले. तो एकटा पडला.

गेले दहा-बारा दिवस तर त्याला एवढा अशक्तपणा जाणवत होता की, झोपडीतून बाहेर पडणंच काय, बसणं कठीण होऊन बसलं होतं. शेजारी एक एकटी म्हातारी होती. ती त्याला दोन वेळा चहा व जेवण द्यायची. तेवढे पैसे आजही तो बाळगून होता. पण त्याची अवस्था पाहून त्या म्हातारीची पण माया आटली. ती दुरूनच त्याला भाकरतुकडा वाढून द्यायची. मात्र चोखपणे पैसा मोजून घ्यायची.

बबनला फार एकाकी व भयंकर उदास वाटत होतं. तो स्वत:शीच पुटपुटायचा. 'आपल्या गँगचे लोक आपल्या प्रेमासाठी नाही तर पैसा व खाण्या-पिण्यासाठी पुढेपुढे करीत होते. हा रोग जडला, ताकद गेली आणि गँग-लीडरकी पण गेली. ही म्हातारी पण पैसा संपताच भाकर-तुकडा द्यायचा बंद करेल.' एकाकी बबनचा साऱ्या जगावरचा विश्वास उडाला होता.

त्यामुळे अरुणनं जरी त्याला दवा-दारू केली, नंतर दवाखान्यात दाखल केलं व एक दिवसाआड भेटायला यायचा, तरी त्याचा कसा भरवसा बाळगावा, असं बबन्याला वाटत होतं. पण अरुणभैय्याचं प्रेमळ वागणं व मायेनं बोलत धीर देणं यामुळे विश्वास बसू लागला. हळूहळू तो त्याच्याशी बोलू लागला.

'हा रोग तुला कसा झाला?' असा प्रश्न एक दिवस अरुणनं विचारताच बांध फुटून पाणी वेगानं वाहावं, तसा बबन मोकळा झाला. त्यानं जे सांगितलं, त्यामुळे पुन्हा एकदा अरुण सुन्न व हतबुद्ध झाला.

बबन हा दुर्गाभाईच्या गुंडटोळीतला एक सदस्य होता. दहा वर्षांचा असताना तो कोवळा व देखणा दिसायचा. एकदा त्याच्यावर दुर्गाभाईची नजर गेली आणि त्याला त्यानं बळजबरीनं पलंगावर ओढला. कोवळ्या पोरांशी अनैसर्गिक संग करणं हा त्याचा विकृत छंद होता. त्याचा बबन एक बळी ठरला.

त्याला जेव्हा मिसरूड फुटली व शरीर मर्दासारखं तगडं झालं, तेव्हा दुर्गाभाईनं त्याला बिछान्यावर घेणं बंद केलं. आणि बबनला मग राडा करीत जरब बसवायचं काम दिलं. ते त्याला एकदम आवडलं. पचनी पडलं. आणि त्यानंही मग दुर्गाभाईचा कित्ता गिरवीत कोवळ्या मुलांशी संग करायला सुरुवात केली. त्यातलाच एक बळी कचऱ्या होता.

'मला – मला यापूर्वी एड्स का झाला नाही, याचं आश्चर्य वाटतं भैय्या. मी पण दुर्गाभाईप्रमाणे नीच वंगाळ वागलो. मला त्याची देवानं शिक्षा दिली. ते बी ठीकच हाय. मी जगायच्या लायकीचा नाही अरुणभैय्या. पण हा दुर्गाभाई का जगतोय? तो तर वंगाळांतला वंगाळ हाय!'

***

'दुर्गाभाई, मी अरुण पालिमकर. मला तुला भेटायचं आहे. केव्हा येऊ भेटायला?' अरुणच्या थेट फोनमुळे दुर्गाभाई क्षणभर बिचकलाच! 'का म्हणून मह्यासनी भेटायचंय? आपुन तर दुश्मन आहोत.'

'तू मला दुश्मन मानतोस, हे माहीत आहे.' अरुण शांतपणे म्हणाला, 'पण मी तुला नाही, तुझ्या काळ्या धंद्यांना व मुलांना काम लावण्याच्या प्रकाराला दुश्मन मानतो. पण भेटायला काय हरकत आहे? मला घाबरत तर नाहीस ना?'

'चल, हट साले! ह्यो दुर्गाभाई तुझ्यासारख्या चिल्लरला घाबरेल? पण का भेटायचंय तुला?'

'ते प्रत्यक्ष भेटल्यावर सांगेन!' अरुण म्हणाला, 'मला माहीत आहे, सकाळी तू डेपोवर असतोस. उद्या मी अकरा वाजता तुझ्याकडे येतो. एकटा. आणि माझ्याजवळ पिस्तूल-बिस्तूल नाहीये. ते सारं खोटं होतं!' आणि त्यानं फोन ठेवून दिला.

'चौधरी अ‍ॅन्ड डॉटर'चा बोर्ड दुरून पाहताच अरुणला आपलं बालपण आठवलं. सावत्र बाप काशिनाथसोबत आपण रॉकेल घेण्यासाठी येत होतो. बाबरी मस्जिद पडल्यानंतरचा दुसरा दिवस. तेव्हा प्रथम झालेलं दुर्गाभाईचं दर्शन. तेव्हा तो तरणाबांड हत्तीचं बळ असलेला गडी होता. काळ्या रंगामुळे काळूभाई म्हणून प्रसिद्ध होता. चौधरीशेठच्या मुलीसोबत लागू होता. आज त्या डेपोचा त्याने कब्जा केला आहे. वर्षांपूर्वी रॉकेलच्या डेपोला आग लागून त्यात चौधरी जळून गेला होता. पण मागच्या वेळी फोनवरून धमकी देताना त्यानं आपणच त्याला पेटवून मारल्याचं फुशारकीनं सांगितलं होतं! चौधरीच्या मुलीशी लग्न न करता राहतो. गावाकडच्या जातीच्या मुलीशी लग्न केलं होतं, अशी अरुणची माहिती होती!'

वरकरणी आपली लढाई दुर्गाभाईशी आहे; पण ती व्यक्ती नाही, एक शोषणाची व अन्यायाची वृत्ती आहे. ताकद, पैसा आणि गुन्हेगारीचा वापर करून लोकांचं शोषण करणं व वारेमाप पैसा मिळवणं हे अशा विषवल्लीचं काम असतं! आपली लढाई त्यानं लावलेल्या बालकामगारांच्या शोषणाविरुद्ध आहे. पैसा व ताकदीचा माज तरी किती असावा? कोवळ्या मुलांना वाममार्गाला लावणं, त्यांच्याशी अनैसर्गिक संग करणं आणि त्यांच्या स्वस्त श्रमावर गब्बर होणं. पुन्हा राजकीय कार्यकर्त्याचा बुरखा पांघरून लब्धप्रतिष्ठित होणं, प्रभावी होणं; एवढं की, मनीषसारख्या कलेक्टरची एका रात्रीतून बदली घडवून आणणं!

'बोल कशापाई इथवर आलास? काय काम हाय?' तुच्छतेनं दुर्गाभाईनं विचारलं, 'का हार मानायला आलास?'

'माझं वैयक्तिक काहीही काम नाही तुझ्याकडे.' अरुण शांतपणे म्हणाला, 'आणि मी शेवटच्या श्वासापर्यंत हार मानणार नाही. त्याचं कारणही तुला सांगतो. बालपणी शिवकाशीला फटाक्याच्या कारखान्यात मी बालकामगार होतो. तिथं तुझ्या कारखान्याप्रमाणे तेव्हा स्फोट झाला. अनेक माणसं – मुलं मेली. मी त्यातून सुदैवानं वाचलो. आताचं आयुष्य बोनस आहे माझ्यासाठी. ते मी माझ्यासारखे बालकामगार नव्यानं निर्माण होऊ नयेत किंवा जे झालेत त्यांचं काम बंद करून शिक्षण मिळावं म्हणून खर्च करीत आहे. जाऊ दे, तुला ते कळणार नाही.'

क्षणभर दुर्गाभाई चूप राहिला. मग उसळून म्हणाला, 'म्हयास्नी तू कोण होतास, काय करणार हायस, याच्याशी काई मतलब नाही. ते ऐकुनशानी घेण्याची इच्छा बी नाय. कामाचं काय ते बोल.'

'ठीक आहे.' अरुण म्हणाला, 'तुला बबन आठवतो?'

'कोण बबन?'

'तोच ज्याला तू काही वर्षांपूर्वी तुझ्या बेडवर घेत होतास.'

'आरं तिच्या आयला!' दुर्गाभाई त्याच्या नेहमीच्या सवयीनं शिव्याची लाखोली वाहत म्हणाला, 'तेनं तुला हे बी सांगितलं? लई माजलाय भाड्या. त्याला आता म्या नाय सोडणार!'

'त्याची गरज नाही दुर्गाभाई. तो मरणाच्या वाटेवर आहे. त्याला एड्स व टी.बी. झालाय तो – तो तुझ्यामुळे.' अरुण म्हणाला, 'आणि माझी माहिती खरी असेल, तर तुलाही तो झाला असण्याची दाट शक्यता आहे. कदाचित ए.आर.टी. ट्रीटमेंटनं तू अजून ठीक असशील...!'

दुर्गाभाई मनोमन चांगलाच हादरला होता. कारण कोवळ्या मुलाशी संग केला की, एड्सची बीमारी होत नाही, असं त्याला कुणीतरी सांगितल्यामुळे तो अनैसर्गिक संगाकडे वळला होता व त्याची त्याला गोडी लागली होती. त्याच्यात एड्सची

लक्षणं दिसत असल्याचे त्याला डॉक्टरांनी सांगितलं होतं. ट्रीटमेंटमुळे आणखी दहा-बारा वर्षे तो आरोग्यसंपन्न राहू शकेल, असं सांगितल्यामुळे तो निर्धास्त झाला होता. त्याचं स्वत:चं तत्त्वज्ञान होतं – 'पन्नाशीनंतर बाईचं सुख घेता येत नसेल, तर जगून काय फायदा? आपण पन्नास वर्षांपर्यंत सारे-सारे वंगाळ पण मजा देणारे, नशा देणारे शौक पुरेपूर करायचे. मग कधी बी मरायला तयार राहायचं.'

पण या अरुणला कसं कळालं आपल्या एड्सबद्दल? ते कबूल करणं दुर्गाभाईसाठी अपमानास्पद होतं.

त्यामुळे तो गुरकावून म्हणाला, 'तू काई माझा डॉक्टर नाहीय. मी एकदम झकास आहे. मला कायसुधीक झालं नाही. आज बी पंचेचाळिशीमध्ये वीस उमर असल्यावाणी सुकं घेण्यात म्या वस्ताद आहे. काय समजलास?'

क्षणभर अरुणला त्याची शिसारी आली. केवळ अधिकाधिक व विकृत कामभोग यातच पुरुषार्थ मानणारा हा माणसांतला डुक्करच म्हटलं पाहिजे.

'हे पाहा दुर्गाभाई, मी तुला एवढंच सांगायला आलो की, हे असे विकृत चाळे मुलांसंगं करू नकोस. तूही बर्बाद होशील!' अरुण परखडपणे म्हणाला, 'लहान लहान मुलांना कामाला लावणं आणि त्यांना गुन्हेगार बनवणं वाईट आहे. ते तू करू नकोस. तू स्वत:ला मोठा देवभक्त समजतोस. उद्या तुझ्या पापपुण्याचा हिशोब तिथं वर मांडला, तर पुण्याच्या पारड्यात काहीतरी उरेल का?'

दुर्गाभाई काहीसा अस्वस्थ झाला होता. त्याच्या मनात कुठेतरी अरुणचे परखड बोल घुसत होते. आजवर त्याला कुणी असे खडे बोल सुनावले नव्हते.

'मी तुझ्याबद्दल जे ऐकलं आहे, त्यावरून वाटतं की, बालपणीच तू अनाथ झालास. तुझ्याही वाट्याला जीवघेणी बालमजुरी आली. मग सिराजभाईनं तुला तुझा आडदांडपणा व ताकद पाहून उचललं व आजचा असा काळे धंदे करणारा दुर्गाभाई जन्मास आला. मी समजू शकतो. पण आज मी तुला बजावतोय, हे धंदे बंद कर. मुलांना तरी बर्बाद करू नकोस. नाहीतर आज जसं बबनला कुत्रंपण विचारत नाही, तशी तुझी हालत होऊ शकेल. नाही, मी तुला शाप देत नाही. पण ही शक्यता विसरू नको... नाहीतर आपला संघर्ष अटळ आहे. मी मरणाला भीत नाही, एवढं लक्षात ठेव....'

क्षणभर दुर्गाभाई चूप झाला होता. मग हलकेच म्हणाला, 'आजवरच्या जिंदगीत असं कुणी मला बजावलं नाही. बघेन. मी इचार करेन.'

अरुणला वाटलं, या वाल्यात वाल्मीकीचा थोडातरी अंश अजून जिवंत आहे. आपण त्याला त्यासाठी विचाराला प्रवृत्त केलं आहे. यापेक्षा जास्त काही मलाच काय, कुणालाही करता येणार नाही. आता पुढचं सारं त्याच्या विचारावर अवलंबून आहे.

सायंकाळीच त्याला दुर्गाभाईचा फोन आला. त्यानं चिक्कार प्यायली असावी.

त्याची जीभ जड वाटत होती. तुटक अडखळत तो बोलत होता,

'म्या कधी इतका इचार नाही करत. पन आज मोप केला. साला, डोकं गिरमिटलं. म्हणून भरपूर झोकली. तरी टकुऱ्यातून तुझे बोल जात नाहीत. पन, आमच्या धंद्यात परतीची वाट नाहीये बाबा. पुना इथं पॉवर आहे, पैसा आहे, सर्व प्रकारच्या नशेचं सुखच सुख आहे. ते जमेल तेवढं लुटायचं. मग मरून जायचं– एड्सनं किंवा हार्ट बंद पडून. काय फरक पडतो? त्यामुळे पुनांदा ठरलंय की, म्या असंच जगणार. यातच मला गोडी आन् सुख हाय. तू माझ्याशी उगी लढू नकोस. तुला मी बर्बाद करीन... पण आजतरी तुला एक डाव माफ केलं....'

'बचपन बचाव' व 'बालमजुरी-निर्मूलना'च्या ध्येय सिद्धीसाठी दुर्गाभाईसारख्या प्रवृत्तींना बदनाम करीत उघडं पाडलं पाहिजे व सामाजिक दबाव वाढवून त्या ठेचून काढल्या पाहिजेत; तरच या बालकामगारांना त्यांचं हरवलेलं बालपण आपण 'स्वप्नभूमी' मार्फत देऊ शकू.

त्यासाठी इथं या शहरात अडथळा आहे दुर्गाभाईचा व त्याच्यासारख्या नीतिभ्रष्ट मालकवर्गाचा. त्याविरुद्ध जनमत संघटित करीत, जागृत करीत लढलं पाहिजे.

पण सावधतेनं. प्रसंगी आक्रमक होत. बेसावध मरणं म्हणजे वाया जाणारं हौतात्म्य. ते मला नकोय. पूर्णपणे नाही पण काही प्रमाणात बालमजुरी-निर्मूलनाचं यश मला जिवंतपणी मिळवायचं आहे.

कचऱ्याचा पुन्हा शंकर होणे, हा यशाचा एक टप्पा असू शकेल आपल्यासाठी. आणि कदाचित ती दुर्गाभाईच्या साम्राज्याचा पहिला चिरा ढासळण्याची सुरुवात असेल....

प्रकरण पंधरा

'अशा फिल्ममध्ये 'दि एंड' किंवा 'समाप्त' अशी पाटी शेवटी झळकावता येते का? जोवर जगाच्या पाठीवर बालमजुरांचं शोषण होत राहील, तोवर अशा फिल्मला शेवट नाही.

'ही फिल्म पाहून किमानपक्षी मी तरी बालकाचं शोषण करणार नाही आणि बालश्रमावर उत्पादित पदार्थ – उदाहरणार्थ, फटाके आदी वापरणार नाही; तसेच हॉटेल, सिनेमागृहे इ. ठिकाणी बालकं काम करतात, तेथे जाणार नाही वा तेथील सेवा/उत्पादने घेणार नाही; त्याची तेथल्या तेथे मालकांना जाब विचारून जाणीव करून देईन, एवढं जरी सुजाणपणे आपण ठरविलं, तरी आमच्या श्रमाचं सार्थवहोईल.

'आणि काहींना यासाठी सक्रियपणे काही करावंसं वाटत असेल, तर त्यांचं आणि जे आपला काही वेळ, काही धन व श्रम देऊ इच्छितील, त्यांचंही स्वागत आहे.

'कारण आपलं मिशन ध्येय आहे 'बचपन बचाव!' प्रत्येक बालकामगाराचं हरवलेलं बालपण त्याला परत मिळवून द्यायचं आहे.

'म्हणून इथं 'दि एंड' नाहीतर 'बिगिनिंग फॉर टुमारो विदाउट एनी चाइल्ड लेबर' आहे.'

अरुणच्या धीरगंभीर आवाजानं 'कचऱ्या' या सुमारे चाळीस मिनिटांच्या फीचर फिल्मचा शेवट होतो व स्क्रीनवर 'बिगिनिंग फॉर टुमारोज वर्ल्ड फ्री फ्रॉम चाइल्ड लेबर!' अशी ठळक अक्षरं झळकतात आणि प्रेक्षागृहात फिल्म संपल्यानंतर काळोख होतो. तो तसाच काही मिनिटे ठेवला जातो. मग हलकेच प्रेक्षागृह प्रकाशमान केले जाते.

अजूनही खास शोसाठी आमंत्रित केलेले प्रेक्षक खुर्च्यांना खिळलेले. सुन्न. निस्तब्ध. काय प्रतिक्रिया द्यावी हे नकळून. टाळ्या तरी कशा वाजवायच्या, एका काळीज कुरतडणाऱ्या अनुभवाच्या प्रत्ययानंतर? पण दुसरा मार्ग तरी कोणता आहे प्रतिक्रिया देण्याचा? या संभ्रमावस्थेत काही काळ बोचक शांततेत जातो. मग हलकेच टाळ्या. 'ग्रेट. माइंड ब्लोइंग, हॉरिबल. कांट इमॅजिन. सो स्टार्क. सो हार्ड

हिटिंग!' अशी प्रतिक्रिया.

कचऱ्याच्या दिनक्रमावर आधारित, एका साध्या कॅमेऱ्यानं त्याचा एक दिवस, अरुणनं एका कॅमेरामनच्या साह्यानं टिपला होता. कुठलंही स्क्रिप्ट नव्हतं, संवाद नव्हते की अभिनय नव्हता. कचऱ्या जसा दररोज जगायचा, वागायचा, बोलायचा, तसंच त्याला एका आख्ख्या दिवसासाठी कॅमेऱ्याच्या प्रभावी लेन्सनं टिपलं होतं. त्याचं स्वत:शीच बोलणं, गाणं म्हणत कचराकाम सुसह्य करणं आणि तेथे सापडलेले अन्नपदार्थ ताव मारीत खाणं, हे सारं कॅमेऱ्यानं नेमकं पकडलं होतं. या फिल्ममध्ये काही क्षण मायादीदी, माय आणि बेवडा बाप दिसले होते. बबन्या आता एड्‌समुळे एवढा खंगला होता की, केवळ मृत्यूची प्रतीक्षा करणं एवढंच त्याच्या हाती उरलं होतं. त्यामुळे शेवटच्या पार्टीचा प्रसंग व अनैसर्गिक संबंध यासाठी अरुणनं बबन्यासारखा दिसणारा एक तरुण निवडला होता. हा प्रसंग जसाच्या तसा चित्रित करणं अर्थातच शक्य नव्हतं. तो भाग सूचकतेनं घेतला होता.

पण त्याचाही कचऱ्याला मनस्वी त्रास झाला होता. 'अरुणभैय्या, हा सीन आलाच पाहिजे का? मला आजपण त्याची याद आली की लई तरास होतो. मरदानगी मरून गेल्याप्रमाणं वाटतं....'

अरुणनं त्याची समजूत काढताना म्हटलं होतं, 'खरंय शंकर... तुला त्याचा त्रास होणार हे नक्की. पण बालमजुरी-निर्मूलनासाठी काम करताना अशा पद्धतीने बालकांचे शोषण होते, हे लोकांपुढे आणलं पाहिजे; तरच त्यांची सदसद्विवेकबुद्धी खडबडून जागृत होईल....'

कचऱ्याला अरुणच्या बोलण्याचा ढोबळ मथितार्थ कळला होता. त्यामुळे व एकूणच त्याच्याविषयी वाटणाऱ्या कृतज्ञतेच्या भावनेनं त्यानं फिल्म शूट करायला होकार दिला होता.

आज प्रेक्षागृहात ती फिल्म पाहताना कचऱ्याला एकाच वेळी मनस्वी त्रास व त्यातून आता सुटल्याची संमिश्र भावना जाणवत होती! आज बबन मरणाच्या वाटेवर आहे, हे कळल्यावर कचऱ्याची संतप्त जळजळीत प्रतिक्रिया होती, 'मरू दे साल्याला. त्या कुतरड्याची हीच लायकी आहे!'

'असं म्हणू नये शंकर,' अरुण त्याची पाठ थोपटत म्हणाला, 'अरे, मरणाच्या दारी वैर विसरायचं असतं!'

'पण त्यानं मला एड्‌सची लागण दिली. पुरुषासारखा पुरुष असून तेनं मला बाईसारखं वापरलं. मी ते कसं विसरू?' कळवळून पण अजूनही संतापाचा उद्रेक कमी झाला नसल्यामुळे संतप्त स्वरात कचऱ्या म्हणाला.

'अरे पण शंकर, तुझ्या वयाचा असताना त्यालाही त्या दुर्गाभाईनं असंच केलं होतं. त्यानं स्वत:च त्याची कबुली दिली ना?'

'खरंय... पण हे बरोबर नव्हतं. आता उद्या मीही असंच करावं कुठल्या तरी कोवळ्या पोराला फशी पाडून? नाही अरुणभैय्या, असं वंगाळ काम मी कधीच करणार नाही.' कचऱ्या म्हणाला,

'मी आता तुमी दाखवलेल्या वाटेनं जाणार.'

'शाब्बास शंकर! तुझं मन किती मोठं आहे. असाच राहा.'

'थँक्यू भैय्या!'

***

फिल्म शो नंतर कॉफीपानासह निमंत्रिताशी अरुणची मुक्त चर्चा सुरू झाली. त्या चर्चेत दिनेश, त्याची बहीण सावू, कचऱ्या आणि मायापण सामील झाले होते!

अरुणनं प्रथम मायाची ओळख करून देत म्हटलं, 'ही शंकरची – फिल्ममधल्या कचऱ्याची – बहीण. ही पण एकेकाळची बालमजूरच. कचरा वेचणारे. पण शिक्षणाची आवड म्हणून शाळेत जाऊ लागली. वस्तीशाळेमध्ये शंकरनं तिला शिकवलं. आज ती नर्सिंगचा कोर्स पास झाली आहे व तिनं व कचऱ्यानं एड्स/एच.आय.व्ही. संदर्भात इथल्या सिव्हिल हॉस्पिटलमध्ये व्ही.सी.टी.सी. केंद्रात समुपदेशकाचं काम मिशन म्हणून सुरू केलं आहे. शिवाय आमच्या 'बचपन बचाव'चे ते दोघे आता खंदे कार्यकर्ते आहेत!'

बालमजुरीच्या संदर्भात विविध प्रश्नांना उत्तर देताना अरुणनं बालकामगार हे घरगुती हिंसा व शोषणाला कसे बळी पडतात, तसेच बालवेश्यांना काय-काय भोगावं लागतं, हे पूर्ण तपशिलानं कथन केलं. बालकामगारांच्या छळाच्या काही कहाण्या सांगितल्या.

या वेळी सावू ताठरून गेली होती. बालवेश्या म्हणून भोगलेले जीवघेणे अनुभव पुन्हा तिच्या मनात जागे होत वेदना देत होते. दिनेशनं सावूचे खांदे थोपटीत तिला दिलासा दिला. आता दोघांची चांगली मैत्री जुळली होती. सावूनं पाणावलेल्या डोळ्यानं त्याच्याकडे पाहिलं. त्याची सर्द नजर बरंच काही सांगून जात होती. तिनं स्वत:ला सावरलं.

निमंत्रितांत बरेच पत्रकार व मीडिया चॅनेलचे प्रतिनिधी होते. त्यांना कितीतरी 'ह्युमन इंटरेस्ट स्टोरीज' मिळाल्या होत्या.

'पालीमकरजी,' एक पत्रकार म्हणाला, 'तुम्ही आज सांगितलं त्याआधारे बालमजुरांचं शब्दचित्र रेखाटणारी एक मालिका येत्या आठवड्यात सुरू करतो....'

'गुड! पत्रकारितेची ताकद आपण सर्वांनी बालमजुरीच्या प्रश्नाच्या जनजागृतीसाठी वापरली, तर समाजप्रबोधन व जागृती जरूर होईल!'

'हे सर्व ठीक आहे अरुणजी. पण या शहराचा व जिल्ह्याचा विचार करता बालमजुरी-निर्मूलनासाठी ठोस काय केलं पाहिजे?'

'गुड क्वेश्चन! मी त्याकडे येणारच होतो.' अरुण म्हणाला,

'आपल्या शहराला व जिल्ह्याला 'राष्ट्रीय बालकामगार प्रकल्प' (एन.सी.एल.पी.) राष्ट्रीय धोरणानुसार लागू आहे; पण त्याकडे जिल्हा प्रशासनाचं अक्षम्य दुर्लक्ष होत आहे. मी आपल्या माध्यमातून त्याकडे लोकाचं लक्ष वेधू इच्छितो. आमची संस्था त्या कामी पूर्णपणे प्रशासनाला सहकार्य करेल. आमच्याकडे मनुष्यबळ आहे आणि मुख्य म्हणजे 'बचपन बचाव' हे आमचं मिशन आहे. त्यासाठी शासनाच्या दहा पावले पुढे जात काम करायची आमची तयारी आहे.'

जरी अरुण स्पष्ट बोलला नाही, तरी त्याचा सारा रोख व रोष हा मनीषनंतर आलेले जिल्हाधिकारी पांडे यांच्याकडे होता, हे चाणाक्ष पत्रकारांच्या ध्यानात आलं होतं. अरुणचाही तो अंत:स्थ हेतू होताच.

केंद्र शासनानं हा जिल्हा एन.सी.एल.पी.साठी निवडला होता; पण प्राथमिक सर्वेक्षण करून प्रस्ताव पाठवण्याचे नाव पांडे घेत नव्हते. वास्तविक नवी दिल्ली येथे या संदर्भात निवडलेल्या जिल्ह्यांचे कलेक्टर्स व इतर अधिकारी आणि काही स्वयंसेवी संस्थांची दोन दिवसांची कार्यशाळा सहा महिन्यांपूर्वी केंद्रीय श्रममंत्र्यांच्या अध्यक्षतेखाली झाली होती. एका सेशनला खुद्द प्रधानमंत्र्यांनी वेळ काढून मार्गदर्शन केलं होतं व केंद्राची कटिबद्धता अधोरेखित केली होती. या कार्यशाळेला कलेक्टर पांडे हजर होते, तसाच 'बचपन बचाव'तर्फे अरुण आणि महाराष्ट्रातले काही धडपडणारे कार्यकर्ते पण निमंत्रित म्हणून उपस्थित राहिले होते.

पांडेंचा अरुणवर गुस्सा असावा. मनीषच्या निरोप समारंभातही त्याची उपस्थिती त्यांना खटकली होती. त्यांनी अरुणला एकदाही भेटीसाठी वेळ दिली नव्हती. दिल्लीतही त्याच्याशी कार्यशाळेत एक शब्दही बोलले नव्हते.

या कार्यशाळेनंतर अरुणनं पांडेंना एक पत्र लिहून एन.सी.एल.पी.साठी कसं सर्वेक्षण करावं, याचं एक टिपण पाठवलं होतं. इतर जिल्ह्यांतील प्राथमिक सर्वेक्षणांचा अभ्यास करून सर्वंकष माहिती जमा होईल, असे प्रपत्रही त्यानं सोबत परिश्रमपूर्वक बनवून जोडलं होतं! तसेच सहकार्याची व काम करण्याची तयारी दर्शविली होती. पण या पत्राची पांडेंनी जराही दखल घेतली नाही की, त्याला चर्चेला बोलावलं नाही. आणि केंद्राला प्रस्ताव पाठविण्यासाठी काही हालचालही मागील सहा महिन्यांत केली नाही.

हा सारा संदर्भ त्याच्या बोलण्याला होता.

'मला खरंच आरोप करण्यात रस नाही. 'बचपन बचाव' मिशनसाठी मी व माझी संस्था प्रसंगी सैतानाचंही साहाय्य घेऊ. शासक प्रशासन तर आपलंच आहे.

जनतेचं आहे. पण आज ते पूर्णत: संवेदनाशून्य असल्याप्रमाणे वागतं आहे. माझं जाऊ द्या, पण केंद्राच्या सूचनांचंही ते पालन करीत नाही. आम्हांला वगळून जरी सर्वेक्षण झालं तरी हरकत नाही. त्याचं आम्ही स्वागतच करू – पण तेही होत नाही. ही आमची खंत आहे, संताप आहे. प्रशासनानं कृपया या प्रश्नाकडे लक्ष द्यावं, एवढीच रास्त अपेक्षा आहे.'

***

'प्रेस कॉन्फरन्स घेऊन माननीय जिल्हाधिकाऱ्यांनी शहरात अवघे अकरा बालकामगार धोकादायक उद्योगात आहेत, तर ग्रामीण भागात बहुतेक फावल्या वेळात आई-वडिलांना शेतीकामात मदत करणारे असल्यामुळे ते बालकामगार नाहीत, असे निष्कर्ष जाहीर केले होते, ते किती चुकीचे, पडताळणी न करता केलेले विधान व निष्कर्ष होते, याचा हा खणखणीत पुरावा पाहा. कामगार अधिकाऱ्यांना छाप्याच्या वेळी बालकामगार सापडत नाहीत, म्हणून त्यांचे अस्तित्व नाकारणे म्हणजे अंध व्यक्तीला सूर्य दिसत नाही, म्हणून तो मुळी नाहीच आहे, असे म्हणण्याइतके हास्यास्पद आहे.

'आज या मोर्चामध्ये सुमारे एक हजार बालकामगार आहेत व बहुतांश धोकादायक आणि त्यांच्या आरोग्यावर विपरीत परिणाम होतील, अशा उद्योगांत काम करणारे आहेत. त्या सर्वांची शपथेवरील प्रतिज्ञापत्रे आम्ही आता शिष्टमंडळासह जिल्हाधिकाऱ्यांना सादर करू. अर्थात आम्ही ती स्टॅम्पपेपरवर देत नाही. कारण तेवढा खर्च करायला आमची 'बचपन बचाव' संस्था आर्थिकदृष्ट्या बळकट नाही. पण सर्वांची पूर्ण नावे व पत्ते प्रतिज्ञापत्रात आहेत. त्यामुळे त्यांच्या सत्यतेबाबत कोणीही शंका बाळगू नये!

'हा आमचा आजचा बालकामगारांचा मोर्चा शहर व जिल्ह्यात बालकामगार नाहीत, या जिल्हाधिकारी व कामगार अधिकाऱ्यांच्या दाव्याचा फोलपणा सिद्ध करण्यासाठी आहे. दुसरा उद्देश हा आहे की, जिल्हाधिकाऱ्यांनी पुन्हा नव्याने बालकामगारांचे सर्वेक्षण करावे. त्यासाठी आम्ही मदत करू, बालकामगारांच्या घरापर्यंत शासकीय यंत्रणेस घेऊन जाऊ!

'या जिल्ह्यात एन.सी.एल.पी. हा राष्ट्रीय बालकामगार प्रकल्प बालमजुरी-निर्मूलनासाठी सुरू व्हावा व बालकामगार मुलांना शिक्षण, आहार व आरोग्यसेवा मिळून त्यांचे हरवलेले बालपण त्यांना परत मिळावे, यासाठी आमचा अट्टहास आहे. त्याकडे जिल्हा प्रशासनाने आतातरी खुल्या मनाने पाहावे, अशी आमची आग्रहाची विनंती आहे.'

जिल्हाधिकारी कार्यालयाच्या परिसरात काढलेल्या मोर्चाला व जमा झालेल्या नागरिक व पत्रकारांना अरुण संबोधन करीत मोर्चाचा उद्देश स्पष्ट करीत होता.

धोकादायक उद्योगांत काम करणारे जिल्ह्यात केवळ अकरा बालकामगार आहेत, असे कलेक्टर पांडेंनी पत्रकार परिषद घेऊन कामगार अधिकाऱ्यांचा हवाला देत जाहीर केलं होतं. त्यामुळे एन.सी.एल.पी. प्रकल्प इथं मंजूर होऊ शकत नाही, असंही प्रतिपादन केलं होतं.

कामगार अधिकारी शेवाळे यांची ख्याती पहिल्यापासून विशिष्ट हेतूनं, कामगारांपेक्षा मालकवर्गाचे हित जपणारे अशीच होती आणि हे सर्वश्रुत होतं. अरुणनं त्यांना अनेकवेळा काम करणाऱ्या बालकामगारांची यादी पण दिली होती. पण छाप्यापूर्वी मालकवर्गास कल्पना देऊन ते घटनास्थळी छाप्याच्या वेळी बालमजूर दिसणार नाहीत, याची पूर्ण दक्षता घेत असल्याचे अरुणला जाणवलं. त्याच्या या शंकेला एका हॉटेलमालकानं दुजोरा देताना खाजगीत दिनेशच्या वडिलांना म्हटलं होतं,

'साला, तो तर लाचखाऊ आहे. अरुण पालिमकरवर तो मनोमन जाम खूश आहे. कोण बालकामगार ठेवून धंदा करीत आहे, याची त्याला अरुणमुळे घरबसल्या आयती खबर मिळते. त्याआधारे हा शेवाळे मालकाकडून पैसा उकळतो व छापा घालायचे नाटक करून अरुणची माहिती कशी साफ खोटी आहे व मालकवर्गाची बदनामी करणारी आहे, हे मीडियापुढे आणायचा व त्याद्वारे अरुणची बदनामी करण्याचा प्रयत्न करतो...'

मागील दोन छाप्यांत शेवाळेंनी गोपनीयता पाळून अरुणसह छापा घालून कामाच्या जागी बालकामगार पकडायचे मान्य केले होते. पण प्रत्यक्ष छाप्याच्या दोन्ही वेळा सर्व सहा-सात व्यावसायिक प्रतिष्ठानांत एकही बालकामगार आढळून आला नाही, तेव्हा अरुणच्या मनात संशयाची पाल चुकचुकली होती. या छाप्याची खबर कशी फुटते, हे त्याला समजेना. यामागे शेवाळे असतील हे प्रथम खरं वाटेना; पण आता त्याची खात्री पटली होती.

आणि आता तर शेवाळेंनी खोटारडेपणाची व निगरगट्टपणाची कमाल केली होती. कलेक्टर पांडेंनी सर्वेक्षणाचे काम त्यांच्यावर सोपवल्यानंतर पंधरा दिवसांनी मोठा गाजाबाजा करून केवळ अकरा बालकामगार शहरात असल्याचा व ग्रामीण भागात एकही बालकामगार धोकादायक उद्योगांत नसल्याचा अहवाल दिला होता. तो म्हणजे डोंगर खोदून उंदीर काढण्याचा हास्यापद प्रकार होता!

वार्ताहरांनी पांडेंच्या पत्रकार परिषदेमध्ये अवाक् होत, हे सर्वेक्षणाचे निष्कर्ष ऐकले. त्यांना ते पटत नव्हते. कलेक्टरकचेरीत चालणाऱ्या कॅन्टीनमध्येही दोन बालके चहा-पाणी आणून देताना अनेक वार्ताहरांनी पाहिली होती. त्यामुळे या संदर्भात त्यांनी काही अडचणीत आणणारे खोचक प्रश्न विचारीत शेवाळेंना व

पर्यायाने पांडेंना जेरीस आणले. जिल्हा माहिती अधिकाऱ्याकडे पांडेंनी जळजळता कटाक्ष टाकला, तेव्हा ते मनोमन काय ते समजले.

त्यांनी खुर्चीवरून अर्धवट उठत म्हटलं, 'मित्रांनो, कामगार अधिकाऱ्यांच्या अहवालाच्या निष्कर्षाच्या प्रती मी तुम्हांस देतो. त्या आपण अभ्यासाव्या, अशी विनंती आहे.'

आता पांडेंनीही पत्रकार परिषद गुंडाळत म्हटलं, 'हे पाहा, कामगार अधिकारी हे जबाबदार अधिकारी आहेत. त्यांनी त्यांचा अहवाल हा तपासाअंती तयार केला आहे. तुम्ही एक विसरता, सर्व कामांत बालकांना काम करायची बंदी नाही. केवळ धोकादायक उद्योगांत काम करण्यावर बंदी आहे. हॉटेल, गॅरेज वा दुकानात काम करण्यासाठी बालकांना बंदी नाही. केवळ काही निर्बंध आहेत. धोकादायक उद्योगांतील बालकामगारांच्या पुनर्वसनासाठी एन.सी.एल.पी. आहे. त्या संदर्भात केवळ अकरा बालकामगार शोधून सापडले आहेत. त्यामुळे इथं एन.सी.एल.पी. प्रकल्प मंजूर होऊ शकत नाही, एवढेच मला सांगायचे आहे!'

पत्रकारांपैकी अमर हा सामाजिक बांधिलकी मानणारा व अरुणला जाणणारा व त्याचं 'बचपन बचाव'चं काम जवळून पाहणारा होता. पत्रकार परिषदेनंतर त्यानं बाहेर येऊन अरुणला फोन लावला, तेव्हा अरुण म्हणाला,

'हा सारा प्रकार उद्वेग आणणारा व एका अर्थाने फार्सिकल आहे. तुला वेळ असेल, तर आता माझ्याबरोबर चल. सोबत कॅमेरा घे व स्वत:च दोन-तीन धोकादायक उद्योगांत काम करणाऱ्या मुलांचे फोटो घे. कॅमेऱ्यात मात्र तारीख व वेळ येईल हे पाहा व तसेच फोटो छापा म्हणजे झालं!'

दुसऱ्या दिवशीच्या 'जनसत्ता'मध्ये पांडेंची 'जिल्ह्यात बालकामगार नाहीत!' ही बातमी हेडलाइन देऊन छापण्यात आली व चौकटीत 'टीकेविना' या शब्दांसह दोन बालकामगारांचे फोटो छापले. एक, वीटभट्टीत काम करणारा आठ वर्षांचा मुलगा डोईवरून वीट वाहून नेताना व दुसरा, घरी आईसोबत विड्या वळत असलेल्या दोन छोट्या बहिणी-बहिणींचा फोटो होता. त्या फोटोतली त्यांची खंगलेली शरीरयष्टी बोलकी व सुन्न करणारी होती!

सर्व वृत्तपत्रांनी त्याच दिवशी अरुणनं पांडे व शेवाळेंच्या वृत्ताचं खंडन करण्यासाठी घेतलेल्या वार्ताहर परिषदेचंही वृत्त सोबत दिलं होतं. अरुणनं विविध पद्धतीची आकडेवारी देत जिल्ह्यात सुमारे तीन हजार बालकामगार धोकादायक उद्योगांमध्ये व दहा हजारांपेक्षा जास्त बिगरधोकादायक उद्योगांमध्ये असल्याचे प्रतिपादन केले होते. 'खरंतर ही धोकादायक व बिगरधोकादायक कामाची कायद्यानं केलेली विभागणी आमच्या संघटनेला तसेच देशपातळीवर काम करणाऱ्या एम.व्ही.एफ. हैद्राबाद या संस्थेला मान्य नाही. जो मुलगा शाळेत नाही, तो बालकामगार

समजावा, ही आमची मागणी आहे. सहा ते चौदा वयोगटातील जी मुले शाळेबाहेर असतात, एकतर ती काम करीत असतात वा घरी भावंडं सांभाळीत घरकाम करीत असतात. जी रिकामी हिंडत असतात, त्यांना आई-बाप आज ना उद्या 'रिकामा का राहतोस? शीक किंवा काम कर' म्हणून दडपण आणीत आर्थिक विवंचनेमुळे कामाला लावतात, हे अनेक अभ्यासांतून सिद्ध झाले आहे. ज्या वयात मुलांनी शिकायचं, खेळायचं, त्या वयात न पेलणारं ओझं वाहत काम करायचं, ही मानवी अन्यायाची परिसीमा आहे.

'यासाठी राष्ट्रीय बालमजुरी-निर्मूलन प्रकल्प हे पहिले सकारात्मक पाऊल आहे. तेच उचलण्याची केंद्राची सूचना असतानाही जिल्हा प्रशासनाची तयारी दिसत नाही, ही त्यांच्या असंवेदनक्षमतेची खूण आहे, असं म्हटलं तर आम्ही बेलगाम आरोप करत आहोत, असं प्रशासनानं कदापि मानू नये!'

त्यानं शेवटी घोषणा केली की. 'पुढील आठवड्यात धोकादायक उद्योगांत काम करणाऱ्या हजार-पाचशे बालकामगारांचा मोर्चा मी जिल्हाधिकारी कार्यालयावर नेणार आहे. पांडे व शेवाळे हे जनतेची व केंद्र-राज्य शासनाची जिल्ह्यात एन.एल.पी.साठी पुरेसे बालकामगार नाहीत म्हणून दिशाभूल करीत आहेत व चक्क खोटी माहिती देत आहेत, हे त्यातून स्पष्ट होईल.'

वृत्तपत्रांनी अरुणच्या या मोर्चाद्वारे पांडेंना दिलेल्या आव्हानाला ठळक मथळा आणि सविस्तर माहिती देत चांगलीच प्रसिद्धी दिली होती. अमरनं एक पाऊल पुढे जात बोचरा सवाल केला होता –

'जिल्हाधिकारी पांडे दुर्गाभाई व त्याच्यासारख्या व्यापाऱ्यांना का घाबरत आहेत? त्यांनी मनीषच्या झालेल्या तडकाफडकी बदलीचा का धसका घेतला आहे?'

जनसत्तामधील हा थेट बोचरा सवाल पांडेंना पिसाळायला पुरेसा होता. त्यांनी जिल्हा माहिती अधिकाऱ्यांना बोलावून अमरबद्दल राग व्यक्त करीत त्याच्या वृत्तपत्राला यापुढे जहिरात द्यायची नाही, अशी तंबी दिली.

आणि तणतणले, 'मैं क्या किसी को डरता हूं? शिरवळकर, मी कलेक्टर व डी.एम. आहे. या दुर्गाभाई व इतर उद्योगपती-व्यापाऱ्यांना मी घाबरू? बिलकूल नाही. आणि मी बदलीला पण घाबरत नाही. पण मुळात मला हा बालकामगाराचा प्रश्नच मान्य नाही. त्यासाठी केंद्रानं काही करावं, हेही पटत नाही. मी ज्या सो कॉल्ड हिंदी 'बीमार' पट्ट्यातून आलो आहे, तिथं धड शाळा नाहीत की पुरेसे शिक्षक नाहीत. जे शिक्षक आहेत, ते शिकवत नाहीत. दांड्या मारतात. आणि शिकून सर्वांना नोकऱ्या थोड्याच मिळणार आहेत? त्या मुलांनी मग काय फुकट वेळ घालवायचा शाळेबाहेर? त्यापेक्षा काम केलं तर काय बिघडलं? कुटुंबाला हातभार व पोटभर जेवण तरी मिळेल की! बालमजुरी माझ्या मते 'ॲप्रेंटिसशिप वुइथ स्टायपेंड इन

फॉर्म ऑफ वेजेस' आहे. ते काही कौशल्यं शिकतील, जी त्यांना मोठेपणी पोट भरण्यासाठी उपयोगी पडतील....

'अरे भाई, मैं कलेक्टर हूं। माझं काम को-ऑर्डिनेशन व एनफोर्समेंटचं आहे. कामगार अधिकारी शेवाळेला बालकामगार सापडत नाहीत, तर मी काय करू? मी स्वत: जाऊ छापा घालायला की, बिहार-युपीचे बालकामगार आयात करू? वो ब्लडी साला अरुण पालिमकर व त्याची 'बचपन बचाव' संघटना... माय फूट!'

त्याच्या संतापाचा उद्रेक अकारण जिल्हा माहिती अधिकारी शिरवळकरांना झेलावा लागत होता. आपल्या कामाचा भाग म्हणून त्यांना हे सहन करणं भाग होतं!

पांडे उत्तरप्रदेशातील रामपूरमधून आले होते. त्यांचा वडिलोपार्जित व्यवसाय हा कुलूप कारखान्यांचा. या उद्योगात केवळ त्यांच्या कारखान्यातच नाहीत. तर सर्वच कुलूप कारखान्यांत बालकामगार मोठ्या प्रमाणात आहेत. बालमजुरी-निर्मूलन कायद्याप्रमाणे हा धोकादायक व्यवसाय; पण त्यांच्या नातेसंबंधातले अनेक जण पोलीस, प्रशासन व न्यायव्यवस्थेत मोक्याच्या पदावर असल्यामुळे आजवर तरी त्यांना या प्रश्नाचा उपद्रव झाला नव्हता, झालेला नाही. स्वस्त बालमजुरीवर त्यांचा कुलूप कारखाना गडगंज नफा कमावीत होता.

बालवयापासून पांडे बालकामगारांना कारखान्यात काम करताना पाहत असल्यामुळे त्यांचं कामावरील अस्तित्व त्यांनी गृहीत धरलेलं होतं. उलट, तिथं त्याला सामाजिक मान्यता. 'आप लोक बडा पुण्य का काम करते हो। सैंकडो बच्चों को काम देके दो वक्त की रोटी जो जुटाते हो!' अशी सार्वत्रिक कृतज्ञतेची भावना. पांडेचे वडील व आजोबाही म्हणायचे, 'हम तो गरिबों को भूकमरी से बचाते हैं। बच्चों का पेट पालते हैं।' गंगा-गोमतीच्या दुआबामधील ही परंपरा बालकामगाराला सामाजिक मान्यता देणारी होती.

त्यामुळे पांडेंना तत्त्वत: आणि कुलूप कारखानदारीची पार्श्वभूमी असल्यामुळे बालमजुरी-निर्मूलनाची चळवळ पटायची नाही. जोवर देशात गरिबी आहे व पुरेशा शाळा नाहीत, तोवर बालकामगार राहणारच, हे त्यांचं त्यांच्या मते विचाराअंती बनलेलं मत होतं व आहे. पण ते हे विसरायचे किंवा सोईस्करपणे दुर्लक्ष करायचे की, यावर मात करण्यासाठीच तर कायदा आहे व एन.सी.एल.पी. व आता सर्वशिक्षण अभियान आहे.

वरवर जरी माहिती अधिकारी शिरवळकरांना उद्देशून पांडे बोलत असले, तरी त्याचं ते एकप्रकारे प्रकट स्वगत होतं, त्याही पेक्षा स्वसमर्थन होतं. त्यांना हेही ठाऊक होतं की, शेवाळेंनी सर्वेक्षणाचा फार्स केला आहे. आपल्या जिल्ह्यात प्रकल्पासाठी धोकादायक उद्योगांत काम करणारे भरपूर बालकामगार आहेत. पण कलेक्टरपद उपभोगताना बालकामगारांच्या शाळा चालवणं म्हणजे एक नसती

कटकट वाटत होती. त्यामुळे त्या अहवालाच्या खोलात ते शिरले नव्हते.

अरुण अवघ्या चारच दिवसांत सुमारे हजार बालकामगारांचा मोर्चा आणेल व प्रशासनाचा आणि पर्यायाने आपला पर्दाफाश करेल, हे मात्र त्यांना अपेक्षित नव्हतं. त्यामुळे आपली तीव्र मानहानी होतेय, असं त्यांना वाटलं.

आज महिन्याचा पहिला सोमवार – 'लोकशाही दिन' असल्याने या दिवशी जिल्हाधिकाऱ्यांच्या कार्यालयात जिल्ह्याचे सर्व विभागप्रमुख जनतेच्या तक्रारी ऐकत होते. जेव्हा आपलं शिष्टमंडळ मोर्चाच्या वेळी भेटीस येईल, तेव्हा पांडेंनी सर्व विभागप्रमुखांसह त्यांना भेटावं व चर्चा करावी, असे अरुणने आवाहन केले होते. त्यात जेव्हा हा निरोप पांडेंना मिळाला, तेव्हा हा आपल्या अधिकाराचा अधिक्षेप असल्याचे त्यांना प्रारंभी वाटले; पण मग विचार केला तेव्हा त्यांना मनोमन पटले की, येथे दोषारोपण करायला इतर अधिकारी उपस्थित असलेले बरे. त्यांच्या कोर्टात नाकर्तेपणाचा चेंडू टोलवता येईल!

पण दोन तक्रारींच्या दरम्यान, महापालिकेचे आयुक्त विजय पाटील व मागील सहा महिन्यांपासून कार्यरत असलेले व पदोन्नतीने आय.ए.एस. झालेले जिल्हा परिषदेचे मुख्य कार्यकारी अधिकारी उन्हाळे हे आपसात हलक्या आवाजात वारंवार चर्चा करीत होते. त्यांच्या सोबत जिल्हा परिषदेचे शिक्षणाधिकारी शेटे होते. ते दोनदा बाहेर जाऊन आले होते व त्यांनी काही फाइली आणल्या, हे पांडेंची तीक्ष्ण नजर टिपत होती. ही आपल्याविरुद्ध काही कागाळी तर नाही? त्यांच्या मनात शंका चमकून गेली. शिवाय हा पाटील पदोन्नत असला, तरी बेडर होता. पांडे थेट आय.ए.एस. असल्यामुळे उपजिल्हाधिकारी संवर्गातून प्रथम अप्पर जिल्हाधिकारी मग आय.ए.एस.मध्ये पदोन्नत होणाऱ्या राज्यशासनाच्या अधिकाऱ्याकडे पाहण्याचा त्यांचा दृष्टिकोन पूर्वकलुषित होता. त्यामुळे अशा अधिकाऱ्यांना ते दर्पोक्ती करत त्यांचं स्थान दाखवून देण्याचा प्रयत्न करायचे. बहुतेक अधिकारी दबकून त्यांच्या कह्यात यायचे. पण पाटील त्याला अपवाद ठरला होता. त्यानं स्पष्टच म्हटलं, 'सर, आपण सहकारी आहोत व तसेच वागू या. मी माझे काम बघतो. तुम्ही तुमचे बघा. डोंट एन्क्रोच ऑन माय ज्युरिसडिक्शन – यु आर नॉट सपोजड टु डू सो!' पांडेंना पाटलाची ही स्पष्टोक्ती चांगलीच जिव्हारी लागली होती. त्यामुळे आताही पाटील, उन्हाळे व शेटेच्या खलबतानं ते किंचित अस्वस्थ झाले. ते बालमजुरीच्या संदर्भात चर्चेच्या वेळी आपल्याला कोंडीत पकडणार नाहीत ना?

पांडेंची शंका खरी ठरली होती! ते त्रिकूट चांगली तयारी करून व आपली स्वतंत्र भूमिका ठरवून आलं होतं!

अरुणचं पाच जणांचं शिष्टमंडळ जेव्हा जिल्हाधिकारी पांडेंच्या दालनात आलं, तेव्हा आल्याआल्याच पांडेंनी तुच्छतेनं म्हटलं, 'तुमच्या निवेदनाची आगाऊ प्रत

मला मिळाली आहे. आम्ही त्यावर जरूर विचार करू.'

'तो तर तुम्हाला करावाच लागेल सर!' अरुण आक्रमकपणे म्हणाला, 'पण आपण आहात, मनपा आयुक्त, जि.प.चे मुख्याधिकारी पण आहेत; तेव्हा थोडी चर्चा झालेली बरी.'

'ठीकाय. पण मला फार वेळ नाहीये. दहा मिनिटं मी तुम्हांला देतो.'

'ते चालणार नाही सर! आम्हांला चर्चेला आपण किमान अर्धा तास द्यावा, ही विनंती आहे. कारण मोर्चामध्ये सुमारे हजार बालकामगार आले आहेत. त्यांच्या बालहक्कांचा हा प्रश्न आहे. तुम्ही शासनाचे प्रतिनिधी म्हणून आम जनतेबरोबर बालकामगारांचे राखणदार व एकप्रकारे पालक आहात. प्लीज, लिसन देम अॅन्ड टेक सम काँक्रिट अॅक्शन!'

पांडेंना अरुणची मागणी मान्य करणं भाग होतं. पण चेहऱ्यावरचा कडवटपणा प्रयत्न करूनही त्यांना लपवता येत नव्हता.

'सर, आमचा हा मोर्चा हे सिद्ध करतो की, तुम्ही कामगार अधिकाऱ्यांमार्फत जे सर्वेक्षण केलं, तो निव्वळ फार्स होता. केवळ अकरा बालकामगार धोकादायक उद्योगात? ही घ्या दीड हजार बालकामगारांची प्रतिज्ञापत्रं... ते सर्व कायद्याप्रमाणे विडी कारखाने, बांधकाम अशा धोकादायक व्यवसायांत काम करणारे बालश्रमिक आहेत.'

'पण ही प्रतिज्ञापत्रं साध्या कागदावर आहेत, स्टॅम्पपेपरवर नाहीत. ती आम्ही वैध कशी मानायची?' पांडेनी टिपिकल नोकरशहासारखा प्रश्न टाकला, तेव्हा उसळून अरुण म्हणाला, 'मान्य. पण त्यासाठी आम्हाला स्टॅम्पपेपरचा सुमारे पंधरा हजार रुपये खर्च आला असता. आमच्या संघटनेची तेवढी आर्थिक ताकद नाही. पण आमच्यावतीनं या सर्व मुलांच्या नावाचा उल्लेख करीत एक प्रतिज्ञापत्र दिलं आहे!'

पाटलानं हस्तक्षेप करीत म्हटलं, 'सर, लेट अस नॉट गो इन टू टेक्निकॅलिटीज. बाहेरचा मोर्चा मी पाहिला आहे आणि अरुण पालिमकरांचं म्हणणं सत्य आहे. आपण फार वरवरचं सर्वेक्षण केलं, हे मान्य करणं भाग आहे!'

पांडेंनी क्षणभर संतप्त नजरेनं पाटील व उन्हाळेकडे पाहिलं. पण त्यांना स्वत:वर ताबा ठेवणं भाग होतं. अरुणनं सर्वेक्षणातला फोलपणा उघड केला होता, तेच पाटील अधोरेखित करत होता व हेच अप्रत्यक्षपणे सूचित होत होते की, पांडेंही याला जबाबदार आहेत.

'शेवाळे,' पांडेंनी कामगार अधिकाऱ्यांकडे कटाक्ष टाकीत म्हटलं, 'सर्वेक्षणाचं काम नियमाप्रमाणे तुमच्या कामगार खात्याचे. आज मोर्चात आलेले बालकामगार तुम्हांला कसे आढळले नाहीत सर्व्हे करताना?'

शेवाळे मान खाली घालून स्तब्ध होते. त्याच्या मनात दुर्गाभाईचे व इतर व्यापाऱ्यांचे पार्टीच्या वेळचे शब्द घुमत होते, 'हे पाहा साहेब, पुण्याच्या का

ठाण्याच्या कलेक्टरांनी मागे असंच सर्वेक्षण करून जिल्ह्यात चाइल्ड लेबर नाहीत, असं जाहीर केलं होतं. तुम्ही तसाच रिपोर्ट द्या. कलेक्टरसाहेबांचं आम्ही पाहतो.'

मनीषच्या तडकाफडकी झालेल्या बदलीनं दुर्गाभाईचं राजकीय वजन व उपद्रवमूल्य बरंच वाढलं होतं, हे शेवाळे जाणून होता. पुन्हा त्याच्याशी जुळवून घेणं नेहमीच आर्थिक दृष्ट्या फायद्याचं होतं. मुख्य म्हणजे तीन वर्षांचा पूर्ण कालावधी इथं टिकून राहणं व पुन्हा इथंच वरिष्ठ कार्यालयात पदोन्नतीवर जाण्यासाठी त्याच्यासारख्या पुढाऱ्यांना खिशात ठेवणाऱ्या व्यापाऱ्यांची मदत होणार होती. नुकतीच मागील पदावरील एक चौकशीची फाइल दुर्गाभाईच्या प्रयत्नानं बंद झाली होती.

'बोला शेवाळे, चूप का? उत्तर द्या!'

'ते काय उत्तर देणार सर? बालकामगारांचं शोषण करणाऱ्या व्यापारी व उद्योगपतींच्या सहवासात हे कायम असतात,' अरुण आज भलताच आक्रमक मूडमध्ये होता. 'हा घ्या पुरावा. मागील आठवड्यात त्यांच्या एका समारंभाला शेवाळे गेले होते. वृत्तपत्रात आलेली ही बातमी व फोटो पाहा.'

'पण तिथं शेवाळेंनी जाण्यात गैर काय आहे?'

'बालमजुरांचा सर्व्हे चालू असताना ते निश्चितच अनैतिक आहे. आणि पाहणी अहवाल हेच स्पष्ट करतोय की, मि. शेवाळे वॉज मॅनेज्ड बाय दीज अनस्क्रुपलस एलेमेंट्स एंगेजिंग चाइल्ड लेबर!'

शेवाळेंनी मनोमन ठरवलं होतं की, आपण काही बोलायचं नाही. पांडेंना आपली पाठराखण करावीच लागेल. नाहीतर आपल्यासोबत तेही गोत्यात येऊ शकतात!

पण पाटलांनीच त्यांना अडचणीत आणलं, 'सर, मी तेव्हा तुम्हांला म्हणालो होतो की, सर्वेक्षणाच्या कामात शिक्षणाधिकारी (प्राथमिक) व स्वयंसेवी संस्थांना सामील करून घ्या. आमचे शेटे हे जि.प.चे तसेच मनपाच्या शिक्षण मंडळाचे अध्यक्ष आहेत. त्यांच्याकडे शाळाबाह्य मुलांची आकडेवारी आहे. ती जरी घरोघर जाऊन तपासली असती, तरी बालमजुरांना हुडकता आलं असतं व तो आकडा काही हजारांत आला असता –'

पांडेंनी मनोमन त्यांना शिवी हासडली – 'रास्कल प्रमोटी!' पण काही न बोलता ते पेपरवेटशी चाळा करीत राहिले.

'सर, मीही दिल्लीला झालेल्या वर्कशॉपनंतर तुम्हांला जे पत्र पाठवलं होतं, त्यात हेच नमूद केलं होतं. माझ्याकडे चालू वर्षाचा शिक्षण विभागाचा शाळाबाह्य मुलांचा पाहणीअहवाल आहे. त्यात सोळा हजारांच्यावर शाळाबाह्य मुले आहेत व त्यांतील अकरा हजार कामं करतात. एवढ्या मुलांची जरी आपण पाहणी केली असती, तरी सर्वेक्षणाचा अहवाल वेगळा आला असता...' अरुणनं दुसरा घाव

घालीत पांडेंना हतबुद्ध केलं होतं!

इतका वेळ शांतपणे चर्चा ऐकणाऱ्या शिक्षणाधिकारी शेटे यांनी हलकेच मुख्याधिकाऱ्यांकडे पाहत पांडेंना म्हटलं,

'सर, परवानगी असेल तर एक बोलतो.'

पांडेंनी 'आता काय नवीन ब्याद ही?' अशा नजरेनं पाहत किंचित मान हलवीत परवानगी दिली.

'सर, जि.प.चा शिक्षणाधिकारी व महापालिका क्षेत्रातील मंडळाचा शासन-नियुक्त अध्यक्ष म्हणून हे शहर व पूर्ण जिल्ह्यातील प्राथमिक शिक्षणाची माझ्यावर जबाबदारी आहे. सर्व शिक्षण अभियानाचं एक उद्दिष्ट बालकामगारांना अनौपचारिक शिक्षण देत त्यांना मुख्य शैक्षणिक प्रवाहात आणणं हेही आहे. त्यामुळे मी सर्व शाळाबाह्य मुलांची काटेकोर पाहणी केली आहे व त्यामध्ये सुमारे पाच हजारापेक्षा जास्त मुले काम करतात, हे दिसून आलं आहे. पुन्हा पाहणी करायची असेल, तर मलाही कामगार अधिकाऱ्यांसोबत हे काम द्या. मी माझी यंत्रणा वापरून १५ दिवसांत उत्तम पद्धतीनं सर्वेक्षण करेन व नेमका बालकामगारांचा आकडा व एन.सी.एल.पी.चा प्रस्ताव अरुण पालिमकरांच्या मदतीने सादर करेन. बालकामगारांचं शिक्षण हे माझं केवळ कामच नव्हे, तर मिशन समजतो. म्हणून हे काम अधिक चांगल्या पद्धतीनं करेन. मला तुम्ही परवानगी द्या.'

पांडे मनोमन कमालीचे प्रक्षुब्ध झाले होते. एक पदोन्नतीनं आय.ए.एस. झालेला मनपा आयुक्त पाटील व मागील कलेक्टरशिपच्या कारकिर्दीत हाताखाली काम करणारा अप्पर जिल्हाधिकारी, जो आता इथं जिल्हा परिषदेचा मुख्य कार्यकारी अधिकारी म्हणून रुजू झाला आहे, त्या उन्हाळ्यांनी मिळून शेटेमार्फत पांडेंची बालकामगार सर्वेक्षणातली अकार्यक्षमता व झालेलं दुर्लक्ष अधोरेखित केले होते. हा सरळ-सरळ पांडेंचा अधिक्षेप होता. पण त्याला शेवाळेसोबत काही अंशानं तेही जबाबदार होते. अरुणनं मोर्चा काढून ते जगजाहीर केलं होतं. त्याच्यासमोर शेटेनं विनंती करीत सर्वेक्षण करण्याचं काम मागितलं होतं!

पाटीलनं दुजोरा देत म्हटलं, 'सर, शेटे एक जबाबदार अधिकारी आहेत. ते शेवाळेंना नक्कीच चांगली मदत करतील.'

'येस सर, आम्हांला नव्यानं सर्वेक्षण हवे आहे. पण ते पुन्हा केवळ शेवाळेकडे सोपवू नये. शेटे बालकामगारांच्या शिक्षणासाठी प्रामाणिकपणे प्रयत्न करत आहेत, त्यामुळे या टीममध्ये ते असतील, तर आमची हरकत असणार नाही!'

आता पांडेंना हा प्रस्ताव नाकारणं, केवळ अशक्य होतं. केवळ अधिकारीमंडळी असती तर बात वेगळी होती. पण समोर अरुण व त्याचं शिष्टमंडळ होतं. एका बाजूनं अरुण व दुसऱ्या बाजूनं पाटील, उन्हाळे व शेटेच्या त्रिकूटानं त्यांना चांगलंच

कोंडीत पकडलं होतं.

'ठीक आहे, मि. शेटे. तुम्ही पुढाकार घेत आहात हे चांगलं आहे. तुम्ही व शेवाळे मिळून काय ती आखणी करा.'

'त्यामध्ये आमच्या संघटनेलाही सामील करून घ्यावं सर.' अरुणनं ठामपणे प्रतिपादन केलं.

'सर, त्यांचं सहकार्य खूप मोलाचं ठरेल. शिवाय आपल्याबरोबर ते दिल्लीला वर्कशॉप करून आले आहेत. त्यामुळे केंद्राच्या भूमिकेला अनुकूल असा एन.सी.एल.पी.चा प्रस्ताव करणं सोपं जाईल.' शेटेनं परस्पर सांगून टाकलं.

पांडेंनी किंचितशी होकारदर्शक मान हलवली व साऱ्यांना निरोप दिला!

कॉरिडॉरमध्ये परतीच्या वाटेवर पाटील शेटेच्या पाठीवर थाप मारीत म्हणाले, 'वेलडन शेटे! आमच्या ब्रीफिंगच्या पलीकडे जाऊन पांडेंची चांगलीच जिरवलीत.'

'हा म्हणजे पाहुण्याहाती साप मारण्याचा प्रकार समजायचा?' उन्हाळेंनी हसत-हसत विचारलं. पाटील काहीसे गंभीर होत म्हणाले,

'नाही उन्हाळे. तुम्हांला माहीत आहे. मला शिक्षण हा विषय किती प्रिय आहे. इथं मनपाला आयुक्त म्हणून आल्यापासून सातत्याने मुलांना मिळणाऱ्या शिक्षणाचा दर्जा वाढावा म्हणून मी सतत प्रयत्न करीत आहे. दुसरी माझी चिंता आहे बालकामगार. त्यासाठी मी नवजीवन प्रकल्प राबवत आहे. इथं मला खरंच काही चांगलं काम करायचं आहे. त्यामुळे सर्वेक्षणाचा जो फार्स पांडेसाहेबांनी शेवाळेच्या मदतीने केला, तो मला अजिबात पसंत पडला नाही. उलटपक्षी चीड आली. खरंच सांगतो, ही बालमजुरांची जीवघेणी क्रूर चेष्टा वाटली. म्हणून पांडेंना जाणीव व्हावी म्हणून ही खेळी खेळली एवढंच.'

'पण त्यामुळे आता सर्वेक्षण चांगले व योग्य होईल. आणि कदाचित एन.सी.एल.पी. प्रकल्प मंजूर होईल.' उन्हाळे म्हणाला, 'पण सर, पांडेंची जिरली हे चांगलं झालं. माझा सी.आर. त्यांनी दोन वर्षांपूर्वी त्यांच्या हाताखाली काम करीत असताना बुद्ध्याच खराब केला, त्यामुळे माझी आय.ए.एस.ची पदोन्नती एक वर्ष उशिरा झाली. बढतीसाठी हे माझं शेवटचं वर्ष होतं. जर मी वयाची चौपन्न वर्षे ओलांडली असती, तर बाद झालो असतो. पण पांडेंची बदली झाली व नव्या कलेक्टरांनी चांगला सी.आर. लिहिला आणि मी वाचलो.'

पाटलांना उन्हाळेची व्यथा माहीत होती. दोन दशके जपलेलं व चांगलं राखलेलं करिअर पांडेंच्या एका वाईट आकसापोटी लिहिलेल्या सी.आर.मुळे वाया जाऊ शकलं असतं. पण त्याचं नशीब बलवत्तर होतं म्हणायचं!

'जाऊ दे उन्हाळे,' त्याचा हात घट्ट दाबीत पाटील म्हणाले. 'जो हो गया सो हो गया।'

'तरी पण सर –'

'लेट इट बी.' पाटील म्हणाला, 'आपल्या हाती फक्त आपलं कर्म असतं. ते तू उत्तम करतोसच. माझी खात्री आहे, तुझं नेहमीच चांगलं होईल. आणि मार्क माय वर्ड्स. पांडे विल सफर. सर्टनली सफर!'

'ओ.के. सर!' उन्हाळे स्वत:ला सावरीत म्हणाला, 'आता आपण खरंच अरुणच्या मदतीनं बालकामगारांसाठी काही चांगलं करू या. मी साधना परिवाराचा आहे. सानेगुरुजींना मानतो. त्यांच्याच शब्दांत सांगायचं झालं, तर बालमजुरांसाठी काही काम करून ईश्वराशी नातं जोडता येईल, त्यांनी म्हटलंच आहे ना,

'करी जो रंजन मुलांचे –'

पाटील व शेटेंनी त्याला साथ देत पुढील ओळ उच्चारली,

'जडेल नाते प्रभूशी तयाचे!'

आणि पाटील पुन्हा एकवार उन्हाळेंची पाठ थोपटत म्हणाला, 'धिस इज द स्पिरिट. कीप इट अप!'

प्रकरण सोळा

‘**आजच्या** कार्यक्रमाची सुरुवात स्वागत गीतानंतर थेट सुरू करण्यापूर्वी दहा मिनिटांचा एक छोटासा फॅशन शो आम्ही सादर करणार आहोत. युवर अटेंशन प्लीज!’

अरुणनं माइकवर ही घोषणा करताच प्रेक्षागृहातले सगळे बुचकळ्यात पडले. कार्यक्रमाचे प्रमुख अतिथी असलेल्या राज्याच्या गृहमंत्र्यांच्या चेहऱ्यावर नाराजीची आठी उमटली. त्यांनी आजच्या कार्यक्रमासाठी आपल्या अतिशय व्यस्त दिनक्रमातून अर्धा तास दिला होता. आता ‘स्वप्नभूमी’च्या माध्यमातून विविध व्यवसाय करीत चांगलं जीवन जगणाऱ्या पूर्वाश्रमीच्या बालमजुरांचा सत्कार त्यांच्या हस्ते ठेवला होता. आज ‘स्वप्नभूमी’चा तिसरा वर्धापन दिनही होता. अरुणच्या या संस्थेनं अल्पावधीतच बालमजुरांची सोडवणूक करणे, त्यांना शालेय व व्यावसायिक प्रशिक्षण देणे व रोजगार मिळवून देत, त्यांच्या कुटुंबांची बालमजुरीच्या दुष्टचक्रातून सुटका करण्यात लक्षणीय यश मिळवलं होतं! त्याची दखल घेत गृहमंत्र्यांनी अरुणच्या विनंतीला होकार देत आज समारंभाला उपस्थिती लावली होती.

आणि कार्यक्रम सुरू करण्याआधी अरुण या कार्यक्रमाशी पूर्णपणे विसंगत असा छोटेखानी फॅशन शो सादर करत होता!

इतर निमंत्रितांचीही अवस्था वेगळी नव्हती. मागील दोन वर्षांत एन.सी.एल.पी. सुरू होऊनही व त्यावर स्वयंसेवी संस्थेचा प्रतिनिधी म्हणून अरुण मुख्यमंत्र्यांच्या सूचनेमुळे नेमला गेला असूनही पांडेंचे त्याच्याशी सूर काही जुळले नव्हते. गृहमंत्री प्रमुख अतिथी असल्यामुळे ते नाइलाजाने आले होते. गृहमंत्र्यांची नाराजी ओळखत आगीत तेल ओतण्याच्या इराद्यानं त्यांच्या कानाशी लागत ते पुटपुटले, ‘सी सर, हे सो कॉल्ड एन.जी.ओ. पण पेज थ्री कल्चरचे झाले आहेत. काम कमी व प्रसिद्धी जादा, असं त्यांच्या यशाचं टेक्निक असतं!’

‘नो मि. पांडे, अरुण पालिमकर तसे नाहीत. मी त्यांना दोनदाच भेटलो आहे.

सहसा माझे माणसांबद्दलचे आडाखे चुकत नाहीत. ही इज सिन्सिअर टु द कोअर.' गृहमंत्र्यांना पांडेचा वकूब व कर्तृत्व माहीत होतं, म्हणून त्याला त्यांनी साफ धुडकावून लावलं. 'पण तरी अरुणनं समारंभात फॅशन शो का ठेवला असेल कळत नाही. लेट अस सी!'

गृहमंत्र्यांप्रमाणेच जिल्हा परिषदेचे सी.ई.ओ. उन्हाळे व शहराच्या महापालिकेचे आयुक्त विजय पाटील यांनाही अरुणच्या कामाबद्दल व प्रामाणिकतेबद्दल शंका नव्हती. तरी त्यांच्यापुढेही हा प्रश्न होताच

प्रसिद्धीसाठी? गर्दी खेचण्यासाठी? अंहं! तसं असतं तर याची पूर्वप्रसिद्धी अरुणला नक्कीच करता आली असती. नक्कीच दुसरा काहीतरी हेतू असावा यामागे आणि तो बालमजुरांशी संबंधित असणार. पण कल्पना ताणूनही या दोन बाबींचा संबंध त्यांना जुळवता येत नव्हता.

काही क्षणांतच पडदा वर गेला. रंगीबेरंगी प्रकाशाची उधळण आणि फ्युजन म्युझिक सुरू झाले. रेडिओवर निवेदिका म्हणून काम करणाऱ्या आणि कामाचा भाग म्हणून अरुणवर एक फीचर केल्यावर त्याच्या कामात सहभागी झालेल्या ज्योतीच्या मधाळ आवाजात निवेदन सुरू झालं.

'हा एकदम अनोखा व आगळावेगळा फॅशन शो आहे. आपण असा शो व असे कलाकार यापूर्वी कधीच पाहिले नसतील. प्रथम फॅशन शो पाहा. मॉडेल्सचे खास या कार्यक्रमासाठी बनवलेले फॅशनेबल ड्रेसेस व त्यांचे विभ्रम पाहा. आवडले तर दाद देण्याची कंजुसी करू नका!'

प्रखर प्रकाशात एक सतरा-अठरा वर्षांची सावळीशी पण नितांत देखणी मॉडेल रॅम्पवर सफाईनं पावलं टाकीत येते. पांढरी सिल्क ट्राउझर, पोपटी शर्ट आणि स्टायलिश कट असलेला बिझिनेस स्टाइलचा फिक्या भगव्या रंगाचा स्ट्राइप्स असलेला कोट.

'प्रेक्षक हो, ही कोण? कोणत्या मल्टिनॅशनल कंपनीची तर नाही? का गाजलेल्या 'कार्पोरेट' सिनेमाची हिरोइन बिपाशा बासूची ही नवी आवृत्ती? सावळी सलोनी इंडियन ब्युटी विथ बिझिनेस लुक ॲन्ड आउटफिट. कपाळावरच्या डिझायनर लाल ठसठशीत बिंदीमुळे ही आजची आधुनिक तरीही सेंट परसेंट इंडियन वुमन वाटते ना?

'ही चंदा. आमची आजची खास मॉडेल. तिची ओळख नंतर अरुणभैय्या मुख्य समारंभात करून देतीलच. या क्षणी नाव पुरे.'

टाळ्यांचा प्रचंड कडकडाट. अतिशय नजाकत, मार्दव व अदबीनं रॅम्पवरील पावलं टाकणं आणि बिझिनेस दुनियेची आठवण देणारा पोशाख. असा फॅशन शो टीव्हीवरही कधी पाहिल्याचं प्रेक्षकांना आठवत नव्हतं. म्हणूनच वेगळेपणाची

टाळ्यांनी दिलेली दाद.

'आता आम्ही दुसरी मॉडेल पेश करतो. मधू. अरे, ही मकबुल फिदा हुसेनची गजगमिनी तर नाही? नऊवारी साडीतली माधुरी?'

ज्योती अतिशयोक्ती करीत नाहीये असंच साऱ्या प्रेक्षकांचं मत मधूच्या रॅम्पवरील दर्शनानं झालं होतं. नऊवार साडी कलात्मकतेनं देहावर खोचून नेसलेली. स्लीव्हलेस चणिया चोळी व दंडावर बाजूबंद, नाकात नथ, भरघोस अंबाड्यावर भरगच्च सुरंगीची वेणी. आणि लावणी नृत्याची अदा करीत शालीनतेनं पावलं टाकणं. उत्तेजक सौंदर्याला मार्दवतेचं लोभस कोंदण.

'ही शेवटची मॉडेल आहे शहनाज. आणि प्रेक्षकहो, हीच या फॅशन शोची निर्माती व ड्रेस फॅशन डिझायनर. द शो इज कन्सिव्हड, ऑर्केस्ट्रेड ॲन्ड प्रेझेंटेड बाय शहनाज. ती स्वतः येते आहे –'

रंगमंचावर एक मॉड ड्रेस परिधान केलेली, पण अतिशय निरागस किशोरवयीन दिसणारी युवती प्रकाशमान होते. निळ्या जीनची लेस लावलेली पँट, वर सॅटीनचा सिल्वर बफ कलरचा पोलका आणि काळ्या-तांबड्या रंगाचा चामड्याचा शॉर्ट ओव्हरकोट. त्याची कॉलर आणि बाही राखाड्या रंगाच्या फरनं फॅशनप्रेमी प्रेक्षकांची, खासकरून तरुण मुलींची नजर वेधून घेत होती. करण जोहर, यश चोप्राच्या सिनेमातल्या परदेशी पार्श्वभूमीवर वावरणाऱ्या शहरी आधुनिक उत्साहाने सळसळत्या तरुणीचं प्रतिरूप वाटावं, असा तो पोषाख होता.

फॅशन शो संपला आणि रंगमंचावर पडदा पडला. मुख्य समारंभासाठी स्टेजवर खुर्च्या-टेबलांची मांडामांड सुरू झाली.

नुकत्याच संपन्न झालेल्या 'मिस महाराष्ट्र' फॅशन शोचे पांडे प्रमुख अतिथी होते. त्या शोच्या मानाने हा चक्क नऊवारी शो होता. तरीही त्या तिन्ही मुलींच्या सौंदर्यापेक्षाही आत्मविश्वास आणि त्या देहरूपाला शोभणारे सौम्य पण आधुनिक पोशाख मनात अरुणविषयी कटू भावना असूनही नकळत त्यांना आवडून गेले.

पुष्पहाराने प्रमुख अतिथींचं स्वागत 'स्वप्नभूमी'च्या निवासी सेतू शाळेत काम करणाऱ्या पूर्वाश्रमीच्या बालमजुरांच्या हस्ते करण्यात आलं!

'सर, हा बापासोबत गेली तीन वर्षे वीटभट्टीवर काम करणारा धोंड्या. पाळण्यातलं नाव धोंडीराम. पण जेथे जीवनातच राम नाही, तेथे नावात असला तरी चिमुकल्या मस्तकावर विटांचं ओझं वाहताना तो कसा शिल्लक राहील? तो आपलं स्वागत करीत आहे. त्याचा आपण स्वीकार करावा.'

एक नऊ-दहा वर्षांचा काळा, बुटका पण तरतरीत, खाकी अर्धी चड्डी, पांढरा शर्ट त्यावर खोचलेला आणि पांढरी गांधी टोपी डोईवर घातलेली असा धोंडीराम डाव्या बाजूने स्टेजवर गृहमंत्र्यांसमोर हार घेऊन आला.

'सर, आपण महाराष्ट्राचे जननायक. आमच्या धोंडीरामलाही तुमचं नाव माहीत आहे. तो नेहमी म्हणतो पण – 'मला, आबांसारखं मोठ्ठं व्हायचंय!' त्याच्या स्वप्नांना 'स्वप्नभूमीत' नवेनवे पंख फुटत आहेत. त्याच्या रापलेल्या हातांनी तुम्ही पुष्पहार स्वीकारून त्याला सन्मानित करावं!'

गृहमंत्री स्वत: गरिबीतून पुढे आलेले. 'काम करा व शिका' योजनेतून शिक्षण घेतलेले. ते भारावून गेले. त्यांनी वाकून दोन्ही हातांनी चिमुकल्या धोंडीरामला उचलून समोरच्या टेबलावर उभं केलं व म्हटलं, 'धोंडीराम, घाल आता हार!'

त्याच्या हातांनी गृहमंत्र्यांनी आपल्या गळ्यात हार घालून घेतला. मग तोच काढून त्याच्या गळ्यात घातला व प्रेमानं त्याच्या गालाचा मुका घेतला. फ्लॅशचा प्रकाशझोत आणि टाळ्यांचा प्रचंड कडकडाट.

'आता आम्ही जिल्हाधिकारी पांडे यांचं स्वागत करणार आहोत, ते चिंधीच्या हातून. चिंधी तिच्या नकळत्या वयापासून आईसोबत विडीच्या गिरणीत जाणारी. आईचं काम पुरं करण्यासाठी प्रथम हातभार लावण्यासाठी सुरू केलेलं काम आता नित्याचं झालं आहे. कारण मुलींना चांगल्या रीतीनं जलद विड्या वळता येत नसतील तर लग्न जमत नाही, ही या शहराची व विडीकामगारविश्वाची काही दशकांपासून दृढमूल झालेली परंपरा आहे. त्याचं ठसठशीत प्रतीक आहे चिंधी. नावापासून तिच्या लक्तरलेल्या जीवनाची कहाणी सुरू होते. पण स्वप्नभूमीनं तिच्या आकांक्षांना पुनर्जन्म दिला आहे. सर, तिला किरण बेदीप्रमाणे पोलीस अधिकारी व्हायचं आहे. आज गृहमंत्र्यांनी पोलीस खात्यात जे सफाईचं काम सुरू केलं आहे, ते भविष्यात ती निश्चितपणे करेल, अशी आपण सारे तिला सदिच्छा देऊ या!'

निळा फ्रॉक घातलेली व दोन वेण्या बांधलेली तरतरीत चिंधी स्टेजवर आली आणि तिनं पांडेंना हार घातला. त्यांच्या वरवरच्या शांत चेहऱ्यामागे अस्वस्थता होती. आपल्या वडिलोपार्जित कुलूपकारखान्यातील चिंधीसारखी असंख्य बिनचेहऱ्याची, अशाच नावांची काम करणारी छोटी मुलं त्यांच्या नजरेसमोर येत होती. इथं कलेक्टर म्हणून 'राष्ट्रीय बालकामगार प्रकल्प' कामाचा एक भाग म्हणून राबवावा लागत होता. आणि अरुणसारख्या जागरूक प्रतिनिधीमुळे त्याच्याशी चर्चा करणे, त्याच्या सोबत प्रत्यक्ष काम करणेही भाग पडत होतं. गृहमंत्र्यांमुळे त्यांना या कार्यक्रमास येणं भाग होतं. 'स्वप्नभूमी'चं काम आपल्या जिल्हाधिकाऱ्यांच्या कामाला कमीपणा आणतं, असं त्यांचं मत होतं. राष्ट्रीय बालमजुरीप्रकल्प व स्वप्नभूमीचं काम एकाच वेळी सुरू झालं होतं व ते समांतर होतं. त्यामुळे त्यांच्यापेक्षा अरुणलाच जास्त प्रसिद्धी मिळत होती. त्यामुळे त्यांचा इगो वारंवार दुखावला जायचा. आजही त्यावर छानपैकी मीठ-पाणी मारलं जात होतं!

'मी गृहमंत्र्यांना पांडेसरांच्या समक्ष हे सांगू इच्छितो की, या शहराची ओळख

ही इतर अनेक कारणांखेरीज बिडी कारखानदारीचं महाराष्ट्रातलं एक प्रमुख केंद्र अशी पण आहे. इथं बिडीउद्योगात बालमजुरांचं प्रमाण मोठं आहे. पण त्यांचं नाव कामगार म्हणून कुठेच नसतं. ते आपल्या आईवडिलांना त्यांचं दररोजचं नेमून दिलेलं बिड्या वळून देण्याचं काम पूर्ण करण्यासाठी मदत करतात. काही कारखाना-साइटवर, तर काही माल घरी देऊन काम करून घेतात. कदाचित त्यामुळे त्यांना अधिकृतपणे धोकादायक उद्योगातले बालकामगार म्हणून गणलं जात नाही. पण अरुणभैय्याच्या आग्रहानं व प्रत्यक्ष परिस्थिती पाहून त्यांना तसं प्रमाणपत्र कामगार विभागानं द्यायला सुरुवात केली आहे. आणि त्यामुळे स्पेशल स्कूलमध्ये त्यांना दाखल केलं जात आहे.

'या चिंधीची कहाणी फार हृदयद्रावक आहे. ती, तिची आई व तिची आजी अशी या घराची बालमजुरांची मागील पन्नास वर्षांची अखंड परंपरा आहे. मी आकाशवाणीसाठी मालिका करताना चिंधीच्या आजी व आईला भेटले आहे व त्यांची जन्मदारिद्र्याची कहाणी त्यांच्याच तेलगू व उर्दूमिश्रित मराठीत ध्वनिमुद्रित केली आहे. इथले बालकामगार म्हणजे बहुतांश मुली आहेत. मुस्लीम व आंध्रमधून आलेला तेलगू पद्मशाली समाज प्रामुख्याने बिडी उद्योगात आहे!'

ज्योतीच्या नेमक्या निवेदनानं बालमजुरीच्या प्रश्नाची व्यापकता आणि श्रमाच्या धगीत भाजल्या जाणाऱ्या निरागस बालपणाच्या दाहकतेकडे उपस्थित प्रेक्षकांचं लक्ष वेधलं जात होतं!

'आणि आता मनपा आयुक्त विजय पाटील यांचं स्वागत करण्यासाठी येत आहे, ममद्या खाटुक. जेमतेम महिना-दोन महिने तो शाळेत गेला, तेव्हा त्याच्या घरच्या खाटीकखान्याच्या व्यवसायामुळे त्याला वर्गात मुलं चिडवताना म्हणायची, 'आटुक बाटुक. चवळ्या चाटुक. हा पाहा आला बकऱ्या कापू ममद्या खाटुक!' मला नेहमी प्रश्न पडतो, मुलांमध्ये ही विलक्षण अशी क्रूर कल्पकता कशी येते? आपल्याच वयाचा एक मुलगा परिस्थितीमुळे वडिलांना त्यांच्या खाटीकखान्याच्या व्यवसायात मदत करतो, त्याला असं छळावं? तेही एवढं की, त्यानं शाळा सोडून द्यावी? पण स्वप्नभूमीनं त्यालाही आधार दिला आहे. ज्या कोवळ्या बोटांनी ममदूनं मारलेल्या जनावरांना साफ केलं असेल, त्याच बोटांत आता पेन्सिल आहे. त्यानं मुस्लीम धर्माच्या परंपरेप्रमाणे ७८६ लिहून शिक्षणाचा ओनामा केला, तेव्हा त्याचे अब्ब व अम्मीच्या चेहऱ्यावरचे आनंदाश्रू स्वप्नभूमीच्या कॅमेऱ्यानं नेमके टिपले आहे. तो फोटो जो कोणी पाहील, त्याला हे जाणवेल की, प्रत्येक मुलाला शाळेची ओढ असतेच. असा हा आमचा अक्षरपंढरीचा वारकरी ममदू खाटीक आयुक्तांचं स्वागत करीत आहे.'

शेवटचा सत्कार झाला तो जिल्हा परिषदेच्या मुख्य कार्यकारी अधिकारी उन्हाळे

यांचा. 'उन्हाळेसाहेबांचं स्वागत करीत आहे साहेब उर्फ थोटू. एका अपघातात त्याचा डावा हात गेला अगदी बालपणी. तेव्हापासून सारे जण त्याला 'थोटू' म्हणतात. आम्ही त्याला जेव्हा 'साहेब' या त्याच्या मूळ नावानं हाक मारतो, तेव्हा अनेकदा तो 'ओ' पण देत नाही; पण 'थोटू' म्हणतो तेव्हा चटकन प्रतिसाद देतो, एवढं हे नाव त्याच्या अंगवळणी पडलं आहे. आपण समाजात लोकांना त्यांचं शरीरव्यंग अधोरेखित करीत का नावं ठेवतो कळत नाही? हा आमचा थोटू उर्फ साहेब चार वर्षे एका बीअर बारमध्ये काम करीत होता. त्याच्या बालकामगार जीवनाची सुरुवात झाली, ती चहाच्या हॉटेलात. पण मालकाला बरकत आल्यावर त्यानं परमिट रूम सुरू केली. बालवयात थोटू बीअर देण्याचे काम करू लागला. गेल्या सहा महिन्यांपासून तो आमच्या स्वप्नभूमीत आहे. परमिट रूममध्ये काम करताना एका श्रीमंत गिऱ्हाइकानं चाळा म्हणून त्याला दारू पाजली व बालवयात तो चक्क सराईत दारुडा बनला. आम्ही त्याचं व्यसन जवळपास पूर्ण कमी करीत आणलं आहे, पण अजूनही त्याला 'विड्रॉवला सिम्पटम्स'चा त्रास होतो. पण त्याचा निश्चय व स्वप्नभूमीच्या वातावरणामुळे तो नक्कीचं व्यसनमुक्त होईल, असं आम्हाला वाटतं. आणि सर, त्याला नावाप्रमाणे साहेब व्हायचं आहे. मोठं अधिकारी व्हायचं आहे. तो उन्हाळेसरांचं पुष्पहारानं स्वागत करीत आहे.'

आता मुख्य प्रास्ताविकासाठी अरुण उभा होता.

'आज आमची संस्था 'स्वप्नभूमी' तीन वर्षांची झाली आहे. तिच्या वर्धापनदिनाच्या समारंभास गृहमंत्र्यांनी यावं, अशी आम्हा सर्व कार्यकर्त्यांची व बालहक्कांसाठी, बालमजुरी-निर्मूलनाच्या कार्यासाठी संघर्ष करणाऱ्यांची मनस्वी इच्छा होती. अलीकडच्या बालकामगारा विषयीच्या अनास्था व बेपर्वाईच्या काळात एका राज्यकर्त्यानं या प्रश्नी आस्था दाखवली व प्रचलित कायद्याचा वापर करून बेमुर्वत मालकवर्गास बालश्रमांच्या शोषणकरिता वेसण घालत येते, हे दाखवून दिलं. त्यामुळे आजच्या आमच्या कार्यक्रमासाठी गृहमंत्र्यांखेरीज अधिक योग्य पाहुणा आम्हास शोधूनही सापडला नसता. ते आज आमच्यात उपस्थित आहेत, याचा आम्हास आनंद आहे.

'मित्रहो, 'स्वप्नभूमी' ही बालहक्कांसाठी लढणारी आणि कोवळ्या मुलांच्या स्वप्नपूर्तीसाठी काम करणारी संस्था आहे. नेमकी काय मागणी असते मुलांची? त्यांना खेळकर वातावरण व माता-पिता आणि समाजाची वत्सल छाया असणारं बालपण हवं असतं! दुर्दैवानं प्रामुख्यानं गरिबीमुळे व अंशत: सामाजिक अनास्था, दुष्ट वा विघातक चालीरीती व परंपरेमुळे त्यांना कोवळ्या वयात कामाला लावलं जातं! आणि ज्या वयात खेळायचं, बागडायचं आणि मुख्य म्हणजे शिकायचं, त्या वयात त्यांच्या नशिबी उरस्फोडी काम येतं. जे केवळ त्यांच्या शरीरावरच विघातक परिणाम करत नाही, तर त्यांच्या मनावरही करतं. बालकामगारांना योग्य वेळी

मदतीचा हात दिला नाही, तर आयुष्यभर ते अकुशल व निरक्षर प्रौढाचं, गरिबी व अभावाचं जीवन जगतात आणि मुले पैदा करून त्यांनाही पुन्हा बालमजुरीच्या दुष्टचक्रात लोटून मरून जातात, संपून जातात.

'स्वप्नभूमी' हे दुष्टचक्र भेदण्याचा प्रयत्न करते, आपल्या कुवतीप्रमाणे व आपल्या ताकदीप्रमाणे. आज गृहमंत्र्यांच्या हस्ते पूर्वाश्रमीच्या काही बालमजुरांचा, जे आज या गरिबीच्या दुष्टचक्रातून बाहेर आले आहेत, त्यांचा सत्कार ठेवला आहे. हा आमचा प्रयत्न आपण जाणून घ्यावा.

'आज देशभर सुमारे अडीचशे जिल्ह्यांत एन.सी.एल.पी. म्हणजे राष्ट्रीय बालमजुरी-निर्मूलन प्रकल्प चालू आहे. त्याद्वारे धोकादायक उद्योगांतील बालकामगारांना सोडवून त्यांना शिक्षण देण्याचा मोठा देशव्यापी उपक्रम गेली दहा वर्षे चालू आहे. मग 'स्वप्नभूमी'ची काय गरज? ती पण हेच समांतर काम करीत नाही का? असा प्रश्न आपणाला पडणे साहजिकच आहे.

'याची दोन उत्तरे मी देईन. एन.सी.एल.पी.चं महत्त्व मी कमी लेखत नाही; पण त्यात काही अंगभूत दोष आहेत. पहिला दोष म्हणजे ती नोकरशहांच्या हातात गेली आहे. जिल्हाधिकारी जर संवेदनक्षम आणि आस्था असणारे असतील, तर तिथं काही चांगले परिणाम दिसून येतात. पण बालमजुरीच्या प्रश्नाबाबत संवेदनक्षम असा अधिकारी एखाद्या जिल्ह्याला मिळणं म्हणजे रखरखीत वाळवंटात ओॲसिस मिळण्यासारखं आहे; पण प्रत्येक वेळी तहानलेल्या मुसाफिराला ओॲसिस मिळतंच असं नाही. दुसरा दोष म्हणजे स्वयंसेवी संस्थांना महत्त्व न देणं. मी आज गृहमंत्र्यांना हे नम्रपणे सांगू इच्छितो की, देशात व महाराष्ट्रात असंख्य स्वयंसेवी संस्था शिक्षण व बालकांसाठी मनापासून मिशनरी वृत्तीने काम करीत आहेत. त्यांना एन.सी.एल.पी.वर घेऊन त्यांना प्रमुख काम व जबाबदारी दिली, तर हा प्रकल्प यशस्वी होऊ शकतो. इतरही अनेक दोष आहेत. पण सर्वांत मोठा दोष कोणता असेल तर तो हा की, जे शाळाबाह्य विद्यार्थी आहेत व जे तथाकथित धोकादायक उद्योगांत कामास नाहीत, त्यांचे काय? एन.सी.एल.पी. त्यांच्यासाठी नाही आणि राष्ट्रीय बालमजुरीबाबतच्या धोरणात त्यांच्यासाठी चार शब्द असले, तरी आजवर त्यांच्या अनौपचारिक शिक्षणाबाबत काही ठोस कृती देशात कुठेही झाल्याचे उदाहरण नाही. हे दोष किमान एका जिल्ह्यात तरी दुरुस्त करावेत आणि एक पथदर्शी प्रकल्प राबवून बालमजुरी-निर्मूलनाच्या कार्यक्रमास काही नवी दिशा देता येते का, हे पाहावे म्हणून 'स्वप्नभूमी'ची निर्मिती आहे. आम्ही चांगल्या उबदार बालपणाची केवळ स्वप्नंच बालकामगार मुलांना देत नाही, तर ती कृतीत आणण्यासाठी चाकोरीबाहेरचे प्रयत्न करतो.

'होय. आजचा फॅशन शो त्याचंच एक उदाहरण आहे. कसं, ते जेव्हा गृहमंत्र्यांच्या हस्ते सत्कारसमारंभ संपन्न होईल, तेव्हा सर्वांना जाणवेलच.

'मी एवढंच सांगेन की, 'स्वप्नभूमी'च्या या तीन वर्षांच्या वाटचालीत खूप कठीण, मन हताश करणाऱ्या प्रसंग व घटनांना सामोरं जावं लागलं. पण आशा वाटावी, उमेद अधिक वाढावी असंही बरंच काही घडलं आहे. जेव्हा एक-एक बालकामगार काम सोडून शाळेत दाखल होतो, अक्षरं गिरवतो, तेव्हा नवी उमेद येते. तो बालपणातून तरुण वयात पदार्पण करताना मानाचं जीवन चांगल्या प्रशिक्षणानं चांगल्या कामासह जगू लागतो तेव्हा वाटतं, स्वप्नं खरी होऊ शकतात. या बालकामगारांना चांगलं जीवन मिळू शकतं. 'स्वप्नभूमी'ची छोटीसी वाटचाल या सत्याची प्रचिती देणारी व भविष्याबाबत उमेद वाढविणारी आहे.

'आपण साऱ्यांनी 'स्वप्नभूमी'ला यथाशक्ती मदत करावी. मुख्य म्हणजे आमचा 'बचपन बचाव'चा ध्यास आपणही मनोमन घ्यावा. 'आम्ही बिघडलो. तुम्ही बिघडा ना,' या उक्तीप्रमाणे तुम्हीही आमच्या सोबत बिघडावं. थोडंसं वेडं व थोडंसं अविचारी बेभान व्हावं. कारण मोठी स्वप्नं कृतीत आणायची असतील, तर वेडं व्हावंच लागतं. तुम्ही होणार ना?'

अरुणच्या त्या हृदयस्पर्शी व काळजाला हात घालणाऱ्या हितगुजानं साऱ्या प्रेक्षकवर्गाच्या मनाचा ठाव घेतला होता. गृहमंत्र्यांनीही 'वेल सेड अरुणजी!' म्हणत त्याला दाद दिली होती.

केवळ पांडे कोरडे व तटस्थ नाही, तर जास्त अस्वस्थ होते. अरुणनं थेट नाही, तरी एकूण एन.सी.एल.पी.चे दोष सांगताना जे सांगितलं होतं, ते सारं या जिल्ह्याच्या पांडेंच्या जिल्हाधिकारी या नात्यानं अध्यक्षपद सांभाळणाऱ्या एन.सी.एल.पी.ला लागू होतं!

पुन्हा निवेदिका स्वातीनं माइकचा ताबा घेतला होता. 'मित्रहो, आता समारंभाचं प्रमुख आकर्षण असलेला सत्कार समारंभ गृहमंत्र्यांच्या शुभहस्ते होत आहे. अशा बालकामगारांचा, जे आज चांगल्या रोजगारासह चांगलं जीवन जगत आहेत.

सुमारे डझनभर कोवळ्या व तारुण्याच्या सीमारेषेवर असणाऱ्या सोळा ते अठरा-एकोणीस वयोगटातील तरुण-तरुणींचा सत्कार गृहमंत्र्यांच्या हस्ते पुष्पगुच्छ व भेटवस्तू देऊन करण्यात आला. त्यात कुणी मोटार रिवाइंडिंगचा व्यावसायिक अभ्यासक्रम करून स्वतंत्रपणे मोटार दुरुस्ती करणारे होते, कुणी दुकान थाटलेले होते. टेलरिंग फर्म, गांडूळ शेती, वडा-पाव गाडी असे कष्टाचे व्यवसाय करून इज्जतीने रोटी कमवीत जगणारे ते पूर्वाश्रमीचे बालकामगार होते.

'आणि आता आम्ही पाच युवतींचा सत्कार करणार आहोत. या पाच जणींची कहाणी केवळ चित्तथरारक नाही, तर 'स्वप्नभूमी'च्या कामाची नवी दिशा दाखवणारी आहे.

'आपल्याकडे सुपरिचित सुभाषित आहे – 'पंचकन्या स्मरे नित्यम्' स्वप्नभूमीच्या या पहिल्या पाच कन्यका बालमजुरीचे दाहक अनुभव पचवून संस्थेच्या मदतीने आज

नवं मानाचं जीवन जगणाऱ्या आहेत.

सर्व प्रेक्षकांची उत्सुकता आता चांगलीच ताणली गेली होती.

'मित्रहो, सर्वप्रथम मी मायाला पाचारण करते. शंकर उर्फ कचऱ्याची बहीण. कचऱ्याची एक छोटी फिल्म समारंभ सुरू होण्यापूर्वी जे प्रेक्षक उपस्थित होते, त्यांनी पाहिली असेल. कचऱ्यासोबत माया पण आज आमचे एन.जी.ओ. फोरमची साथीदार असलेली, एड्‌सवर काम करणारी, प्रशिक्षित होऊन समुपदेशनाचे काम करीत आहे. तिच्या संभाषणाची व समुपदेशनाची अशी काही जादू आहे की, दहापैकी आठ गरोदर माता तिच्या संपर्कात आल्यावर आपल्या स्वत:च्या व पतीच्या सुरक्षिततेसाठी व बाळाच्या भवितव्यासाठी एच.आय.व्ही.टेस्ट करून घ्यायला स्वखुशीने तयार होतात.'

माया स्टेजवर आली. गृहमंत्र्यांना तिने विनम्रपणे नमस्कार केला. आणि त्यांच्या हस्ते सत्कार स्वीकारला. गृहमंत्र्यांनी तिच्या मस्तकावर हात ठेवीत तिला आशीर्वाद दिला, तेव्हा तिच्या ओठातून हुंदका निसटला. साऱ्या प्रेक्षकांनी तो ऐकला. मग स्वत:ला सावरत ती माइकवर दोन शब्द बोलली, 'मला माफ करा, पण हे अश्रू आनंदाचे होते. एका कचरा वेचणाऱ्या मुलीचा सत्कार आपण केला, आबांनी डोईवर हात ठेवून पित्याच्या ममतेनं आशीर्वाद दिला... मला सारं काही मिळालं. शंकर, वयानं छोट्या असलेल्या पाठच्या भाऊराया, माझा हा सत्कार माझा नाही, तुझा आहे. तू स्वत: काम करून मला शिकवल्याबद्दल गृहमंत्र्यांनी केलेल्या ह्या सत्कारावर तुझाच हक्क आहे.'

तिचे ते मोजक्याच शब्दांतले हृद्य मनोगत ऐकून ऐकणारे भारावून गेले होते. मघाशी त्यांनी 'कचऱ्या' हा लघुपटही पाहिला होता. आता त्याची बहीण समोर होती. एका कचरावेचक बालकामगाराचं याहीपेक्षा अधिक आदर्श पुनर्वसन कोणतं असू शकतं?

'आता आम्ही सत्कार करणार आहोत बेबीचा. ही घरगुती काम करणारी पूर्वाश्रमीची बालमजूर. तिच्याही वाटेला ते सारे भोग आले, जे श्रीमंत पण मनाने दरिद्री माणुसकीशून्य घरी येतात – छळ, मारहाण आणि लैंगिक शोषण. आज ती आमच्या संस्थेच्या 'डोमेस्टिक सर्व्हंट्स रिड्रेसल फोरम' या 'हेल्पेज इंडिया'च्या सहभागाने चाललेल्या प्रकल्पात समन्वयक म्हणून काम करते आहे. आणि असहाय घरगुती बालकामगारांना आधार देत त्यांना संघटित करीत आहे. त्यांना प्रोत्साहित करून शिक्षण घेण्यासाठी उद्युक्त करीत आहे. स्वत:प्रमाणे बालकामगारांनी शिक्षण घेऊन चांगलं जीवन जगावं म्हणून प्रयत्न करीत आहे. म्हणूनच ती आजच्या सत्काराला पात्र आहे.'

आणि स्टेजवर पांढऱ्याशुभ्र, सलवार-कमिजमध्ये सतरा-अठरा वर्षांची बेबी आली. तिचं ते सौंदर्य पाहून प्रेक्षागृहातले सारे स्तिमित झाले होते. ही बालकामगार?

ही अन्याय-अत्याचाराची बळी होती? गृहमंत्र्यांनी तिचा सत्कार केला, तेव्हा सर्वांना विनम्रपणे नमस्कार करून ती निघून गेली.

'आता एकाच वेळी मी तिघींना सत्कारासाठी पाचारण करते आहे. चंदा, मधू आणि शहनाज!'

मघाशी फॅशन शोमध्ये ज्यांनी फॅशनेबल कपडे घालून साऱ्यांना मंत्रमुग्ध केलं होतं, त्या तिघी त्याच ड्रेसमध्ये रंगमंचावर आल्या.

'मघाशी साऱ्यांनाच प्रश्न पडला होता की, या स्वप्नभूमीच्या तिसऱ्या वाढदिवशी फॅशन शोचं काय प्रयोजन? पण आता तुम्हाला थोडासा अंदाज आला असेल. होय मित्रहो, या तिघीपण पूर्वाश्रमीच्या बालकामगार आहेत. ही चंदा एका शेतमजुराच्या कुटुंबातली. आई-बापांसमवेत तिसऱ्या वर्षापासून कापसाच्या शेतावर मजुरीला जाणारी. मधू चक्क म्हशी हाकणारी. बापाचा अपघात झाल्यामुळे घरी बसल्यावर तिला तिसरीत शाळा सोडून बाप ज्या जमीनदाराकडे गुरे सांभाळायचा, सालगडी म्हणून नोकरी करायचा व ज्यानं त्याला वेळोवेळी आगाऊ उचल देऊन बांधून घेतलं होतं, तिथे तिला वेठबिगाराप्रमाणे देणं चुकतं करण्यासाठी गुरं सांभाळण्याचं काम करावं लागत होतं. आणि तिसरी शहनाज. उत्तरप्रदेशमधून इथं तिला यावं लागलं होतं, जरीकारखान्यात काम करण्यासाठी. अवघ्या आठव्या वर्षी.

'स्वप्नभूमी'ला हे सांगायला सार्थ अभिमान वाटतो की, आज चंदा ब्युटी पार्लर चालवते आहे, तर मधू व्हिडीओग्राफर आहे. लग्न व सभासमारंभांचे चित्रीकरण करते आहे. आणि शहनाज फॅशन डिझायनर बनून स्वत:चं बुटिक चालवते आहे. तिघींना अरुणभैय्यानी कायनेटिक ग्रुपच्या मदतीनं पुण्याला त्यांच्या व्यवसायाचं प्रशिक्षण देण्यासाठी पाठवलं व नंतर स्वयंरोजगारासाठी भांडवलही मिळवून दिलं. बालकामगाराचं आदर्श पुनर्वसन कसं असावं, याचं हे सार्थ उदाहरण आहे. ते आपणा सर्वांना जाणवावं म्हणून फॅशन शोचा कार्यक्रम प्रस्तुत केला. बालकामगारांचं कौशल्य हेरून त्यांचं पुनर्वसन झालं पाहिजे. त्यांना बालवयात आलेल्या कटू अनुभवावर मात करता यावी एवढी सामाजिक प्रतिष्ठा मिळेल, असा व्यवसाय व संधी दिली, तर ते फुलून येतील.

'ठीकाय, मी आता गृहमंत्र्यांना त्यांचा सत्कार करायची विनंती करते!'

त्या तिघींचा सत्कार हा त्या कार्यक्रमाचा उत्कर्षबिंदू होता. प्रेक्षागृहात त्या वेळी कितीतरी वेळ टाळ्यांचा कडकडाट चालू होता.

'आता मंचावरील तिन्ही मान्यवर अधिकाऱ्यांनी बोलावं, अशी आमची इच्छा होती. पण जिल्हाधिकारी पांडे यांचा घसा बसल्यामुळे त्यांचा नाइलाज आहे. मुख्य म्हणजे गृहमंत्र्यांना आपल्याला ऐकायचं आहे, म्हणून आता केवळ मनपा आयुक्तांनी बोलावं, अशी मी विनंती करते.'

'त्यांनी अरुणभैय्या पालिमकरांच्या साहाय्यानं 'नवजीवन प्रकल्प' सुरू करून शाळाबाह्य शहरी मुलांच्या शैक्षणिक पुनर्वसनाचा नवा मार्ग दाखवला आहे. आणि दुसरं म्हणजे भारत सरकारच्या 'डिपार्टमेंट ऑफ परसोनेल ट्रेनिंग'च्या वतीने इंडियन इन्टिट्यूट ऑफ मॅनेजमेंट, बेंगलोर या ख्यातनाम संस्थेत 'पब्लिक पॉलिसी अॅन्ड मॅनेजमेंट'चा अभ्यासक्रम नुकताच पूर्ण केला आहे. तेथे अभ्यासाचा एक भाग म्हणून त्यांनी बालमजुरी प्रकल्प अर्थात एन.सी.एल.पी.चं यशापयश हा विषय संशोधनासाठी घेऊन काही महत्त्वपूर्ण निष्कर्ष काढले आहेत. ते या निमित्तानं त्यांनी गृहमंत्र्यांपुढे व प्रेक्षकांपुढे ठेवावेत, अशी आमची त्यांना विनंती आहे. सध्या गृहमंत्र्यांनी मुंबई शहर हे बालकामगारमुक्त करण्यासाठी जे काम सुरू केलं आहे, त्या संदर्भात सरकारतर्फे व्यापक धोरण काय अवलंबावं त्यासाठी, हे अभ्यासपूर्ण निष्कर्ष शासनाला उपयोगी पडतील.' आणि ज्योतीनं विजयला बोलण्यासाठी निमंत्रित केलं.

'सर, सनदी अधिकाऱ्यांनी शासकीय ध्येयधोरणावर मत प्रदर्शित करणे योग्य नाही. पण केंद्र शासनानेच आम्हाला प्रशिक्षण घेण्याची संधी दिली व 'पब्लिक पॉलिसी' संदर्भात एक विषय घेऊन संशोधन करण्याची प्रेरणा दिली. माझं संशोधन आय.आय.एम. बेंगलोरनं शिफारशीसह केंद्र शासनाला व राज्य शासनाला सादर केलं आहे. मघाशी ज्योतीनं म्हटल्याप्रमाणे मी एन.सी.एल.पी. प्रकल्पाचा अभ्यास करून काही निष्कर्ष काढले आहेत. त्यामुळे मी थोडं मुक्त चिंतन आपल्या साक्षीनं करणार आहे. आपण त्यासाठी परवानगी द्यावी, अशी विनंती आहे.'

क्षणभर विजय गृहमंत्र्यांकडे पाहत थांबला. त्यांनी मान हलवून संमती दिली, तेव्हा त्यानं पुढं बोलायला सुरुवात केली.

'दुसरं कारण म्हणजे मी अरुण पालिमकरांच्या मदतीनं शाळाबाह्य व हॉटेल्स, गॅरेजसारख्या कायद्याप्रमाणे धोकादायक नसलेल्या उद्योगव्यवसायांत काम करणाऱ्या बालमजुरांचा मनपाच्या माध्यमातून शैक्षणिक पुनर्वसनासाठी व त्यांच्याच पालकांच्या आर्थिक उन्नतीसाठी नवजीवन प्रकल्प सुरू केला आहे. त्याच्या आधारे मी बालमजुरांविषयी स्वानुभवातून बोलू शकतो.

'गेली दहा-बारा वर्षे मी अरुणच्या 'बचपन बचाव' मोहिमेशी संबंधित आहे.

'स्वप्नभूमी'सारखी आदर्श संस्था उभारून त्यांनी बालमजुरीच्या पुनर्वसनाला जी नवी दिशा देत पथदर्शी प्रकल्प उभा केला आहे, तो एन.सी.एल.पी.च्या फार पुढे जाणारा आहे. आज काही पूर्वाश्रमीच्या बालमजूर असलेल्या पाच मुलींचा जो सत्कार झाला आहे, तो आदर्श पुनर्वसनाचा एक वस्तुपाठ आहे. ते 'टेक्स्टबुक क्लासिक' असं उदाहरण आहे, ज्याची शासनानंही तंतोतंत अंमलबजावणी करावी एवढा तो सार्थ व यथार्थ आहे.

'या तीन बाबींची सांगड घालून मी थोडेसे प्रकट असे मुक्त चिंतन करणार आहे.'

विजय हा काही पट्टीचा व प्रभावी वक्ता नाही. पण त्याच्या आवडीच्या व चिंतन–अभ्यासाच्या विषयी तो जे प्रकट चिंतनपर बोलतो, तेव्हा त्यातील तळमळ, सच्चाई व प्रवाहीपणामुळे त्याच्या साध्याच पण खऱ्या बोलाला वेगळीच धार चढते. आणि आज त्याला गृहमंत्र्यांच्या मनाचा वेध घ्यायचा होता. महाराष्ट्राच्या या गृहमंत्र्यांनी या प्रश्नाला आक्रमकतेनं हात घातला होता. त्यामुळे त्यांच्यापुढे आपल्या अभ्यासाचे निष्कर्ष ठेवावेत, ही विजयची मनीषा होती. आज ती चालून आलेली संधी साधून तिचं सोनं करायचं त्यानं मनोमन ठरवलं होतं!

पाटलांच्या साध्या, वक्तृत्वाची झळाळी नसलेल्या पण संयत हितगुजानं प्रेक्षकांना प्रभावित केलं होतं. त्यांनी त्यांचं भाषण संपताच टाळ्यांच्या कडकडाटानं पसंतीची दाद दिली होती!

गृहमंत्र्यांनी अध्यक्षीय समारोपादाखल छोटेखानी पण उत्कट भाषण करून त्या रंगतदार सोहळ्याचा शेवट केला.

'मी सर्वप्रथम 'स्वप्नभूमी'ला मनापासून शुभेच्छा देतो. त्यांनी बालकामगारांच्या मनात उज्ज्वल भवितव्याचं स्वप्न पेरत ते खरं करून दाखविण्यासाठी जे काम सुरू केलं आहे, त्याला तोड नाही. माझ्या हस्ते अनेक पुनर्वसित बालकामगारांचा सत्कार झाला. शेवटच्या पाच मुलींचा – 'पंचकन्यां'चा – मी विशेष उल्लेख करीन. त्यांनी आपलं बालकामगाराचं जीवन पुसून टाकून धडाडीनं नव्या जीवनात पदार्पण करून आज ज्याची गरज आहे, अशा व्यवसायात जम बसवला आहे. त्यांचं मी अंत:करणपूर्वक कौतुक करतो.

'अरुण पालिमकर व मनपा आयुक्त पाटील यांनी जी मनोगते व्यक्त केली व बालमजुरीच्या प्रश्नाचं व त्यांचं निराकरण करण्याच्या विविध मार्गांचं जे विवेचन केलं, ते मी मनाशी नोंदून घेतलं आहे. मी याबाबत जरूर काही करेन. त्यासाठी आपल्या सर्वांची मी कामगार व शिक्षणमंत्री व त्या दोन खात्यांच्या सचिवांसह तुम्हा सर्व स्वयंसेवी संस्थांची बैठक आयोजित करेन व काही ठोस कार्यक्रम घेतले जातील!'

रात्री पाटलांनी आपल्या आयुक्त बंगल्यावर पार्टी ठेवली होती. तिला पांडे आले नव्हते आणि ते येणार नाहीत, हे पाटलांना पक्कं माहीत होतं. केवळ औपचारिक स्वरूपाचं निमंत्रण त्यानं पांडेंना दिलं होतं. पण त्या पार्टीत अरुण, पाटील व उन्हाळे किती वेळतरी उत्साहानं बोलत होते.

प्रकरण सतरा

बाथरूमच्या दारावर टकटक झाली, तसं अरुणनं तोंडावरील साबणाचा फेस हातांनी सारत विचारलं, 'कोण? सावू का?'

'होय भैय्या. लवकर अंघोळ आटोपून बाहेर ये. तुमचा लुल्ला उर्फ लुळ्या आलाय. घाबराघुबरा दिसतोय!'

'ठीक आहे. आलोच मी. अस्लमला जीप काढून तयार राहायला सांग. काहीतरी प्रॉब्लेम असणार!' अरुणनं सांगितलं,

अरुणनं कसंबसं चार तांबे थंडगार पाणी अंगावर ओतून घेत स्नान आटोपलं. घाईघाईनं अंग पुसत कपडे केले आणि अवघ्या पाचच मिनिटांत तो तयार होऊन बाहेर आला.

पण या पाच मिनिटांच्या अवधीत तयार होताना अरुणच्या नजरेसमोरून लुल्लाचं प्रथमदर्शन व पुढला सारा घटनाक्रम विद्युत् वेगानं चमकून गेला होता. आज अचानक तो का आला असेल?

त्या दिवशी अरुण रेल्वेनं मुंबईहून परत येताना त्याला लुल्ला भेटला होता. लुल्ला हे अरुणनं त्याचं नंतर केव्हातरी केलेलं प्रतिष्ठित नामकरण. मूळचा तो लुळ्या... त्याचं खरं नाव त्यालाही तो अनाथ असल्यामुळे बच्चूसारखंच माहीत नव्हतं. पण पोलिओमुळे डावा हात व डावा पाय अधू झालेला, म्हणून याच व्यंगावरून समाज त्याला 'लुळ्या' संबोधायचा.

अरुणच्या तो लक्षात राहिला, कारण शिट्टीवर फिल्मी धून वाजवण्याची त्याची सफाई. हातातल्या झाडूनं रेल्वेचा डब्बा जलदगतीनं साफ करताना पॅसेंजरशी गोड बोलणे, शिट्टीवर धून वाजवणे आणि विनंती करीत त्यांच्या 'डिस्पोजेबल' वस्तू गोळा करणे, यामुळे अरुणचं त्यानं चांगलंच लक्ष वेधून घेतलं होतं. लुळ्याच्या अंगात सदैव बॅगी टाइप ढगळ सदरा अर्ध्या चड्डीत खोवलेला असायचा. डब्यात सीटखाली व कॉरीडॉरमध्ये उतरून गेलेल्या प्रवाशांच्या रिकाम्या मिनरल वॉटरच्या

बाटल्या, चहा-कॉफीचे न चुरगळलेले प्लास्टिक मग्ज व पेपर्स, मासिके, डब्बा झाडतांना उचलून तो सदऱ्याच्या आत खोवायचा. किडकिड्या शरीराचा व अधू हात-पायाच्या लुळ्याची छाती-पोट व पाठीचा भाग त्यामुळे वाकडातिकडा फुगायचा. त्यामुळे त्याचं ध्यान प्रेक्षणीय विनोदी दिसायचं.

लुळ्याचं वय दहा वर्षांपेक्षा जास्त नसावं. पण अपंगत्व असलं तरी बेफिकीर चेहरा आणि पोटाची खळगी भरण्याची त्याची जिद्द आणि पॅसेंजरच्या काळजाला गोड बोलून हात घालण्याचं व्यावसायिक कसब अरुणला स्तिमित करून गेलं.

एका प्रवाशानं त्याला खाली पडलेलं एक मासिक उचलून पोटात खोवताना हटकलं. आपल्या बायकोकडे पाहत तो तुच्छतेनं म्हणाला, 'भिकारचोट साला!'

तेव्हा लुळ्या उसळून म्हणाला, 'साहेब, मी भिकारी नाही. डब्बा साफ करून पैसे मागतो. दिले तर घेतो, नाहीतर राम-राम करून पुढे जातो. लोचटाप्रमाणे कोणाच्या अंगाशी जात नाही. मलाबी इज्जत आहे. पुन्हा शीळ वाजवीत गाणं म्हणून तुमचं मनोरंजन करतो. कलाकार म्हणून पैसा मागतो. ही भीक नाही आणि पेपर, मासिकं, बाटल्याचं तुम्हांला काय हो? जे प्रवासी टाकून जातात. ते मी गोळा करतो आणि डब्बा साफ करतो... मग मला चोर का म्हणता? मी जे काही करतो ते उघडपणे. पुन्हा अशी मला चोर, भिकारी म्हणून शिवी देऊ नका. हो – हो, अनाथ एकटा आहे, पण स्वत:चं पोट मी स्वत: भरतो आणि इज्जतीनं जगतो! माझा असा अपमान करू नका. साहेब, मी हात जोडतो.'

त्याचं हे प्रदीर्घ विनंतीवजा, पण नम्र खडसावणं त्या प्रवाशाला सहन झालं नव्हतं. तो मान फिरवीत आपल्या पत्नीला म्हणाला, 'पाहिलीस याची शिरजोरी?' त्यावर त्याची पत्नी म्हणाली, 'जाऊ दे! आपल्याला काय करायचंय? चला, सामान आवरू या!'

अरुण शांतपणे लुळ्याला पाहत होता. त्याचं प्रदीर्घ उत्तर हे त्याला त्याचं एक प्रकारचं प्रकट रुदन वाटलं. पण शांत, स्पष्ट व परिस्थितीशी समझोता केलेलं, तरीही अनाथपणाच्या व्यथेमध्ये, पोरकेपणाच्या जाणिवेत भिजलेलं!

त्याला जवळ बोलवत अरुण म्हणाला, 'चहा पिणार?'

'तुम्ही – तुम्ही मला चहा पाजणार? का? सारेतर आम्हाला झिडकारतात, चोर-उचक्के म्हणतात.' त्यानं अविश्वासानं विचारलं.

'होय तरीही. त्याचं कारणही सांगतो.' मुलांच्या मनात कसं शिरावं हे माहीत असल्यामुळे अरुणनं नेमकी त्याची नस हेरत म्हटलं., 'तुझं शिळेवरचं मघाचं गाणं मला फार आवडलं. ते मला पुन्हा ऐकायचंय....'

लुळ्याचं शीळवादनातलं कौशल्य खरंच अभिजात कलावंताचं होतं. दररोज लोकांसमोर डब्बा साफ करून पैसे मागताना शिट्टीवर गाणं म्हणायचा त्याचा रिवाज

होता. त्यामुळे अनायसे भरपूर रियाज झालेला. त्यालाही आपल्या कलेची जाणीव मनोमन असावी. सिनेसंगीत हा भारतीयांचा वीक पॉइंट आहे. लुळ्या तर मधल्या म्युझिक पीसेससह गाणं गोड रीतीनं शिट्टीच्या ध्वनीतून पेश करायचा. त्यामुळे अनेकजण त्याला दाद द्यायचे व पैसेही. ही त्याला भीक वाटत नसे, तर कलावंतांना कला पेश केल्यावर मिळणारी दाद वाटायची. पेशगी-बिदागी वाटायची.

अरुण तर त्याला वन्स मोअर देत होता. लुळ्या खूश झाला आणि ओठांचा चंबू करीत शिट्टीवर गाणं गाऊ लागला.

इतनी शक्ती हमे देना दाता,
मनका विश्वास कमजोर हो ना
हम चले नेक रस्तेपे हमसे,
भूलकर भी कोई भूल हो ना

अरुण धार्मिक मुळीच नव्हता, पण नैतिक व आध्यात्मिक होता. त्यामुळे हे गाणं त्याला आवडायचं. ही एक प्रार्थना आहे. एका अर्थानं हिंदीमधलं ते पसायदान आहे, असं त्याचं मत होतं. रस्त्यावरील एक अनाथ मुलगा ते गाणं शिट्टीवर म्हणत होता आणि त्या रेल्वे डब्यातलं वातावरण भारून टाकत होता.

'शाब्बास बेटा, फार छान!' अरुणनं त्याची पाठ थोपटली व चहा पाजला. त्याच्या हातात पन्नासाची एक नोट दिली, 'तुझ्या अप्रतिम गाण्यासाठी! ही छोटा भेट'

'शुक्रिया साब!'

'पण मला सांग, तू याच गावचा ना? मग तू आमच्या बच्चूच्या रेलशाळेत कधी आला नाहीस?'

'तुम्ही – तुम्ही अरुणभैय्या का?' लुळ्यानं विचारलं, तसं थक्क होत अरुणनं विचारलं, 'तुला माहीत आहे मी कोण आहे ते?'

'नाही, पण जेव्हा बच्चूच्या रेलशाळेचा विषय काढला, तेव्हा एका मिनिटात लक्षात आलं भैय्या!' लुळ्या म्हणाला, 'मी त्या शाळेत अधून-मधून जात होतो. पण –'

'अरे, असं करू नये बेटा. नियमित जात जा. तुझं भलंच होईल!'

'खरंय अरुणभैय्या, पण आता शाळा बंद झालीय ना?'

'क – काय? शाळा बंद झाली? माझी, बच्चूची रेल शाळा बंद झाली? काय म्हणतोस?' अरुणनं चमकून विचारलं

'का? तुम्हाला माहीत नाही?'

'अरे, दोन महिने मी दिल्लीकडे होतो, एका लाँगमार्च मध्ये.' त्यामुळे या

काळात काय घडलं हे मला माहीत नाही.'

'तरीच...!' लुळ्या म्हणाल्या, 'गेल्या महिन्यात नवीन स्टेशन मास्टर आले आणि पहिल्या झूट त्यांनी शाळा बंद केली. सुकड्या भैय्याला बजावून सांगितलं, फलाटावर परत यायचं नाही आणि शाळेचं थेर करायचं नाही... तेव्हापासून शाळा बंद झालीये दादा.'

जिनीव्हा येथे जगभरातून तीन गटांतून जाणाऱ्या ग्लोबल लाँगमार्चच्या निमित्ताने अरुण दोन महिने शहराबाहेर होता. जगभरातील बालकामगारांना एकत्र करून एका व्यासपीठावर आणीत त्यांच्या शोषणाविरुद्ध जागतिक जनमत जागृत करण्यासाठी मनिला (फिलीपाइन्स), सावो पावलो (ब्राझील) आणि केप ऑफ गुड होप (दक्षिण आफ्रिका) येथून तीन गट जगभरातील देश-प्रांतांतून जात त्यांचा हा 'लाँगमार्च' जिनिव्हा येथे एकत्र येणार होता. मनिलाहून निघालेला 'लाँगमार्च' 'मलेशिया, थायलंड, व्हिएटनाम, कंबोडिया, बांगला देश व नेपाळमार्गे भारतात आला होता. त्यांचे आशियाई समन्वयक होते कैलास विद्यार्थी. त्यांच्यासोबत अरुणही भारतातील बारा प्रांतांत मोर्चामध्ये सामील होत दोन महिने हिंडत होता आणि आजच तो परतत होता. पुन्हा तो जिनीव्हाला शेवटच्या टप्प्यात जाणार होता. एका चर्चासत्रात तो 'स्वप्नभूमी' या त्याच्या बालमजुरांच्या अभिनव पुनर्वसनाबद्दल बोलणार पण होता.

या दोन महिन्यांत अरुणला कुठेही व्यापारी, उद्योजक किंवा राजकीय नेते, कार्यकर्ते यांना या प्रश्नाची यथार्थता समग्रपणे कळली आहे व त्यांची संवेदनशीलता खडबडून जागी झाली आहे, असं अपवादानंही प्रत्ययास आलं नव्हतं! शोषण करणाऱ्या आणि शोषकांची तळी उचलणाऱ्यांची बधिरता मन सुन्न करणारी होती.

'शायद बाल मजदूरीका यह काम हमारे जीते जी अंजामतक न पहुंचे सही, लेकीन हमें विश्वासके साथ काम करनाही चाहिये। कभी तो समस्त दुनिया बालमजदूरीसे आझाद होंगी। वो सुबह कभी तो आयेगी। यकिनन आयेगी।' या शब्दांत अरुणच्या मरगळलेल्या मनावर कैलास विद्यार्थी यांनी फुंकर घालीत दिलासा दिला होता.

आणि आपल्या कर्मभूमीत दोन महिन्यांनी परतताना रेल्वेतच बच्चूची रेल शाळा बंद पडल्याची बातमी लुळ्यानं दिली होती. अरुणसाठी हा दुसरा आघात होता. देश व जागतिक पातळीवर प्रबोधनाचं – 'ॲडव्होकसी'चं – काम करणं तसं सोपं आहे; पण प्रत्यक्ष गावपातळीवर, जमिनीवर बालमजुरीविरुद्ध लढणं, जनआंदोलन उभारणं व दुर्गाभाईसारख्या निर्ढावलेल्या व राजकीय संबंध असणाऱ्या शोषकांविरुद्ध सामना करणं कठीण होतं. प्रत्येक आघाताच्या वेळी मन उदास झाल्यावाचून राहायचं नाही.

आज 'रेलशाळा' बंद पडली होती. ज्या बच्चूला रेल्वे स्टेशन परिसरात पोटाची खळगी भरण्यासाठी जिवाचं मोल द्यावं लागलं होतं, त्याच्या नावाची ही अभिनव

'रेलशाळा' राहणं अरुणसाठी भावनिक दृष्ट्या महत्त्वाचं होतं. त्यावरच हा दुसरा आघात होता.

पहिला आघात झाला होता तो पोलीस-शाळा बंद पडल्यामुळे.

सहा महिन्यांपूर्वी पोलीस अधीक्षक कांबळे यांची बदली झाली आणि नवे पोलीस अधीक्षक प्रीतमसिंग यांनी पोलीस-शाळा चक्क बंद करायचा आदेश दिला. 'व्हॉट इज धिस? अवर जॉब इज ऑफ पोलिसिंग अँन्ड नॉट टु रन सच स्कूल', अशी त्यांची पोलिसी खाक्याची भूमिका होती. अरुणनं त्यांना भेटून समजावून सांगण्याचा चार-दोनदा प्रयत्न केला. 'ही शाळा म्हणजे प्रोॲक्टिव पोलिसिंग आहे', असंही सांगितलं; पण प्रीतमसिंग स्वत:ला राजपूत म्हणवून घेणाऱ्या जमीनदार वंशातला टिपिकल सरंजामशाही मनोवृत्तीचा. अधिकार गाजवणं हा आपला पिढीजात वारसा आहे असं मानणारा. पुन्हा त्याला जिल्हाधिकारी पांडे यांची साथ होती. त्यामुळे अरुणचा प्रयत्न पालथ्या घागरीवरील पाण्याप्रमाणे वाया गेला. अगदी बदलून गेलेल्या कांबळेंची मध्यस्थीही कामी आली नाही. त्यांना प्रीतमसिंगनं अरुणसमोरच सुनावलं होतं, 'वेल मि. कांबळे, व्हॉट यू हॅव डन इज डन. बट लेट मी डू माय जॉब इन माय ओन स्टाइल. आय विल नॉट रिओपन सो कॉल्ड पोलीस स्कूल. रबिश!' आणि त्यानं फोन जोरात आपटला होता.

तेव्हा अरुणला स्वत:च्या उद्रेकावर ताबा ठेवणं कठीण गेलं होतं. त्यानं उसळून म्हटलं होतं.

'ठीक आहे सर! तुम्ही पोलीस अधीक्षक आहात. तुम्हाला अमर्याद अधिकार आहेत. मी नम्रपणे पण स्पष्ट सांगतो, तुम्ही तुमच्या अधिकाराचा वापर अत्यंत वाईट पद्धतीनं करीत आहात. पोलीस-शाळा बंद पाडण्यात कुठलं आलंय कर्तृत्व? असेल हिंमत तर चाइल्ड लेबर ॲक्टखाली मुलांना धोकादायक उद्योगांत ठेवणाऱ्या मालकांवर खटले भरून त्यांच्या मुसक्या बांधा. तो तुमच्या अधिकाराचा खरा वापर होईल. पण तुम्ही हे करणार नाही, याची मला खात्री पटली आहे. ठीक आहे, आम्ही तुमच्या जिवावर आणि तुझ्या आश्रयानं काही 'बचपन बचावचं' काम करीत नाही. ते आमचं मिशन आहे आणि त्यात आम्ही स्वत:ला झोकून दिलं आहे.'

प्रीतमसिंगनं थंडपणे बाहेरचा दरवाजा दाखवीत म्हटलं, 'ओ.के.! यू कॅन गो नाऊ!'

'पण सर, एकच सांगतो जाताना. आम्ही शासनाविरुद्ध बालमजुरीसंदर्भात जनहितार्थ याचिका हायकोर्टात दाखल करीत आहोत. तिथं आपण जरूर भेटू. तिथं मात्र तुम्हांला मला 'यू कॅन गो नाऊ' असं म्हणता येणार नाही, हे लक्षात ठेवा, म्हणजे बरं होईल.'

पण त्यानंतर पोलीस-शाळा सुरू झाली नाही ती नाहीच. अरुण पालकमंत्र्यांनाही

भेटला होता, पण त्यांनीही केवळ पाहतो, असा थंडा प्रतिसाद देत भेट संपवली होती. ते काही करणार नाहीत, याची ती खूण होती. कारण त्यांच्या निवडणुकीसाठी दुर्गाभाई सढळ हातानं मदत करायचा, अशी वदंता होती. पुन्हा त्याची काही एकगठ्ठा मतं होती – त्याच्या जाती-जमातीची आणि त्याच्यावर अवलंबून असणाऱ्या कुटुंबीयांची. तो ती पालकमंत्र्यांच्या पारड्यात प्रत्येक निवडणुकीच्या वेळी टाकायचा आणि त्याबदली त्याच्या बालमजुरांच्या श्रमावर व शोषणावर चालणाऱ्या काळ्या धंद्यांना अभय मिळवायचा. अरुणनं त्यांना भेटून सारं सांगितल्यावरही त्यांनी काही हालचाल न करणं, हे अरुणला संदेश देणारं होतं.

पोलीस-शाळा बंद पडणं, ही पोलीस प्रशासनाची शोषकांना साथ देण्याची कृती वाटत होती. त्यामुळे पोलिसांविरुद्ध जनहितार्थ याचिका आता दाखल करून त्यांच्या अन्यायी वर्तनाचा पर्दाफाश करायची वेळ आलीय, असं त्याला वाटलं.

आणि आता हा दुसरा आघात. कुठला तरी नवा स्टेशन मास्तर येतो काय आणि रेलशाळा बंद करतो काय. ही खबर त्याच्या चांगलीच जिव्हारी लागली होती. कारण त्या शाळेशी बच्चूच्या स्मृती निगडित होत्या.

अरुणनं दुसऱ्या दिवशी स्टेशन मास्तरची त्याच्या कार्यालयात जाऊन भेट घेतली; पण जो अनुभव पोलीस अधीक्षक प्रीतमसिंगचा त्याला आला होता, अगदी तसाच याचाही आला. उच्चपदस्थ अधिकाऱ्यांत सामाजिक प्रश्नाविषयी किती अनास्था, किती बेपर्वाई? त्याला काही सीमा आहे की नाही?

पण स्टेशन मास्तरांना काय, पोलीस अधिकाऱ्यांना व इतर अधिकाऱ्यांना पुन्हा-पुन्हा भेटलं पाहिजे, विचारलं पाहिजे. नाहीतर यांचं बधिरलेलं मन कधीच भानावर येणार नाही.

‘पूछो,
चाहे कितनी बार पूछना पडे
चाहे पूछनेमें कितनी भी तकलीफ हो
मगर पूछो,
कि ये कबतक चलेगा?
बालश्रम का शोषण कबतक चलेगा?’

अरुण दिनेशशी मनातलं सारं काही बोलायचा. ते तो टीपकागदाप्रमाणे टिपून घ्यायचा. असंच एकदा बोलत असताना दिनूनं त्याला ही केलेली कविता सुनावली, तेव्हा अरुणच्या मनाला कितीतरी उभारी आली होती. ‘अरे, तुला मी काय म्हणू? टीपकागद की माझा अल्टर इगो?’ दिनू त्या वेळी फक्त हसला होता.

लुळ्याला स्वप्नभूमीत ठेवून घ्यायचा अरुणचा विचार होता. त्याला समजावून सांगून दाखलही करून घेतलं. पण चार दिवसांतच त्यानं सांगितलं, 'माफ करा अरुणभैय्या. इथं माझं मन रमत नाही. मला जाऊ द्या. माझ्या जिंदगीत दुसरं काही घडणार नाही, तुम्ही तशी तकलीफ घेऊ नका.'

त्या वेळी अरुणनं त्याला रोखलं नाही. कारण अशा कामात जबरदस्ती उपयोगी पडत नाही, हा त्याचा अनुभव होता. एकट्यानं परिस्थितीशी सामना करीत जगताना स्वतंत्र राहायची रस्त्यावरील मुलांना सवय लागते. अशी बंधन विरहित जिंदगी त्यांना मग प्यारी होत जाते. कष्टाचं काम असलं तरी स्वकमाई असते आणि ती कशी खर्चावी याचं बंधन नसतं. त्यामुळे अनेकांना सुरुवातीला स्वप्नभूमीत करमायचं नाही. त्यांना हळुवारपणेच हाताळावं लागायचं. म्हणूनच त्यानं लुळ्याला टोकलं नाही. मात्र त्याला विश्वासात घेत आश्वासक सुरात म्हटलं, 'लुळ्या बेटा, तू खूप हुशार आहेस. तुला परिस्थितीची चांगली जाण आहे. तुला चांगलं जीवन जगण्याची संधी मिळेल. इथं राहिलास तर बाबा आमटेंच्या आनंदवनाप्रमाणे इथंही मी बालमजूर कलावंतांचा एका ऑर्केस्ट्रा स्थापन करण्याच्या विचारात आहे, त्याचा तुला प्रमुख करीन म्हणतो...!'

'आणखी एक भैय्या. माझी एक मानलेली बहीण आहे. ती मला राखी बांधते. ती तसल्या धंद्यात आहे. त्यातून तिला बाहेर पडायचं आहे. तुम्ही मदत कराल?'

'जरूर! तिला तू माझ्याकडे घेऊन ये. मी तिला इथं 'स्वप्नभूमीत' काम देईन. इथंच राहील, तिची इच्छा असेल तर!'

'भैय्या, मलाही हे काम आवडेल, पण ऑर्केस्ट्रा सुरू व्हायला वेळ आहे ना? मग तोवर मला जाऊ द्या. तो सुरू होताना मी नक्कीच येईन.'

'फार बरं होईल.'

पण तो त्यानंतर कधी तिला घेऊन आला नाही. काम, प्रवास व इतर कामामुळे अरुणलाही त्याच्या न पाहिलेल्या, वेश्याव्यवसायात गुंतलेल्या बहिणीचा विसर पडला.

आज तो आला आहे. सावू म्हणते की, 'तो घाबराघुबरा दिसतोय.' तो स्वत:साठी घाबरा होणार नाही. मग कारण काय असेल? त्याची ती मानलेली राखी बांधणारी बहीण? तिच्यावर तर काही आपत्ती ओढवली नसेल ना?

त्याची शंका खरी ठरली होती!

त्याला पाहताच लुल्ला मोठ्यानं ओरडला, 'अरुणभैय्या, लवकर चला. दीदीला फार त्रास होतोय.'

'काय झालं बेटा?'

'ते- ते मला नाही सांगता येणार भैय्या. फार भयंकर आहे, तिला मी इथं रिक्षानं

आणलं आहे. फार त्रास होतोय तिला.’

सावू तिथंच होती. ती म्हणाली, ‘भैय्या, जीप तयार आहे. लुल्लाच्या दीदीवर एकतर गँगरेप झाला असणार किंवा तिनं एकामागून एक अनेक गिऱ्हाइकं घेतली असणार. चला, लवकर चला.’

‘क-क- काय म्हणालीस सावू? मी समजलो नाही.’

‘तू नीट ऐकलंस भैय्या आणि समजलासही.’ शांतपणे शुष्क स्वरात सावू म्हणाली, ‘तुला असं तर विचारायचं नाही ना, मला हे कसं समजलं? भैय्या, कसं सांगू? मी बडी मांकडे होते, तेव्हा हे सारं भोगलंय. पण आज हद्द झालीय. दीपू-लुल्लाची बहीण फार अत्यवस्थ आहे. आपल्याला वेळ गमावून चालणार नाही.’

दीपूचा पांढराफेक चेहरा, आणि थरकापणारं शरीर पाहून अरुणला जाणवलं की, सावूचा अंदाज खोटा ठरणार नाही.

हॉस्पिटल यायला दहा-बारा मिनिटे लागली. त्या प्रवासात दीपूनं जे सांगितलं, ते फार विदारक होतं. तिला बोलताना त्रास होत होता. तो जसा शारीरिक होता, तसाच किंबहुना त्यापेक्षा जास्त मानसिक व स्त्रीत्वाच्या घोर अपमानाचा होता.

‘अरुणभैय्या, मी भाटीयासाहेबांच्या घरी कामाला होते. हां, तेच अस्टिटंट स्टेशन मास्तर. एकदा मला मोह झाला. बाईसाहेब बाहेर कुठेतरी गेल्या होत्या. तेव्हा कामधाम आटोपून मी स्वच्छपैकी अंघोळ केली आणि त्यांच्या ड्रेसिंग टेबलासमोर उभी राहिले. समोर पावडर, स्नो व लिपस्टिकचं सामान होतं. मला मोह आवरला नाही. मी तोंडाला पावडर लावली व ओठांना लिपस्टिक आणि आरशात स्वतःला पाहू लागले. जिंदगीत भैय्या, प्रथमच मी स्वतःला पूर्णपणे आरशात पाहत होते. त्याच वेळी माझे केस ओढले गेले. मागाहून बाईसाहेब केव्हा आल्या कळलंच नाही. मला त्यांनी काठीनं बेदम मारलं हो. एवढंच नाही, त्यांनी संतापाच्या भरात मिरचीची पूड माझ्या लघवीच्या जागी ठासून-ठासून भरली. साऱ्या अंगांगात जाळ उठला होता. मी मोठ्यानं ओरडत होते, रडत होते. ‘मला माफ करा बाईसाहेब. पुन्हा असं होणार नाही,’ असं पुन्हा-पुन्हा हात जोडून विनवत होते, पण त्या बाईच्या काळजाला काही पाझर फुटत नव्हता. आणि काय सांगू, माझ्या ढुंगणात ॲल्युमिनियमचा रॉडपण खुपसला हो....’

अरुणनं कानावर हात ठेवले. त्याला नुसतं ऐकतानाही अंगावर काटा येत होता. तिनं ते कसं भोगलं असेल? एका चांगल्या सुशिक्षित स्त्रीनं एका कोवळ्या मुलीचा, जी पोटाची खळगी भरण्यासाठी गाव सोडून येते, तिच्या असहायतेचा असा फायदा घ्यावा?

‘माझं ते घर सुटलं. बरं व्हायला काही दिवस लागले, तेव्हा लुळ्यानं खूप मदत केली. मला बहीण मानतो ना! नंतर कुठे घरी जाऊन काम करावंसं वाटलंच

नाही. माझ्यासारख्याच काही मैत्रिणी होत्या. आम्ही साऱ्या जणी, एकमेकीला धरून रेल्वे स्टेशनच्या आधारे राहू लागलो. मिळेल ती छोटी-मोठी कामं करणं, प्रसंगी चक्क भीक मागणं, अशा तऱ्हेने जगू लागलो. पण आमचं बरं रूप आणि बाई असणं, यामुळे पुरुषी नजरा आमच्याकडे वळत होत्या. एका अनुभवी मैत्रिणीनं रस्ता दावला धंद्याचा. एक माणूस दहा-पंधरा मिनिटांत टाकी खाली करून जायचा व पंधरा-वीस रुपये मिळायचे. पहिली रात्र व पहिलं गिऱ्हाईक घेताना भाटीयाबाईनं जी मिरची पूड व ॲल्युमिनीयमचा दांडा पुढे-मागे खूपसला होता, तसाच जाळ, तशीच वेदना झाली. नंतरही त्रास व्हायचा काही थांबला नाही. कारण प्रत्येक पुरुषाची भोगायची तऱ्हा वेगळी. दररोज दहा-पाच गिऱ्हाइकं म्हणजे दहा-पाच मरणं मी अनुभवायचे. एका अनुभवी माणसानं एकदा तोंडात दारूची बाटली ओतली, तेव्हा खेटा खलसा (गलत काम) सुसह्य झालं. मग दारूविना मी धंदाच करत नसे.' दीपू कर्नाटककडील असावी. म्हणून 'खेटा खलसा' असे शब्द वापरीत होती व आपली कर्मकहाणी सांगत होती.

'पण काल एक पंधरा-सोळा तरण्याताठ्या पोरांचं टोळकं आलं. त्यांना कुठूनतरी आमचा पत्ता मिळाला होता. त्या दिवशी फलाटावर मी एकटीच होते. एवढी माणसं पाहून मी घाबरले. एवढी मला कशी झेपणार? मी नाही म्हटलं, पण सारे दारू प्यालेले होते. माझा नकार त्यांनी ऐकला नाही. आणि मला ओढत शंटिंगला पडलेल्या रिकाम्या डब्ब्यात नेलं व खेटा खलसा केला माझ्याशी. लई-लई त्रास झाला. पाहा, अजूनही रक्त वाहतंय. दादा, फार त्रास होतोय हो, मी... मी.... आज मरणार बघा. पण एकच सांगते, काहीतरी करा, आमच्यासारख्या छोट्या मुलींसाठी. हे... हे... असं आम्हाला खरंच नको असतं हो!'

तिला दवाखान्यात भरती केलं आणि बाहेर आल्यावर डोकं गच्च धरून अरुण मटकन बसला. तो कमालीचा सुन्न, विमनस्क झाला होता. त्याचं मनही गच्च झालं होतं. काही सुचत नव्हतं.

ती मग बेशुद्धच झाली व कोमात गेली. तिची अशक्त, कुपोषित आणि तापानं फणफणलेली कुडी तग धरू शकली नाही. तिनं काहीकाळ झगडून प्राण सोडला आणि एक तेरा-चौदा वर्षे केवळ यातनामय जिणं जगलेला जीव शांत झाला!

***

तीन दिवसांनी डायरी लिहीत अरुणनं आपलं मन हलकं केलं.

'मला स्वत:चीच शरम वाटायला लागली आहे. कारण ज्या समाजात मी वावरतोय, तो निव्वळ पशूंचा कळप आहे. खरंतर मनाविरुद्ध पशूपण संग करीत

नाही. माणसं त्यापेक्षा बत्तर झाली आहेत.'

बालकामगारांचं श्रमामुळं बालपण हिरावून घेतलं जातंच. ते अकाली म्हातारे होतात. पण अशा बलात्कार, अनैसर्गिक विकृत संभोगच्या घटना हे किती लाजिरवाणं आहे?

लुल्ला व दीपू हे या विकृतीचे बळी. त्यांच्या वाट्याला मानवी नाहीतर पशुवत भोग आले. त्यासाठी ही आपली सडलेली समाजव्यवस्था जबाबदार आहे. बधिरलेलं समाजमन जबाबदार आहे.

दीपू गेली. सुटली बिचारी. पण किमान आता मला लुल्ल्याला जपलं पाहिजे आणि रस्त्यावरील बालकामगारांनी एड्सला बळी पडू नये म्हणून काही केलं पाहिजे. रस्त्यावरच्या मुलींना हक्काचं सुरक्षित घर दिलं पाहिजे आणि मुख्य म्हणजे भोगवादी आत्मकेंद्रित समाजावर कठोर प्रहार करीत, त्याला खडबडून जागं केलं पाहिजे.

हे – हे मला जमेल? माहीत नाही, पण प्रयत्न केलाच पाहिजे. बचपन बचाव हे माझं मिशन आहे की, अंधतेनं घेतलेलं व्रत आहे. मग मला काम केलंच पाहिजे आणि मी ते करणार आहे.

माझ्या या यज्ञातला दीपू हा ताजा बळी...! किती बळी हवे आहेत, यज्ञरूपी देवतेला प्रसन्न होऊन माझ्या कार्याला यशाची फळं देण्यासाठी?

हू नोज? परहॅप्स गॉड नोज. बट आय डाउट. देव खरंच अस्तित्वात असता तर बालकांच्या वाट्याला हे अघोरी व बालपण करपवून टाकणारे भोग आले असते? तो नाहीये. एका-एका अत्याचाराला बळी पडणारं बालपण मला हेच आक्रंदून सांगतंय, तो नाहीये!

प्रकरण अठरा

'वेल मि. अरुण, धिस इज टुली ए मेमोरेबल व्हिजिट अॅन्ड आय मस्ट से, इट इज अॅन आय ओपनर फॉर ऑल ऑफ अस, द पॉलिसी मेकर्स एंगेज्ड इन इरॅडिक्शन ऑफ चाइल्ड लेबर.'

युनिसेफचे बालमजुरी सेलचे दक्षिण आशियायी समन्वयक जोसेफ आर्मस्ट्राँग, केंद्रसरकारच्या श्रमविभागातून मागच्या वर्षी निवृत्त झालेले सहसचिव आणि एका अभ्यासगटाचे प्रमुख आहेत, ते गजधर मिश्रा आणि 'क्राय' या संस्थेच्या मुंबई विभागाची सचिव राधिका नायर कालपासून मुक्कामाला स्वप्नभूमीमध्ये होते. आज सकाळी ब्रेकफास्टनंतर फिरत असताना अरुणने आपल्या कर्मभूमी – 'स्वप्नभूमी'ची – सफर त्यांना घडवली. बालमजुरीच्या संदर्भात शिक्षण, पुनर्वसन आणि मालकांचं प्रबोधन व प्रशिक्षणाबाबतच्या विविध उपक्रमांची माहिती दिली. त्यानंतर ते कार्यालयात बोलत बसले असता

'अक्सर कहा जाता है कि, सपने-सपनेही रहते हैं। वो कभी अपने नहीं होते। वो यथार्थ में सहसा परिवर्तित होते। लेकिन आज यहाँ मैं सपनोंके सुमधुर फूल और फल देख रहा हूं।' अस्खलित हिंदीत गजधर बोलत होते, 'मैने जो बालश्रमिको पर अंग्रेजीमें किताब लिखी है, उसके नये संस्करण में एक केसस्टडीकी हैसियतसे स्वप्नभूमी के अनुठे प्रयोगपर विस्तार से लिखकर सम्मिलित करूंगा।'

'अरुणजी, तुमचं काम पाहून क्राय आपल्याशी कशी जोडली जाईल, यासाठी मी प्रयत्न करेन.' राधिका म्हणाली, 'तुम्ही मघाशी सांगितलेली त्रिसूत्री बालमजुरी-निर्मूलनासाठी एक मार्गदर्शक तत्त्व म्हणून स्वीकारली पाहिजे, असं वाटतं.'

स्वप्नभूमी दाखवताना अरुणनं आपल्या कामाचं तत्त्वज्ञान सूत्ररूपात सांगताना म्हटलं होतं,

'आमच्या संस्थेनं मिशन स्टेटमेंट फार काळजीपूर्वक तयार केलं आहे. ते म्हणजे बालककेंद्रित शिक्षण, मालककेंद्रित शासन आणि पालककेंद्रित पुनर्वसन.

या त्रिसूत्रीच्या आधारे बालकामगारसमस्येचं संपूर्ण निर्मूलन, सहा ते चौदा वयोगटातील सर्व मुलांना प्राथमिक शिक्षण सक्तीने दिले पाहिजे व एकही बालक शाळेपासून वंचित न राहिलं नाही पाहिजे. त्यासाठी त्याला काम न करण्याचा हक्क मिळाला पाहिजे. तर दुसऱ्या बाजूने शिक्षणाचा व शाळेत जाण्याचा त्याला अधिकार बजावता आला पाहिजे. हे बालककेंद्रित शिक्षण, आमचं पहिलं सूत्र आहे. जे मालक, उद्योजक वा कारखानदार बालमजुरांना धोकादायक कामावर बंदी असताना कामावर लावतात, त्यांना शासन झालं पाहिजे. त्यासाठी कायद्यातील सर्व पळवाटा बुजवून त्यांना कठोर शासन होईल, हे पाहिलं पाहिजे. हे दुसरं सूत्र अर्थात मालककेंद्रित शासन आहे. तिसरं सूत्रही तेवढंच महत्त्वाचं आहे, ज्याकडे अजूनही भारतातले पॉलिसी मेकर्स फारशा गांभीर्याने पाहत नाहीत. ते म्हणजे बालकामगारांच्या पालकांचं आर्थिक पुनर्वसन. गरिबी व दारिद्र्य हे बालकांना कामावर पाठविण्याचं व बालमजुरीच्या प्रथेचं प्रमुख कारण आहे. बहुतेक बालकामगारांचे पालक हे अकुशल काम करतात, त्यांना कामाची व दामाची हमी नसते, म्हणून त्यांचे आर्थिक पुनर्वसन करण्यासाठी खास कार्यक्रम आखला पाहिजे. आमच्या नवजीवन प्रकल्पात याकडे आम्ही विशेष लक्ष दिले आहे. ही तीन सूत्रे एका अर्थाने तीन आर्यसत्ये वा जैन धर्माच्या परिभाषेतली तीन रत्नं आहेत. भारताचं धोरण या तिन्ही अंगांना स्पर्श करतं; पण पुरेसं करत नाही व नेमकेपणानं नाही. ते तसं झालं तर ही समस्या जलद गतीनं सुटू शकते.'

राधिकाला ही त्रिसूत्री अभिप्रेत होती. जोसेफ व गजधरांनाही ती यथार्थ वाटत होती.

त्यांना निरोप देऊन अरुण परत स्वप्नभूमीच्या कार्यालयात येऊन कामकाज पाहू लागला. काही वेळानं उन्हातून आल्यामुळे लालबुंद झालेली शहनाज त्याच्या टेबलासमोर आली व झुकत म्हणाली, 'भैय्या, मी तुमच्या कामात काही अडथळा तर आणीत नाही ना?' अरुणनं हातातली फाइल मिटवत व डोळ्यांवरचा चश्मा काढीत खुर्चीवर किंचित रेलत म्हटलं, 'छे गं! थोडं किरकोळ काम करीत होतो. बरं झालं, तू आत्ताच आलीस ते. मी घरी जायच्या बेतात होतो. बोल, तुझं बुटीक कसं चाललंय? आपल्या बॅचच्या मुलींना चांगलं शिकव. त्यांनाही तुझ्याप्रमाणे उद्या उत्तम व्यवसाय करता आला पाहिजे.'

'नक्कीच भैय्या.' शहनाज सोबत आलेल्या मुलीकडे बोट दाखवीत कामाचं बोलू लागली, 'ही शमीम. ही घाटी झोपडपट्टीत राहते. तिच्या शेजारच्या सुलेखाला ती घेऊन आलीय. तिचं काम आहे आपल्याकडे.' मुस्लीम रिवाजाप्रमाणे काळा बुरखा घातलेली शमीम आपला बुरखा वर करीत म्हणाली,

'भैय्या, ही जुलेखा बहन आमच्या शेजारी राहते. तिचा भाचा एका जरीच्या कारखान्यात कामासाठी सहा महिन्यांपूर्वी बिहारच्या दरभंगा जिल्ह्यातून आला आहे. त्याची काही खबर, आतापता नाही, म्हणून जुलेखा बहनच्या भावानं कार्ड पाठवलंय तिला. त्या कार्डाच्या निरोपाप्रमाणे तिनं कारखान्यात जाऊन अफझल शेखची म्हणजे तिच्या भाच्याची चौकशी केली, पण तिला तिथं कुणी दाद लागू दिली नाही. त्यामुळे ती बिचारी परेशान झाली आहे. अफजल अवघा अकरा वर्षांचा आहे. त्याची तिला काळजी वाटते.'

अरुण पाहता-पाहता गंभीर झाला. गेल्या दोन-अडीच वर्षांपासून मुंबईचे अनेक जरीकपड्याचे कारखाने कामगार व पोलीस विभागाच्या धाडसत्रामुळे बंद पडले होते. तेथे बिहार, उत्तर प्रदेश आदी प्रांतांतले शेकडो बालमजूर अत्यंत वाईट परिस्थितीत काम करायचे. त्यांच्या शोषणाच्या कहाण्या वृत्तपत्रे व मीडियांनी उजेडात आणल्यावर राज्य शासन जागं झालं. त्यांनी बालकामगार मुक्त करून परत त्यांच्या गावी पाठवायला सुरुवात केली आणि मालकांवर दंडात्मक कार्यवाही सुरू केली. परिणामी अनेक कारखाने धडाधड बंद पडत गेले. स्वस्त मजुरीवर चालणारे कारखाने स्वस्त बालमजुरांच्या अभावी बंद पडणे साहजिक होते. पण व्यवसाय, धंदा-पाणी करणारे जात्याच बदलत्या वाऱ्यांची दिशा ओळखण्यात पटाईत असतात. त्यांनी आपले जरीचे कारखाने राज्यातील इतर मोठ्या जिल्ह्यांत बालमजुरांसह स्थलांतरित केले. या शहरांतूनही आता तुरळक प्रमाणात का होईना, बालमजुरांच्या शोषणाच्या कहाण्या वृत्तपत्रांतून यायला सुरुवात झाली होती.

असा जरीचा उद्योग प्रत्येक मोठ्या, खासकरून व्यापारकेंद्र असणाऱ्या शहरात पूर्वीपासून होताच; पण मुंबईप्रमाणे त्यात बालकामगारांचं प्रमाण सहसा नव्हतं. कारण हा कारखाना नावाचाच कारखाना असायचा. प्रामुख्यानं तो घरगुती उद्योग म्हणूनच चालवला जायचा. घरची सर्व लहान-थोर मंडळी जरीकामात हातभार लावायची. घरच्या माणसासोबत छोटी मुलं शाळेत न जाता किंवा शाळा सांभाळून काम करायची. त्यात श्रम असले, तरी इतर धोकादायक उद्योगांप्रमाणे शोषण नसायचं.

पण मुंबईचे लोण झपाट्यानं इतर शहरांत पसरत असल्याचे अरुणला माहीत होतं. आपल्या शहरातही त्याची लागण झाल्याचं कळलं होतं. आणि म्हणून त्याच्यासाठी ही चिंतेची बाब होती.

जरीच्या कारखान्याचं घरगुती व्यवसायाचं व मर्यादित व्याप्ती आणि उलाढाल असलेलं स्वरूप झपाट्यानं बदललं होतं. मुंबईप्रमाणे मोठ्या संख्येने बिहारसारख्या प्रांतातून आयात केलेले बालकामगार लावून मोठ्या व्याप्तीचे जरीचे कारखाने राज्यातील इतर शहरांत अलीकडच्या काळात पावसाळी छत्र्यांप्रमाणे सुरू झाले

होते. आर्थिक उदारीकरणानंतर नवश्रीमंतांचा वर्ग वाढला होता. आणि त्यांना एथनिक टच असलेल्या एक्सक्लुझिव्ह वस्त्रांचं आकर्षण होतं. स्वत:चं वेगळेपण, श्रीमंती व प्रतिष्ठा इतरांच्या मनावर ठसविण्याचा हा एक मार्ग होता. त्यामुळे जरीचे कारखाने तेजीत होते. स्वस्त बालमजुरांच्या जिवावर कारखानदार अवाजवी नफा खोऱ्यानं ओढत होते. त्यांना बालकांच्या हालअपेष्टांची पर्वा नव्हती. अधिक काळ एका जागी वाकून बसून काम करावं लागत असल्यामुळे छोट्या मुलांच्या आरोग्यावर होणाऱ्या विपरीत परिणामाकडे मालकमंडळी कानाडोळा करायची. जेव्हा एखादा बालक मालकवर्गाच्या अमानुष मारहाणीमुळे रक्तबंबाळ होऊन दवाखान्यात भरती व्हायचा किंवा पळून जायचा प्रयत्न करायचा, तेव्हा त्यांच्या कहाण्या वृत्तपत्रातून वा मीडियातून यायच्या. पण यामुळे ना कधी समाजमन खडबडून जागं व्हायचं की, लोकप्रतिनिधी राज्य व देशाच्या विधिमंडळांत चर्चा घडवून आणायचे.

शमीननं जुलेखाच्या भाच्याबाबत मोजक्या शब्दांत सांगितलं, तसं हे सारं अरुणला आठवलं आणि त्याच्या सहाव्या ज्ञानेंद्रियाने त्याला इशारा दिला की, प्रकरण गंभीर आहे व ते बालमजुरांच्या शोषणाशी संबंधित आहे. कारण हे शहर रेल्वे, रोड व विमानानं मुंबई, पुणे तसंच भारताच्या अनेक मोठ्या शहरांशी जोडलं गेलेलं महत्त्वाचं पर्यटन केंद्र आहे. त्यामुळे वृत्तपत्रातली बातमी आधार मानली, तर इथं असे काही मोठ्या व्याप्तीचे कारखाने सुरू झाले असणार. कदाचित त्यांत मुंबईप्रमाणे बाहेरचे गरीब स्वस्त बालमजूर आयात करून ते बेसुमार नफ्यासाठी चालवले जात असणार.

'अरुणभैय्या, अरे, शमीम काय म्हणाली हे ऐकलंस ना?' शहनाजनं पुन्हा विचारलं, तसा दचकून भानावर येत स्वत:ला सावरत अरुण म्हणाला, 'होय, माझ्या लक्षात आलं.'

तो शमीम व जुलेखाला दिलासा देत म्हणाला, 'तुम्ही काळजी करू नका. इथं बसा शहनाजसोबत. मी पोलीस टास्क फोर्स बोलवतो. आणि आपण सारे जण जरीच्या कारखान्यावर छापा मारून अफजल शेखला शोधू. तो नक्की सापडेल.'

'शुक्रिया जनाब। मैं अफजल के बारे मैं बहूत चिंतित हूं।' जुलेखा पुटपुटली.

'शुक्रिया किसलिये? ये तो मेरा काम है। एक-एक बालमजदूर मेरी जिम्मेदारी है बहन।' अरुण प्रांजळपणे म्हणाला, 'बचपन बचाव मेरा मिशन है, धरम और करम भी!'

पूर्वदिशेला शेरी नाल्यापलीकडच्या सुमारे दहा वर्षांपूर्वी शहरात समाविष्ट झालेल्या सांगवी गावाच्या गायरानात घाटी झोपडपट्टी अस्ताव्यस्त पसरली होती. जवळपास अडीच हजार कुटुंबे त्या भागात कच्च्या झोपड्या, टिन शेड किंवा

नुसत्या विटा रचून मातीनं लिंपून बांधलेल्या जागेत राहत होती. जो तो मिळेल त्या जागी जमेल तसं मोडकंतोडकं घर बांधून बसला होता. राहत्या जागेसमोर उघड्यावर अंघोळ व भांडी घासणं, यामुळे सर्वत्र घाण, पाण्याचे ओघळ व चिखल नेहमी असायचा. शौचालयाची बहुतेक घरांत सोय नव्हती. महानगरपालिकेने बांधलेल्या चार सार्वजनिक शौचालयांत वा शेरी नाल्याच्या आडोशात प्रातर्विधी उरकला जायचा. झोपडपट्टी सुधार योजनेअंतर्गत कुठे-कुठे सिमेंट रस्ते व गटारी झालेल्या. सार्वजनिक पथदिव्यांच्या तारेवरून आकडा टाकून घरात वीज घेणाऱ्यांचे लक्षणीय प्रमाण. झोपड्यांसमोर कोंबड्यांचे छोटे-मोठे खुराडे. शेळ्या-बकऱ्या बांधलेल्या.

या झोपडपट्टीत असलेल्या काही बऱ्या घरांमध्ये स्पेशल कुटीरोद्योग चालत. अलीकडच्या काळात तेथे जुने धंदे बंद करून जरीचे कारखाने सुरू झालेले.

जुलेखाच्या भावाने पाठवलेल्या पोस्टकार्डावर अफझल शेख काम करीत असलेल्या जरीच्या कारखान्याचा पत्ता होता, पण तो अस्पष्ट व अपुरा होता. पण कारखान्याच्या मालकाचं जहांगिर मलिक हे नाव सांगताच तेथील लोकांनी तो अचूक दाखवला. जहांगिरचा झोपडपट्टीपरिसरात चांगलाच दबदबा व बरीच भीती असलेली अरुणला जाणवली.

महाराष्ट्र शासनानं बालमजुरांच्या मुक्ततेसाठी प्रत्येक जिल्ह्यात जिल्हाधिकाऱ्यांच्या अध्यक्षतेखाली एक टास्क फोर्स तयार केला होता. त्यात अनेक अधिकारी होते. पण प्रमुख जिम्मेदारी ही कामगार आयुक्त व पोलीस दलाची होती. सुदैवाने सध्या शहर कोतवाली पोलीस ठाण्याचा पदभार दीपक कोकाटे या नव्यानेच आलेल्या प्रशिक्षणार्थी उपपोलिस अधीक्षकाकडे होता. त्यानं रोजगार हमीच्या कामावर उन्हाळ्याच्या सुट्टीत घराला हातभार लागावा म्हणून चक्क खडीही फोडलेली होती. आणि पोलीस दलात आल्यावरही त्यानं आपली गरीब व गरिबीशी असलेली नाळ तोडली नव्हती. त्यामुळे अरुणनं त्याला आपल्या कामात ओढलं होतं. दीपकही आनंदानं त्यात सामील झाला होता. तो पुन्हा पोलीस-शाळा सुरू करायचं म्हणत होता, पण एस.पी. प्रीतमसिंगपुढे हतबल होता.

आज त्याला फोन करताच तात्काळ प्रतिसाद देत दीपक म्हणाला, 'अरुणभैय्या, तुम्ही काळजी करू नका. मी पंधरा मिनिटांत पोलीस फोर्ससह कामगार आयुक्तांना घेऊन येतो. आपण अफजलला नक्की शोधून काढू.'

आज ते सारे जहांगिर मलिकच्या कारखान्यासमोर होते. त्या पन्नास बाय साठ फूट लांबीच्या टिन शेडच्या प्रशस्त हॉलमध्ये अरुण व दीपकनं प्रवेश केला, तेव्हा तिथं सुमारे शंभर-सव्वाशे बालकामगार जरीकाम करताना दिसून आले.

उन्हाळ्याचे दिवस व दुपारचं कडक ऊन. त्या पत्र्याच्या जरीकारखान्यात दोन कोपऱ्यांत दोन पेडस्टल फॅन्स होते. त्यामुळे उकाडा किंचितही सुसह्य होत नव्हता.

दोन दारं सोडली, तर एकही खिडकी नव्हती. त्यामुळे व्हेंटिलेशन असं नव्हतंच. पुन्हा प्रकाशही अपुरा होता. तेथे तीन ओळीत सुमारे तीस-चाळीस लोखंडी खाटा मांडलेल्या होत्या. प्रत्येक खाटेच्या दोन्ही बाजूंनी तीन-तीन मुले बसून त्यावर ताणून बांधलेल्या साड्या वा कपड्यांवर जरीकाम करीत होती. काही मुले वाकून किंचित उकिडवी बसलेली, तर उंच थोराड मुले मांडी घालून बसलेली. प्रत्येकाचा हात एका विशिष्ट वेगानं चालत होता. तीक्ष्ण सुईच्या मदतीने काही जण मणी, टिकल्यांचा वापर करून वस्त्रे सजवीत होते.

हॉलमध्ये कमालीची शांतता होती, केवळ दोन पंख्यांचा कर्कश आवाज तेवढा घुमत होता. मधूनच कामाच्या ओघात सुई बोटात घुसली की, 'सऽऽ हायऽऽ' असा विव्हळण्याचा आवाज यायचा. आठ ते तेरा-चौदा वयोगटातील ती काळी-सावळी, कृश कुडीची अशक्त मुले डोळे ताणून काम करीत होती. जरीकाम हे वेळखाऊ, कौशल्याचं आणि तीक्ष्ण नजरेचं काम आहे. डोळ्यांना ताण देणारं आणि बसून वाकून काम करायचं असल्यामुळे पाठीच्या कण्यावरही परिणाम करणारं. प्रचंड उष्म्यानं सारेच घामाघूम झालेले. हातांनी कपाळावरचा घाम पुसत काम सतत चालू होतं. अनेकांचे सदरे चिंब झालेले. काही जण तर उघड्या छातीनं वा बनियन घालून काम करीत होते.

दाराशी एका खुर्चीवर एक उग्र चेहऱ्याचा पठाणी सुटातला भरघोस अक्कडबाज मिशा असलेला आडदांड व उग्र पठाण काठी हातात घेऊन घारीच्या नजरेनं प्रत्येक खाटेकडे व चालू असलेल्या कामाकडे पाहत होता. मधूनच गती मंद वाटली की, गुरकावीत व शिव्या हासडीत धमकवायचा.

अरुण, पोलिसवेशातला दीपक आणि इतर अधिकारी कर्मचारी कारखान्यात शिरताच तो पठाण धडपडत उठून उभा राहिला, 'सलाम साब। हमेशा आनेवाले वाघसाब, डी.वाय.एस.पी. साब नहीं आये क्या? हमे खबर देते तो मैं खुद सलाम करने आपके घर या कोतवालीमें पहुंच जाता।'

वाघांची बदली होऊन तेथे दीपक रुजू झाल्याची खबर त्या पठाणाला दिसत नव्हती. पण त्यानं ज्या सहज सुरात 'हम खुद सलाम करने पहुंच जाते,' म्हणत जे सूचित केलं, ते दीपकच्या मनात तेजाबप्रमाणे दाह करीत शिरलं. त्याचा भडका उडाला. संतापानं तो ओरडला,

'चूप. सारे पोलीस अधिकारी काय विकाऊ समजलास? कुठे आहे तुझा सेठ...?'

'म-म-माफ करना हुजूर, गलती हो गयी। मैंने गलतीसे आपको वाघसाबका आदमी समझा...' त्या पठाणाच्या सारं काही लक्षात आलं होतं. एकाच वेळी सव्वाशे बालकामगारांना काम करताना पोलिसांनी आणलेल्या व्हिडीओ कॅमेऱ्यानं टिपलं होतं आणि त्यांचं संभाषणही. आज प्रकरण काही और दिसत आहे. कारण

त्यांच्या सोबत अरुण पालिमकरही होता. त्याची माहिती ठेवणं व त्याच्यापासून मुलांना दूर सारणं, हे काम या धंद्यात व या शहरात तरी करणं भाग होतं.

पण प्रत्येक वेळी येऊन हप्ता घेऊन जाणारे व कसं जपून काम करावं आणि प्रशासनाच्या नजरेत येऊ नये याबाबत बहुमोल सल्ला देणारे वाघ आता नव्हते. या नव्या बच्चा पोलीस अधिकाऱ्याचं पाणी काही न्यारं आहे, हे दीपकच्या चेहऱ्यावरच्या करारी भावावरून त्या पठाणानं क्षणार्धात ताडलं होतं.

'बोल, कहां है तेरा सेठ?'

'म-मैही हूं सेठ हुजूर, मेराही नाम जहांगिर मलिक है।' त्या पठाणानं स्वत:ला सावरत म्हटलं.

क्षणभर अरुणला ते खरं वाटलं नाही. त्यानं हलकेच दीपकला म्हटलं, 'हा-हा या जरीच्या कारखान्याचा मालक वाटत नाही. काहीतरी गोम आहे.'

'खरं सांग या कारखान्याचा खरा मालक कोण आहे?' दीपकनं हातातली छडी फिरवीत जरबेनं विचारलं. 'सच कहना। मुझे सच कैसे उगलवाना है, ये अच्छी तरहसे मालूम है।'

'मैं सच कहता हूं कसमसे। मैं ही हूं इस कारखानेका सेठ,' तो शांतपणे म्हणाला. त्याच्या बेफिकीर पण शांत चेहऱ्याआड एक चलाख मेंदू दडलेला आहे, हे अरुण व दीपकच्या ध्यानात आलं. तो सरळपणे व सहजासहजी त्याचा खरा मालक कोण आहे, हे सांगणार नाही हे दीपकनं ताडलं होतं.

'ठीक है। अफजल शेख कहाँ है? हम उसे ढूंढने आये हैं।' अरुणनं जुलेखाच्या नजरेतली आतुरता जाणून विचारलं.

जहांगिरनं काही उत्तर दिलं नाही. त्याच्या मनात विचार चालू होते. असली सेठ त्यांच्या हाती सापडता कामा नये. आपल्या तोंडून त्यांचं नाव निघता कामा नये. नाहीतर दरभंगा बिहारमधील छोट्या कसब्यातील आपलं अलीकडेच पक्कं केलेलं घर तो गुंड पाठवून पेटवून देईल. त्यासाठी आपण थंड व शांत राहिलं पाहिजे.

'ऐकलं नाही का, अरुणभैय्या काय विचारतात ते? कुठे आहे तो अफझल शेख?'

दीपकनं करड्या धारदार स्वरात पुन्हा एकदा विचारलं.

'भाईसाब, वो सीतामढीसे आया हुआ था, छ महिने पहले. वो फजलू अफजल शेख?'

जुलेखानं अधीरतेनं त्याला आपल्या भाच्याचा तपशील देत विचारलं....

अजूनही जहांगिरच्या मनात विचारचक्र चालू होतं. आता आपण पुरते फसलो गेलो आहोत. आता पोलीस आपणास सहजासहजी सोडणार नाहीत. हा जरीचा कारखाना आता बंद पडणार, हे उघड होतं. सर्व बिहारी मुलांना पोलिसवाले परत

पाठवणार. कारण मुंबईहूनही असंच त्यांना बिहारला परत पाठवलं होतं. आणि आपल्याला बालमजुरी व इतर कायद्यांखाली अटक होणार, हेही कळून चुकलं होतं. त्याखेरीज प्रत्येक मुलामागे त्यांच्या पुनर्वसनासाठी पंचवीस हजार रुपये भुर्दंड पडणार.

सलाउद्दीनभाईनं त्याला कामावर ठेवताना हे सारे धोके सांगितले होते. बालमजुरांना ठेवणे हा गुन्हा आहे, पण स्वस्त बालश्रमामुळे होणारा फायदा कितीतरी अधिक असतो! त्यामुळे सर्व ठिकाणी पेट्या पोचवून होता होईल तेवढा कारखाना चालू ठेवणं, हे जहांगिरचं काम होतं. त्याच्या सुदैवानं गेली दोन वर्षे या भागाचे पोलिसप्रमुख वाघ होते. त्यांची अपेक्षा जहांगिरनं ओळखत त्यांना योग्य पद्धतीनं संतुष्ट ठेवलं होतं. पण अचानक त्यांची बदली झाली व हा नवा थेट भरतीनं निवडलेला तरुण आला.

तरुण रक्त असंच गरम असतं. तो या वेळी आपणास सोडणार नाही. त्याला पैशाचं विचारलं, तर तो अधिकच जोशात येऊन आपल्याला पोलीस कस्टडीत थर्ड डिग्री पद्धतीनं व्यवस्थित ठोकणार.

अनेकदा वाघांनी दारू पीत-पीत आपणही सुरुवातीला कसे प्रामाणिक व नि:स्पृह होतो, हे सांगितलं होतं. 'लेकिन जहांगिर, इस पोलीस फोर्स में ऑनेस्ट रहने का मतलब है हर साल तबादला होना, वो भी दूर दराज इलाकेमें, जहां सिर्फ सडैल जीना होता है। दो-तीन बार मैंने ये सब बर्दास्त किया है। पण आख्खी जिंदगी तर मला असं राहता येणार नाही. तिथं फॅमिली राहू शकत नाही. मग मीच विचार केला, आपण चांगलं राहून थोडीच बेइमान दुनिया सरळ होणार आहे? फिर क्या, जिंदगी आसान हो गयी। यू कहो की, रंगीन और गुलजार हो गयी। आजच्या वाघाची ही अशी कहाणी आहे.'

आज एक वेगळाच वाघ दीपकच्या रूपात समोर उभा आहे. सुटकेची संधी नाही. पुन्हा तो हरामखोर अरुणभैय्या आहे. बालमजुरांचा मसीहा. आज आपली शंभरी भरली म्हणायची. पण सलाउद्दीननं अशा वेळी काय करायचं व प्रसंग कसा निभावून न्यायचा, हेही जहांगिरला अनेकदा पढवलं होतं.

'जहांगिर, अशा वेळी सारी मुले ही चवदा वर्षांपेक्षा जास्त वयाची आहेत, हे प्रथम सांगायचं. काहींची खोटी जन्म प्रमाणपत्रं नेहमी जवळ तयार ठेवायची. पुन्हा ते पारंपरिक हस्तकला शिकतात व इज्जतीनं जगतात, असं सांगायचं आणि यामुळेही काही फायदा होत नसेल व पोलीस ऐकत नसतील तर शेवटी एक जालीम हत्यार काढायचं... आपण मुस्लीम अल्पसंख्याक म्हणून मुद्दाम 'आर.एस.एस.' माइंडेड पोलीस व सरकारी अधिकारी त्रास देतात, असा कांगावा सफाईनं करायचा. त्यामुळे दहापैकी आठ वेळा चिल्लर शिक्षा व दमबाजीवर सुटता येतं. मुलांच्या जिवावर जरीच्या कारखान्याचं काम करताना प्रसंगी जेलमध्येही जायची तयारी

ठेवावी लागते. समजा, तुला जेलमध्ये जावं लागलं, तर त्यातून सोडवणं मला फार काही कठीण नाही. फक्त चार-दोन रात्री पोलीस कस्टडीत तुला राहावं लागेल व तिथं पोलिसी मार सहन करावा लागेल. अशा वेळी तुला जादा बक्षिशी पण मिळेल. फक्त माझं नाव व पत्ता त्यांना सांगायचा नाही, एवढी काळजी घे. तुझी व तुझ्या कुटुंबाची सारी जिम्मेदारी आमची. मी माझ्या माणसांना कधीही वाऱ्यावर सोडत नाही. पण कच खाणाऱ्या व माझे धंदे उघडे करणाऱ्यांना संपविल्याखेरीज राहत नाही.'

पुन्हा एकवार जेव्हा निर्वाणीच्या सुरात दीपकनं विचारलं, तेव्हा जहांगिर म्हणाला, 'उसे कुछ बुखार है, वो आराम कर रहा है।'

त्यानं एका मुलाला हाक मारली, 'बबलू, जा इन्हे वो अपने मकान ले जा।'

अरुण व जुलेखा बबलूसह अफजलच्या भेटीस निघाले. 'अरुणभैय्या, मी इथंच थांबतो. तुम्ही अफजलला जुलेखाच्या ताब्यात देऊन परत इकडं या.' आणि जहांगिरच्या हनुवटीवर आपली छडी टेकवत त्याचा चेहरा वर करीत त्याच्या डोळ्यात नजर भिडवत दीपक म्हणाला,

'जहांगिर, बच्चोंको इस तरह काममें लगाना और उन्हे एक्सप्लॉइट करना, इस जुर्ममें मैं तुम्हे गिरफ्तार करता हूँ।'

जहांगिरला याची अपेक्षा होती. त्यानं शांतपणे म्हटलं, 'लेकिन सर, ये बच्चे कहां है? सब बालिक हैं। मैंने कामपे रखते वक्त उनकी उमर देखी थी। मेरी पेटीमें कुछ बच्चोंके बर्थ सर्टिफिकेट्स हैं।'

दीपकला त्याचं नवल वाटलं नाही. उलट, अशीच काही कारणं तो सांगेल, हे अपेक्षित होतं. जहांगिरकडे काही मुलांची खोटी जन्माची सर्टिफिकेट्स नक्कीच असणार. पण ती खोटी आहेत, हे सिद्ध करण्यासाठी बराच वेळ लागेल. दीपकला हेही माहीत होतं की, कामावरील मुलेही आपलं वय पंधरा-सोळा-सतरा असंच सांगणार. ही बालमजुरीवर कारखाने चालवणाऱ्या मालकांची ठरलेली मोडस ऑपरेंडी आहे. जहांगिर तरी त्याला कसा अपवाद असणार?

आणि झालंही तसंच. पोपटाप्रमाणे पढवून ठेवलेली एक-एक बालकामगार मुलं धडाधडा जहांगिरच्या इशाऱ्यासरशी बोलत सुटली, 'मी अमका-तमका. बिहार मधील अमुक-तमुक गावाचा. माझं वय पंधरा वर्षे चार महिने किंवा सोळा वर्षे दोन महिने. आम्ही पिढीजात कारागीर. आमच्या बापानं आम्हाला इथं हुनर शिकायला व कमाईसाठी पाठवलं. आम्ही स्वखुशीनं आलो. आम्हाला इथं काही त्रास नाही.'

दीपक स्तिमित होऊन त्या कोवळ्या मुलांकडे पाहात होता. त्यांच्यापैकी फार तर एखाद-दुसराच मुलगा चवदा वर्षांपेक्षा मोठा असेल. बाकीचे नि:संशय अल्पवयीन होते. साऱ्यांचे कृश देह, खपाटीला गेलेली पोटं आणि सुकलेले विझलेले चेहरे, थिजलेली नजर. त्यांना अशा उपचार म्हणून किंवा टार्गेट पूर्ण करण्यासाठी टाकल्या

जाणाऱ्या पोलिसी रेडचा अनुभव असावा. नाहीतर पोपटाप्रमाणे अशा ठरावीक प्रतिक्रिया त्यांनी पटापट एका सुरात दिल्या नसत्या.

'साबजी, गाव में क्या रखा है? यहां दो वक्तकी रोटी मिलती हैं। इज्जत है। साब, हम कमाके अपना और फॅमिलीका पेट पालते हैं।'

'यहां सेठ हमारा ठीक खयाल रखता है। मकान में टीव्ही भी है और हर संडेको हमें शामको छुट्टी देता है। उपरसे बीस रुपये भी जेब खर्चेके लिए. हम सिनेमा देखते हैं, होटलमें खाना खाते हैं. ऐश करते हैं। यहां हमें कोई तकलीफ नहीं। हमें छोड दो। गाव मत भेजो। वहा हम भूखे मर जायेंगे।'

जहांगिर मनोमन हसत शांतपणे अक्कडबाज मिशांना पीळ देत उभा होता. त्यानं वारंवार पढवून ठेवलेलं आज कामाला येत होतं. सारी पोट्टी पढवलेलं नीट बोलत होती.

दीपकही तेवढ्याच शांतपणे मुलांकडे भेदक नजरेनं एकटक पाहत होता. अंतर्यामी तो अस्वस्थ व संतप्त होता. कारण सारे जण कायद्याला बगल देईल, असं सफाईनं खोटं पढवलेलं फेकत होती. त्यांना अशा रेडची भरपूर प्रॅक्टिस असावी. आजची त्यांची पेशकश अधिक सफाईदार व परिपूर्ण होती.

दीपकनं मग जहांगिरकडे नजर टाकीत त्याचे मंद व कळत नकळत बाजी मारून नेल्याचं स्मित नेमकं टिपलं. जहांगिरच्या नजरेतले धारदार इशारे मुलांपर्यंत व्यवस्थित पोचत होते. त्यांच्यासमोर पोलीस असले, तरी काम करणाऱ्या त्या सव्वाशे मुलांचा समूह जहांगिरच्या दबावाखाली होता.

तो दबाव, त्याचा असणारा धाक व मनामधली दाट भीती कमी करणं आवश्यक होतं.

दीपकनं मनाशी क्षणभर विचार केला व कमावलेल्या भारदस्त पोलिसी आवाजात म्हटलं,

'झूठ. सब झूठ है। मी सिव्हिल सर्जनकडून या मुलांच्या वयाची प्रमाणपत्रं घेईन. माझी खात्री आहे की, सर्व मुले चौदा वर्षांखालची आहेत. त्यांच्या आई-बापांना ॲडव्हान्स देऊन त्यांना वेठबिगार बनवून तुम्ही लोकांनी इथं कामाला आणलं आहे. त्यांना वेठबिगार बनवलं आहे.'

'ये सच नहीं है जनाब। हम क्यो उन्हे बांधके रखे? वो सब अपनी मर्जीसे, अपने माँ-बाप के मर्जीसे आये हैं। मी त्यांना का बांधून ठेवू? बिहारमें बेकार बच्चोंकी फौज है। एक नहीं तो दूसरा आयेंगा।'

'चूप! खामोश साले! ऐसे तू सच नहीं उगलेगा। हमको मालूम है, किस तरह तेरी जबान खोली जाये।'

आणि दीपकनं सरळ जहांगिरच्या मुस्काटात एक सणसणीत ठेवून दिली.

आणि मग काठीनं त्याला चक्क झोडपू लागला. त्याचबरोबर टोकदार बुटानं चेपत त्याला काही मिनिटांतच यथेच्छ बुकलून काढलं. साऱ्या मुलांसमोर त्याच्यावर थर्ड डिग्रीचा वापर करीत, तो अखंड बोलत होता. मुलांच्या मनावरील जहांगिरची भीती निघून जावी, असा त्याचा प्रयत्न होता.

'साले हरामी! बच्चोंका खून चूसता है? हे पाप आहे. तुमचा पैसा पापाचा आहे. त्यानं कधी बरकत येते का? पण तुम्हाला धुंदी चढली आहे पैशांची. त्यामुळे नाही कळणार हे कधी सरळपणे. त्यासाठी टेढी उंगली केली पाहिजे. मी पोलिसवाला आहे. वो मैं बखुबी जानता हूं। तुझसे आज तो मैं सच उगलवाकेही रहूंगा। यहाँ, इसी वक्त। बच्चोंके सामने। समझे? तुला असा मी सोडणार नाही.'

सारी मुले विस्फारलेल्या नजरेनं दीपक आपल्या सेठला कसा उभा-आडवा ठोकून काढीत आहे, हे पाहत होती. प्रथम त्यांचा आपल्या डोळ्यांवर विश्वास बसला नाही. त्यांना भेलकंडणारा, ओरडणारा व दयेची भीक मागणारा जहांगिर अविश्वसनीय वाटला.

रोजचं चित्र वेगळं असायचं. रडणारी, भेकणारी मुलं असायची व जहांगिर गडगडाटी राक्षसी हसत कधी चेननं तर कधी काठीनं मारायचा. मारहाणीसाठी साधं क्षुल्लक कारण पण पुरेसं असायचं. कधी जरीकाम करताना सुई तुटली म्हणून, तर कधी काम करताना डुलकी लागली म्हणून. दिवसभर त्याची सावध भिरभिरती नजर त्या हॉलमधील सर्व मुलांच्या कामाकडे असायची. त्याला बरोबर चूक सापडायची आणि मग जहांगिर अशा मुलांना यथेच्छ बदडून काढायचा.

त्या रात्री शिक्षा म्हणून कामचुकारपणा केल्याबद्दल अशा मुलांना जेवण द्यायचा नाही. आधीच अपुरं जेवण. पोटात नेहमी आग पडलेली असायची. त्यात उपाशीपोटी राहायचं म्हणजे कडेलोट. वाढत्या वयाच्या त्या कोवळ्या मुलांसाठी उपाशीपोटी जागत रात्र काढणं व पुन्हा दुसऱ्या दिवशी बारा-सोळा तासांच्या उरस्फोडी कामाला सामोरं जाणं कठीण जायचं. रात्री झोप यायची नाही. पोट आवळून धरलं तरी पोटातली आग विझायची नाही. सारखं पाणी पिऊन पोट फुगलं, तरी भुकेची जाणीव कुरतडून टाकायचीच.

प्रत्येक मुलाला आठ-पंधरा दिवसांनी हमखास अशा प्रसंगाचा सामना हा करावा लागायचाच. कारण अपुरी झोप. सकाळी सहा ते रात्री बारापर्यंत काम करून थकायला व्हायचं. विश्रांती पुरी व्हायची नाही. त्यामुळे दररोज चार-दोन मुलांना तरी कामाच्या वेळ पेंग यायची. तेव्हा हा जहांगिर त्यांचे केस धरून डोकं भिंतीवर आपटायचा आणि राक्षसी हसत म्हणायचा, 'अब नहीं आयेंगी नींद हरामजादे।'

भिंतीवर मस्तक जोरात आपटल्यामुळे कधी रक्त यायचं, तर कधी टेंगूळ.

आणि मग खरंच त्या मुलांची झोप उडायची. कारण मस्तकातल्या वेदनेच्या झिणझिण्या त्यांना जागं ठेवायच्या. दररोज अठरा-अठरा तास एकच एक कंटाळवाणं जरीकाम करताना हात थकायचे, डोळे दुखू लागायचे. वाकल्या अवस्थेत काम करावं लागत असल्यामुळे पाठ दुखायची. कधीकधी सुई टोचायची. हाताची बोटं रक्ताळायची. तोंडानं चोखून रक्त थांबवायचं व पुन्हा काम करायचं. असा वेदना व यातनामय जीवनक्रम चालू राहायचा. त्यातून सुटका नव्हती.

जहांगिरला नुसतं पाहिलं, तरी सारी मुलं चिडिचूप व्हायची. त्याचं गुरकावणं व शिव्या कानावर पडल्या की, भीती वाटायची. चूक पकडून जेव्हा तो एखाद्या मुलास मारझोड करायचा, तेव्हा बाकीची मुले चळाचळा कापायची. ती मग अधिक काळजीपूर्वक काम करायची.

आज त्या जहांगिरला गेली दहा-बारा मिनिटं तो तरुण पोलीस अधिकारी हातानं बुकलत होता, बुटानं चेपीत होता आणि काठीनं झोडपत होता. मुख्य म्हणजे शिव्या देत होता.

जहांगिरचा फेटा उडून दूर पडला होता. त्याच्या पठाणी पोशाखाच्या चिंध्या-चिंध्या झाल्या होत्या. कपाळावर बुटाचे टोक वेगात बसल्यामुळे रक्त वाहत होतं आणि ते थांबायचं नाव घेत नव्हतं. तो रडत, भेकत होता आणि 'बस कीजिए हुजूर!' असं विनवत होता.

पाहता-पाहता वातावरण बदललं होतं. मुलांच्या मनातली विस्मयाची भयचकित भावना जाऊन मनोमन ती खूश झाली होती. साऱ्यांनाच कधी ना कधी जहांगिरच्या माराचा प्रसाद मिळाला होता. त्याची आज सव्याज फेड होतेय, असे वाटत होते. त्यामुळे त्यांचं मन निवत होतं आणि डोळे लकाकायला लागले होते.

अखेर दीपकनं स्वत:ला आवरलं आणि हाताखालच्या पोलिसांना फर्मावलं, 'जा याला घेऊन पोलीस ठाण्यात. बाकीचं आटोपून मी येतो.'

जहांगिरला कारखान्याच्या बाहेर नेताच मुलांनी सुटकेचा नि:श्वास टाकला. क्षणभर तेथे बोचक शांतता पसरली. दीपक थकून जहांगिरच्या खुर्चीवर विसावला होता आणि मुलांकडे पाहत होता.

काही क्षण शांततेत गेले. मग हलकेच एका मुलाने आपला शर्ट काढून फडकावीत उत्स्फूर्तपणे म्हटलं, 'पोलीस झिंदाबाद!'

'झिंदाबाद! झिंदाबाद!!

सर्व मुलांचा जल्लोश! ती मुले सुटकेच्या आनंदात चक्क नाचू लागली. वेडीवाकडी, जमेल तशी. शरीराची स्वैर हालचाल करीत. त्यांच्या मनातल्या दडपणाचा, भीतीचा आणि असह्य दबलेपणाचा निचरा झाला होता. त्याचा तो उत्स्फूर्त आविष्कार होता.

दीपक अवाक् होऊन पाहत होता. या कोवळ्या मुलांनी मागील काही काळात किती छळ व जुलूम सहन केला असेल. आपण जहांगिरला थर्ड डिग्रीचा मुलांसमोर प्रसाद दिला, तो निर्णय अचूक ठरला म्हणायचा. त्याचा अपेक्षित परिणाम झाला होता. आता मुलं खरं बोलतील आणि जहांगिरवर कारवाई करणं व त्याला न्यायालयामार्फत शिक्षा होणं सोपं जाईल.

त्याच वेळी अरुण तिथं आला. मुलांचा जल्लोश पाहून त्याला सारं समजलं होतं!

'साब, हमें आपने आझादी दी. अब हमें घर जाना है!' साऱ्यांची एकमुखी मागणी होती.

'हां, हां जरूर. कानूनी कारवाई करून तीन-चार दिवसांत तुम्हांला आम्ही तुमच्या घरी पाठवायची व्यवस्था करू!'

मुलांनी आनंदात टाळ्या वाजवल्या. तो कडकडाट मग हळूहळू कमी झाला. एक एक चिंतेचे स्वर उमटू लागले. प्रश्नचिन्ह प्रकटू लागले.

'लेकिन वहाँ जाके करेंगे क्या?'

'क्या खायेंगे-पियेंगे?'

'गाव में स्कूल भी तो नहीं है पढने लिखने के लिए.'

'हमारी तनखाह खत्म हो गई. वहाँ कैसे गुजारा होगा घर में?'

'इस बरस बहना की शादी है। उसका जिम्मा अब मैं कैसे उठाऊँ?'

'बीमार माँ की दवादारू का इंतजाम कैसे होगा?'

अरुण व दीपक थिजल्या मुद्रेने त्यांच्याकडे पाहत राहिले. सुन्न व निरुत्तर. त्यांचे प्रश्न व त्यांच्या चिंता ऐकत. त्या सोडवणं त्यांच्या आवाक्याबाहेरचं होतं.

दरभंगामध्ये एन.सी.एल.पी. प्रकल्प मंजूर असेल का? तिथं यांच्यासाठी स्कूल उघडले जातील का? त्यासाठी तरतूद आहे का?

एक नव्हे अनेक प्रश्न अरुणच्या मनात उमटले, पण उत्तर माहीत नसलेले. आपलं काम किती मोठं व कठीण आहे आणि आपले प्रयत्न व ताकद किती तोकडी आहे, या जाणिवेनं अरुणला आपल्या आजवरच्या कामाचं फलित निरर्थक व एक भलंमोठं शून्य असं वाटू लागलं होतं.

जसा जरीचा कारखाना म्हणजे पत्र्याचं लांबलचक खुराडं होतं, तसंच मुलांचं निवासस्थानही होतं. टिनशेडच्या ओळीत बांधलेल्या सहा शेड्स. प्रत्येक शेडमध्ये वीस-बावीस मुले राहायची.

सकाळचा चहा व रात्रीचं जेवण इथं व्हायचं. दुपारी कारखान्यातच जेवण. दोन्ही वेळा दोन-दोन चपात्या व वरण नाहीतर भाजी. आठवड्याचे सलग सात दिवस व महिन्याचे सर्व दिवस हाच मेनू. केवळ कुडी तगविण्यासाठी.

सोळा ते अठरा तास जरीकाम. उर्वरित वेळात पाच-सहा तास झोप व इतर

वेळ नित्यविधीसाठी. दररोज अंघोळ करणं ही मुलांसाठी चैनच होती. कारण शेडमध्ये नळ नव्हता. समोर मैदानात दोन स्टॅन्डपोस्ट. तेथे केवळ तास-दीड तास पाणी असायचं. त्यामुळे स्नान म्हणजे 'जुम्मे को जुम्मा' असाच प्रकार. साबण पण चैन होती आणि एकदाच कारखान्यानं दिलेले दोन जोड कपडे त्यांना वापरावे लागत होते. आता बहुतेक फाटलेले, बटणं तुटलेले, रंग उडालेले आणि साबण नसल्यामुळे नुसत्या पाण्यात धुतल्यामुळे विटके-मळके झालेले.

किरकोळ आजाराला औषधपाणी नव्हतं की कामातून सूट नव्हती. जादा आजारी पडून काम करणं अशक्य झालं, तर टिनशेडमध्ये गुमान मुडद्यासारखं पडून राहायचं. फारच झालं तर झोपडपट्टीतल्या युनानी किंवा होमीओपॅथी डॉक्टरला दाखवलं जायचं. त्याचेही पैसे कापले जायचे व खाडे पकडून मासिक पगार देण्यापूर्वी हिशोब चुकता करून घेतला जायचा.

अरुण, जुलेखा, शमीम व टास्क फोर्सचे दोन सदस्य जेव्हा त्या सहा शेड धुंडाळीत चवथ्या शेडमध्ये शिरले, तिथे कोपऱ्यात अंगाचं मुटकुळं करून झोपलेल्या मुलाकडे बबलूनं बोट दाखविले, 'हा अफझल.'

जुलेखा पुढे धावली व त्या मुलाच्या डोक्यावरून पांघरूण काढलं. तो अफझल शेखच होता. तापानं फणफणलेला आणि थंडीनं कापणारा. त्यानं कष्टानं डोळे अर्धवट उघडीत म्हटलं, 'नहीं सेठ, मुझे मत मारो। रहम खाओ। सचमुच में बीमार हूँ। काम नहीं कर सकता हूं। लेकिन कलसे जुट जाऊंगा। मुझे अल्लाह के खातीर मत पीटना –!'

त्याचं ते कष्टानं पुटपुटणं आणि विद्ध स्वरातलं विव्हळणं ऐकून अरुणच्या डोळ्यांत तीव्र वेदनेनं व संतापानं रक्त साकळून आलं होतं.

हा जहांगिरशेठ माणूस आहे का हैवान? त्यालाही मुलंबाळं असतीलच की! तरीही असं क्रूर वागणं व आजारीपणातही कोवळ्या जिवाला कामासाठी मजबूर करणं आणि काम करता येत नाही म्हणून मारहाण करण्यासाठी त्याचा जीव तरी कसा धजतो? हात तरी कसे सरसावतात? जहांगिर खरंच सैतानाची अवलाद आहे.

'फजलू बेटा, डरो मत। मैं तेरी जुलेखा आपा। तुझे छुडाने और ले जाने आई हूं।' त्याच्या कपाळावर हात ठेवीत कळवळत जुलेखा म्हणाली.

अफजलने तिचा हात घट्ट धरला, कष्टानं डोळे उघडून पाहिलं. आता ओळख पटली होती. 'आपा, मुझे यहाँ बहोत मारते है। मैं – मैं मर जाऊंगा... मुझे गांव ले चलो।'

'हां बेटा, जरूर।' जुलेखा म्हणाली, 'भैय्या, यह तो बहोत बीमार है। अस्पताल ले जाना पडेगा।'

'काळजी करू नको बहन. मी सिव्हिल हॉस्पिटलला फोन केला आहे. कामगार आयुक्त साहेबांच्या जीपनं आपण त्याला सरळ दवाखान्यात नेऊ व उपचार करू.'

'हां, ये ठीक रहेगा भैय्या!'

अरुणनं पुढाकार घेऊन धावपळ करीत व स्वत: सिव्हिल सर्जनला ह्या केसची पूर्ण माहिती देत स्पेशल रूममध्ये अफजलला ॲडमिट केलं. डॉक्टरांनी लगेच तपासणी करून त्याच्यावर उपचार सुरू केले.

जुलेखा व शमीमला पुन्हा येतो, असे सांगून अरुण परत जरीच्या कारखान्याकडे परतला. उर्वरित सव्वाशे मुलांचे रेकॉर्ड तयार करणे, मुक्तता प्रमाणपत्र कामगार कार्यालयामार्फत तयार करून पाठविण्याची व्यवस्था करणे, अशी अनेक कामं करायची होती. जरी ते काम पूर्णपणे प्रशासकीय असले, तरी शासकीय बेपर्वाई व अलिप्तता अरुणला माहीत होती. म्हणून त्यात लक्ष घालणं भाग होतं. त्यानं दिनू व इतरांना बोलावून घेतलं व स्वत:ला त्या कामात झोकून दिलं!

बालसुधारगृहात सव्वाशे मुलांची सोय करणं शक्य नव्हतं, म्हणून रोटरीच्या मदतीनं एक रिकामं मंगल कार्यालय तात्पुरतं मिळवून तिथं त्या मुलांची राहाण्याची, अंथरूण-पांघरूण व रात्रीच्या भोजनाची व्यवस्था केली.

आणि रात्री साडेदहाच्या सुमारास तो परत दवाखान्यात पोचला.

तो दिसताच जुलेखा पुढे येत स्फुंदत म्हणाली,

'अरुणभैय्या, आदमी इतना हैवान होता है? आज पता चला. क्या हालत बनी है फजलू बेटे की! भाईसाब और भाभी को पत्ता चलेगा तो उनपे क्या बीतेगी?'

निवासी वैद्यकीय डॉक्टर मोरे अरुणला ओळखत होते. ते पुढे येत म्हणाले,

'अगदी खरं आहे जुलेखा म्हणाल्या ते. मी अफझलवर उपचार करतोय, पण त्याची प्रकृती बरीच चिंताजनक आहे.'

'पण डॉक्टर, साधा ताप व थंडी तर आहे ना फजलूला?'

'नाही पालिमकर, ही गंभीर कुपोषणाची केस आहे. शरीरावर न भरून आलेल्या असंख्य जखमा आहेत. काही ठिकाणी सेप्टिक झालं आहे. अस्वच्छता, निकृष्ट दर्जाचा व तो पण अपुरा आहार, नैसर्गिक विधी दाबून धरणे, अशा अनेक कारणांमुळे शरीराची प्रतिकारशक्ती पार संपून गेली आहे. कारखान्यात व्हेंटिलेशनचा अभाव असावा, त्यामुळे अस्थमापण आहे.'

अरुणला वाटलं, अफझल हा भारतीय बालमजुरांच्या गंभीर प्रश्नांचं व त्यांच्या हिरावून घेतल्या जाणाऱ्या बालपणाचं प्रतीक आहे. गाव, प्रांत, जात व धर्माचा तपशील भिन्न असेल; पण साऱ्याच बालमजुरांची हीच अवस्था आहे. भारतीय समाजजीवनात दलित, आदिवासी आणि स्त्रिया पीडित आहेत, असं समजलं जातं व ते खरं आहे. पण त्याहून पददलित, अन्यायग्रस्त व पीडित आहेत ते भारतातील खाणकाम, जरीकाम, फटाके, माचिस, बांगड्या, कुलूप फॅक्टरीत काम करणारे

तसेच घरकाम, गॅरेजेस, ढाबे, हॉटेल्स इत्यादी सेवा देणाऱ्या ठिकाणी राबणारे कोवळे बालमजूर. साऱ्या समाजानं त्यांना नजरेप्रमाणे मनाआडही केलं आहे.

आपलं बचपन बचावचं काम म्हणजे फाटलेल्या आभाळाचा एक तुकडा शिवण्याच्या कामा एवढं क्षुल्लक, अपुरं आणि मुख्य म्हणजे हास्यापद तर नाही? हू नोज?

'अरुणभैय्या', जुलेखा म्हणाली, 'मघाशी फजलू बेटा त्याच्या चचेराभाई सादिकबद्दल बोलत होता. त्यालाही असंच महिन्यापूर्वी जहांगिरशेठनं काही चुकांसाठी बेदम मारलं होतं. तो जवळपास अर्धमेला झाला होता. त्याला सेठनं दवाखान्यात भर्ती करतो म्हणून इथून नेलं, पण तो काही परत आला नाही. त्याच्याबद्दल फजलूनं दोन-तीन वेळा जहांगिरला विचारलं पण होतं. प्रत्येक वेळी उत्तर म्हणून त्याच्या गालफडात थप्पड मारून सेठनं त्याला चूप केलं होतं. 'सादिक भाई को जालिमोने मार डाला होगा। यकिनन उसके बाद मेरा नंबर था। आपने बचा तो लिया, लेकीन बहोत देर कर दी,' असं तो सारखा बडबडत असतो. मैं बहुत परेशान हूं। अब फजलू के साथ-साथ सादिककी भी चिंता मुझे खाई जा रही है।'

'मी पोलीस स्टेशनला जाऊन जहांगिरला भेटतो. सादिकचा तपास करून येतो. तुम्ही काळजी करू नका. वो उपरवाला तो हमारे साथ है ना?' त्यानं दिलासा देत म्हटलं, पण त्याला स्वत:लाच बेचैन वाटत होतं. सादिक जिवंत आहे की नाही, हा प्रश्न त्यालाही आता सतावू लागला होता.

पोलीस स्टेशनला तो पोचला, तेव्हा मध्यरात्र झाली होती. पण दीपक अजूनही तेथे होता. बालमजुरीतून सुटका केलेल्या मुलांचे रेकॉर्ड तयार करण्यात तो मग्न होता. त्यानं अरुणचं मंद हसत स्वागत केलं.

'सर, अफजलचा चुलतभाऊ सादिक जहांगिरशेठच्या जरीच्या कारखान्यातच कामाला होता. गेल्या महिन्यापासून तो बेपत्ता आहे. जहांगिरला विचारलं पाहिजे.'

पोलीस कोठडीचं दार उघडताच दीपकनं पुन्हा त्वेषाने जहांगिरला काही न बोलता दोन सणसणीत लाथा घातल्या.

'साब, अब क्या हुआ? क्यो फिरसे मारते हो?' जहांगिरच्या ठणकणाऱ्या अंगातून पुन्हा कळ उठली होती.

'भडव्या, सादिक कुठे आहे? सादिक, अफझलचा चुलतभाऊ. तो महिन्यापासून दिसला नाही. कुठे आहे तो?'

अर्थात जहांगिर या वेळीही सहजासहजी बोलता झाला नाही. विचारपूर्वक उत्तर द्यावं लागणार होतं, म्हणून तो विचार करीत होता.

अरुण पोलिसांच्या थर्ड डिग्रीबद्दल ऐकून होता. पण अट्टल गुन्हेगारांना बोलतं करण्यासाठी आणि त्यांच्याकडून गुन्ह्यांची कबुली घेण्यासाठी त्याखेरीज दुसरा

पर्याय नाही, हे त्याला आज मनोमन पटलं.

दीपकनं जहांगिरची पुन्हा पोलीस स्टाईलनं धुलाई करीत चामडी लोळवायला सुरू करताच तो बोलू लागला. थोडं खरं, पण बरंचसं सलाउद्दीननं पढवलेलं. शेवटपर्यंत बचावासाठी.

'साब, वो कामचोर था। उसके बापको हमने पाच हजार रुपये दिये थे शादी के लिए। वो काम चुराके भागने की कोशिश कर रहा था। उसे पकडके पीटा-थोडा जादा मारा, तो बेहोश हो गया। दवाखाना ले जानेसे पोलीस केस बनती, इसलिए हमने साउथ जानेवाली ट्रेनमें कंबल ढाकके चढा दिया और हम बीचमेंसे रातको उसे वही छोडकर वापस आ गये। मुझे पता नहीं वो अब कहां है?'

मघाचाच प्रश्न अरुणला पुन्हा संतप्त करून गेला होता

'रिलॅक्स! अरुणभैय्या, रिलॅक्स! मी वायरलेसनं आंध्र, तामिळनाडू व कर्नाटकांच्या पोलिसांना कळवतो. लेट अस होप फॉर द बेस्ट.'

'होय सर, आपण दुसरं काय करू शकतो या क्षणी?' अरुण विषण्णपणे म्हणाला, 'मी बच्चू, दीपू अशा अनेक जणांना गमावून बसलो आहे. न पाहिलेल्या सादिकला पण गमावून बसणार का?'

'अरुणभैय्या, असं उदास निराश व्हायचं नसतं. तुम्ही हाडाचे समाजसेवक कार्यकर्ते आहात. तुम्हाला खूपकाही करायचं आहे.' दीपक त्याला धीर देत म्हणाला.

'ओ के सर!' स्वत:ला सावरीत अरुणनं म्हटलं, 'ठीक आहे, आता मी चलतो, उद्या भेटू.'

'जरूर.' दीपक म्हणाला. 'येत्या बुधवारी या सर्व मुलांना रेल्वेनं दरभंगा सीतामढीला पाठवायचे ठरवले आहे. एक इन्स्पेक्टर व दोन पोलीस मी सोबत पाठवत आहे. पण छत्तीस तासांचा लांब पल्ल्याचा प्रवास आहे. त्यांचं ममतेनं पाहावं म्हणून तुम्ही सोबत जावं, असं वाटतं.'

'येस, आय विल गो वुइथ देम!' अरुण म्हणाला, 'या निमित्तानं तिथल्या परिस्थितीचा थोडा अभ्यास व निरीक्षण करता येईल. एकाच जिल्ह्यातून एवढे बालमजूर इथं दूर महाराष्ट्रात कोणत्या परिस्थितीत येतात, हे अभ्यासता येईल.'

'ओ के! गुड नाइट!'

'व्हॉट इज गुड इन धिस डार्क नाइट सर?' उपहासानं क्षणभर हसत अरुण म्हणाला. पण समोर दीपक होता. तो त्याला सर्वतोपरी मदत करीत होता. त्याचं भान येताच स्वत:ला सावरत अरुण म्हणाला. 'सॉरी! बट इट्स ओ.के! गुडनाइट सर!'

प्रकरण एकोणीस

‘युसुफ खान म्हणजे फिल्मस्टार दिलीपकुमार. अबे हिरो, कहाँ छोड आया अपनी हिरॉइन वैजयंतीमाला को?’

बिहारमधील सीतामढी रेल्वे स्टेशनच्या व्हरांड्यात बिहारचे रेल्वे पोलीस व कामगार विभागाचे अधिकारी अरुणसह आलेल्या पंचाण्णव जरी कारागीर असलेल्या बालकामगारांचे त्यांच्या प्रोसीजरप्रमाणे रेकॉर्ड बनवत होते. महाराष्ट्र शासनाने सादर केलेल्या प्रत्येक मुलाचे रेकॉर्ड व त्याचे बालमजुरीतून मुक्तता झाल्याबद्दलचे प्रमाणपत्र तपासत होते. हसतखिदळत, चहाचे कप ढोसत व पानाच्या पिचकाऱ्या टाकीत संथगतीनं त्यांचं काम चाललं होतं.

अरुण ते सारं शांतपणे पाहत होता. त्यांचं थिल्लर संभाषण ऐकत होता आणि त्या थिल्लरपणामुळे अस्वस्थ होत होता. त्यांच्यासोबत मुंबईच्या ‘बाल प्रफुल्लता’ या बालकामगारांसाठी काम करणाऱ्या स्वयंसेवी संस्थेचा संदीप आला होता. दीपकनं खास विनंती करून मुंबईच्या पोलिसांना विनंती केली होती, त्यानुसार त्यांनी संदीपला पाठवलं होतं.

मुंबईत अनेक धाडी घालून आजवर दोन हजारपेक्षा जास्त बालकामगार जरीच्या कारखान्यांतून मुक्त करून पोलिसांनी बिहारला परत पाठवले होते. त्यांच्यासोबत दोनवेळा संदीप जाऊन आला होता. बालकामगारांना त्यांच्या घरापर्यंत पोचविण्याबाबत त्यानं महत्त्वाची भूमिका बजावली होती. त्यामुळे त्यानंही पुन्हा सीतामढीला जाण्यासाठी आनंदानं हो म्हटलं होतं. त्यालाही अरुणला भेटायचं होतं. त्याचं बचपन बचावचं काम व स्वप्नभूमी प्रकल्पाची संकल्पना जाणून घ्यायची होती. मुख्य म्हणजे बालहक्क, बालशिक्षण व बालकामगारक्षेत्रात काम करणाऱ्या महाराष्ट्रातील सर्व स्वयंसेवी संस्थांचं नेटवर्किंग करायचं होतं. त्यासाठी अरुणशी चर्चा करायची होती, त्यामुळे अनायसे ही आलेली संधी, ज्यामुळे त्याला अरुणसोबत सलग आणखी एकत्र राहायला व चर्चेला मिळत होती, त्याला गमवायची नव्हती.

त्यामुळे तो मागचा-पुढचा विचार न करता सरळ प्रवासात सामील झाला. अरुण व संदीपचे सूर पहिल्या भेटीत व अवघ्या काही मिनिटांतच जुळले. कारण दोघांचं काम व लाइफ मिशन बालमजुरी-निर्मूलनाची चळवळ व काम होतं. पुन्हा भरभरून मनस्वी बोलणं व आपले अनुभव शेअर करीत समोरच्याला आपल्या कार्यात ओढणं, हा दोघांचाही समान असा स्वभाव विशेष होता. काही क्षणांतच ते परिचित मित्रांप्रमाणे परस्परांशी मोकळे झाले.

संदीपला अरुणची अस्वस्थता कळत होती. हळूहळू त्याच्या संतापाचा पारा चढतोय, हे संदीपच्या लक्षात आलं होतं. बिहारी पोलीस व कामगार अधिकाऱ्यांची निबर कातडी आणि निगरगट्टपणा त्यानं पूर्वीच्या भेटीत अनुभवला होता. त्यानं अरुणचे खांदे दाबीत हलकेच म्हटलं, 'रिलॅक्स प्लीज!'

'जवळपास पन्नास तासांचा प्रवास. धड झोप नाही. प्रत्येक ठिकाणी तपासाचं तेच नाटक! मला नाही सहन होत.' अरुण पुटपुटला, 'शासकीय अधिकारी असेच भावनाशून्य, केवळ अधिकार गाजवणारेच का असतात?'

या प्रश्नाचं संदीपकडे उत्तर नव्हतं. तो विमनस्कपणे हसला. त्यानं आपले खांदे काहीशा असहायतेने उडवले.

सुटका करून बिहारमध्ये परत पाठविणारा पंचाण्णव बालकामगारांमधला एक युसुफ खान, अवघ्या बारा वर्षांचा. त्यानं जुने सिनेमे पाहिले असण्याची सुतराम शक्यता नव्हती. त्यामुळे 'दिलीपकुमार वैजयंतीमाला' वरून बोलत पोलिसवाले फिदीफिदी का हसतात, हे न कळून बावरत तो अंग चोरत होता. हे बिहारी पोलीस त्याला परिचित वाटत होते, पण महाराष्ट्राच्या पोलिसांपेक्षा भीतिप्रद. 'चूप! सो जा, नहीं तो दारोगा आयेगा और डंडा मारेगा!' ही भीती मुलांना झोपवताना बिहार-उत्तर प्रदेशातील आया घालायच्या. युसुफच्या मनात ते कुठेतरी असावं. त्यानं अरुणकडे पाहत भेदरलेल्या स्वरात विचारलं,

'मला जेलमध्ये तर दारोगाजी पाठवणार नाहीत? खरंच मी मोकळा होऊन घरी जाईन हसनपुरला?'

'बहुत याद आती है अम्मीकी बेटा?' एका पोलिसानं हळू आवाजात डोळे मिचकावीत विचारलं, तसा सरळपणानं युसुफ म्हणाला,

'जी हुजूर.'

'अबे साले, तेरी अम्मी उसके बलमाके साथ रफू चक्कर हो गयी है समझे?' खदखदा हसत विनोद केल्याप्रमाणे तो मोठ्यानं म्हणाला. त्याचे साथीदार टाळी देत त्याला प्रतिसाद देत सातमजली गडगडाटी हसू लागले, अगदी डोळ्यांत पाणी येईपर्यंत.

'ये क्या तमाशा है दारोगाजी?' आपल्या संतापावर ताबा ठेवीत धारदार

आवाजात अरुण म्हणाला, ‘मुक्त झालेले ते बालकामगार आहेत. त्यांच्या धास्तावलेल्या मनाचा जरा विचार करा. त्यांच्या वयाची तुम्हालाही मुलं असतील, त्यांना भगवान न करे, असं कामाला लावलं आणि असा छळ केला तर?’

‘चूप किजीए!’ मघाचा विनोद करणारा दारोगा उसळून म्हणाला, ‘आप हमारे मेहमान है इसलिए हम चूप हैं। हमारे बच्चें क्यों काम करेंगे? हम सरकारी मुलाजीम है। हमें अच्छी तनख्वाह है। अंग्रेजी स्कूलमें मेरे दोनो बच्चे पढते हैं!’

‘अपने बच्चे काम करेंगे ये खयाल भी आपको चुभता है।’ अरुण म्हणाला, ‘तरीही त्यांच्याच वयाच्या बालकामगारावर तरस येत नाही, बडी अफसोसकी बात है। ते पण सोडा, त्यावर पुन्हा असे फालतू विनोद करता? ये क्या ठीक है?’

‘अब बस भी किजीए, नहीं तो –’

‘काय कराल? मैं महाराष्ट्र सरकारकी तरफसे आया हूँ।’ अरुण म्हणाला, ‘मी मनात आणलं तर आता केंद्रीय गृहमंत्र्यांना फोन लावू शकतो. ते आमच्या इलाक्यातले आहेत, हे लक्षात ठेवा. त्यांच्या ऑफिसमधून इकडं एक फोन आला, तर तुमची काय अवस्था होईल. कैसी हालत होगी ये जरा सोचो और जो ठीक समझे वो करो।’

आता सीतामढीचे पोलीस व कामगार अधिकारी चांगलेच वरमले होते. ‘ठीक है साब। गुस्सा मत होना। हम जल्दसे सारा काम निपटाते हैं।’

सुमारे दीड-पावणे दोन तासांनी बिहार पोलीस व कामगार अधिकाऱ्यांची तपासणी, रेकॉर्डपडताळणी व नोंदणीची कामं पूर्ण झाली.

‘इथंल रिमांड होम छोटं आहे, म्हणून मुलांची सोय एका शाळेत केली आहे. उद्या रविवार. शाळेला सुट्टीच आहे. पण उद्याच सर्व मुलांना त्यांच्या गावी पाठवू. प्रथम हसनपूर, कारण तिथली जवळपास तीस मुलं आहेत. त्यानंतर इतर गावे.’

सीतामढी जिल्ह्याचं मुख्यालय होतं. पण जेथे बालकामगारांची रात्री राहण्याची सोय केली होती, ती म्युनिसिपल शाळा खूप जीर्ण होती. जवळपास प्रत्येक खोली वास मारणारी. बाहेरून कुठूनतरी वायर घेऊन केलेली प्रकाशाची सोय. त्या पिवळ्या मंद उजेडात शाळेच्या खोल्या म्हणजे गुरांचे गोठे वाटत होते. गल्लीतले लोक खुशाल आपली जनावरे शाळेत बांधत असावेत. मघाशीच इथं आल्यावर आरडाओरड करीत जनावरे हाकलली गेली होती. मधे मधे कशीतरी उखडलेली ओलसर जमीन. कामगार अधिकाऱ्यांनी चटई टाकून त्यांच्या झोपण्याची सोय केलेली. पांघरायला काही चादरी आणल्या होत्या. पण भोजनाची सोय नव्हती.

‘आज ट्रेझरी बंद होती, त्यामुळे जेवणाचे बिल पास झालं नाही.’ त्यांचा हा खुलासा हतबुद्ध करणारा होता.’

‘अरुण, जाऊ दे. आपणच सोय केली पाहिजे. हा अनुभव मला नवीन नाही.’

संदीप म्हणाला, 'मागच्या वेळी इथल्या रोटरी क्लबच्या डॉ. प्रसाद कटारांनी बरीच मदत केली होती. त्यांच्याशी बोलून उद्या सकाळच्या चहा, नाश्त्याची सोय होऊ शकेल; पण आज त्यांचे भोजन संदीप व अरुणच्या सौजन्यानं, कबूल?'

'कबूल.' कसाबसा आपला राग आवरीत अरुण म्हणाला.

त्या सर्व मुलांसह अरुण व संदीप त्या शाळेतच रात्री झोपायला थांबले, त्या दोघांना रेस्ट हाउसमध्ये चलण्याचा सीतामढीच्या कामगार अधिकाऱ्यांनी आग्रह केला. 'नको, आम्ही इथं मुलांबरोबर थांबतो.' अरुण म्हणाला. मात्र त्यांच्या सोबत आलेले पोलीस इन्स्पेक्टर व दोन कॉन्स्टेबल पोलीस ठाण्याच्या विश्रामगृहात झोपायला निघून गेले.

अरुण मध्यरात्र झाली तरी जागा होता. खरंतर दोन रात्री व तीन दिवसांच्या प्रवासानं अंग आंबून गेलं होतं. ट्रेनमध्ये मुलांच्या काळजीनं आणि कुणी मधूनच पळून जाऊ नये म्हणून तो सावध झोपला होता. कारण अनेक मुलांना परत गावी जायचं नव्हतं. 'क्या करेंगे घर जाके साब? यहाँ कमसे कम पेट तो भरता है।' या तर्कापुढे अरुण निरुत्तर होता. त्यांचा प्रश्न खरा होता. त्यांना व त्यांच्या कुटुंबाला रोजच्या दोनवेळच्या जेवणाची भ्रांत होती. त्यामुळेच तर ते महाराष्ट्रात कामाला आले होते. त्यामुळे काही जणांच्या मनात डोळा चुकवून पळून जाण्याचा विचार येणं साहजिकच होतं. म्हणून अरुण सावध होता. ट्रेनप्रवासात मुलांशी झालेल्या संवादामुळे व संदीपसमवेतच्या चर्चेमुळे बालमजुरीच्या संदर्भात अनेक प्रकारचं तूफान त्याच्या मस्तकात गरगरत होतं. त्यामुळे त्याची झोप साफ उडाली होती.

'चाइल्ड वेलफेअर कमिटी'ने क्वासी मॅजेस्ट्रियल चौकशी करून एका दिवसातच जहांगिर मलिकच्या जरीच्या कारखान्यातून मुक्त केलेल्या बालकामगारांना त्यांच्या मूळ गावी पाठविण्याचे आदेश दिले. जिल्ह्याच्या ज्युवेनाइल एड पोलीस युनिटच्या देखरेखीखाली त्यांना सीतामढीला पाठवायचं होतं. एक पोलीस सबइन्स्पेक्टर व दोन कॉन्स्टेबलसह संदीप व अरुण मुक्त केलेल्या पंचाण्णव बालकामगार एकट्या सीतामढीचे असल्यामुळे त्यांना घेऊन पॅसेंजर ट्रेनने निघाले होते. एक आख्खं कंपार्टमेंट त्यांनी व्यापलं होतं.

पोलिसांसाठी हे काम नवं नव्हतं. पण बालकामगारांना घेऊन जाणं त्यांना नकोसं होतं. त्यामुळे गाडी सुटल्यापासून त्यांच्या वैतागाला सुरुवात झाली होती.

'कुणीतरी बिहारमध्ये या मुलांना खाऊपिऊ घालायची ऐपत नसताना पैदा करतं आणि आमच्या डोकेदुखीचं कारण बनतं.' एक कॉन्स्टेबल म्हणाला, तेव्हा त्यांच्या मताशी सहमती दर्शवत मुलांच्या कलकलाटानं वैतागलेल्या सबइन्स्पेक्टरनं आपला हुद्दा विसरत त्याला टाळी दिली. 'बिलकूल सही!'

पण दुसरा पोलीस कॉन्स्टेबल माळकरी असावा, त्यानं जपाची माळ ओढीत

म्हटलं, 'मला खात्री आहे मी जेव्हा असं पुण्याचं काम करतो, अशी असहाय, पीडित मुलं त्यांच्या घरी पोचती करतो, तेव्हा तो विठुराया नक्कीच माझ्या पुण्याचा हिशोबपुस्तकात नोंद ठेवत असणार. विठ्ठल विठ्ठल!'

अरुण निरखीत होता, त्या माळकऱ्यानं आपल्या सोबत बऱ्याच ज्यादा भाकऱ्या व घट्ट बेसन आणलं होतं. ते सर्व मुलांना त्यानं मायेने तुकडा-तुकडा करीत वाटलं होतं.

'पाहा ना साहेब, प्रत्येक मुलामागे डिपार्टमेंटनं केवळ चाळीस रुपयेच दिले आहेत. कसं पोट भरणार या मुलाचं? घरी जाईपर्यंत भुकेनं व्याकूळ होतील, एवढं कमी जेवून. तुम्ही आहात म्हणून ठीक आहे. विठूराया तुमचं भलं करो!'

'माझं जाऊ द्या; पण पोलिसकाका, तुमचा हा विठूराया या मुलांसाठी काही का करत नाही?' अरुण आपल्या अस्वस्थतेला वाट देण्यासाठी सारा संताप देवावर काढीत म्हणाला.

'कारण की, ही मुले बिहारी आहेत व पंढरपूरचा विठोबा आपला मराठी व कानडी आहे', दुसऱ्यानं खिदळत म्हटलं, तसा माळकरी सात्त्विक संतापानं म्हणाला,

'चहाटळ कुठले! विठ्ठलाच्या संदर्भात मला असले विनोद आवडणार नाहीत. शाप सांगून ठेवतो.'

पण अरुणच्या प्रश्नाचं त्या भाबड्याकडे उत्तर नव्हतं हेच खरं.

'अरुण, तुझ्या शहरात प्रथमच अशी धाड घालून जरीच्या कारखान्यातले बालकामगार मुक्त करून परत धाडले जात आहेत.' संदीप म्हणाला. 'बालप्रफुल्लता' या संस्थेनं आणि लेबर डिपार्टमेंटच्या संयुक्त प्रयत्नानं आम्ही आजवर दोन हजाराहून जादा बालमजूर परत पाठवले आहेत. मुंबईत या प्रश्नानं फार गंभीर स्वरूप धारण केलं आहे.'

त्यानं सांगितलेली माहिती ऐकून अरुण हादरला होता.

मुंबईत, संदीपच्या प्रत्यक्ष निरीक्षणाप्रमाणे, सुमारे दहा लाख बालकामगार आहेत. त्यांतले दहा टक्के म्हणजे लाखभर हे अलीकडे पावसाळी छत्रीप्रमाणे उगवलेल्या भरभराटीच्या जरीच्या कारखान्यांत कामाला आहेत.

'तुला सांगतो अरुण, दरमहा हजार-पंधराशे मुले मुंबईतील जरीच्या कारखान्यांत काम करण्यासाठी प्रामुख्याने बिहार, उत्तर प्रदेश, ओरिसा आदी प्रांतांतून आणली जातात. तिकडे चक्क या मुलांचा विकण्याचा बाजार भरतो. मागे कमला नामक एका आदिवासी स्त्रीला खरेदी करून दिल्लीत आणून एका पत्रकारानं वार्ताहर परिषदेत पेश केलं होतं, तेव्हा केवढा गजहब झाला होता. आपल्या विजय तेंडूलकरांनी त्यावर नाटकही लिहिलं होतं. पण या छोट्या, कोवळ्या मुलांच्या खुलेआम सर्रास विक्रीचं काय? अनेक दलाल एजंटांनी या धंद्यात बक्कळ कमवलं आहे.'

'पण एवढी मुले एका जरीच्या उद्योगात कशी?'

'व्हेरी सिंपल! मार्केट मोठं आहे. मागणी दरवर्षी वाढते आहे आणि मुख्य म्हणजे जरीच्या कारखान्याला फारसं भांडवल लागत नाही. हा मजूरप्रधान – लेबर इंटेन्सिव – धंदा आहे आणि या धंद्यात नव्वद टक्के कामगार हे बालकामगार आहेत.'

'तुझं निरीक्षण मार्मिक आहे, पण तेवढंच विदारक आणि कटू.'

'होय मित्रा. जरीच्या कारखानदारांच्या मते बालकामगारांची बोटे मऊ व चपळ असतात. ते जलद गतीने सुयांनी विणकाम करतात. त्यांची ग्रहणशक्ती तेज असते. मोठ्या माणसांपेक्षा ती जलद गतीने हे कलाकुसरीचे बारकावे असलेले काम शिकतात. असे कारखानदार बालमजुरांना कामावर का ठेवता असं विचारलं की, ही कारणे निर्लज्जपणे न शरमता, तोंडावर फेकतात. पुन्हा पहिलं वर्ष हे ॲप्रेंटिसशिपचं – शिकाऊ असतं. या काळात पगार असा नसतोच. केवळ खाणंपिणं दिलं जातं. ॲप्रेंटिसशिपनंतर त्यांना नियमित मजुरी मिळते खरी; पण ती मोठ्यांपेक्षा निम्म्याने कमी असते. त्यामुळे या धंद्यात फायद्याचे प्रमाण प्रचंड आहे.'

आजवर वृत्तपत्रातून अरुणनं जरीच्या कारखान्यांतील कामगारांबद्दल जे ऐकलं होतं, त्यापेक्षा प्रत्यक्ष परिस्थिती कितीतरी गंभीर व भयानक होती.

त्याला आपल्या शिवकाशीच्या फटाक्याच्या कारखान्यातले चंदेरी धूळ श्वासात भरीत केलेल्या कष्टप्रद कामाचे दिवस आठवले. कचऱ्या उर्फ शंकरसारख्या शहरात कचरा वेचणाऱ्या मुलांचे हीन जीवनक्रम स्मरले. आणि आता गेल्या आठ दिवसांपासून तो कोवळ्या जरीकारागिरांच्या सहवासात होता. त्यांच्या संवादातून त्यांचं हरवलेलं बालपण कुठं मिळतंय का, हे तपासत होता. पण ही बालपणाची झालेली चोरी मुंबईच्याच काय, पण जगात नंबर वन असलेल्या स्कॉटलंड यार्ड पोलिसांनाही आयुष्यात कधी सापडणार नाही; कारण या बालपण चोरणाऱ्या चोरांची संख्याही प्रचंड आहे. ही चोरमंडळी देशाच्या कानाकोपऱ्यांत पसरली आहेत आणि मुख्य म्हणजे ती सभ्य प्रतिष्ठितपणाचं कातडं ओढलेली, समाजपुरुषाच्या लेखी उद्योजक-कारखानदार आहेत. पोलीस व कामगार विभागाशी त्यांचे सलगीचे संबंध आहेत. ही मुले जे बालपण हरवतात, ते या व्हाइट कॉलर चोरांना पकडलं, तरी परत कधीच मिळू शकत नाही. ती कायमस्वरूपी बालपण हरवून बसली आहेत व अकालीच प्रौढ झाली आहेत.

कासम हा जहांगिर मलिकचा जरीच्या कारखान्यात काम करणार सज्ञान, एकोणीस वर्षांचा जवान गडी. बालकामगार नसलेला एकमेव. तो त्याच्या वयाच्या सातव्या वर्षी सीतामढीच्या हसनपुरातून मुंबईला तीन जरीच्या युनिटमध्ये मरेस्तोवर काम करून आज मास्टर पदापर्यंत पोचलेला. जरीकारखान्यात मास्टर म्हणजे सर्वांत कुशल व सर्व बाबींचं परिपूर्ण ज्ञान असलेला कामगार. जहांगिरसोबत मुंबईचा

कारखाना बंद पडल्यावर तो या शहरात आलेला.

अफजल शेखच्या शोधाच्या निमित्ताने धाड घातल्यानंतर जहांगिरला अटक झाली व सर्व बालकामगार मुक्त केल्यामुळे कारखाना बंद पडला. कासम बेकार झाला, त्यामुळे तो परत मुंबईला जाण्याच्या तयारीत होता.

पण त्याचा धाकटा भाऊ चाऊस पण जरीच्या कारखान्यात त्याच्या सोबत कामाला होता. खरंतर त्यानंच चाऊसला गेल्या वर्षी इथं आणलं होतं. तो बहिणीच्या लग्नासाठी पंधरा दिवस तेव्हा सुट्टी काढून गेला होता. त्यानं बहिणीच्या लग्नासाठी सुमारे दहा हजार रुपये साठवून आणले होते. त्याच्या घरासाठी ही फार मोठी रक्कम होती, कारण आता अब्बू थकले होते. गावात फुटकळ रोजगार करीत त्यांनी आयुष्य काढलं. आता एकतर वाढत्या वयामुळे काम होत नव्हतं आणि रोजगारही पूर्वीसारखा मिळत नव्हता. म्हणून त्यांनी सात-आठ वर्षांपूर्वी जहांगिरसोबत कासमला मुंबईला पाठवलं होतं. जहांगिरनं त्याला पाच हजार ॲडव्हान्स दिला होता, ज्याची अब्बूला गावातलं किरकोळ कर्ज फेडण्यासाठी व आजारी बायकोच्या दवापाण्यासाठी गरज होती. कासमनं पण जरीकामाचे सारे बारकावे शिकून बरीच प्रगतीही केली होती व आज मास्टर होऊन महिन्याला चार हजार कमवत होता आणि त्यातले निम्मे घरी पाठवून घरगृहस्थीचा खर्चही तोच चालवत होता.

कर्त्या पुरुषाप्रमाणे घरात त्याचं स्वागत झालं. चाऊस नुकताच चौथी कसाबसा झालेला. पुढची शाळा गावात नसल्यामुळे व मुळातच अभ्यासाची गोडी नसल्यामुळे तो गावभर उंडारत राहायचा. बहिणीचं यथासांग लग्न झाल्यानंतर अब्बूनं कासमपुढे चाऊसचा विषय काढला. 'इसे तू साथ ले जा। ये भी तुम्हारी तरह वहां काम करेगा और हुनर सीखेगा, कुछ कमाएगा।'

तो जेव्हा जहांगिरसोबत मुंबईस एकटा आला होता, तेव्हाचे त्याचे बालमजुरीचे जीवन कासमच्या नजरेसमोरून विद्युत्वेगाने तरळून गेले. त्या जीवनात अपार कष्ट होते आणि काम करूनही मारझोड व त्रास होता. आपल्या वाटेला जे भयंकर बालपण आलं, ते चाऊसच्या वाटेला येऊ नये असं त्याला क्षणभर तीव्रतेनं वाटलं.

'अब्बू, आपने तो मुझे बालमजदूर बनाया, मैंने क्या-क्या सहा है बंबईमें, तुम्हे क्या मालूम? कमसे कम चाऊस को तो खेलने-पढने दे।'

'बेटा, मजबूरी थी। पेट पालनेके लिए तुझे कामपे लगाया।' अब्बू दीर्घ सुस्कारा टाकीत शुष्क स्वरात म्हणाले, 'मैं भी पाच-छह सालकी उमरसें काम करता आया हूँ। यहाँ हमारी पुरी कौमका वास्ता है। हम कर भी क्या सकते हैं? गरीब जो ठहरे, और पापी पेट तो भरनाच पडता है ना?'

'वो सब सही है, फिर भी –'

'देखो बेटे, चाऊस दिलसे पढाई नहीं करता और शहरमें भेजकर पढाना

मुमकिन भी नहीं। ऐसे दिनभर खेलता घुमता रहेगा तो पेट कैसे पालेगा अपना? बेहतर है, उसे भी ये हुनर सिखने दे। काम का काम और इज्जतकी कमाई रोटी मिलेगी।'

कासमच्या हसनपूर गावात व पंचक्रोशीत हेच जगण्याचं तत्त्वज्ञान आम होतं. साऱ्यांनी आपलं नशीब म्हणून ते विनातक्रार स्वीकारलं होतं. आपली ही दयनीय अवस्था का व कशामुळे? इतपतही विचार मनात येऊ नयेत, इतकं परिस्थितीशी झुंजत-झगडत जगताना साऱ्यांचं मन बधिरलं होतं. त्यामुळे त्याचं मन मानत नसलं, तरी अब्बूला हो म्हणत चाऊसला आपल्यासोबत आणलं होतं.

मागच्याच महिन्यात चाऊसची उमेदवारी संपली होती. आता त्याला महिना पंधराशे पगार सुरू झाला होता. पहिला पगार जेव्हा त्याच्या हाती पडला, तेव्हा दोन्ही भावांनी मिळून बाहेर ढाब्यात पंजाबी जेवणाची व सिनेमा पाहण्याची ऐश केली होती. घरी परतताना कासमनं गावठी दारूची बाटली आणली होती. त्या वेळी त्यानं चाऊसला बजावलं होते, 'ये बुरी चीज है । कभी मत पीना, मुझपे मत जाना छोटे। मैं गिर चुका हूं लेकिन अब्बू जैसा तू पाक नमाजी बनना। इससे हमेशा दूर रहना।' पण मनोमन त्याला हे माहीत होतं की, आज ना उद्या चाऊसपण कुठलंतरी व्यसन जवळ करणार. त्यानं केलं तर बिडीकाडीचं करावं. आपल्यासारखं दारूचं. गांजा व अफीमच्या वाटेला मात्र जाऊ नये. पण काय भरवसा उद्या काय होईल ते?

दुसऱ्या महिन्यातच जहांगिरचा जरीचा कारखाना पोलिसांच्या धाडीमुळे बंद पडला आणि आता चाऊसला अल्पवयीन असल्यामुळे मुक्ततेच्या प्रमाणपत्रासह परत पाठवलं जाणार होतं. वर्षभर त्यानं प्रचंड मेहनत करून, प्रसंगी मारझोड सहन करून जरीकामात प्रावीण्य मिळवलं होतं आणि जहांगिरशेठची प्रशंसाही. जहांगिर कासमला म्हणालाही होता, 'कासम, तेरा भाई तेरेसे भी तेज निकला.' त्यामुळे कासमलाही धन्य वाटलं होतं.

खरंतर तो कारखान्यात मास्टरपदावर असूनही चाऊसचा त्रास त्याला कमी करता आला नव्हता. जरी कारखान्यात काम करणाऱ्या बालकामगारांना पहिल्या वर्षी १२ ते १४ तास काम करावं लागायचं. प्रत्येक चुकीला दंड व मारझोड हा नियम म्हणावा असा शिरस्ता. यातून चाऊसलाही जावं लागलं होतं. आणि जे भोग आपल्या वाट्याला आले ते आपल्या धाकट्या भावाच्या वाटेला येऊ नयेत, असं कासमला तीव्रतेनं वाटायचं, पण तो मजबूर होता. एकदा तो मध्ये पडला असता जहांगिरनं स्पष्ट सांगितलं होतं, 'ये देखो मास्टर, ये यहां का दस्तूर है। बडे सेठकी ये पॉलिसी है। हर नये बच्चेको ठोक-ठोकके घिसा, पिटाके कामके लिए तयार करना पडता है। वरना काम बराबर नहीं होता. जबतक बच्चे टेन्शनमें न रहे और पेटकी भूक न सताये, वो काम जल्दीसे नहीं करते. ये पुराना तजुरबा है। यह सब

मैंने भी बचपनमें सहा है। तू भी भुगत चुका है। चाऊस तेरा भाई हुआ तो क्या हुआ? वो जरी कारागिर है, उसे तो में बीचबीचमें वजह के कारण या बिना वजह के भी पीटता रहूंगा।' आणि खदखदा हसत त्यानं म्हटलं, 'आज उसे दो कौडे जादा पडेंगे, तुझे यह सबक याद रहे इसलिए।'

रात्री त्याला जवळ बोलावून जहांगिरनं दारू पाजली व सलगीच्या सुरात म्हणाला, 'कासम, मैंने तुझे काम दिया, मास्टर बनाया। तेरा भाई भी एक दिन मास्टर बनेगा और कुछ साल बाद तुझे भी पार्टनरशिपमें बडा सेठ अलग कारखाना निकालके देगा। तब तुझे यह सब करना पडेगा, समझे?'

कामाचं, शोषणाचं हे अजब तत्त्वज्ञान म्हणा किंवा अनुभवसिद्ध सिद्धान्त म्हणा, कासमच्या डोक्यात पटकन घुसलं. आपलाही एक जरीचा कारखाना होईल, फक्त बड्या सेठची कृपा झाली पाहिजे. जशी ती जहांगिरवर झाली व तो कामगाराचा मालक बनला. उद्या आपणही होऊ. त्यासाठी जहांगिरकडून सारं शिकलं पाहिजे. प्रसंगी आपल्याला भावाला मारझोड करायची पाळी आली, तरी भावाचं प्रेम मनात उफाळून न येता ती करता आली पाहिजे. तरच आपण जरीच्या कारखान्याचे जहांगिरप्रमाणे सेठच्या पार्टनरशिपमध्ये मालक व्हायला पात्र ठरू. छोट्या मुलांकडून धाक दाखवून व मारझोड करून काम करून घेता आलं पाहिजे, तसेच पोलिसांशी दोस्ती करून धाडीशी सामना करता आला पाहिजे. कधी पेट्या देऊन तरी कधी पोलिसांच्या रेकॉर्डसाठी काही मुलांना पकडूनही दिलं पाहिजे. त्यांना परत आणता येतं किंवा त्यांच्या जागी नवीन मुलं हवी तेवढी आणता येतात. हेच तर धंद्याचं तत्त्वज्ञान आहे.

'ठीक है सेठजी। आपकी बाते सर आँखोपर।' कृतज्ञतेनं कासम म्हणाला.

'तू बडा होशियार और समझदार है।' जहांगिरला नशा चढत होती, 'ऐसा तू क्यो नहीं करता? तू भी मेरी तरह हात मे हंटर और काठी लेके बच्चोंपे रौब जमाते जा। तजुर्बा मिलेगा।'

कासम एका वेगळ्या आनंदानं थरारला. आपल्या हाती काठी, हंटर म्हणा वा चामड्याचा पट्टा आहे. आपण मुलांना सुई तुटल्याबद्दल, कामे कमी झाल्याबद्दल म्हणा वा केवळ रौब जमावा म्हणून फटकारत आहोत व समोरचा मुलगा दयेची भीक मागत आहे. किती चित्तथरारक!

दुसऱ्या दिवशी त्यानं जहांगिरच्या पावलावर पाऊल ठेवीत काठीनं दोन मुलांना झोडपलं, तो क्षण व दिवस त्याच्या चांगल्या लक्षात आहे. त्या वेळी त्याला एका वेगळाच मालकपणाचा, जेत्याचा व श्रेष्ठत्वाचा आनंद झाला होता. आपण मालकपणाच्या, सेठपणाच्या वाटेवर पहिलं दमदार पाऊल टाकलं आहे, अशी त्याची भावना झाली होती.

त्याची ही भावना दिवसेंदिवस दृढमूल होत गेली. जरीच्या कारखान्यात बालमजुरांना कामासाठी तयार करण्यासाठी विनातक्रार खाली मान घालून दिलेल्या पैशात व जेवणात समाधान मानून सदैव घाबरत, मालकाच्या दयेवर जगत राहण्याची मनोवृत्ती तयार करण्यासाठी असं मारलं, झोडपलं पाहिजे. प्रसंगी उपाशी वा अर्धपोटी ठेवलं पाहिजे. हा या धंद्याचा दस्तूरच आहे. आपणही यातून गेलो आहोत. आता मालकपणाची आपली पाळी आहे. उगीच नाही सेठ आपल्याला मास्टर म्हणत? मास्टर! शाळेत शिकवणाऱ्यांनाही मास्टरच म्हणतात. त्याला आपली हसनपूरची प्राथमिक शाळा व मास्तर आठवले. तेही असेच झोडपायचे. मारताना म्हणायचे, 'लाठी खाये बिना ग्यान कैसे मिलेगा?' जरी कारखान्याचं कामही ग्यानच आहे. पैसा देणारं. यात हुनर आहे, कसब आहे. ते जास्त मोठं 'ग्यान' आहे, त्यासाठी थोडं जास्तच मारलं पाहिजे मुलांना.

कासमचा हा दुसरा जन्म होता, बालकामगारांच्या शोषणकर्त्याच्या भूमिकेतला. पहिला बालकामगाराची मानसिकता अंगी बाणण्याचा होता. 'लेकिन वो गुजरा हुआ कल था, जिसमे आज मैं नहीं चाऊस है। इसीमेंसे उसे भी गुजरना पडेगा। लेकिन वो किस्मतवाला है क्यों कि वो जरीके कारखानेके मास्टर का छोटा भाई है। वो भी एक दिन मास्टर जरूर बनेगा। नहीं, मैं उसे यकिनन बनाऊंगा, मेरे खुदके जरी कारखानेमें।' आणि मग हे नवं शोषणकर्त्याचं काम त्याच्या अंगवळणी पडलं. सुरुवातीचा अनोखा थरार काही प्रमाणात निवला होता एवढंच.

पण आज मास्टर असलेला कासमही बेकार झाला होता. जहांगिरशेठ अजूनही जेलमध्ये होता. त्यामुळे पुढे काय करावं, हा प्रश्न होता. तशात चाऊसची विनवणी, 'भैय्या, तुम भी साथ चलो ना। अब्बू को समझाओ, नहीं तो मुझे किसी खेतपर कामको भेज देंगे। मुझे वो काम और गाव पसंद नहीं। मुझे फिरसे बम्बई या इस शहर आना है। तुम ये सब अब्बू को बताओ। तबतक मेरी जमा तनख्वाहसे खुदको चार-छे महिने संभालूँगा।'

कासमनंही थोडा विचार केला आणि जहांगिरशेठच्या मध्यस्थाला फोन लावला. त्यानंही सांगितलं, 'गाव जाके जाओ बेशक। जहांगिरला सुटायला थोडा वेळ आहे, बडे सेठ कोशिश कर रहे है। तब तक माँ-बापको मिलके आ।'

त्यामुळे तोही ट्रेनमध्ये होता, पण अरुण व संदीपशी अंतर राखून होता. कारण अरुण किती डेंजरस माणूस आहे, हे जहांगिरमुळे त्याला माहीत होतं. छोट्या मुलांना कामावर ठेवण्याच्या तो सख्त खिलाफ आहे म्हणे! कासमला अरुणमुळे एक प्रश्न अनेकदा पडायचा – गावात एकतर शाळा नाहीत. पुन्हा मास्तर आठ-आठ दिवस शाळेला येत नाहीत, शिकवत नाहीत. मुलांना भरपूर मारतात. त्यामुळे शाळेची मुलांना गोडी वाटत नाही. अभ्यासात मन रमत नाही. मग शाळा सुटते.

घरी गरिबी, दुपारी जेवण आहे, तर रात्री नाही. भुकेल्या पोटी झोपणं हे किती भयंकर आहे. पोट कुरतडणारी भूक किती छळते व रात्र-रात्र कसं तळमळत जागं राहावं लागतं. रात्रही साली लवकर संपत नाही. नुसतं पाणी पिऊन पोट तट्ट फुगतं; पाण्याची ओकारी येते. अशी भुकेल्या पोटानं शाळा कशी शिकायची? त्यापेक्षा काम करणं व रोटी कमावणं काय वाईट आहे? आपले अब्बू आता म्हातारे झाले आहेत. अम्मीलाच घरचं करून बाहेर मोलमजुरी करावी लागते. पण गावात तिला तरी कुठे रोज काम मिळतं आणि त्यामुळे रोज चूल पेटण्याचा प्रश्न असतो. मग काम करून पोट भरलं तर काय हरकत आहे? त्यात इज्जत आहे. पुन्हा हे जरीकाम किती कसबाचं काम आहे.

'अरुण!' संदीप सांगत होता, 'या कासमची बॉडीलँग्वेज व चेहऱ्यावरचे भाव वाचायचा प्रयत्न कर.'

'तो कावलेला दिसतो. त्याचा कामधंदा बसला ना!'

'ते तर आहेच, पण मार्क माय वर्ड्स. हा पुन्हा मुंबईला किंवा तुझ्या शहरासारख्या मोठ्या गावात जाणार. तिथं जहांगिर वा त्याचा कोणी मालक असेल त्याच्याशी संपर्क साधणार व कामाला जुंपून घेणार किंवा कदाचित स्वतःचा वेगळा जरीचा कारखाना सुरू करणार.'

'हे एवढं तू आत्मविश्वासानं कशाच्या जोरावर सांगतो आहेस?'

'मी या उद्योगाचा बालमजुरीच्या संदर्भात बराच अभ्यास केला आहे. माझा 'इकॉनॉमिक्स अॅन्ड पोलिटिकल विकली'मध्ये नमुना पाहणीच्या आधारे व फील्ड स्टडीवर आधारित एक लेखही मागच्या वर्षी प्रकाशित झाला आहे.' संदीप म्हणाला, 'अरे, जरीच्या उद्योगात मुलांना १८ ते २० वर्षांपर्यंतच ठेवलं जातं आणि त्यांना मग बाद केलं जातं. कारण तोवर त्यांचे अनेक हेल्थ प्रॉब्लेम्स सुरू झालेले असतात. मुख्यतः नजर कमजोर होते. कारण बारीक सुयांनी नाजूक विणकाम करताना लागणाऱ्या एकाग्रतेमुळे डोळ्यांवर ताण पडतो. कामाच्या जागी पुरेसा उजेडपण अनेकदा नसतो. अपुऱ्या व निःसत्त्व आहारामुळे चांगल्या नजरेसाठी लागणारी मूलद्रव्ये व व्हिटॅमिन्सही बालकामगारांना मिळत नाहीत, त्यामुळे त्यांना चश्मा लागतोच. दुसरा आरोग्याचा प्रश्न म्हणजे पाठीच्या कण्याचे विकार, कुबड येणं, वाढ खुंटणं व कुपोषणामुळे येणारी कृशता. शरीराची एकूणच रोगप्रतिबंधक प्रतिकारक्षमता कमी होत जाते. त्यामुळे सततचं आजारपण, पैशाअभावी दुखणं अंगावर काढणं किंवा गावठी स्वस्त उपचार करणं, यामुळे तब्येत ढासळत जाते. त्यामुळे पंचविशी येता-येता, जवान होता होताच ते धंद्यातून बाद होतात आणि बालपणातून एकदम म्हातारपणात जातात. त्यांच्या वाट्याला लोभस बालपण जसं येत नाही, तसंच चैतन्यमय सळसळतं तारुण्यही अभावानेच येतं. बालमजुरी ही

माणसाचं बालपण करपवणारी व तारुण्य मारणारी भयंकर घटना आहे. पण आपणास त्याची जाणीव कुठे आहे?'

अरुण सुन्नपणे कसलीच प्रतिक्रिया न देता ऐकत होता.

मग यातलेच काही कासम सारखे स्मार्ट मोठेपणी हा कमी भांडवलाचा जरीच्या कारखान्याचा छोटा-मोठा धंदा सुरू करतात आणि आपल्या भागातूनच स्वस्त बालकामगार आणतात आणि वर्तुळ पूर्ण होते

***

ट्रेनच्या प्रवासात दुसऱ्या दिवसापासून सर्व बालकामगार अरुण व संदीपशी हळूहळू मोकळे होऊ लागले होते. अरुणनं त्यांना आपल्या कामाची माहिती दिली. लॅपटॉपवर त्यांना स्वप्नभूमीची फिल्म दाखवली. तसेच संदीपनंही त्याची 'बालप्रफुल्लता' ही संस्था बालकामगारांसाठी काय-काय काम करते, तेही सांगितलं. त्या बहुतांश अनपढ किंवा दुसरी-तिसरीत शाळा सोडून कामास जुंपल्या गेलेल्या मुलांना त्यातलं फारसं कळलं नव्हतं; पण हे दोघे सच्चे आहेत, आपल्या वयाच्या कामकाजी मुलांसाठी काही करीत आहेत, त्यांना शिक्षण देण्याची व रोजगार देण्याची धडपड करीत आहेत, हे मात्र पटलं होतं. त्यामुळे ते अरुणला भैय्या व संदीपला दादा म्हणत त्यांच्याशी मोकळेपणानं मनातलं बोलू लागले होते.

शोएब त्याची विटलेली पोटली पुन्हा-पुन्हा चाचपून पाहायचा. अरुणनं ते हेरलं व प्रेमळपणे विचारलं,

'काय आहे पोटलीत शोएब? आम्हाला नाही सांगणार?'

'कुछ नहीं भैय्या,' शोएब म्हणाला, 'माझ्या जरीकामाच्या सुया आहेत आणि एक विणलेली जरीकाम केलेली साडी आहे.'

आणि त्यानं मोकळं होत अरुणला त्याबाबत सांगितलं. जेव्हा पोलिसांची धाड कारखान्यावर पडली, त्या गडबडीत साऱ्या बालकामगारांची पळापळ चालू असताना शोएबनं तो ज्या खाटेवर काम करीत होता, तिच्यावरील ती जवळपास पूर्ण विणलेली साडी घाईघाईत काढली. तिच्यावर चांदीच्या तारेनं विणकाम केलं होतं. ती त्यानं गुपचूप आपल्या टीशर्टमध्ये कोंबली होती, आणि जरीकामाच्या सुयाही सोबत घेतल्या होत्या.

'भैय्या, तुम्हाला वाटलं ना की, ही चोरी आहे; पण मला नाही वाटत; कारण नंतर पोलिसांनी ती लंपास केलीच असती. सेठनं पूर्वीच्या वाघ साहेबांना अशाच तीन-चार जरीकाम केलेल्या साड्या धाड पडू नये म्हणून भेट दिल्या होत्या. या साडीवर माझाच हक्क आहे. मैंने पसिना बहाके यह बुनी है अकेले। दीदीची जेव्हा

शादी होईल, तेव्हा हीच साडी नेसून ती दुल्हन बनून ससुराल जाईल.'

शोएबनं पोटली खोलून त्यानं विणलेली साडी अरुण व संदीपला दाखवली. खरोखरच त्या निळ्या साडीवरचं चांदीचं जरीकाम विलक्षण सुबक झालं होतं. अरुणनं त्याची पाठ थोपटीत कौतुकानं म्हटलं, 'हे-हे एवढं बारीक कलाकुसरीचं चांदीचं जरीकाम तू एकट्यानं केलंस? सचमुच तू बडा कलाकार है, कारिगर है।'

'शुक्रिया भैय्या!' शोएब त्या कौतुकानं फुलून आला होता आणि एक प्रसन्न हसू त्याच्या चेहऱ्यावर चांदण्यासारखं पसरलं गेलं होतं.

'पण या वयात हे काम करणं बरोबर नाही, तुझ्या डोळ्यांवर व पाठीवर ताण पडतोय. तुझी तब्येत खराब होईल, पुन्हा शिकला नाहीस, तर जिंदगीत काही चांगलं काम करूही शकणार नाहीस.' संदीपनं त्याला सावध केलं, तसा शोएब उदास होत म्हणाला,

'हमारे सीतामढीमें आप जैसे मसिहा कहा हैं? काश, मैं भी स्कूल जाता। दादा, भैय्या, एक सांगू? मला शाळेची फार आवड होती. वर्गात माझा पहिला नंबर होता. पंधरा अगस्तको, उसी दिने हम झंडा फहराते है ना, उस वक्त मैंने स्कूलके ड्रामेमें काम किया था, अकबर बादशाका। लेकिन अफसोस! मुझे बापकी मौतके बाद स्कूल छोडना पडा और कामके लिए दूर देश जाना पडा।'

अरुणला काहीसं हसू आलं. काय दैवगती आहे या चुणचुणीत पोराची! अकबर बादशहाचं काम करणारा मुलगा बालकामगार!

'भैय्या, न जाने क्यों, तुम्ही मला खूप चांगले वाटता. आपले वाटता.' लॅपटॉपकडे बोट दाखवीत पुढं तो म्हणाला, 'या मशीनवर तुम्ही तुमच्या संस्थेची फिल्म दाखवली. सचमुच अपने वहाँ हमारे जैसे काम करनेवाले बच्चोंको नयी अच्छी जिंदगी बक्शी है। पण आमचं काय? इथं बिहारमध्ये आमच्यासाठी कोण आहे?'

त्याचा हा प्रश्न खरा होता आणि अरुण-संदीपकडे त्याचं उत्तर नव्हतं. कारण बिहारमध्ये केंद्रसरकारच्या एन.सी.एल.पी.चं अपुरं कामही नीट होत नव्हतं. सुदैवानं महाराष्ट्रात स्वयंसेवी संस्थांचं जाळं बऱ्यापैकी असल्यामुळे काही पथदर्शी प्रकल्प जोमात चालू होते व जनजागृतीही तुलनेनं बरी होती. काही हजारात का होईना, बालकामगारांची मुक्तता होऊन त्यांचं चांगलं पुनर्वसन झालं होतं.

शोएब, चाऊस वा युनुस खान, त्यांच्या दुर्दैवानं गरिबांच्या घरी त्यांचा जन्म झालेला. शाळेची सोय पुरेशी नाही. मुख्य म्हणजे शाळा मुलांना पूर्णपणे कोंडवाडा वाटावी अशी व्यवस्था केलेली. निरक्षर पालकांमुळे शाळेचं व शिक्षणाचं माहात्म्य कुणालाच गावात वाटत नाही. जन्मलेल्या प्रत्येकाला पोट आहे, भूक आहे आणि ती भागवण्यासाठी बालपणापासून काम करावं लागतं. हा अनेक शतकांचा रिवाज

त्यांनी विनातक्रार स्वीकारलेला.

‘भैय्या, तुम्ही चूप का? तुम्हाला ही चोरी वाटते का? तसं असेल तर तुम्ही घेऊन जा. परत करा मालकाला.’ शोएबनं अरुणला विचारमग्न होत स्तब्ध झाल्यामुळे अपराधीपणानं पुन्हा विचारलं.

‘नाही बेटा,’ अरुण म्हणाला. ‘तुझी दीदी खरंच या साडीमध्ये दुल्हन म्हणून छान दिसेल. तुझा गावात किती रुबाब वाढेल, छोट्या भावानं मोठ्या बहिणीला असा तोहफा दिल्याची किती उदाहरणं आहेत? तू उसका छोटा नहीं, बडा भाई है।’

शोएबचे डोळे आनंदानं लकाकले. तो प्रसन्नपणे म्हणाला, ‘मेरी दीदीभी कभी कभी ऐसीच बोलती है।’

अचानक त्याच वेळी अरुणच्या मोबाईलवर एस.एम.एस. आल्याची ट्यून वाजली. त्यानं मेसेज ओपन करून वाचला.

‘सॉरी टू इनफॉर्म यू, अफझल शेख डाइड धिस मॅर्निंग. पोस्टमार्टम रिपोर्ट अवेटेड.’ – दीपक.

‘ओ माय गॉड!’ कपाळावर हात मारून घेत अरुण मोठ्या स्वरात ओरडला. संदीपनं त्याच्या खांद्यावर हात ठेवीत विचारलं, ‘काय झालं अरुण? काही वाईट बातमी?’

‘हां संदीप. अफझल शेख आज सकाळी पैगंबरवासी झाला. दीपकचा एस.एम.एस. होता.’

कालपासून अंतर ठेवून वागणाऱ्या कासमला शंका आली. त्यानं आपली चुप्पी तोडत विचारलं, ‘कुछ बुरी खबर है क्या फजलू की? याने कि अफजल शेख की?’

‘हां दोस्तो!’ साऱ्या मुलांना उद्देशून अरुण म्हणाला, ‘तुम्हारा दोस्त, कासमका चचेरा भाई और तुम्हारे साथ काम करनेवाला अफजल शेख आज सुबह मर गया।’

सगळ्या मुलांना हे ऐकून तीव्र धक्का बसला. अनेकांचे चेहरे कावरे-बावरे झाले. काही अस्फुट स्फुंदू लागले.

चाऊस मात्र दात-ओठ खात कासमच्या अंगावर धावत जात म्हणाला, ‘वो मरा नहीं, उसे तुमने और उस जालिम सेठने मिलके मारा है।’ आणि कुठल्यातरी अमानुष ताकदीनं कासमला गदागदा हलवत मोठ्यानं विचारलं,

‘तुम्ही त्याला त्या दिवशी सेठच्या जोडीनं पट्ट्यानं मारलं आणि त्यामुळेच तो त्या दिवसापासून कामावर आला नाही, बीमार हो गया। बुखार आया। उसका इलाज नहीं हुआ। कुछ दवा-दारू नहीं मिली उसे। भाई होके भी कुछ नहीं किया तुमने। आज तो मेलाय। ये मौत नहीं, खून है। तुम भी उसके खूनमें शामिल हो, सेठके साथ।’

आणि त्यांच्यासोबत असलेल्या इन्स्पेक्टरला म्हणाला, ‘साब इसको पकडो.

ये खूनी है।'

अरुणनं त्याला जवळ घेत मायेनं थोपटत म्हटलं, 'चाऊस बेटा, शांत हो! अफजल मेला हे खरंय, पण त्याचं कारण कासम किंवा जहांगिर नाही; तर गरिबी, आहे, बालमजुरी आहे. आणि मुख्य म्हणजे खरे खुनी आम्ही भारतवासी आहोत, मुलांच्या शोषणावर जगणारे. अफझल, हो सके तो मुझे माफ कर बेटा, मैं भी गुनहगार हूँ, उसी समाजका हिस्सा हूँ।'

त्या दुपारी एकही मुलगा जेवला नाही. मग चार वाजता स्वत:ला सावरत अरुणनंच म्हटलं, 'चलो बच्चो, कुछ खाओ, नहीं तो फजलूको बुरा लगेगा। वो चला गया, तुमको फिर भी जीना है। और बहुत अच्छा जीना है।'

कासम मान खाली घालत म्हणाला, 'हम क्या खाक जियेंगे भैय्या? बस, जीना है और एक दिन मर जाना है। लेकिन एक कसम जरूर खाता हूं मैं। खुदका जरीका कारखाना नहीं खोलूंगा और चाऊस भाईको पढाऊँगा, उसे कमसे कम ठीक ढंगकी जिंदगी नसीब हो। मैं तो बरबाद हो गया, लेकिन कमसे कम वो तो भी....'

कासमनं आपल्या हातानं चाऊसला भरवलं, पोटभर जेवू घातलं, आणि मग त्याला पोटाशी धरून तो कितीवेळ तरी रडत राहिला.

अरुण व संदीप त्यांना शांत करायचा निष्फळ प्रयत्न करीत राहिले.

प्रकरण वीस

हा पियुष शर्मा बोलतोय का, आपल्या जिल्ह्याचा कलेक्टर पांडे?

क्षणभर अरुणला हा प्रश्न पडला, पण दुसऱ्याच क्षणी मनात विचार आला की, यात अनपेक्षित व नवलाचं काय आहे? पियुष शर्मा काय किंवा पांडे, सारे एकाच तथाकथित. 'आय.ए.एस.' नामक स्टीलफ्रेमच्या चौकटीत घडवलेले व स्टीलप्रमाणे मन व संवेदनांना दगडाप्रमाणे कठोर करून प्रशासन करणारे. काही सन्माननीय अपवाद जरूर असतीलही, पण त्यानं नियमच सिद्ध नाही का होत? नियम हा की, प्रशासन हे नेहमीच बधिर व संवेदनहीन राहिलेलं आहे. बालकामगाराविषयी संताप यावा एवढी अनास्था व दुर्लक्ष, हे भारतीय प्रशासन व राज्यव्यवस्थेचं अखिल भारतीय लक्षण आहे. त्या अर्थानं ही 'ऑल इंडिया सर्व्हिस' आहे. 'सर्व्हिस' हा शब्द काढून तिथं 'रूलर्स' टाकावा. ते जनतेची सेवा कुठे करतात? सत्ता गाजवतात व राज्यकर्त्यांच्या शोषणात सहभागी होतात.

राहून-राहून एकच प्रश्न सतावत होता – ही स्टीलफ्रेमप्रमाणे ताठर असलेली प्रशासन प्रणाली राजकीय नेत्यांपुढे कशी वाकते? झुकते?

'वेल मि. अरुण, मुझे लगता है आप ॲक्टिव्हिस्ट लोग ये नहीं मानेंगे,' पियुष म्हणत होता, 'तुमचा दृष्टिकोन एकांगी असतो. नाण्याची दुसरी बाजू तुम्ही पाहत नाही.'

'जरा आम्हाला समजू तर द्या, दुसरी बाजू काय आहे ती?' अरुणच्या स्वरातला भेदक उपहास जसा संदीपला जाणवला तसा पियुषलाही. 'तुम्ही बालमजुरीचं या बहाण्याने समर्थन तर करीत नाही?

'ओ.के.! आता मीही स्पष्ट बोलतो.' पियुषच्या अहंकाराला पिळ बसला होता. अखेरीस तो सीतामढीचा जिल्हाधिकारी तथा जिल्हा दंडाधिकारी होता.

'मेरा मानना है कि, बाल मजदूरीकी वजहसे कई घरमें चुल्हे जलते हैं। यदी गरीब घरमें पैदा हुए जादा बच्चे काम नहीं करेंगे तो खाएंगे क्या? इन्कम ऑफ चाइल्ड लेबर सर्टनली ॲड टू देअर फॅमिलीज इन्कम. ॲन्ड प्लीज अंडरस्टॅन्ड,

इट-इज नीडेड फॉर देअर सर्वायवल ॲन्ड लिव्हिंग. इट मे बी सॅड फॅक्ट ऑफ लाइफ, बट – वेल, इट इज!'

अरुण व संदीप अवाक् होऊन पियुषचे ते तर्कदुष्ट विवेचन ऐकत होते. संदीपनं अरुणचा हात दाबून मुकपणे शांत राहण्याचे संकेत दिले होते, त्यामुळे अरुण अस्वस्थ पण चूप होता.

'हे पाहा, आपल्या कायद्यानंच तथाकथित बिगर धोकादायक क्षेत्रात बालकांना काम करण्याची परवानगी दिली नाही का? दुसरी बाब, हस्तकला हे भारताचं वैभव व आर्थिक परिभाषेत सांगायचं झालं, तर कॉम्पिटेटिव्ह ॲडव्हान्टेज आहे. आपल्या केंद्रीय महिला व बालकल्याण मंत्रीबाईंनीही नुकतेच असेच विचार व्यक्त केले आहेत. जागतिक मार्केटमध्ये भारतीय गालिचे, विविध तऱ्हेचे हॅन्डीक्राफ्ट्स यांना मोठी मागणी आहे. त्यामुळे पाश्चिमात्य स्थानिक बाजारपेठेवर परिणाम होऊ नये म्हणून मोठ्या चलाखीनं उभा केलेला हा बागुलबुवा आहे. त्यासाठी तुमच्यासारख्या एन.जी.ओ.ना हाताशी धरून भरपूर आर्थिक मदत देऊन रान उठवलं जातंय. तुम्ही त्याला बळी पडता आणि भारताचं आर्थिक नुकसान करता, असं माझं मत आहे. घरच्या वातावरणात मुले जर परंपरागत हस्तकला व व्यवसाय शिकत असतील, तर काय हरकत आहे? हे खचितच बालकांचं शोषण नाही.'

'एक्स्यूज मी सर. प्लीज डोंट टेक अदरवाइज. पण तुम्ही खरंच बालमजुरीचे समर्थन करीत आहात. शालेय शिक्षण घेऊन पारंपरिक हॅन्डीक्राफ्ट शिकण्यास काही हरकत नाही. येथे मला एक प्रश्न नेहमीच पडतो, त्याचं तुमच्याकडून उत्तर मला खचितच अपेक्षित नाही. प्रश्न असा आहे की, हस्तकला नेहमीच गरीब, दलित, पददलित वा अल्पसंख्याकांच्या मुलांनीच का शिकायची? तीही व्हाय ॲट द कॉस्ट ऑफ एज्युकेशन? या हॅन्डीक्राफ्टच्या बेल्टमधील श्रीमंत व मध्यमवर्गीयांची मुले का नाही ही हस्तकला शिकत? उत्तर साधं व सरळ आहे. जसं एका समाजानं हलकी आणि घाण कामं करायची असं चातुर्वर्ण्यव्यवस्थेनं ठरवून दिलं आहे, तसंच आपले दिवाणखाने सुशोभित करणारे गालिचे. हॅन्डीक्राफ्टही गरिबांच्या मुलांनीच करायचे, असंच आपल्या सत्ताधीशांनी व उच्चकुलीनांनी ठरवलं आहे. कारण या वस्तू वाजवीपेक्षा जास्त महाग नकोत. शेतकऱ्यांना शेतमालाचे भाव वाढवून मिळत नाहीत, कारण उपभोक्त्यांना ते स्वस्त किमतीत मिळावेत व कारखानदारीस कच्चा मालही कमीत कमी किमतीत मिळावा, अशी व्यवस्था आपण तथाकथित सवर्ण उच्चवर्णीयांनी केली आहे. तसेच आहे हे.'

'ओ.के. इट्स इनफ!' पियुषनं अरुणला तीक्ष्ण स्वरात म्हटलं, 'मला तुमचे हे युक्तिवाद माहीत आहेत. लेट अस कम टू द पॉइंट. मला दुसरी एक अर्जंट मीटिंग आहे.'

'ठीक आहे सर. या सर्व मुलांची पुढील व्यवस्था आपण कशी करणार आहात, हे आम्हाला कळेल?'

'आपण या सर्वांची बालमजुरीमधून मुक्तता केल्याची योग्य अधिकाऱ्यांकडील सर्टिफिकेट्स आणली आहेत ना?'

'होय सर!' संदीप म्हणाला. 'मागच्या वेळी तुम्ही जो टेक्निकल मुद्दा उपस्थित केला होता, त्यामुळे या वेळी मी पूर्ण काळजी घेतली आहे. सर्व कागदपत्रे परिपूर्ण आहेत. आता तुमचं काम आहे या बालकांच्या पुनर्वसनाचं.'

पियुषनं त्यांनी सादर केलेली फाइल पाहिली व आपल्या एन.सी.एल.पी.च्या प्रोजेक्ट डायरेक्टरकडे वळून विचारले, 'आप बताये, अब हमें क्या करना है?'

'सर, इनको स्पेशल स्कूलमें दाखील करना पडेगा, लेकिन हमें सिर्फ तीस स्पेशल स्कूलकी परमिशन मिली है। उनमें सौ-फिसदी बच्चे दाखील हैं, इनको दाखील करना है, तो नये तीन-चार स्कूलोंकी सेंटरसे हमें परमिशन लेनी पडेगी.'

अरुणला नोकरशहांचा चालढकलीचा खेळ माहीत होता. त्यानं ट्रेनमधून या संदर्भात दिल्लीच्या श्रममंत्रालयाशी बातचीत केली होती, त्यामुळे त्यानं चटकन म्हटलं, 'सर, ज्यादा स्पेशल स्कूल आप अपने लेवल पे जरूर खोल सकते हैं। क्योंकि, एन.सी.एल.पी. में एक-एक रिस्क्यू किये हुए बालमजदूरको स्पेशल स्कूलमें दाखल करना मँडेटरी है।'

तो प्रोजेक्ट डायरेक्टर म्हणाला, 'सर, शासननिर्णय संदिग्ध आहे. पुरेसा स्पष्ट नाही. आपण राज्यसरकारला व केंद्राला याबाबत संदर्भ करून त्याचं उत्तर आल्यावर नवीन स्पेशल स्कूल सुरू करण्याबाबत निर्णय घ्यावा, असं माझं मत आहे. कारण यात आर्थिक बाबी खूप आहेत.'

'ठीक है। सेंटरको रेफरन्स आजही भेज दो।'

'तोवर या मुलांचं भवितव्य काय सर?'

'अभी हमने उसके बारेमें सोचा नहीं।' पियुष म्हणाला, 'तबतक वो उनके अपने खुदके घर रहेंगे।'

'पण सर, तीन महिन्यांपूर्वी मुंबईहून मी अनेक बालकामगार घेऊन सीतामढी व दरभंगाला आलो होतो.' संदीप म्हणाला, 'प्रथम तुम्ही कामगार खात्याच्या आधिकाऱ्यांची काउंटर सही नाही असे फुकाचे तांत्रिक मुद्दे काढलेत व त्या वेळी पण 'हमने सोचा नहीं अबतक' असं म्हणाला होतात. अजूनही इतके दिवस जाऊनही आपण काहीच विचार केला नाही?' आता संदीपही आक्रमकतेनं सवाल विचारत होता, 'रिहा किये बच्चोमेंसे कुछ बच्चे फिर शायद मुंबई नहीं तो दिल्ली, चंदिगड, नोएडा आदी जगह कामके लिए चले गए होंगे। उसका जिम्मा किसका है?'

'डिस्ट्रिक्टके सारे मजदूर बच्चोंका जिम्मा क्या अकेले डी.एम. के सर पर है?'

पियुष उखडला, 'अरे भाई, हम डी.एम. है। हमें लॉ ॲन्ड ऑर्डर, व्ही.आय.पी. बंदोबस्त और टॅक्स, सेस रिकव्हरी जैसे बहुत सारे काम है। वो देखना मेरा पहला फर्ज है।'

'त्याबद्दल दुमत नाही, पण डी.एम. हा एन.सी.एल.पी.चा चेअरमन असतो. प्रत्येक सोडवून आणलेल्या बालकामगारांचं पुनर्वसन करणं, हे त्यामुळे आपलंच काम आहे सर.'

'ठीक, ठीक! हमे ज्यादा मत पढाना।' पियुष म्हणाला, 'आप महाराष्ट्रासे हमें पढानेके लिए तो नहीं आये हो?'

'यदी आपको बुरा लगे तो हम –' संदीपला त्याचं वाक्य पूर्ण न करू देता पियुष त्याच तुटक स्वरात म्हणाला,

'तुम्ही तुमचं राज्य पाहा. तिथल्या बालमजुरांचं पुनर्वसन करा. जसे इथले एजंट बालमजुरांना पाठवतात, तसे तुमचेही काही नेते, व्यापारी त्यांच्या एजंटांमार्फत इथून मुले नेतात कामाला. त्यांचे काय? त्यांचा आधी बंदोबस्त करा.'

क्षणभर थांबून पियुष म्हणाला, 'एस.पी.साब, जरा इन्हे बताओ, अपनी जानकारी.'

सीतामढीच्या एस.पी.नं जी माहिती दिली, ती ऐकून अरुण चक्रावला.

काल तो हसनपुरला चाऊस, कासम व शोएबसह तीन मुलांना घेऊन गेला होता. त्यांच्या घरच्यांना भेटला होता.

हसनपूर गावात बहुतेक साऱ्यांची कच्ची झोपडीवजा घरे. बहुसंख्य भूमिहीन. ते पाळत असलेली जनावरेही दुसऱ्यांची राखणदारी व चरण्यासाठी त्यांच्या ताब्यात होती. शेतीच्या मोसमात काम मिळायचं, पण तिथं किमान वेतन कायद्याप्रमाणे मजुरी हा शासकीय नियम लागू नव्हता. गावचा मुखिया ठरवील ती मजुरी मान्य करण्याखेरीज पर्याय नव्हता. पुन्हा ही मुखियागिरी वंशपरंपरागत चालत आलेली. त्र्याहत्तराव्या घटनादुरुस्तीनंतर हसनपुरचं चालू कालावधीचं सरपंचपद दलित महिलेसाठी राखीव होतं. पण तिनं राजीनामा दिलेला म्हणून उपसरपंच असलेला मुखियाच कारभार पाहायचा. त्याची एकतंत्री हुकमत व दहशत तेथील दीड दिवसांच्या वास्तव्यात पुन्हा-पुन्हा लोकांच्या चर्चेतून वा लोकांनी त्यांच्या प्रश्नाला न दिलेल्या उत्तरांतून अरुण व संदीपला जाणवत होती.

आपली कामांनी काळवंडलेली व दूरदेशाहून आलेली मुलं घट्ट कवटाळताना आई-बापांचा आनंद त्यांच्या छातीत मावत नव्हता; पण चेहरा मात्र चिंताग्रस्त होता. त्यांची चिंताही अरुण व संदीपपुढे, ते दोघे आपले वाटत असल्यामुळे प्रकट होत होती.

'हमें क्या शौक था उन्हे दूर भेजनेका? मजबूरी थी।'

'यहाँ शायद पुरा भूका रहता। वहाँ कमसे कम अर्धभूकाही सही सोता होगा।'

'यहाँ वो क्या करेगा? यहाँ कुछ भी नहीं है। अभी-अभी इसका छोटा भाई हमने

दिल्ली भेजा है, काम के लिए। दुसरा कर भी क्या सकते थे?'

संदीपकडे मुंबईहून पाठवलेल्या मुलांची यादी होती. त्यांची चौकशी केल्यावर असं आढळून आलं की, त्यांतील चार-दोन मुलं नियमित शाळेत जात होती. एन.सी.एल.पी.नं त्यांच्यासाठी विशेष शाळा सुरू केली नव्हती. त्यामुळे मुक्त करून पाठविलेल्या बालमजुरांपैकी बरीच मुलं त्यांच्या आई-बापांनी पुन्हा पंजाब, हरियाना व दिल्लीला कामाला पाठवली होती.

'इन्हे हम फिर बंबई कैसे भेजते? वहाँसे आपने जो इन्हे वापस भेजा है।'

त्या गरीब, अज्ञानी पालकांपुढे अरुण व संदीपचा युक्तिवाद फोल होता. शिक्षणाची मुळातच गावात वा पंचक्रोशीत सोय नव्हती. जी होती, ती अत्यंत तोकडी व मुलांमध्ये अप्रीती निर्माण करणारी होती.

कासम अरुण व संदीपला घेऊन गावचा मुखिया चाँद मोहंमदच्या सुमारे अर्ध्या एकरावर पसरलेल्या प्रशस्त हवेलीवजा वाड्यात घेऊन गेला होता. तेथे गोठ्याच्या शेजारीच पांढरी ॲम्बेसडर दिमाखात उभी होती.

'आईये, आप हमारे मेहमान हैं।' चांद मुखिया लांबलचक पसरलेल्या व्हरांड्याच्या एका टोकाला झोपाळ्यावर लोडाला टेकून मंदपणे झुलत होता. जुना सिनेनट जयंतसारखा देखणा पण आडदांड व्यक्तिमत्त्वाचा. 'लेकिन आप ये जो कर रहे हैं, वो ठीक नहीं।'

पहिल्या सलामीतच चांद स्पष्टपणे व साफपणे आपलं मत व्यक्त करीत म्हणाला, 'वो काम नहीं करेंगे, तो भूखे मरेंगे। समझे? वो सारे गरीब हैं। काम करना उनकी मजबूरी है। आप उनके मुँह का निवाला छिनते हो।'

अरुणच्या लक्षात आलं, मुखियाशी बोलणं व्यर्थ आहे. तरीही त्यानं न राहवून एक प्रश्न विचारला,

'मुखियाजी, आप जरा सोचो, अच्छे घरके; जैसे आपके घरके बच्चे यदी दूर महाराष्ट्रमें जरी कारखानेमें जाये, तो कैसा लगेगा आपको?'

'बस और नहीं!' झोपाळ्यावरून उठत क्रुद्ध स्वरात चांद म्हणाला, 'हम क्या जाने ये सब? गरीबका बच्चा कामके लिए जाएगा। हम जमींदार है। हमें तो हिसाब किताब के सिवा पढनेकी जरूरत नहीं। बहुत सारा भगवानका दिया है। सात पिढीयाँ आरामसे खा सकती हैं। हमारे बच्चे क्यों काम करेंगे? आप हमें ये पूछकर हमारी तौहीन कर रहें हैं।'

त्याची ही संतप्त प्रतिक्रिया अरुणला अनपेक्षित नसली, तरी त्याची तीव्रता बोचली.

'आप आ सकते हैं। कासम, इसके बाद हमारे यहाँ ऐसे बंबईके मेहमान मत लाना। समझे?'

आणि ताडताड पावलं टाकीत तो आत निघून गेला.

बाहेर आल्यावर कासमनं व इतर गावकऱ्यांनी जे सांगितलं, ते धक्कादायक नव्हतं. फक्त अरुणच्या आजवरच्या निरीक्षण व अभ्यासाची त्यामुळे पुष्टी झाली होती.

चांद मुखिया हाच या भागातला मोठा दलाल होता. त्याचं मुंबई व इतर शहरांतील या धंद्यातल्या लोकांशी व त्यांना संरक्षण देणाऱ्यांशी चांगलं संधान होतं. तिकडून आदेश व मागणी येईल, त्याप्रमाणे व त्या संख्येत चाँद मुलांना पाठवायचा. त्यासाठी सतत प्रयत्नशील असायचा. त्याची 'मोडस ऑपरेंडी' साधी व 'टाइम टेस्टेड' होती. लग्न, आजारपण वा मर्तिकासाठी गरिबांची व्याजानं पैसे देऊन नड भागवायची आणि त्यांना काही दिवसांनी वसुलीसाठी तगादा करायचा. 'पैसे वापस करो, नहीं तो वसुलीके लिए तुम्हारे बच्चोंको काममें भेजना पडेगा। उनको वहाँ अच्छी तनखा मिलेगी और जरीकामका हुनर सिखनेको मिलेगा। दो सालमें आपका कर्जा खत्म। फिर उसकी कमाईपें तुम आराम करना।' दहापैकी आठ कर्ज घेतलेले आई-बाप निमूटपणे मान तुकवीत आपली आठ-दहा वर्षांची मुलं त्याच्या हवाली करायचे.

एकानं याही पलीकडे जाऊन दिलेली माहिती मात्र खरंच धक्कादायक होती. त्याच्या माहितीनुसार मुंबईमधील काही पुढाऱ्यांच्या मदतीनं अनेक छोट्या मुलांची नावं चाँदनं स्थानिक मतदारयादीत घुसडून ती सज्ञान व मोठी असल्याचा कागदोपत्री पुरावा निर्माण केला होता. शिवाय मुंबईत प्रॅक्टिस करणाऱ्या काही बिहारी वकिलांना नेमलं होतं. प्रत्येक धाडीनंतर ही मुलं चौदा वर्षांखालची नाहीत, तसेच ती बालकामगारपण नाहीत, असा युक्तिवाद करीत मतदारयादी व तयार केलेले इतर पुरावे सादर करायचे, हे त्यांचं काम. सरकारी वकिलांना युक्तिवाद न करण्यासाठी किंवा चूप राहण्यासाठी खरेदी करणं आणि शहरातील काही माणसांनी 'ही आमचीच मुलं' म्हणत त्यांच्या समवेत काढलेले फोटो व इतर कागदपत्रं सादर करीत त्यांना सोडवून घेऊन जाणं व पुन्हा त्याच किंवा दुसऱ्या जरीच्या कारखान्यात किंवा इतर उद्योगात कामाला लावणं, यात चांदचा हातखंडा होता. त्यानं अनुभवानं आपली याबाबतची बिनचूक अशी कार्यप्रणालीच विकसित केली होती.

'अरुणभैय्या, तुम्हारे शहरमें भी एक नामचीन है। दुर्गादादा या दुर्गापैलवान ऐसाच उसका नाम है। वो और चाँद मुखिया दोस्त हैं। शायद उनकी पार्टनरशिप है।'

आणि आता एस.पी.नंही जी माहिती दिली, ती दुर्गाभाईकडे अंगुलिनिर्देश करणारी होती.

'मनीष दवे माझा बॅचमेट आहे. त्यानं त्या पैलवान गड्याशी पंगा घेतला व त्याची तुमच्या सरकारनं बदली केली.' पियुष म्हणाला, 'आणि तुम्ही आमच्या बिहारची चेष्टा करता. तुमचं काय? कभी आप भी अपने गिरेबानमें झाँकके देखो।

उत्तर प्रदेशके बाद सबके ज्यादा बालमजदूर महाराष्ट्रमें हैं, बिहारमें नहीं ये मत भूलो।'

कल्पना नसताना अचानक जोरदार कानशिलावर बसावी, तसा आघात अरुणच्या मनावर झाला.

पियुष म्हणत होता, ते सारं खरं होतं. बालमजुरीच्या संदर्भात सर्व राज्यसरकारे व जिल्हा प्रशासने एकसारखीच होती. 'इस हमाममें सभी नंगे हैं।' हे सत्य पियुष अधोरेखित करत होता.

सुन्न होत चूप बसलेल्या अरुण व संदीपला पाहून पियुष एस.पी. व इतर जिल्ह्याचे वरिष्ठ अधिकारी 'जितम् मया'च्या विजयी आविर्भावात होते.

'ओ.के. सर! तुमचं म्हणणं बरोबर आहे. पण आम्ही त्याबाबत सतत लढत आहोत. जन आंदोलन करीत आहोत.' संदीप म्हणाला.

'तुम्हाला एकच विनंती करतो आणि रजा घेतो, आपली आम्ही सर.' अरुण म्हणाला, 'तुम्ही ज्यादा स्पेशल स्कूल सुरू करू शकता. त्यासाठी केंद्राला विचारायची गरज नाही. बिलीव्ह मी सर. यात बेकायदेशीर काहीनाही. दुसराही एक पर्याय आहे. सर्व शिक्षण मोहिमेअंतर्गत शंभर दिवसांच्या निवासी सेतूशाळा सुरू करून या मुलांना तोवर शिक्षण देऊ शकता.'

पण आता पियुषचा विजयाचा उन्माद त्याला काहीसा उन्मत्त करून गेला होता. 'आम्ही काय करावं हे शिकवू नका. तुमचं काम झालं आहे. ही बिहारी मुलं आहेत, त्यांचं आम्ही पाहू. तुम्हाला त्यांची चिंता करण्याची गरज नाही, तुम्ही त्यांना कामातून मुक्त केलंत. टी.व्ही., पेपरमधून बिहारची छान नालस्ती झाली. आता आम्हाला अधिक काही सांगायचा, शिकवायचा प्रयत्न करू नका.' असं म्हणत तो उभा राहिला. ही संदीप व अरुणला जाण्याची सूचना होती.

'चलो अरुण, यहाँ एक मिनट भी रुकना ठीक नहीं। अब इन बाल मजदूरोंको हमें उनके नसीबपे और उपरवालेकी दयापेही छोडकर जाना पडेगा, इसमे ज्यादा हम और कुछ क्या कर सकते हैं?'

'लुक जंटलमन, मेरे कहनेका ये मतलब नहीं था।' संदीपच्या वक्तव्यानं काहींसा वरमत पियुष म्हणाला.

पण त्याचं वाक्य अर्ध्यावर तोडीत संदीप त्याच आवेशात उत्तरला,

'नो सर! व्हॉट आय सेड, आय मीन इट. आय अल्सो नो, इट विल नॉट मेक एनी डिफरन्स टू यू ॲट ऑल.'

'लेकिन हमें तो काम करनाही है।' अरुणनं तात्त्विक होत म्हटलं, 'ये हमारा मिशन है। हम भी मजबूर हैं।'

आयुष्यात प्रथमच पियुषची मान खाली झाली होती. क्षणभर तो विचारमग्न झाला होता. कुठेतरी आपण बालकामगारांचा प्रश्न पाषाण हृदयानं तर हाताळत

नाही ना, असा प्रश्न त्याला पडला होता. त्यानं काही वेळानं मान वर करून पाहिलं, तेव्हा संदीप व अरुण निघून गेले होते.

त्या दोघांना निरोप द्यायला कासम, चाऊस व शोएबसोबत काही पालकही रेल्वे स्टेशनवर आले होते. त्यांच्या नजरेत प्रश्नचिन्ह होतं. जगायचं कसं, पोट भरायचं कसं, असे जीवघेणे सवाल होते, ज्यांची उत्तरं अरुण आणि संदीपकडे नव्हती.

अरुणनं कासम व इतरांना मिठीत घेऊन नि:शब्द थोपटलं व दिलासा द्यायचा प्रयत्न केला.

संदीपनं शब्द जुळवून निरोप दिला, 'अल्लाह आपका खयाल रखेगा!'

'खुदा हाफिज!'

प्रकरण एकवीस

त्या पंधरा दिवसांत अरुणची दुनियाच बदलली होती!

जरीच्या कारखान्यातून मुक्तता केलेले बालकामगार सीतामढी बिहारला पोचवून परत आल्यावर त्यानं कलेक्टर पांडे व पोलीस अधीक्षक प्रीतमसिंग यांना भेटून सीतामढीच्या पोलीस अधीक्षकांनी दुर्गाभाईंच्या विरुद्ध जो धक्कादायक पुरावा महाराष्ट्राच्या गृहविभागाकडे पाठवला होता, त्याची प्रत दिली. तसेच आपण स्वत: तेथे प्रत्यक्ष जे अनुभवलं, तेही कथन केलं आणि कारवाईची मागणी केली.

संदीपनंही एका राष्ट्रीय इंग्रजी वृत्तपत्रात लेख लिहून बिहारमधून बालकामगारांना पद्धतशीरपणे मुंबई व महाराष्ट्रातल्या इतर प्रमुख शहरांत कशा तऱ्हेने वेठबिगार म्हणून पाठवलं जातं, याचा पर्दाफाश केला. त्याची गृहमंत्र्यांनी गांभीर्याने दखल घेऊन पोलीस विभागास सक्त कार्यवाहीच्या सूचना दिल्या. त्यामुळे पांडे व प्रीतमसिंगला हालचाल करणं भाग होतं. त्यांनी सीतामढीच्या पोलीस अधीक्षकांशी संपर्क साधून या प्रकरणामागील दुर्गाभाईच्या सहभागाची खातरजमा करून घेतली आणि वेगानं पुढील तपास केला. भक्कम धागेदोरे मिळताच त्यांनी दुर्गाभाईला अटक केली. आणि कोर्टानंही जामीन नामंजूर केल्यामुळे दुर्गाभाई गेल्या दोन महिन्यांपासून जेलमध्ये होता!

पण त्यामुळे दुर्गाभाई सूडानं पेटला गेला होता. त्याला अटक होण्याची ही दुसरी खेप होती आणि या वेळेस पण अरुण त्यास कारणीभूत ठरला होता. बालमजुरांच्या शोषणाचा आरोप त्याच्या माथ्यावर बसल्याने त्याची प्रतिष्ठित व्यावसायिकाची प्रतिमा पण चांगलीच मलीन झाली होती. अटक झालेला जहांगिर आणि अटकेच्या भीतीनं फरार झालेल्या सलाउदिन सेठच्या संगनमतानं चालणारे दुर्गाभाईंचे सारे काळे कारनामे उघड झाले होते. बिहारच्या सीतामढी व इतर जिल्ह्यांतून बालमजूर फूस लावून आणणे, त्या सर्वांची वये चौदा वर्षांपेक्षा जास्त असल्याचे बनावट रेकॉर्ड व प्रमाणपत्र तयार करणे, प्रसंगी त्यांची नावे मतदार

यादीमध्ये घुसडणे व सर्व कायदेकानून धाब्यावर बसवून जरीचा कारखाना चालवणे ही दुर्गाभाईंची काळी कृत्ये लोकांपुढे उघड झाली होती.

तुरुंगात विचार करकरून दुर्गाभाईचं डोकं फिरलं होतं. त्याच्या दुखावलेल्या अहंकाराला खतपाणी घातलं गेलं, ते फौजदारी वकील ॲड. जाधवच्या बोलण्यानं. त्यानं दुर्गाभाईची दुखणारी नस नेमकेपणानं पकडली होती. बालमजुरांच्या शोषणाविरुद्ध आवाज उठविणारा अरुण हा परदेशी मदत घेऊन ते पैसे कसे उडवितो, हे खऱ्याचं खोटं करीत सांगून त्याच्याविरुद्ध त्यांनी त्याचे कान भरले होते. मुळातच दुर्गाभाईची संशयी वृत्ती, त्यामुळे त्याला ते सारं खरं वाटलं आणि त्याचं संतापानं जळणारं मन अरुणच्या आंधळ्या अविवेकी द्वेष व क्रोधानं भरून गेलं. त्यानं ॲड. जाधवमार्फत अरुणला त्या आवेगात निरोपही पाठवला. 'तू बरं नाय केलं. याची तुला लई मोठी किंमत मोजावी लागेल. मी ती मोजायला लावणार. लक्षात ठेवा. मी लवकरच बाहेर येणार आहे.'

अरुणनं ती गर्भित धमकी फारशी मनावर घेतली नाही. त्यानं फक्त संदीपला फोनवर हे सांगितलं, तेव्हा संदीप गंभीर झाला होता आणि काळजीनं म्हणालाही होता. 'यार अरुण, डोंट टेक इट लाइटली. हे लोक भयंकर असतात. पैसा हे त्यांचं सर्वस्व असतं. त्यांच्या आड येणाऱ्यांना हे कोणत्याही मार्गाने मागे सारायचा प्रयत्न करतात. प्रसंगी ते संपवूही शकतात. शारीरिक हल्ला किंवा भयंकर बदनामी करून समोरच्याचं खच्चीकरण करताना अशी माणसं मागेपुढे पाहत नाहीत. प्लीज पोलिसात रेकॉर्डसाठी म्हणून का होईना, तक्रार नोंदवून ठेव.'

'असं काही होणार नाही मित्रा. तू उगीच प्रेमापोटी काळजी करतो आहेस.' अरुण म्हणाला, 'आता दुर्गाभाईला चांगलीच अद्दल घडली आहे. तो आता माझं काय वाकडे करेल?'

'भलत्या भ्रमात राहू नकोस अरुण. अशा माणसाजवळ असलेला काळ्या धनशक्तीत अपार ताकद असते, हे विसरू नकोस आणि त्याच्या जोडीला दुर्गाभाईकडे शक्तीपण आहे. हे कॉम्बिनेशन फार भयंकर असतं. दुर्गाभाई असे काही करू शकतो. सावध राहा!'

संदीपची भीती खरी ठरली होती. पण आपल्यावर आपल्या घरातूनच आघात होईल, असे अरुणला वाटलं नव्हतं. तो झाला, तेव्हा त्याला एवढा प्रचंड धक्का बसला व तो एवढा सुन्न झाला की, त्याला आपलं जगणं, आपलं कार्य व मिशन निरर्थक वाटू लागलं. आपल्या हाता-पायांतलं बळ ओसरल्यासारखं वाटलं. यापुढे आपण ताठ मानेनं काही कार्य करू शकणार नाही, असेही त्याच्या मनानं त्या क्षणी घेतलं.

***

त्या दिवशी वृत्तपत्रांत पहिल्याच पानावर दणदणीत हेडलाइनसह सनसनाटी बातमी छापली गेली होती.

'प्रसिद्ध समाजसेवकच जेव्हा आपल्या बहिणीस वेश्याव्यवसायात लोटतात!'

'बापाची मुलाविरुद्ध पोलीस तक्रार.'

अरुण पहाटे-पहाटे मुंबईचा एक सेमिनार आटपून आला होता. त्यामुळे उशिरापर्यंत झोपून होता. त्याला जाग आली ती फोनच्या घंटीनं. त्यानं डोळे चोळीत रिसीव्हर उचलला व म्हणाला, 'हॅलो!'

'अरुणभैय्या, मी दिनू.'

'बोल दिनू.'

'आजचा पेपर पाहिला का?'

'नाही. आता तर जाग आली तुझ्या फोननं.'

अरुणची झोप आता उडाली होती. दिनूच्या स्वरातला भीतीचा कंप त्याला जाणवला होता. काहीतरी गंभीर बातमी असणार. 'बोल, काय बातमी आहे?'

'तू – तुम्ही स्वत:च वाचा,' दिनू कसाबसा म्हणाला, 'मी वाटेत आहे. दहा मिनिटांत घरी पोचतो तुमच्या. पण – पण तुम्ही शांत राहा. आणि मी आल्यावर ठरवू पुढे काय करायचं ते!'

'अरे, पण दिनू....'

'मी फोन ठेवतो आणि हा पाहा आलोच!'

अरुण वेगानं बाहेरच्या दिवाणखान्यात आला. दाराजवळ खालच्या फटीतून सरकवलेली आजची वृत्तपत्रे त्याने उचलली आणि त्याच्याच संदर्भातल्या सर्व वृत्तपत्रांत प्रथम पानावर छापलेल्या त्या विपरीत बातमीनं तो अक्षरश: हादरला. आपल्या मस्तकात कोणीतरी अचानक घणाचा घाव घातला आहे व मरणप्राय वेदना होत आहेत, असे त्याला वाटले. क्षणभर त्यानं आपलं डोकं गच्च दाबून धरलं.

मग काही वेळानं धीर गोळा करीत धडधडत्या अंत:करणानं तो वाचू लागला –

'आज पत्रकार परिषदेमध्ये काशिनाथ धायगुडे यांनी बालमजुरीच्या क्षेत्रात उल्लेखनीय कामामुळे अलीकडे प्रसिद्धीस आलेल्या अरुण पालिमकरांविरुद्ध आपल्या स्वत:च्या धाकट्या बहिणीस बालवयात वेश्याव्यवसायात लोटल्याचा आरोप केला. या आरोपाने शहरभर चांगलीच खळबळ उडाली आहे. सामाजिक कार्यकर्त्यांच्या वर्तनाबद्दल व कार्याबद्दल नागरिकांच्या मनात संभ्रम निर्माण झाला आहे. अरुण पालिमकरांनी गेली काही वर्षे बालमजुरी-निर्मूलनाचे, 'बचपन बचाव' चे अभियान छेडले होते व दुर्गा पैलवानासारख्या व्यावसायिकांना बालश्रम कायद्याअंतर्गत अटक करण्यास प्रशासनाला भाग पाडले होते. या पार्श्वभूमीवर स्वत:च्या बहिणीला बालवेश्या बनविण्याचा आरोप त्यांच्या सावत्र वडिलांनी जाहीरपणे केल्यामुळे अरुण

पालिमकर हे वादाच्या भोवऱ्यात सापडले आहेत. आज ते शहरात नसल्यामुळे प्रतिक्रियेसाठी उपलब्ध होऊ शकले नाहीत.'

अरुणचं मन एकाच वेळी संताप व उद्वेगानं भरून आलं होतं. असा नीच व खोटा आरोप आपला सावत्र दारूडा बाप करेल, असे स्वप्नातही कधी त्याच्या मनात आलं नव्हतं.

एका लंगोटी वृत्तपत्रात सभेचा पूर्ण वृत्तांत प्रश्नोत्तरांसह छापला होता –

'ही घटना सुमारे चार वर्षांपूर्वीची आहे. मग आज अचानक का तक्रार करावीशी वाटली?' असं एका पत्रकारानं संशयानं विचारलं, तसं काशिनाथनं डोळे पुशीत व घसा खाकरीत नाटकी आविर्भावात अडखळत बोलत बेमालूमपणे ठोकून देत म्हटलं,

'खरं हाय बाबांनो. आजवर चूप बसलो ती चूक झाली. ती म्या केली पोराच्या मायेपोटी. अरण्या सावत्र असला तरी पोरगा हाय आमचा. मी तेच्यावर पुत्रागत मायाच केली आहे हमेशा. म्हणूनशान आजवर चूप बसलो.

'मग आता काय घडलं असं एकाएकी, ज्यामुळे पोलीस तक्रार केली?'

'त्याची ही जी संस्था हाय ना स्वप्नभूमी... तिथे तो काम करणाऱ्या न्हान मुला-मुलींना सोडवून आणतो. पण उपेग काय? मुलींना परत वंगाळ कामात लोटतो. तेव्हा त्यानं सावूला बडी मांकडे धाडलं होतं. ती – ती मुंबईहून आलेली रांड वेश्या असल्याचं माहीत असूनही. आता पुन्यांदा अरुण सावूला तसलंच काम करायला लावत आहे. त्या लंगड्या मुलाकडे तिला जोरजबदरस्तीनं पाठवतो. आता लई झालं, म्हणूनशान मी तक्रार केली. ती शंभर टक्के खरी हाय....!'

काशिनाथ धायगुडे सोबत पत्रकार परिषदेत मानवी हक्क परिषदेचे सचिव म्हणून काम करणारे शहराचे प्रख्यात फौजदारी वकील ॲड. जाधव पण होते. त्यांनी पत्रकारांपुढे स्वयंसेवी संस्थांच्या गैर कारभाराबद्दल व तेथे चालणाऱ्या गैर प्रकारांबद्दल चिंता व्यक्त केली. अरुण पालिमकरांसारख्या सफेद पोशाखातील काळे धंदे करणाऱ्याविरुद्ध कडक शासन व्हावे यासाठी जनहितार्थ आपण काशिनाथला साथ देत आहोत, तसेच प्रसंगी न्यायालयातही जाण्यास आपण मागे-पुढे पाहणार नाही, असेही त्यांनी प्रतिपादन केलं. त्यासाठी योग्य वेळी जनहितार्थ याचिका या कायदेशीर अस्त्राचाही वापर करण्याची मनीषा त्यांनी बोलून दाखवली.

काशिनाथच्या अरुणविरुद्धच्या सनसनाटी आरोपांनी पत्रकार परिषदेमध्ये चांगलीच खळबळ उडाली होती. इलेक्ट्रॉनिक चॅनेलवाल्यांना दिवसभरासाठी एक चांगली 'ब्रेकिंग न्यूज' मिळाली होती. ऊस चरकात घालून पार चोथा होईपर्यंत जसा पिळला जातो, तशी ही बातमी आज दिवसभर टी.व्ही वर दाखवली जाणार, हे उघड होतं.

पण वृत्तपत्रसृष्टीत काही जाणते पत्रकार होते, त्यांना कुठेतरी हे खटकत होतं.

कारण त्या साऱ्यांनी मागच्या वर्षीच 'स्वप्नभूमी'च्या तिसऱ्या वर्धापनदिनाचा सोहळा व बालमजुरांचं आदर्श पुनर्वसन दाखवणारा अनोखा फॅशन शोचा कार्यक्रम कव्हर केला होता. पण भडक सनसनाटी बातम्यांकडे कल असणाऱ्या वृत्तपत्रांचे नवे तरुण वार्ताहर ही बातमी कशा पद्धतीने मसाला टाकून चुरचुरीत करता येईल, याचा विचार करण्यात गढून गेले.

आणि सर्व वृत्तपत्रांत काशिनाथनं अरुणवर केलेल्या आरोपांची बातमी भडक स्वरूपात ठळक मथळ्यानिशी पहिल्या पानावर प्रसिद्ध झाली होती.

या बातम्यांचे मथळे आणि अरुण-काशिनाथचे रंगीत फोटो अरुणच्या नजरेसमोर फेर धरून नाचत होते आणि त्याच्या प्रक्षुब्धतेमध्ये क्षणाक्षणाला भर घालीत त्याच्या सुन्नतेला धार चढवीत होते.

'ओ माय गॉड! स्वतःची पोर कुंटणखाण्यात यानं स्वतःच ढकलली. आपण चेन्नईहून इथं परत आल्यावर कलेक्टर मनीष दवेच्या मदतीनं सोडवून तिला विधायक कामात गुंतवली. तिच्याही इज्जतीचा असा उघड पंचनामा करून तिचीही बदनामी करणारा हा नराधम. हा आपला सावत्र बाप. त्यानं आपल्या विरुद्ध असा खोटानाटा सनसनाटी आरोप करावा? का? का?' या प्रश्नाचं अरुणपाशी उत्तर नव्हतं. पण कुणीतरी त्याचा वापर करीत असणार, हे नक्की. आणि नेहमी पै-पैसाठी तरसणारा काशिनाथ त्याला बळी पडला असणार. पण अरुण या क्षणी मनोमन एवढा कोसळला होता की, यामागे कोण असावं, याचा शांत डोक्यानं विचार करण्याइतपतही तो भानावर नव्हता.

दुसऱ्या एका वृत्तपत्रानं तर कहर करीत चौकटीत वृत्तविश्लेषणाच्या नावाखाली अरुणच्या स्वप्नभूमीच्या तिसऱ्या वर्धापन दिनानिमित्त आयोजित केलेल्या फॅशन शोचा उल्लेख करून अरुण हा कसा रंगराव आहे, हे सूचित केले होते. आणि हे सारं का होतं? असा आपणच सवाल करीत धडधडीत खोटं उत्तरही दिलं होतं – अरुणच्या स्वयंसेवी संस्थेला परदेशातून भरपूर मदत मिळते. ती मिळण्यासाठी कार्यालयात स्मार्ट मुली ठेवाव्या लागतात. मिळणाऱ्या प्रचंड पैशांपैकी फार थोडा भाग 'बचपन बचाव'साठी व तोही देखावा म्हणून खर्च केला जातो. पण बराचसा निधी स्वतःसाठी व चैनीसाठी खर्च केला जातो. असे धंदे करणाऱ्या अनेक स्वयंसेवी संस्था पावसाळ्यात भुईछत्र्या उगवाव्यात, तशा अलीकडच्या काळात परदेशी मलिदा लाटण्यासाठी स्थापन झाल्या आहेत. अरुणची स्वयंसेवी संस्था पण याच वर्गातली आहे, असं म्हणत अरुणच्या संस्थेच्या गैरकारभाराची माहिती आपणास आतल्या गोटातून मिळाल्याचे त्या वृत्तपत्राच्या वार्ताहराने विशेष वृत्ताच्या बहाण्याने ठोकून दिले होते. बालमजुरांबाबतचे 'स्वप्नभूमी' या संस्थेचे प्रेम पुतना-मावशीचे असून ते अंतिमतः त्यांच्यासाठी बाधकच ठरणार आहे, असा निष्कर्षही वार्तापत्रात काढला होता.

अरुणनं पेपर बाजूस सारले व काही न कळून डोकं हातांनी पुन्हा एकदा गच्च आवळून धरलं. मन खदखदत होतं. त्याला काशिनाथचा विलक्षण संताप आला होता. खरं तर सावूला बडी मांच्या तावडीतून सोडवून आणताना त्याला किती त्रास झाला होता. केवळ कलेक्टर मनीष दवेमुळे ते शक्य झाले होते. अरुणनं बापाच्या नात्याचं भान ठेवीत, कधीही काशिनाथला छेडलं नव्हतं. मात्र तो त्याच्याशी कधी बोलत नव्हता.

पण ही काशिनाथची स्वत:ची बुद्धी नव्हती, हे उघड होतं. सदैव नशेत असणारा व नीट बोलताही न येणारा काशिनाथ आपणहून असं काही करेल, हे संभवत नव्हतं. पत्रकार परिषदेमध्ये त्याच्या सोबत असलेली निष्णात कपटी मेंदू अ‍ॅड. जाधवची उपस्थिती दुर्गाभाईपर्यंत या कट कारस्थानाचे धागेदोरे पोचत असल्याचा अंगुलिनिर्देश करीत होती. म्हणजेच दुर्गाभाईनं आपली धमकी खरी केली होती.

अरुण काही वेळानं काहीसा शांत झाला. आता त्याचं विवेकी व विचारी मन जागृत झालं होतं. ते त्याला धीर देत होतं, ‘अरे, कर नाही त्याला डर कशाची? तुझ्या बहिणीला तू वेश्याव्यवसायातून सोडवून आणलं आहेस, ही वस्तुस्थिती आहे. आणि वृत्तपत्रात छापून येतं ते सारं खरं थोडंच असतं? पत्रकारांनाही कशा तऱ्हेनं दुर्गाभाईनं पॉकेट केले असेल, हे उघड गुपित आहे.

‘पण तरीही लाखो वाचक व प्रेक्षकांपर्यंत वृत्तपत्रे व चॅनेल्सच्या माध्यमातून ते आज पोचलं आहे. अनेक भाबडे सामान्य वाचक व प्रेक्षकांना टी.व्ही.वर दाखवलेली बातमी किंवा पेपरात छापून आलेला मजकूर खराच असतो, असं वाटतं. पुन्हा असेही काही संशयी असतात, ज्यांना चांगलं काही खरं वाटत नाही. त्यांच्या संशयाला अशा बातम्या पुष्टी देतात.’

अरुण आता डोकं थंड ठेवीत सर्व बाजूंनी विचार करीत होता. ‘हा बदनामीचा व आपलं मानसिक खच्चीकरण करण्याचा दुर्गाभाईनं जाधवामार्फत टाकलेला डाव आहे. आपण मनोमन कोसळलो, तर त्यांचा दुष्ट हेतू सफल होईल. त्यामुळे आपण धीरानं घेतलं पाहिजे. प्राप्त परिस्थितीशी विचारपूर्वक सामना केला पाहिजे. वैयक्तिक बदनामी समाजाच्या दृष्टीने महत्त्वाची नाही. ‘स्वप्नभूमी’वर मात्र कलंक लागायला नको. अन्यथा आपलं मिशनही अकारण बदनाम होईल. त्यासाठी आपल्याला शांत राहून लढलं पाहिजे.’

‘लंगड्या’ विशेषणानं काशीनाथनं दिनूचा उल्लेख करीत त्याचा पैसा वापरण्यासाठी आपण सावूचा वापर करीत आहोत असं जे सूचित केलं होतं, त्याचंही निराकरण केलं पाहिजे.

जेव्हा दिनू त्याच्या घरी पोचला, तेव्हा अरुण बराच शांत आणि स्वस्थचित्त झाला होता.

‘अरुणभैय्या, हे काय भयंकर छापून आलं आहे?’ दिनूनं व्याकूळ स्वरात विचारलं, तेव्हा अरुणनं त्याला ॲड. जाधवमार्फत दुर्गाभाईची त्याला अटक झाल्याच्या दुसऱ्याच दिवशी मिळालेली धमकी आणि संदीपनं दिलेला इशारा याबाबत सविस्तरपणे सांगितलं. आणि मग तो पुढे म्हणाला,

‘खरं तर, तुला वा आपल्या इतर साथीदारांना आता मी सांगणार आहे, ते मला कधीच सांगायचं नव्हतं. पण सांगणं भाग आहे. कारण खऱ्याचं खोटं करीत आपली ‘स्वप्नभूमी’ बदनाम करण्याचा त्यांनी प्रयत्न केला आहे.’

दिनूच्या मनातही सकाळी वृत्तपत्रात वाचून सावूच्या संदर्भात काहूर उठलं होतं. आता अरुणनं खरं काय घडलं ते सांगितलं होतं. त्यामुळे अरुणबद्दल त्याचं मन साफ झालं होतं. पण मघाशी काही क्षण का होईना, तो विचलित झाला होता.

थोडक्यात, दिनूला काय व कसं घडलं असेल हे सांगत अरुणनं आपला निष्कर्ष सांगत म्हटलं,

‘दिनू, दुर्गाभाई ही जशी एक व्यक्ती आहे त्यापेक्षा जास्त एक विकृत समाजप्रवृत्ती पण आहे. कृष्णकृत्ये करीत शोषणाच्या मार्गानं वारेमाप संपत्ती मिळवायची व तिच्या जोरावर समाजावर प्रभाव टाकणाऱ्या घटकांना म्हणजे राजकीय नेते, मीडिया व नोकरशहांना अंकित करायचं. म्हणजे त्यांना सुखेनैव आपले काळे धंदे बिनदिक्कत करण्यासाठी मोकळं रान मिळतं. प्रसंगी त्यांच्या शोषणाविरुद्ध आवाज उठविणाऱ्यांना शारीरिक दृष्ट्या संपवता येतं किंवा अशा चारित्र्यहनना द्वारे बदनामी करून मानसिक खच्चीकरण करीत माझ्यासारख्या सामाजिक कार्यकर्त्यांना नामोहरम करता येतं.’

‘ओ माय गॉड! हे... हे... फार भयंकर आहे, अरुणभैय्या.’

‘भयंकर असलं तरी खरं आहे,’ अरुण विषादानं म्हणाला, ‘आज माझ्यावर असाच प्रसंग ओढवला आहे. माझं ‘बचपन बचाव’चं मिशन किती अवघड आहे आणि मला त्यासाठी किती संघर्ष करावा लागणार आहे, याची जाणीव पहिल्यापासून होतीच. पण अशी बदनामी, तीही स्वतःच्या बहिणीच्या संदर्भात आणि सावत्र असला तरी बापाकडून व्हावी, हे मात्र खरंच कल्पनेच्या पलीकडचं आणि म्हणूनच धक्कादायक आहे.’

‘पण या वृत्तपत्रांची पण कमाल आहे. एवढं खोटं छापायचं धडधडीत, तेही एवढ्या भडकपणे?’

‘दिनू, अजून तू लहान आहेस. भाबडा आहेस. अरे, या वार्ताहरांना खिशात घालीत काय वाट्टेल ते पेपरात लिहून आणणं दुर्गाभाईसाठी फार सोपं आहे!’

‘ओ, आय सी!’ दिनूच्या आता लक्षात आलं होतं. ‘आता काय करायचं? या खोट्याचा पर्दाफाश केलाच पाहिजे. आपलं मिशन बदनाम होता कामा नये. पण काय व कसं करावं ते कळतं नाही.’

'आपणही पत्रकार परिषद घ्यायची व या वृत्तपत्रांचं खंडन करायचं,' अरुण म्हणाला, 'पण त्यासाठी मला प्रथम सावू व मायशी बोललं पाहिजे. पण त्यांना पत्रकारांपुढे आणायला जीव कचरतो. आधीच सावू सदैव त्या भूतकाळामुळे अपराधी भावनेने वागत, बोलत असते. आजवर जे मी टाळत आलो, दुनियेपासून लपवत आलो, ते या बातम्यांमुळे जगजाहीर झालं आहे. सावूची ही बातमी वाचून काय अवस्था झाली असेल, याची नुसती कल्पना केली, तरी हातापायांतलं बळ ओसरतं आणि तिच्या भवितव्याची पण काळजी वाटते कारण – कारण....'

'नाही अरुणभैय्या, असं काही मनात आणू नका,' दिनू म्हणाला, 'मी तुम्हाला आज वचन देतो. सावू माझी आहे. तिच्याशी तुम्ही म्हणाल तेव्हा विवाह करायला तयार आहे. आणि आज तुमची परवानगी असेल, तर पत्रकार परिषदेतही तसं जाहीर करायला तयार आहे.'

अरुण त्याच्याकडे पाहतच राहिला. आताशी कुठे कॉलेजमध्ये जाणारा दिनू किती प्रगल्भ असल्याप्रमाणे बोलतो आहे. त्याच्या दिलाशानं आणि सावू वरील त्याच्या निस्सीम व सखोल प्रेमानं अरुणचे डोळे पाणावले होते. 'थँक्यू दिनू, थँक्यू व्हेरी मच!'

'मी सावूशी बोलतो. तुम्ही काळजी करू नका! आजच्या पत्रकारपरिषदेत आपण दुर्गाभाईचा पर्दाफाश करू. पत्रकारांनाही कळलं पाहिजे. आज दूधका दूध और पानीका पानी हो जायेगा।'

अरुणचं मन भरून आलं होतं. त्याला खूप काही बोलायचं होतं, पण शब्द सुचत नव्हते. त्यानं फक्त दिनूला मिठीत घेतलं व त्याच्या केसांतून हात फिरवीत केवळ 'थँक्यू व्हेरी मच!' एवढंच पुन्हा-पुन्हा पुटपुटत राहिला.

दिनू त्याची पाठ थोपटत निःशब्दपणे त्याला दिलासा देत होता. त्याचं मन प्रेमाच्या नव्यानं झालेल्या साक्षात्कारानं भरून गेलं होतं. तिचा कलंकित भूतकाळ कळूनही सावू बद्दल यत्किंचितही घृणा वा तिरस्कार आपणास वाटत नाही. समोर या क्षणी सावू असती, तर आताचा प्रसंग क्षणभर विसरून अरुण समोर असतानाही तिला घट्ट मिठी मारीत म्हटलं असतं, 'सावू, मला तुझ्या भूतकाळाशी काही मतलब नाही. मला आजची तू उद्यासाठी, आपल्या सहजीवनासाठी हवी आहेस.'

मागील तीन-साडे तीन वर्षे अरुणसोबत काम करताना तोही 'बचपन बचाव' मिशनशी एका मिशनऱ्याप्रमाणे जोडला गेला होता. आता तेच त्याच्या जगण्याचं ध्येय झालं होतं. म्हणून सावूशी विवाह करणं म्हणजे बालवेश्येच्या पुनर्वसनाचं एक आदर्श उदाहरण ठरेल. बालमजुरी करणाऱ्या बालकामगार मुलींचं किती व कशा पद्धतीनं आदर्श पुनर्वसन करता येतं. हे अरुणभैय्यानं फॅशन शोच्या आयोजनातून दाखवून दिलं आहे. तसंच आपल्या व सावूच्या विवाहानं पुनर्वसनाचे एक नवे

उदाहरण समाजापुढे येईल.

'येस, ठरलं अरुणदादा! आज पत्रकार परिषदेत मी व सावू विवाहाची घोषणा करू. म्हणजे काशिनाथच्या आरोपातली हवा निघून जाईल!' दिनूनं पुनश्च ठामपणे म्हटलं, तसा अरुण त्याच्याकडे आश्वस्त होत पाहत म्हणाला,

'आय ॲम सो प्राउड ऑफ यू. माझी सावू किती नशीबवान आहे! तिची किती जन्माची पुण्याई आहे की, तिचा तू सहचर आहेस... दिनू, तुला कसं सांगावं कळत नाही. पण यू आर सिंपली ग्रेट।'

'नाही भैय्या, खरे ग्रेट तर तुम्हीच आहात. बचपन बचावचं व्रत डोळसपणे स्वीकारून काम करणारे!'

***

अरुणनं सावू, माय आणि दिनूसोबत पत्रकार परिषद घेऊन काशिनाथच्या खोटेपणाचा पुरावा प्रत्यक्ष सावू व मायच्या मुखातून जाहीर करताच आज छापून आलेल्या भडक बातमीचा फोलपणा साऱ्या वार्ताहरांच्या लक्षात आला होता! त्यामुळे अरुणविरुद्धच्या बातमीमधली हवा निघून गेली. परंतु आक्रमण हाच उत्तम बचाव असतो, हे लक्षात घेत अरुणने अनेक गोष्टी जाहीर केल्या. बाबरी मशीद पडलेल्या दुसऱ्या दिवशी काळूभाई उर्फ आजच्या दुर्गाभाईनं चौधरीला दिलेली धमकी, आपला बाप काशिनाथची सायकलरिक्षा जळाल्यामुळे कर्जफेडीसाठी त्यानं लावलेला तगादा व त्याला जाळायचा तेव्हा केलेला प्रयत्न, त्याबाबत पोलीस स्टेशनमध्ये काशिनाथची दुर्गाभाईचं नाव घेऊन केलेली तक्रारीची सविस्तर माहिती या पत्रकार परिषदेत दिली. रेलशाळेच्या उद्घाटनानंतर दोन दिवसांनी बालमजूर काम करीत असलेल्या सायकलरिक्षा पकडल्यावर रात्री अरुणला दुर्गाभाईची धमकी कशी आली होती, सावधपणे त्या वेळी आपण त्याचं बोलणं रेकॉर्ड कसं केलं आणि त्याच्या आवाज चाचणी अहवालात तो दुर्गाभाईचाच आवाज असल्याचं कसं सिद्ध झालं, ते सांगितले. त्या अहवालाची प्रत त्यानं पोलीस विभागातून मिळवून त्याच्या सत्यप्रती पत्रकारांना वाटल्या.

तो एवढंच म्हणाला, 'मित्रहो, बबनच्या एड्समागे दुर्गाभाई आहे, हे समजल्यावर मी त्याला भेटायला गेलो होतो, ते बालमजुरांना कामास लावणे बंद कर हे त्याला समजवण्यासाठी. मी गांधींप्रमाणे दुर्गाभाई या व्यक्तीचा द्वेष करीत नाहीतर प्रवृत्तीचा करतो. ती बदलण्यासाठी मी प्रयत्न केला, त्यात यश आलं नाही. असो! आज तो दोन महिन्यांपासून तुरुंगात आहे. तिथं त्यानं थोडं आत्मचिंतन करावं आणि शक्य असेल तर आपले काळे धंदे बंद करावेत, असं माझं त्याला नम्र आवाहन आहे.'

त्याची पत्रकार परिषद बरीच गाजली. वाहिन्यांनी ब्रेकिंग न्यूज म्हणून सतत दाखवली, तर दुसऱ्या दिवशी वृत्तपत्रांनी अरुणला चक्क हीरो करून टाकलं होतं.

पण एक प्रेसनोट जारी करून अरुणनं आपली मर्यादा सांगत म्हटलं होतं, 'मी हीरो नाही. परिस्थितीमुळे मला बेडर व्हावं लागलं एवढंच. कारण मी स्वत: एकेकाळी बालमजूर असल्यामुळे त्यांचं जनावराप्रमाणे असणारं जीवन जाणतो. त्यांचं बालपण त्यांना परत मिळावं, हे माझं जीवितकार्य आहे. पण त्यासाठी शासन, राज्यकर्ते, पोलीस व समाजाची साथ हवी. मी एक सामान्य कार्यकर्ता आहे. बालपणी फटाक्याच्या कारखान्यात झालेल्या स्फोटात मरता-मरता वाचल्यामुळे हे आयुष्य मी बोनस समजतो. त्यामुळे काहीसा निर्भय आहे. पण मला अकारण हौतात्म्य पत्करायचं नाही. कारण काम खूप मोठं आहे. एक नाही, माझ्यासारखे हजारो कार्यकर्ते या बचपन बचाव मिशनसाठी हवे आहेत. त्यामुळे मला साधा कार्यकर्ता राहू द्या. फक्त तुमच्या सदिच्छेचे संरक्षक कवच माझ्याभोवती राहू द्या, म्हणजे कार्याची हानी होणार नाही, लोकांच्या मनात नसता संभ्रम निर्माण होणार नाही. मला कृपया हीरो करू नका.'

त्याच्या या प्रेसनोटलाही भरपूर प्रसिद्धी मिळाली व 'स्वप्नभूमी' आणि 'बचपन बचाव' चळवळीला नजीकच्या काळाततरी कोणी बदनामी वा खोट्या आरोपांचा डाग लावणार नाही, याची खात्री अरुणला झाली.

तो दिनूला म्हणाला, 'हे पण पुरेसे आहे या घडीला!'

प्रकरण बावीस

'तुम्हाला दुर्गाभाईनं जेलमध्ये भेटीसाठी बोलावलं आहे. प्लीज नाही म्हणू नका. त्याला तुम्हाला मनापासून भेटायचं आहे.'

ॲड. जाधव आपल्याला का भेटायला आले, याचं अरुणला नवल वाटत होतं. पण भेटीत त्यानं ही विनंती करताच तो विस्मयचकित झाला. त्याला कळेना की, दुर्गाभाई त्याला का भेटू इच्छितोय?

'मला कारण कळू शकेल?'

'ते तुम्हाला दुर्गाभाईच सांगतील, अरुणभैय्या,' जाधव म्हणाले, 'पण तुम्ही उद्या जरूर तासभर काढावा. जेलरकडून सकाळी अकरा ते बारा ही भेटीची वेळ आम्ही मंजूर करून घेतली आहे. प्लीज, आपण ही भेट नाकारू नका.'

क्षणभर अरुण विचारात पडला. मग त्याला आपलंच वाक्य आठवलं – प्रत्येक वाल्या कोळीत थोडातरी वाल्मीकीचा अंश असतो. तो दुर्गाभाईत पण खचितच आहे. पण त्यानं तो आपल्या जगण्याच्या विकृत तत्त्वज्ञानात मन व विचाराआड केला होता.

कदाचित त्याच्यातला वाल्मीकी जागा झाला असेल का?

पाहू या. भेटायला काय हरकत आहे?

'ठीक आहे वकीलसाहेब. उद्या मी सकाळी दुर्गाभाईला जरूर भेटेन.'

'थँक्यू अरुणभैय्या!'

***

जेलरच्या रूममध्ये अरुण बसला होता. दुर्गाभाईला आणण्यासाठी जेलरनं एक कॉन्स्टेबल पाठवला.

जेलरच्या टेबलामागच्या भिंतीवर महात्मा गांधींची एक तसबीर होती. त्याखाली

एक संदेश होता. 'निर्भय बनो!' अरुणला विसंगतीचं काहीसं हसू आलं. बेछूटपणे समाजात गुन्हे करणाऱ्यांना इथं आणलं जातं. त्यांची निर्भयता कारागृहाच्या कोठडीत पार संपून जाते. पण व्यापक अर्थानं विचार केला, तर कैद्यांनी तुरुंगाच्या कालखंडात निर्भयपणे आपल्या पापकृत्यांचा हिशोब मनाशी मांडावा व आपण समाजाची किती हानी केली आहे, हे तपासून पाहावं. या आत्मपरीक्षणासाठी फार धाडस लागतं. त्यामुळे गांधींचा 'निर्भय बनो' हा संदेश एका अर्थानं समर्पक आहे.

दुर्गाभाई सावकाश पावलं टाकीत जेलरच्या रूममध्ये आला. त्याला पाहून अरुणला धक्काच बसला. त्याची पार रया गेली होती. एकेकाळची आडदांड उभी-आडवी शरीरयष्टी आता निम्म्यानं कमी झाली होती. थकलेला चेहरा, थिजलेली नजर आणि पांढरी दाढी... हा दुर्गाभाई कुणी वेगळाच होता.

तो अरुण समोर खुर्चीवर बसला आणि दोन्ही हात जोडले. अरुण शांत नजरेनं त्याच्या आरपार पाहत होता. दुर्गाभाईला त्याची ती भेदक नजर अस्वस्थ करीत होती. त्यानं खाली मान घातली.

'बोल दुर्गाभाई, मला तू का बोलावलंस आज?'

'कसं सांगू अरुणभैय्या?' दुर्गाभाई कसंबसं पुटपुटला. पुढं काय आणि कसं बोलावं, हे सुचेनासं झाल्यामुळे किंचित जीभ चावीत तो थांबला.

अरुणला त्याचं त्याला 'भैय्या' म्हणणं चकित करून गेलं. त्याची खंगलेली प्रकृती व उदास चेहरा पाहून अरुणच्या मनात एक शंका चमकून गेली. पण तिकडे दुर्लक्ष करीत तो म्हणाला,

'बोल दुर्गाभाई बोल, मी ऐकायला आलो आहे.'

'तवा तुम्ही मला जो इशारा दिला व्हता, तो म्या शाप उडवून लावला. कारण मला पैसा, पॉवर आनी सारी वंगाळ सुखं घेण्याची नशा होती. तवा पटलं नाही, पन आज ते सारं किती तकदालू हाय, हे बीमारीनं समजतंय.'

'म्हणजे तुझा एड्स बराच वाढलाय?'

'लई-लई अरुणभैय्या. आता म्या कधीबी मरनार आहे. मला ताकदीनिशी पन्नास वरसापर्यंत मजा करीत जगायचं व्हतं. पण जेमतेम बेचाळीस वयातच मी खल्लास व्हनार.'

दुर्गाभाईनं आपणास भेटीला का बोलावलं असावं, याचा थोडा अंदाज अरुणला भेटीपूर्वी आला होता. एड्समुळे दुर्गाभाईला मृत्युछाया भिववू लागली होती. विकृत उपभोगात सुख मानत जगण्याचं पाशवी तत्त्वज्ञान आता त्याला फोल वाटू लागलं असणार!

'ठीक आहे दुर्गाभाई,' अरुण त्याला दिलासा देण्याच्या सुरात म्हणाला, 'हे – हे तू आपणहून, स्वत:हून ओढवून घेतलं आहेस. ठीकाय, तुझ्याकडे पैशाला काही

कमी नाही. तू उत्तम ट्रीटमेंट घेऊ शकतोस. शक्य ती काळजी घे म्हणजे काही काळ तरी निरोगी जगता येईल.'

'हे – हे तुम्ही म्हंता अरुणभैय्या?' दुर्गाभाई त्याच्याकडे अविश्वासाच्या नजरेनं पाहत म्हणाला. 'म्या तर तुम्हाला लई ताप दिला. काशिनाथला फितवून वंगाळ आरोप तुमच्यावर केले. तरीबी तुम्ही असं म्हंता? तुम्ही बुवा लई जंक्शन आहात!'

'नाही दुर्गाभाई. मी जंक्शन वगैरे काहीनाही. एक साधासुधा माणूस आहे व समाजासाठी काम करणारा एक कार्यकर्ता आहे – बस.' अरुण दिलखुलास हसत म्हणाला, 'माझा विचार सांगतो की, वाईट गोष्टीचा विरोध करा. वाईट करणाऱ्या माणसांचा नको. माझा लढा तू स्वार्थ व नफ्यासाठी वापरत असलेल्या बालश्रमाविरुद्ध आणि बालमजुरांच्या शोषणाच्या विरुद्धचा आहे.'

'ठीक आहे भैय्या.' दुर्गाभाई म्हणाला, 'म्या कधीच साळंत गेलो नाही. तुम्ही जे बोलता ते समदं नाय कळत; पण ते चांगलं हाय एवडं कळतं. मला तुमच्यासाठी काही करायचं आहे –'

त्याच वेळी 'बाबा' अशी हाक कानी पडली. अरुणनं पाहिलं, बावीस-तेवीस वर्षांचा एक जीन्स-टी शर्ट आणि सोनेरी फ्रेमचा नाजूक चश्मा लावलेला अशा आधुनिक पेहरावातला उंच काळा-सावळा पण प्रभावी व्यक्तिमत्त्वाचा तरुण समोर उभा होता.

'ये – ये अंबा. जरा जल्दीच आलास बेटा?' दुर्गाभाईनं मायेच्या स्वरात म्हटलं. 'भैय्या, ह्यो आमचा लेक, अंबा. अंबाप्रसाद. लई मोठी डिग्री मिळवलीय तेनं!'

'नमस्ते अरुण पालिमकरजी,' तो तरुण हात जोडीत नमस्कार करीत म्हणाला, 'मी यंदाच एम.बी.ए. केलंय आणि बाबांच्या व्यवसायात लक्ष घालायला सुरुवात केलीय.'

अरुण विचार करीत होता. दुर्गाभाईचा बळावलेला आजार पाहता आता त्याचं काळं साम्राज्य अंबाप्रसादकडे जाणार, हे उघड दिसत होतं. हा 'जनरेशन चेंज' म्हणायचा की, 'परप्युचेशन ऑफ क्राइम' म्हणायचं? काही दिवसांत स्पष्ट होईलच.

'बाबांच्या वतीनं मीच सांगतो,' अंबा म्हणाला, 'सांगू ना बाबा?' दुर्गाभाईची मान होकारार्थी हलताच तो पुढे म्हणाला, 'बाबा तुम्हाला, तुमच्या कार्यासाठी काही देणगी देऊ इच्छितात!'

'पण – पण –'

'मला तुमचा संभ्रम किंवा तात्त्विक विरोध समजतो अरुणजी.' अंबा शांतपणे म्हणाला, 'पण त्यावर चर्चा करायची ही जागा व वेळ नाही. उद्या मी तुमच्या 'स्वप्नभूमी'वर येतो. तेथे बोलू.'

आणि तो निघून गेला. दुर्गाभाई कौतुक भिजल्या स्वरात अरुणला म्हणाला,

'बघा भैय्या कसा तुमच्यावानी सुद्ध बोलतो. लई शिकलाय ना?'

'तो आता तुझे काळे धंदे पुढे चालवणार की, ते धंदे बंद करून वेगळा चांगला व्यवसाय करणार?' अरुणनं त्याला थेट मुद्द्याचं विचारलं.

'म्या तेला हेच जवा कवा विचारतो, हरेक टायमाला तो म्हणतो, 'बाबा, तुम्ही तब्येतीचा इचार करा. मला तुम्ही मोप शिकविलं, मी बघतो काय करायचं धंद्याचं ते!'

'पण तरीही आता तुमचा काय विचार आहे, दुर्गाभाई?'

'मला लई शरम वाटते. म्या एक वंगाळ धंदा केला. पण पोरानं एवढी मोठी डिग्री घेतलीय, तर तेनं मोठा बिजनेस करावा, इज्जत कमवावी....'

'हे तुम्ही त्याला स्पष्ट सांगितलं आहे?'

'तेनं मला बोलू दिलं तर ना?' दुर्गाभाई काहीशा खिन्न स्वरात म्हणाला, 'तेचं एकच, तुम्ही तब्येत पाहा. बाकी मी बघतो. कळत नाय पोराच्या मनात काय हाय? गरिबीच्या शापामधी माझं पोरपण बर्बाद झालं. बक्कळ पैसा कमावून आनी सारी सुखं ओरबडून... तेचा म्या सूड उगवला; पन् यात खरं सुख नाय. धड घर-संसार केला नाही की, दोन भली कामं नाही केली... पोरानं हे – हे करू नये असं वाटतं. पन – पन भैय्या, त्याला तुम्ही हे सांगाल विस्कटून – समजावून?'

'जरूर सांगेन, दुर्गाभाई!'

'मला बबन व इतर लहान मुलांचा शाप लागला बघा. म्हणूनशानी या वयात अशी दशा झाली. मला मरायचं नाही, पन मौत चुकणार नाही हे बी समजतंय. पन – पन!'

आणि दुर्गाभाईनं खाली मान घातली. त्याच्या मूक गदगदण्यानं त्याचा अवघा देह थरथरत होता. अरुण काहीसा उदास होऊन पाहत होता.

मृत्यू दिसू लागल्यावर दुर्गाभाईला उपरती झाली होती. पण आजवर तीस वर्षांत त्यानं किती बालजीवांचं शोषण करून त्यांचं आयुष्य उद्ध्वस्त केलं, त्याची भरपाई तो कशी करणार? देणगी देऊन? छे! त्याच्या काळ्या पैशांच्या, शोषणातून उभ्या राहिलेल्या संपत्तीतून 'स्वप्नभूमी'ला देणगी घेणं कदापि मान्य नाही....

तरुण असताना, पैसा व सत्ता असताना, उपदेश सोडाच पण विरोधाचा साधा सूरही अशा लोकांना रुचत नाही. पण काळ बदलला की उपरती होते. पण त्याचा समाजाला काय फायदा? त्याची होणारी हानी तर झालेलीच असते.

अरुण काहीसा उदास होत परतला होता. पण त्याच्या मनाला एक सवाल मात्र सतावत होता –

दुर्गाभाई तर आता संपल्यातच जमा होता. पण त्यामुळे आपण बालमजुरी-निर्मूलनाची लढाई या शहरापुरती तरी जिंकली, असं म्हणता येईल का?

त्याचं सावध मन त्याला बजावत होतं, 'नाही. दुर्गाभाई ही व्यक्ती नाही, नसते;

तर ती प्रवृत्ती आणि त्याहून जादा विकृती असते. हा गेल्यावर दुसरा दुर्गाभाई त्याची जागा घेणार तर नाही?'

***

दुसऱ्या दिवशी सकाळी 'स्वप्नभूमीत' बरोबर सकाळी साडेनऊ वाजता अंबाप्रसाद अरुणला भेटायला आला.

'मि. पालिमकर, काल बाबांच्या पुढे मी जे म्हणालो होतो, त्या संदर्भात मी इथं आलो आहे.' अंबाप्रसाद म्हणाला, 'त्यांच्या इच्छेप्रमाणे तुमच्या संस्थेसाठी मी दहा लाख रुपयांच्या देणगीचा चेक घेऊन आलो आहे.' त्यानं आपलं पाकीट काढलं, तसं त्याला थांबवत अरुण म्हणाला,

'त्याची तसदी घेऊ नका, अंबाप्रसाद. बालश्रमावर आधारित व्यवसायातून माझी संस्था कदापि देणगी स्वीकारू शकत नाही.'

'पण – पण बाबांची इच्छा... तिची नाही कदर करणार?'

'त्यांना फार उशिरा उपरती झाली. मरणापूर्वी याद्वारे किंचित पापक्षालन करू इच्छितात, पण गेल्या तीस वर्षांत त्यांनी शेकडो बालकांचं बालपण बर्बाद केलं आहे, त्याची कशानंही भरपाई होऊ शकत नाही.'

'पण तुमच्याच शब्दांत वाल्याचा वाल्मीकी होऊ पाहणाऱ्याला संधी नाही देणार?'

'आधी मला वाल्याचा मुलगा वाल्या आहे का वाल्मीकी, हे कळू शकेल?' अरुणच्या या प्रश्नानं अंबाप्रसाद किंचितही अस्वस्थ न होता शांतपणे उत्तरला, 'या प्रश्नाचं मला उत्तर द्यायचं नाही.'

'मला त्याचं उत्तर मिळालं, असं मी समजू?'

'वेल, मि. पालिमकर. तुम्ही तेवढे सुज्ञ नक्कीच आहात.' अंबाप्रसाद पुढे म्हणाला, 'आपली मर्जी. देणगी स्वीकारणं वा न स्वीकारणं, याबाबत मी काही तुमच्यावर सक्ती करू शकत नाही.'

अरुण आपल्या भेदक नजरेनं अंबाप्रसादकडे पाहत होता, त्याची देहबोली अजमावयाचा प्रयत्न करीत होता. अंबा शांतपणे पण अधिकारी स्वरात बोलत होता. त्यात एक तुच्छता होती.

'बाय द वे अंबाप्रसाद, काल मला तुम्ही गेल्यावर दुर्गाभाईनं तुम्हाला त्यांच्या वतीनं एक विचारायला सांगितलं आहे. विचारू?'

'मला माहीत आहे पालिमकरजी, त्यांना काय विचारायचं आहे ते.' किंचित हसत अंबा उत्तरला.

'मग त्याचं उत्तरही द्या. अर्थात द्यायचं असेल तर.'

'आणि मी ते नाकारलं तर?'

'मी काय समजायचं ते समजून घेईन,' अरुण रोखठोक म्हणाला, 'एका दुर्गाभाईची जागा दुसरा दुर्गाभाई घेईल. त्याचं नाव अंबाप्रसाद किंवा अंबाभाई असेल, ॲम आय राइट अंबा?'

क्षणभर अंबा चूप राहिला. अर्थात त्याच्या चेहऱ्यावरचं कृत्रिम स्मितहास्य कायम होतं. तोही अरुणकडे त्याच्या नजरेला नजर देत किंचितही विचलित न होता पाहत होता.

'ठीक आहे. या प्रश्नाचं मला कधीतरी उत्तर द्यावं लागणार आहेच. ते आजच देतो. मी अंबाभाई आधीच बनलो आहे व दुर्गाभाईची जागा घेत त्याच्या साऱ्या धंद्याची सूत्रे हाती घेतली आहेत!'

अरुणनं कालपासून अंदाज बांधला होताच, त्यामुळे अंबाचं उत्तर अनपेक्षित नव्हतं. तरीही धक्का बसायचा तो बसलाच.

'म्हणजे आय मीन तुम्ही तेच सारं करणार, जे दुर्गाभाई करीत होता?'

'येस. शंभर टक्के इन्क्लुडिंग चाइल्ड लेबर!' अंबा पुढे म्हणाला, 'तुम्हाला 'गॉड फादर' सिनेमातलं एक वाक्य ऐकवतो – प्रत्येक मोठ्या संपत्तीमागे एक पाप व गुन्हा असतोच. माझ्या बाबांचं साम्राज्य व संपत्ती त्याला कशी अपवाद असेल? किंबहुना कोणत्याही आर्थिक साम्राज्यात पाप व गुन्हे असतातच.'

'अरे अंबा, तू तर चांगला शिकलेला आहेस. तू असं बोलावंस? तुझ्या बाबांचं एकवेळ समजू शकतो; कारण ते स्वत: एकेकाळी बालमजूर होते.' असह्यपणे न राहवून अरुणनं विचारलं.

'त्यानं काय फरक पडतो मि. पालिमकर?' अंबा म्हणाला, 'हा माझा वारसा आहे. एवढी अफाट संपत्ती, डझनभर धंदे, त्यामुळे मिळणारं वलय, राजकीय मान्यता आणि ताकद नाकारायला मी काही वेडा नाही. माझ्या बापानं अशिक्षितपणामुळे तुम्हाला आंधळा व वेडावाकडा विरोध केला. मी मात्र विचारपूर्वक वागेन. कारण मी एम.बी.ए. आहे आणि माझा सायकॉलॉजीचा पण बऱ्यापैकी अभ्यास आहे.'

'तरीही अंबा, तुला चांगल्या-वाइटाचं भान नाही?'

'आहे, पूर्ण आहे. पण माझं मत आहे की, माणूस जनावरच आहे. आणि त्याला 'बळी तो कान पिळी' हा जंगलचा कायदाच कळतो; नव्हे, तो त्याच्या गुणसूत्राचा भाग बनलेला आहे. माणसासाठी सत्ता व पैसा महत्त्वाचा आहे. बाकी सारं झूठ आहे. आणि सत्ता व पैसा कसाही मिळवा, तो चांगलाच असतो, हे नागडं सत्य आहे. ते तुमच्या सारख्या मूठभर भाबड्या आदर्शवादी माणसांना समजत नाही. आणि पटत नाही. पण त्यामुळे जगाची परिस्थिती थोडीच बदलते?'

अरुण हतबुद्ध होऊन ऐकत होता. किती विचारपूर्वक किती वाईट तत्त्वज्ञान अंबा सहजतेनं सांगत होता. हा तर दुर्गाभाईच्या काळ्या धंद्यात बाप ठरेल, अशीच चिन्हं आहेत.

'तुमची बालमजुरी-निर्मूलनाची लढाई भारतात कदापि यशस्वी होणार नाही. कारण भारतीय मानसिकता शोषण व भ्रष्टाचाराला पूरक आहे. त्याचं सर्वांत मोठं उदाहरण म्हणजे जातिव्यवस्था व स्त्री-पुरुषसंबंध. दोन्हीमध्ये दुर्बलांचं, अस्पृश्यांचं व स्त्रीचं शोषण आहे. कायदे करून त्यात कितीसा फरक पडला आहे?'

'तुझं तर सैतानाचं विकृत तत्त्वज्ञान झालं अंबाप्रसाद.' कडवटपणे अरुण म्हणाला, 'शिक्षणानं माणूस ज्ञानी होतो, पण सुसंस्कृत होत नाही, हेच खरं म्हणायचं!'

'मला मान्य आहे. जगात आज बहुतेक अतिरेकी व दहशतवादी हे केवळ सुशिक्षित नाहीत, तर उच्चविद्या विभूषित आहेत.' अंबा त्याच सहजतेनं आपल्या तत्त्वज्ञानाला पुष्टी देत अखेरचा घाव घालत म्हणाला.

'तुमची बालमजुरी-निर्मूलनाची लढाई या शहरात तरी मी यशस्वी होऊ देणार नाही. मी बापाप्रमाणे खोटे-नाटे आरोप करणे वा शारीरिक हिंसा या मार्गांचा अवलंब करणार नाही. पण तुमची चळवळ पडद्याआड राहून पद्धतशीरपणे पोखरून काढीत बदनाम करेन. स्पेशल स्कूल बंद पडतील, असं पाहीन. त्यासाठी पैसा फेकला की पुढारी व अधिकारी जिभल्या चाटत येतील माझ्याकडे. मी तुम्हाला अडवणार नाही. पण तुम्हाला कामही करता येणार नाही, हे मी पाहीन. स्पेशल स्कूलमधून मुलं आपणहून बाहेर पडतील, असंही करणं मला अवघड नाही. बालमजूर माझा धंदा सोडून जात असतील, तर अडवणार नाही. कारण एक गेला तर दुसरा येईल. भारताची लोकसंख्या एवढी अफाट आहे की, इथं शाळेत न जाणाऱ्या, शाळेतून बाहेर पडणाऱ्या मुलांना काय तोटा आहे? एकाच्या जागी दहा येतील. त्यामुळे हे बालमजुरीचं चक्र मी सतत फिरवत ठेवीन, एवढं जरूर सांगेन.'

'इनफ अंबा, इनफ! मला तुझ्या या विकृत बोलण्याची शिसारी येतेय.' ताडकन अरुण म्हणाला, 'तुझं चॅलेंज मी स्वीकारतो. दुर्गाभाईविरुद्ध मीच लढा दिला व त्याला माझ्यामुळे जेल झाली, हे विसरू नकोस. पण तू अधिक हुशार व म्हणून अधिक धोकादायक आहेस. मलाही माझ्या लढ्याची दिशा व स्ट्रॅटेजी बदलावी लागेल. पण एक सांगतो, तुझ्या बापाला तीस वर्षांनी पश्चात्ताप झाला व त्याला खचितच सुखाचं मरण येणार नाही. पण माझे आजचे शब्द लक्षात ठेव. तुला फार लवकर पश्चात्तापाची पाळी येईल. तेव्हा कुणीही तुझे हाल विचारायला येणार नाही!'

'मी त्याचाही विचार केला आहे. जेव्हा अशी वेळ येईल वा मला जाणवेल, मी स्वत: सारे धंदे बंद करून सारा पैसा हवालामार्गे पाठवून, परदेशी जाऊन नुसता

आराम करीत राहीन.' अंबा म्हणाला, 'किंवा इथंच जेव्हा मला पुरेशी संपत्ती मिळेल, मी राजकरणात जाईन. धर्मार्थ संस्था काढेन. देवळे, मशिदी, चर्च बांधेन. धर्मशाळा, अन्नछत्रे चालवेन व धर्मनेता म्हणून मिरवेन. माझं काही वाकडं होणार नाही. कारण बापासारखा विकृत भोग मी घेणार नाही. सारं सुख मी मर्यादेत मिळवीन. मला साऱ्या नशा आवडतात. स्त्रीसुख व त्यातलं वैविध्य आवडते. पण बापासारखी मी माझी अवस्था होऊ देणार नाही हे नक्की. मी मरेन तेव्हा सगळे शहर माझ्या अंत्ययात्रेला लोटेल. माझ्यासाठी शोकसभा होतील. एखाद्या रस्त्याला व चौकाला माझं नाव दिले जाईल.'

किती शांतपणे पण किती भयंकर व विकृत पराकोटीचं अमानुष तत्त्वज्ञान अंबाप्रसाद उलगडून दाखवत होता! तो जे म्हणत होता, ते होणं संभव आहे. कारण हा अंबा कमालीचा हुशार आहे व जगाचं, माणसाचं व माणसाच्या चांगल्यावाईटाचं नेमकं आकलन त्याला आहे. अवघ्या पंचविशीत त्यानं एवढा विचार केला आहे!

त्यामुळे आजपासून त्याच्याविरुद्ध लढण्याची तयारी केली पाहिजे. पण त्याच्या अघोरी तत्त्वज्ञानाचा मुकाबला करणं, आजच्या वातावरणात फार कठीण आहे.

पण मला माझी ही लढाई अशी सोडता येणार नाही. आपले परतीचे दोर एका अर्थाने कापले गेले आहेत. तुकोबांनी म्हटल्याप्रमाणे 'तुटो हे मस्तक, फुटो हे शरीर!' पण 'बचपन बचाव'चा ध्यास मला सोडून चालणार नाही!

एक दुर्गाभाई, एक अंबाप्रसाद माहीत आहे; पण असे कितीतरी अज्ञात दुर्गाभाई-अंबाभाई समाजात विखुरले आहेत. त्यांच्याविरुद्ध लढणारे किती अरुण आहेत? किती स्वामी अग्निवेश, किती शांता सिन्हा आहेत?

फार-फार विषम लढाई आहे.

आपण हरणारी लढाई तर लढत नाही ना?

पण लढलं पाहिजे, एवढं नक्की!'

उपसंहार

अंबाप्रसाद *निघून गेल्यापासून अरुण कमालीचा अस्वस्थ होता. आज दिवसभराची सारी कामं त्यानं दिनूला पाहायला सांगून स्वत:ला बेडरूममध्ये बंद करून घेतलं आहे. खिडक्या बंद करून अंधार केला. पलंगावर कूस बदलत तो तळमळत पडला होता. डोळे मिटलेले. पण त्याचं मन प्रक्षुब्ध होतं.*

कितीतरी वेळानं शिणलेल्या मनानं त्याला पेंग आली आणि पण अर्धनिद्रिस्त मनातही वेडी-विद्री स्वप्नं फेर धरून नाचत होती.

सर्वत्र काळोख. गच्च दाटलेला अंधार. मनाच्या तळापर्यंत उतरलेला आणि प्रश्नांचं निबिड जंगल. दाट काळोख. पण काही काजवेही फेर धरून नाचत आहेत.

त्यात आपण दिशाहीन भरकटत आहोत. मनानं शिणत आहोत.

मग कधीतरी जाग येते. क्षणभर संभ्रमावस्था. मग भान येतं.

पण उदासीनतेची पुटं काही मनोभूमीवरून जात नाहीत.

त्यातून बाहेर यायचं असेल आणि भरकटणाऱ्या मनाला विचाराची स्पष्ट दिशा दिसायची असेल, तर डायरी लिहिली पाहिजे. ती लिहिता-लिहिता दिशा दिसू लागते, हा आपला नित्याचा अनुभव. तो आजही प्रत्ययास यायचा असेल, तर लिहिलं पाहिजे. पांढऱ्यावर काळं केलंच पाहिजे.

अरुण स्वत:ला सावरीत उठला. वॉश बेसिनजवळ गेला. तोंडावर, डोक्यावर थंड पाण्याचे हबकारे मारले. थोडी हुशारी आली. मग त्याने एक कडक चहा घेतला.

आणि खुर्चीवर बसून समोरच्या टेबलावरची डायरी उघडून लिहू लागला. लिहिता-लिहिता भावनेचा कल्लोळ शांत झाला. विचारांना दिशा सापडत गेली.

'नेहमीपेक्षा जरा अलग अशा आजच्या स्वप्नाचा मला शोध घेतला पाहिजे. घनदाट वाटेत, आज मला काही आकृत्या दिसल्या. त्यांच्यात अत्यंत सूक्ष्म प्रकाश, काजवेही होते.

या आकृत्या कोणाच्या?

एक आकृती मनीषची तर नसेल? शक्यता आहे. तो मला स्वप्नात का दिसला आज? का निव्वळ भास होता? काही असलं, तरी लिहिताना या क्षणी ठळकपणे असं जाणवतंय की, काल माझ्यासाठी तो लखलखता प्रकाशदूत होता.

दुसरी आकृती नक्कीच दिनूबाबाची आहे. त्यात शहनाज, सावू व शंकर-मायांच्या आकृत्याही मिसळल्या आहेत.

हे सारे माझे साथीदार आहेत. माझ्या स्वीकृत कार्यातले मिशनरी आहेत. ते आपापल्या परीनं प्रकाशाची बेटं आहेत. आणि मुख्य म्हणजे ती माझी आहेत!

आता मला स्वप्नाची काही अंशी का होईना, संगती लागत आहे. अर्थ गवसत आहे. तो आपल्यापुरता खरा मानला पाहिजे!

बालमजुरी-निर्मूलनाचं काम प्रचंड व्याप्तीचं आहे. समाजमन तर बधिरलेलं, संवेदनहीन आहे. आणि मालकवर्गाची राजकारणी व नोकरशहांशी अभद्र युती झाली आहे.

स्वप्नातला मिट्ट काळोख त्याचं प्रतीक आहे. वास्तवात त्यांची नावं दुर्गाप्रसाद, अंबाप्रसाद आहेत.

पण बंद डोळ्यांपुढे नाचणारे प्रकाशकाजवे? छे! ते तर माझे साथीदार, कार्यकर्ते आहेत. ते सांगताहेत जणू की, प्रकाशाचा रस्ता नाही, तरी किमान त्याची दिशा सापडली आहे.

पत्रकार परिषदेत दिनूनं अशोक चक्रधरची 'बूढे बच्चे' ही कविता समारोप करताना ऐकवली, त्यातल्या या ओळी काळजावर कसं ओरखडे काढतात –

बच्चे क्यों कहो इनको?
बच्चे ये जवान हैं। बच्चे ये बुढे हैं।
'जिंदगीकी इत्र-सेंट खुशबू नहीं हैं ये,
जिंदगी के घुरे हैं, जिंदगीके कूडे हैं।
बच्चे ये जवान हैं। बच्चे ये बूढे हैं।

इथं मला एक ओळ सामील करायचा मोह होतो.

सिर्फ ये बच्चे बच्चे नहीं हैं!
बाकी सबकुछ है,
सबसे जादा बुढे बच्चे
आजकी हकीकत है।

जगातील काही देशांतून बालमजुरीचं पूर्णपणे उच्चाटन झालं आहे. माझ्या

भारतातून ते होणं का शक्य नाही? जरूर शक्य आहे. त्यासाठी मी, माझ्यासारख्यांनी अखंड काम केलं पाहिजे.

'वो सुबह जरूर आयेगी,' हा शायर साहीरचा आशावाद फुकाचा नाही. तो एक समृद्ध वाल्मीकी नजर असणाऱ्या भारतीय काव्यसाहित्याचा भाग आहे. त्यावर शिक्कामोर्तब केलं, कवि कुलगुरू रवींद्रनाथ टागोरांनी. त्यांनी काळोखावर विजय मिळविण्याचा मार्ग 'गीतांजली'मधील एका कवितेतून दाखवून दिला आहे.

Light, oh, where is the light ?
Kindle it with the burning fire of desire !
It thunders and the wind rushes,
screaming through the void.
The night is black as black as stone
Let not the hours pass by in the dark
Kindle the lamp of love with the life

थँक्यू गुरूदेव, मला प्रकाश दाखवल्याबद्दल!

कुठेतरी एफ.एम. रेडिओ वाजतो आहे. एक गाणं संपलं आणि मला मनस्वी भावणारं गाणं किशोरच्या आवाजात सुरू झालं,

कोई लौटा दे मेरे बीते हुअे दिन....

माझं बालपण, जे बालकामगाराचं शिवकाशीच्या फटाक्याच्या कारखान्यात चंदेरी धुळीचे श्वास घेत गेलं ते परत येणार नाही. त्यामुळे मला तसेच प्रत्येक बालकामगारालाही असंच वाटत असतं की, 'नहीं चाहीये फिरसे वापस ऐसे मेरे बीते हुअे दिन, जहां सिर्फ काम ही काम है, जानलेवा काम!'

जेव्हा प्रत्येक बालकाला उबदार व खेळकर बालपण मिळेल, तेव्हा तरुणपणी मागे वळून पाहताना स्वप्नरंजन करीत म्हणू शकेल, 'कोई लौटा दे मेरे बिते हुये दिन!'

या पुढे कधीच कुण्या बालकाचं बालपण हरवलं जाऊ नये, हे आम्हा कार्यकर्त्यांचं स्वप्न आहे. त्यासाठी लढलं पाहिजे, काम केलं पाहिजे. या विश्वासानं की, 'रातभर का महेमां है अंधेरा? किसके रोके सका है सवेरा....'

जात, धर्म, वंश, नातं या पारंपरिक अस्तित्वाच्या खुणा न घेता अनाथाश्रमात वाढलेल्या कुणा एकाची चरित्र काहणी- या सर्व खुणा घेऊन जन्मलेल्यांना आपल्या नाकर्तेपणाची जाणीव करून देते.

खाली जमीन वर आकाश

डॉ. सुनीलकुमार लवटे

अनाथाश्रमात जन्मलेला, रिमांड होममध्ये वाढलेला तो.
त्यास आई-वडील नव्हते. जात, धर्म, कुल, गोत्र, वंश,
नातेवाईक अशा पारंपरिक अस्तित्वाच्या कसल्याही खुणा न
घेता, जन्मलेला तो एक 'नेम नॉट नोन' होता. त्याला
नाव नव्हतं.
होता, एक नंबर. (कैद्याला असतो तसा!) त्याचं बालपण
प्रश्नग्रस्त होतं. कौमार्य कुस्करलेलं. तारुण्य अव्हेरलं गेलेलं.
तो वयात आला तसे त्याचे प्रश्नही वयात आले.
प्रश्नांनी त्याला प्रौढ केलं. प्रश्नांनीच त्याचं पालकत्त्व पेललं.
प्रश्नांनीच तो शिकला-सवरला
नि सावरलाही! आज त्याच्या पुढे आहे पर्यायांच्या प्राजक्तांचा
सडा! सर्व काही असताना काही न करणाऱ्यांना आपल्या
नाकर्तेपणाची जाण देणारी
ही कर्मकहाणी आहे –
'खाली जमीन वर आकाश.'